ਸਿੱਖ ਧਰਮ ਦਾ
ਇਤਿਹਾਸ

ਪ੍ਰੋ. ਮਹਿੰਦਰ ਸਿੰਘ

WhiteFalcon
Publishing

www.whitefalconpublishing.com

ਸਿੱਖ ਧਰਮ ਦਾ ਇਤਿਹਾਸ

ਮਹਿੰਦਰ ਸਿੰਘ

www.whitefalconpublishing.com

Cover design by White Falcon Publishing, 2022

Requests for permission should be addressed to
mail.meena59@gmail.com

ISBN - 978-1-63640-612-1

Dedicated in the memory of my wife
Vimal Sethi

ਵਿਸ਼ਾ-ਸੂਚੀ

ਸਿੱਖ ਧਰਮ ਅਤੇ ਰਾਜਨੀਤੀ ਦਾ ਪਰਸਪਰ ਮੇਲ
ਅਤੇ ਸਿੱਖਾਂ ਦੀ ਵੱਖਰੀ ਹਸਤੀ (ਪੈਰਾ 11)

ਵਿਸ਼ਾ-ਸੂਚੀ

ਭਾਗ ਦੂਜਾ

ਵਿਸ਼ਾ-ਸੂਚੀ

ਸਿੱਖ ਧਰਮ ਦਾ ਇਤਿਹਾਸ

ਸਿੱਖ ਧਰਮ ਦੇ ਇਤਿਹਾਸ ਵਿਚ ਸਭ ਤੋਂ ਵੱਡਾ ਦਿਨ

ਸਿੱਖ ਧਰਮ ਦੇ ਇਤਿਹਾਸ ਵਿਚ ਸਭ ਤੋਂ ਵੱਡਾ ਦਿਨ ਹੈ, ਅਪਰੈਲ 15[1], 1469 A.D. (ਵੈਸਾਖ ਸੁਦੀ 3, ਵੈਸਾਖ 20, ਸੰਮਤ 1526) ਪੂਰਨਮਾਸ਼ੀ ਦਾ ਦਿਨ, ਅਕਾਸ਼ ਵਿਚ ਚੰਦਰਮਾ ਦਾ ਪੂਰਾ ਪ੍ਰਕਾਸ਼ ਹੋ ਰਿਹਾ ਸੀ, ਜਦੋਂ ਗੁਰੂ ਨਾਨਕ ਦੇਵ ਜੀ ਦਾ ਜਨਮ ਲਾਹੌਰ ਦੇ ਨਜ਼ਦੀਕ, ਰਾਵੀ ਦਰਿਆ ਦੇ ਕੰਢੇ ਤੇ ਇੱਕ ਛੋਟੇ ਜਿਹੇ ਪਿੰਡ ਤਲਵੰਡੀ (ਜਿਸ ਨੂੰ ਅੱਜ ਨਨਕਾਣਾ ਸਾਹਿਬ ਕਿਹਾ ਜਾਂਦਾ ਹੈ) ਵਿਚ ਹੋਇਆ । ਉਦੋਂ ਵੇਖਣ ਨੂੰ ਗੁਰੂ ਨਾਨਕ ਦੇਵ ਜੀ ਦਾ ਜਨਮ ਵੀ ਹੋਰ ਬੱਚਿਆਂ ਵਾਂਗ ਇੱਕ ਸਾਧਾਰਨ ਘਟਨਾ ਸੀ । ਪਰ ਸਮਾਂ ਲੰਘਣ ਤੇ ਇਸ ਦੇ ਨਤੀਜੇ ਵਿਸ਼ਾਲ, ਮਹਾਨ ਅਤੇ ਦੂਰ-ਰਸ ਨਿਕਲੇ ।

---

1.   Another date simultaneously current coincides with the full moon of the month of Katik, October-November, and the birthday of Guru Nanak is in fact celebrated everywhere on this day. This date derives from the later Janamsakhis, including that of Bhai Bala. The earlier ones such as *Puratan* and *Meharban* give the April date. So do the Janamsakhi by Bhai Mani Singh and *Mahima Prakash*. Even books such as Santokh Singh's *Nanak Prakash* supporting Katik Purnima give the age of the Guru at his death as 70 years, 5 months and 7 days, which worked backwards brings the date of his birth to mid-April. The point was cogently laboured by Karam Singh in his book *Katik ke Baisakh* ("November or April"), published in 1912. Almost every book on Guru Nanak since accepts the Baisakh or April date, but the tradition of observing the birthday in Katik, or October-November, howsoever it originated, continues.

Harbans Singh, *Guru Nanak And Origins of the Sikh Faith,* 1969, p.66.

ਸਿੱਖ ਧਰਮ ਦੇ ਸਿਧਾਂਤ (ਪੈਰੇ 1-8)

1. ਪਰਮਾਤਮਾ ਦੇ ਨਾਮ ਦਾ ਸਿਮਰਨ ਕਰਨਾ, ਸੱਚੀ ਕਮਾਈ ਕਰਨਾ ਅਤੇ ਉਸ ਕਮਾਈ ਵਿਚੋਂ ਕੁਝ ਹੋਰਾਂ ਨੂੰ ਦੇਣਾ

ਗੁਰੂ ਨਾਨਕ ਦੇਵ ਜੀ ਦੁਆਰਾ ਚਲਾਏ ਗਏ ਸਿੱਖ ਧਰਮ ਦਾ ਸ੍ਰਵਉੱਚ ਸਿਧਾਂਤ ਵਾਹਿਗੁਰੂ ਅਰਥਾਤ ਪਰਮਾਤਮਾ ਦੇ ਨਾਮ ਦਾ ਸਿਮਰਨ ਕਰਨਾ, ਸੱਚੀ ਕਮਾਈ ਕਰਨਾ ਅਤੇ ਉਸ ਕਮਾਈ ਵਿਚੋਂ ਕੁਝ ਹੋਰਾਂ ਨੂੰ ਦੇਣਾ ਹੈ।

ਗੁਰਬਾਣੀ ਵਿਚ ਕਿਹਾ ਗਿਆ ਹੈ —

ਭਰੀਐ ਹਥੁ ਪੈਰੁ ਤਨੁ ਦੇਹ ॥ ਪਾਣੀ ਧੋਤੈ ਉਤਰਸੁ ਖੇਹ ॥
ਮੂਤ ਪਲੀਤੀ ਕਪੜੁ ਹੋਇ ॥ ਦੇ ਸਾਬੂਣੁ ਲਈਐ ਓਹੁ ਧੋਇ ॥
ਭਰੀਐ ਮਤਿ ਪਾਪਾ ਕੈ ਸੰਗਿ ॥ ਓਹੁ ਧੋਪੈ ਨਾਵੈ ਕੈ ਰੰਗਿ ॥

(ਜਪੁ ਜੀ ਸਾਹਿਬ, (੨੦), ਪੰ. ੪)

ਅਰਥ : ਜੇਕਰ ਹੱਥ ਜਾਂ ਪੈਰ ਜਾਂ ਸਰੀਰ ਗੰਦਾ ਹੋ ਜਾਵੇ, ਤਾਂ ਪਾਣੀ ਨਾਲ ਧੋਤਿਆਂ ਮੈਲ ਉਤਰ ਜਾਂਦੀ ਹੈ। ਜੇਕਰ ਕਪੜਾ ਮੂਤਰ ਨਾਲ ਗੰਦਾ ਹੋ ਜਾਵੇ, ਤਾਂ ਸਾਬਣ ਲਾ ਕੇ ਉਸ ਨੂੰ ਧੋ ਲਈਦਾ ਹੈ। ਜੇਕਰ ਮਨੁੱਖ ਦੀ ਬੁੱਧੀ ਪਾਪਾਂ ਨਾਲ ਮਲੀਨ ਹੋ ਜਾਵੇ, ਤਾਂ ਉਹ ਪਾਪ ਅਕਾਲ ਪੁਰਖ ਦੇ ਨਾਮ ਦਾ ਸਿਮਰਨ ਕਰਨ ਅਤੇ ਮਨ ਵਿਚ ਨਾਮ ਦਾ ਵਾਸਾ ਕਰਨ ਨਾਲ ਧੁਲ ਜਾਂਦੇ ਹਨ।

ਗੁਰਬਾਣੀ ਵਿਚ ਕਿਹਾ ਗਿਆ ਹੈ —

ਸੋ ਸਿਖੁ ਸਖਾ ਬੰਧਪੁ ਹੈ ਭਾਈ ਜਿ ਗੁਰ ਕੇ ਭਾਣੇ ਵਿਚਿ ਆਵੈ ॥
....
ਨਾਨਕ ਨਾਮੁ ਵਸੈ ਮਨ ਅੰਤਰਿ ਵਿਚਹੁ ਆਪੁ ਗਵਾਈਐ ॥

(ਸੋਰਠਿ ਮ. ੩, ਪੰ. ੬੦੧)

ਉਪਰੋਕਤ ਗੁਰਬਾਣੀ ਅਨੁਸਾਰ ਉਹ ਮਨੁੱਖ ਵਾਹਿਗੁਰੂ ਅਰਥਾਤ ਪਰਮਾਤਮਾ ਦਾ ਸਿੱਖ, ਮਿੱਤਰ ਅਤੇ ਰਿਸ਼ਤੇਦਾਰ ਹੈ ਜਿਹੜਾ ਵਾਹਿਗੁਰੂ ਅਰਥਾਤ ਪਰਮਾਤਮਾ ਦੇ ਭਾਣੇ ਵਿਚ ਰਹਿੰਦਾ ਅਤੇ ਚਲਦਾ ਹੈ, ਆਪਣੇ ਮਨ ਵਿਚ ਵਾਹਿਗੁਰੂ ਦੇ ਨਾਮ ਦਾ ਵਾਸਾ ਕਰ ਲੈਂਦਾ ਹੈ ਅਤੇ ਆਪਾ-ਭਾਵ (ਨਿਜਤਵ) (self) ਅਰਥਾਤ ਕਾਮ, ਕ੍ਰੋਧ, ਲੋਭ, ਮੋਹ ਅਤੇ ਅੰਹਕਾਰ ਦਾ ਤਿਆਗ ਕਰ ਦਿੰਦਾ ਹੈ।

ਗੁਰਬਾਣੀ ਵਿਚ ਕਿਹਾ ਗਿਆ ਹੈ —

ਘਾਲਿ ਖਾਇ ਕਿਛੁ ਹਥਹੁ ਦੇਇ ॥ ਨਾਨਕ ਰਾਹੁ ਪਛਾਣਹਿ ਸੇਇ ॥੧॥

(ਰਾਗੁ ਸਾਰਗ ਕੀ ਵਾਰ, ਸਲੋਕ ਮ.੧, ਪੰ. ੧੨੪੫)

ਉਪਰੋਕਤ ਗੁਰਬਾਣੀ ਅਨੁਸਾਰ ਜਿਹੜਾ ਮਨੁੱਖ ਘਾਲਿ ਅਰਥਾਤ ਮਿਹਨਤ ਕਰ ਕੇ ਕਮਾਈ ਕਰਦਾ ਹੈ, ਆਪ ਖਾਂਦਾ ਹੈ ਅਤੇ ਆਪਣੀ ਕਮਾਈ ਵਿਚੋਂ ਕੁਝ ਹੋਰਾਂ ਨੂੰ ਵੀ ਦਿੰਦਾ ਹੈ, ਤਾਂ ਉਸ ਨੇ ਮਨੁੱਖੀ ਜੀਵਨ ਦਾ ਸਹੀ ਰਾਹ ਪਛਾਣ ਲਿਆ ਹੈ।

2. ਨਾ ਹਮ ਹਿੰਦੂ, ਨਾ ਮੁਸਲਮਾਨ

ਗੁਰੂ ਨਾਨਕ ਦੇਵ ਜੀ ਦੁਆਰਾ ਚਲਾਏ ਗਏ ਸਿੱਖ ਧਰਮ ਦੇ ਦੂਜੇ ਸ੍ਰਵਉੱਚ ਸਿਧਾਂਤ ਅਨੁਸਾਰ ਵਾਹਿਗੁਰੂ ਅਰਥਾਤ ਪਰਮਾਤਮਾ ਇੱਕ ਹੈ ਅਤੇ ਸਾਡੇ ਸਰੀਰ (ਪਿੰਡ) ਅਤੇ ਪ੍ਰਾਣ ਉਸ ਇੱਕ ਪਰਮਾਤਮਾ ਦੇ ਬਣਾਏ ਅਤੇ ਦਿੱਤੇ ਹੋਏ ਹਨ ਜਿਸ ਨੂੰ ਮੁਸਲਮਾਨ ਅੱਲਾਹ ਕਹਿੰਦੇ ਹਨ ਅਤੇ ਹਿੰਦੂ ਰਾਮ ਕਹਿੰਦੇ ਹਨ। ਕਿਸ ਨੂੰ ਬੁਰਾ ਕਹੀਏ, ਕਿਸ ਨੂੰ ਭਲਾ ਕਹੀਏ। ਇਸ ਲਈ ਸਾਡੇ ਲਈ ਸਾਰੇ ਹੀ ਜੀਅ ਭਲੇ ਹਨ। ਇਸ ਵਿਚਾਰਧਾਰਾ ਕਰਕੇ ਹਿੰਦੂਆਂ ਅਤੇ ਮੁਸਲਮਾਨਾਂ ਵਿਚ ਭੇਦ-ਭਾਵ ਕਰਨਾ ਠੀਕ ਨਹੀਂ ਹੈ।

ਗੁਰਬਾਣੀ ਵਿਚ ਕਿਹਾ ਗਿਆ ਹੈ —

ਨਾ ਹਮ ਹਿੰਦੂ ਨ ਮੁਸਲਮਾਨ ॥ ਅਲਹ ਰਾਮ ਕੇ ਪਿੰਡ ਪਰਾਨ ॥੪॥

(ਭੈਰਉ ਮ.੫, ਪੰ. ੧੧੩੬)

ਬੁਰਾ ਭਲਾ ਕਹੁ ਕਿਸ ਨੋ ਕਹੀਐ ਸਗਲੇ ਜੀਅ ਤੁਮਾਰੇ ॥ ॥੧॥ਰਹਾਉ॥

(ਆਸਾ ਮ.ਪ., ਪੰ. ੩੮੩)

3. ਸਿੱਖ ਧਰਮ ਸੰਸਾਰ ਵਿਚ ਰਹਿ ਕੇ ਚੰਗੇ ਅਮਲ ਕਰਨ ਦੀ ਗੱਲ ਕਰਦਾ ਹੈ

ਗੁਰੂ ਨਾਨਕ ਦੇਵ ਜੀ ਅਨੁਸਾਰ ਪਰਮਾਤਮਾ ਦੇ ਨਾਮ ਦਾ ਸਿਮਰਨ ਕਰਨ ਅਤੇ ਪਰਮਾਤਮਾ ਨੂੰ ਮਿਲਨ ਲਈ ਸੰਸਾਰ ਦਾ ਤਿਆਗ ਕਰਨ ਦੀ ਲੋੜ ਨਹੀਂ। ਮਨੁੱਖ ਦੁਨੀਆਂ ਵਿਚ ਰਹਿ ਕੇ ਵੀ ਇਹ ਸਭ ਕੁਝ ਪ੍ਰਾਪਤ ਕਰ ਸਕਦਾ ਹੈ। ਇਸ ਲਈ ਸਿੱਖ ਧਰਮ practical religion ਹੈ।

ਗੁਰਬਾਣੀ ਵਿਚ ਕਿਹਾ ਗਿਆ ਹੈ —

ਸਲੋਕ ਮ. ੧ : ਗਿਆਨ ਵਿਹੂਣਾ ਗਾਵੈ ਗੀਤ ॥ ਭੁਖੇ ਮੁਲਾਂ ਘਰੇ ਮਸੀਤਿ ॥ ਮਖਟੂ ਹੋਇ ਕੈ ਕੰਨ ਪੜਾਏ ॥ ਫਕਰੁ ਕਰੇ ਹੋਰੁ ਜਾਤਿ ਗਵਾਏ ॥ ਗੁਰੁ ਪੀਰੁ ਸਦਾਏ ਮੰਗਣ ਜਾਇ ॥ ਤਾਕੈ ਮੂਲਿ ਨ ਲਗੀਐ ਪਾਇ ॥ ਘਾਲਿ ਖਾਇ ਕਿਛੁ ਹਥਹੁ ਦੇਇ ॥ ਨਾਨਕ ਰਾਹੁ ਪਛਾਣਹਿ ਸੇਇ ॥੧॥ (ਪੰ. ੧੨੪੫)

ਅਰਥ : ਪੰਡਿਤ ਦਾ ਕੀ ਹਾਲ ਹੈ ? ਵੇਖਣ ਨੂੰ ਪੰਡਿਤ ਪਰਮਾਤਮਾ ਦਾ ਭਜਨ ਗਾਉਂਦਾ ਹੈ। ਪਰ ਅਸਲ ਵਿਚ ਪਰਮਾਤਮਾ ਦੇ ਗਿਆਨ ਤੋਂ ਖ਼ਾਲੀ ਹੈ। ਉਸ ਨੇ ਪਰਮਾਤਮਾ ਦੇ ਭਜਨ ਗਾਉਣ ਨੂੰ ਕੇਵਲ ਰੋਜ਼ੀ ਦਾ ਵਸੀਲਾ ਬਣਾ ਰਖਿਆ ਹੈ। ਮੁੱਲਾਂ ਨੇ ਵੀ ਭੁੱਖ ਦੀ ਖ਼ਾਤਰ ਮਸੀਤ ਖੜ੍ਹੀ ਕਰ ਰਖੀ ਹੈ ਅਤੇ ਨਮਾਜ਼ ਆਦਿਕ ਪੜ੍ਹ ਕੇ ਰੋਟੀ ਕਮਾ ਰਿਹਾ ਹੈ। ਕੋਈ ਮਨੁੱਖ ਮਖਟੂ ਹੈ। ਕੰਮ ਨਹੀਂ ਕਰ ਸਕਦਾ। ਕੰਨ ਪੜਵਾ ਲੈਂਦਾ ਹੈ। ਫ਼ਕੀਰ ਬਣ ਜਾਂਦਾ ਹੈ। ਇਹ ਕੁਝ ਕਰ ਕੇ ਆਪਣੀ ਕੁਲ ਦੀ ਇਜ਼ਤ ਗਵਾ ਲੈਂਦਾ ਹੈ। ਆਪਣੇ ਆਪ ਨੂੰ ਗੁਰੂ ਅਖਵਾਉਂਦਾ ਹੈ, ਪੀਰ ਅਖਵਾਉਂਦਾ

ਹੈ। ਪਰ ਦਰ ਦਰ ਤੇ ਜਾ ਕੇ ਰੋਟੀ ਮੰਗਦਾ ਹੈ। ਅਜਿਹੇ ਬੰਦੇ ਦੇ ਪੈਰਾਂ ਤੇ ਕਦੇ ਨਹੀਂ ਪੈਣਾ ਚਾਹੀਦਾ। ਇਸ ਦੇ ਉਲਟ, ਕੋਈ ਮਨੁੱਖ ਮਿਹਨਤ ਕਰ ਕੇ ਕਮਾਈ ਕਰਦਾ ਹੈ। ਆਪ ਖਾਂਦਾ ਹੈ। ਆਪਣੀ ਕਮਾਈ ਵਿਚੋਂ ਕੁਝ ਹੋਰਨਾਂ ਨੂੰ ਵੀ ਦਿੰਦਾ ਹੈ। ਹੇ ਨਾਨਕ! ਅਜਿਹੇ ਮਨੁੱਖ ਨੇ ਜਿੰਦਗੀ ਦਾ ਸਹੀ ਰਾਹ ਪਛਾਣ ਲਿਆ ਹੈ।

4. ਸਿੱਖ ਧਰਮ ਮਨੁੱਖੀ ਜੀਵਨ ਦੀ ਪਵਿੱਤਰਤਾ ਵਿਚ ਨਿਸ਼ਚਾ ਰਖਦਾ ਹੈ

ਗੁਰੂ ਨਾਨਕ ਦੇਵ ਜੀ ਦਾ ਚਲਾਇਆ ਸਿੱਖ ਧਰਮ ਮਨੁੱਖੀ ਜੀਵਨ ਦੀ ਪਵਿੱਤਰਤਾ ਵਿਚ ਨਿਸ਼ਚਾ ਰਖਦਾ ਹੈ। ਕਹਿੰਦੇ ਹਨ ਕਿ ਗੁਰੂ ਨਾਨਕ ਦੇਵ ਜੀ ਪਹਿਲੀ ਉਦਾਸੀ ਦੇ ਦੌਰਾਨ ਸ਼ਹਿਰ ਸੈਦਪੁਰ[1] ਪਹੁੰਚੇ। ਮਰਦਾਨਾ ਵੀ ਗੁਰੂ ਨਾਨਕ ਦੇਵ ਜੀ ਦੇ ਨਾਲ ਸੀ। ਗੁਰੂ ਨਾਨਕ ਦੇਵ ਜੀ ਲਾਲੂ ਤਰਖਾਣ, ਜਿਹੜਾ ਕਿ ਪੈਸੇ ਵਲੋਂ ਗਰੀਬ ਸੀ, ਦੇ ਘਰ ਵਿਚ ਠਹਿਰ ਗਏ। ਲਾਲੂ ਦੀ ਘਰ ਦੀ ਸਾਦੀ ਮੋਟੀ ਰੋਟੀ ਖਾ ਕੇ ਗੁਰੂ ਨਾਨਕ ਦੇਵ ਜੀ ਬੜੇ ਖ਼ੁਸ਼ ਸਨ। ਉਦੋਂ ਹੀ ਇੱਕ ਉੱਚੀ ਜਾਤ ਦੇ ਅਮੀਰ ਹਿੰਦੂ ਮਲਕ ਭਾਗੋ ਨੇ ਸੈਦਪੁਰ ਵਿਚ ਹੀ ਸਾਰੇ ਫ਼ਕੀਰਾਂ ਅਤੇ ਸਾਧੂਆਂ ਨੂੰ ਇੱਕ ਵੱਡੇ ਭੋਜਨ ਤੇ ਸੱਦਾ ਦਿੱਤਾ। ਸਾਰੇ ਫ਼ਕੀਰ ਅਤੇ ਸਾਧੂ ਭੋਜਨ ਤੇ ਗਏ। ਪਰ ਗੁਰੂ ਨਾਨਕ ਦੇਵ ਜੀ ਨਾ ਗਏ। ਕਿਸੇ ਨੇ ਮਲਕ ਭਾਗੋ ਅਗੇ ਸ਼ਿਕਾਇਤ ਕੀਤੀ ਕਿ ਉੱਚੀ ਜਾਤ ਦਾ ਖਤਰੀ ਨਾਨਕ ਨਾਂ ਦਾ ਫ਼ਕੀਰ ਉਸ ਵਕਤ ਸੈਦਪੁਰ ਵਿਚ ਹੁੰਦੇ ਹੋਏ ਵੀ ਮਲਕ ਭਾਗੋ ਦਾ ਭੋਜਨ ਖਾਣ ਲਈ ਨਹੀਂ ਆਇਆ। ਇਸ ਤੇ ਮਲਕ ਭਾਗੋ ਨੇ ਗੁਰੂ ਨਾਨਕ ਦੇਵ ਜੀ ਨੂੰ ਬੁਲਾ ਭੇਜਿਆ। ਗੁਰੂ ਨਾਨਕ ਦੇਵ ਜੀ ਦੇ ਆਉਣ ਤੇ ਮਲਕ ਭਾਗੋ ਨੇ ਗੁਰੂ ਨਾਨਕ ਦੇਵ ਜੀ ਨੂੰ ਪੁਛਿਆ ਕਿ ਉਹ ਉਸ ਦੇ ਇਤਨੇ ਵਧੀਆ ਭੋਜਨ ਦੇ ਯਗ ਵਿਚ ਕਿਉਂ ਸ਼ਾਮਲ ਨਹੀਂ ਹੋਏ? ਇਸ ਤੇ ਬਾਲਾ ਜਨਮ ਸਾਖੀ ਅਨੁਸਾਰ ਗੁਰੂ ਨਾਨਕ ਦੇਵ ਜੀ ਨੇ ਭਾਈ ਲਾਲੂ ਦੇ ਘਰੋਂ ਉਸ ਦੀ ਸਾਦਾ ਰੋਟੀ ਮੰਗਾ ਕੇ ਆਪਣੇ ਸਜੇ ਹੱਥ ਵਿਚ ਲੈ ਲਈ ਅਤੇ ਮਲਕ ਭਾਗੋ ਦਾ ਵਧੀਆ ਭੋਜਨ ਮੰਗਾ ਕੇ ਖੱਬੇ ਹੱਥ ਵਿਚ ਲੈ ਲਿਆ। ਫਿਰ ਮੁੱਠੀ ਵੱਟ ਕੇ ਦੋਹਾਂ ਹੱਥਾਂ ਦੇ ਭੋਜਨਾਂ ਨੂੰ ਨਚੋੜਿਆ। ਇਸ ਤੇ ਭਾਈ ਲਾਲੂ ਦੀ ਸਾਦਾ ਰੋਟੀ ਵਿਚੋਂ ਦੁਧ ਟਪਕਣ ਲਗ ਪਿਆ ਅਤੇ ਮਲਕ ਭਾਗੋ ਦੇ ਵਧੀਆ ਭੋਜਨ ਵਿਚੋਂ ਖ਼ੂਨ ਟਪਕਣ ਲਗਾ। ਉਦੋਂ ਉਥੇ ਖਲੋਤੇ ਲੋਕ ਇਹ ਸਭ ਕੁਝ ਵੇਖ ਕੇ ਹੈਰਾਨ ਰਹਿ ਗਏ। ਇਸ ਤਰ੍ਹਾਂ ਨਾਲ ਇਹ ਸਾਖੀ ਦਸਦੀ ਹੈ ਕਿ ਸਿੱਖ ਧਰਮ ਮਨੁੱਖੀ ਜੀਵਨ ਦੀ ਪਵਿੱਤਰਤਾ ਵਿਚ ਨਿਸ਼ਚਾ ਰਖਦਾ ਹੈ।

5. ਸਿੱਖ ਧਰਮ ਵਿਚ ਅਨੁਚਿਤ ਪਰਿਵਾਰਵਾਦ ਲਈ ਕੋਈ ਥਾਂ ਨਹੀਂ ਹੋ ਸਕਦੀ

ਗੁਰੂ ਨਾਨਕ ਦੇਵ ਜੀ ਦੇ ਦੋ ਸਪੁੱਤਰ ਸਿਰੀ ਚੰਦ ਅਤੇ ਲਖਮੀ ਚੰਦ ਸਨ। ਪਰ ਗੁਰੂ ਨਾਨਕ ਦੇਵ ਜੀ ਨੇ ਆਪਣੇ ਬਾਅਦ ਗੁਰੂ ਗੱਦੀ ਆਪਣੇ ਪੁੱਤਰਾਂ ਨੂੰ ਨਹੀਂ ਦਿੱਤੀ। ਸਗੋਂ ਸਿੱਖੀ ਦੀ

1. ਅੱਜ ਕਲ ਸ਼ਹਿਰ ਸੈਦਪੁਰ ਦਾ ਨਾਂ ਐਮਨਾਬਾਦ ਹੈ ਅਤੇ ਪਾਕਿਸਤਾਨ ਵਿਚ ਜ਼ਿਲਾ ਗੁਜਰਾਂਵਾਲੇ ਵਿਚ ਹੈ।

ਪਰਖ ਤੇ ਪੂਰਾ ਉਤਰਨ ਵਾਲੇ ਭਾਈ ਲਹਿਣਾ ਜੀ ਨੂੰ ਦਿੱਤੀ। ਭਾਈ ਲਹਿਣਾ ਜੀ ਨੂੰ ਗੁਰੂ ਗੱਦੀ ਮਿਲਣ ਤੇ ਉਹ ਗੁਰੂ ਅੰਗਦ ਸਾਹਿਬ ਜੀ ਦੇ ਨਾਂ ਨਾਲ ਜਾਣੇ ਜਾਣ ਲੱਗੇ।

ਇਹ ਠੀਕ ਹੈ ਕਿ ਚੌਥੇ ਗੁਰੂ ਰਾਮ ਦਾਸ ਜੀ ਦੇ ਬਾਅਦ ਦਸਵੇਂ ਗੁਰੂ ਗੋਬਿੰਦ ਸਿੰਘ ਜੀ ਤਕ ਗੁਰੂ ਗੱਦੀ ਇੱਕ ਘਰ ਅਰਥਾਤ ਸੋਢੀ ਵੰਸ਼ ਵਿਚ ਹੀ ਚਲਦੀ ਰਹੀ। ਪਰ ਗੁਰੂ ਰਾਮ ਦਾਸ ਜੀ ਤੋਂ ਲੈ ਕੇ ਗੁਰੂ ਗੋਬਿੰਦ ਸਿੰਘ ਜੀ ਦੇ ਸਮੇਂ ਤਕ ਗੁਰੂ ਅਰਜਨ ਦੇਵ ਜੀ ਦੀ ਸ਼ਹੀਦੀ ਹੋਈ, ਗੁਰੂ ਤੇਗ ਬਹਾਦਰ ਸਾਹਿਬ ਜੀ ਦੀ ਸ਼ਹੀਦੀ ਹੋਈ ਅਤੇ ਗੁਰੂ ਗੋਬਿੰਦ ਸਿੰਘ ਜੀ ਦੇ ਚਾਰ ਸਾਹਿਬਜ਼ਾਦਿਆਂ ਦੀ ਸ਼ਹੀਦੀ ਹੋਈ। ਇਸ ਤਰ੍ਹਾਂ ਨਾਲ ਇਸ ਸਮੇਂ ਦਾ ਸਿੱਖ ਧਰਮ ਦਾ ਇਤਿਹਾਸ ਸ਼ਹੀਦੀਆਂ ਦਾ ਇਤਿਹਾਸ ਬਣ ਗਿਆ। ਅੰਤ ਵਿਚ ਦਸਵੇਂ ਗੁਰੂ ਗੋਬਿੰਦ ਸਿੰਘ ਜੀ ਨੇ ਉਸ ਵਕਤ ਦੇ ਹਾਲਾਤ ਨੂੰ ਵੇਖਦੇ ਹੋਏ ਜੋਤੀ ਜੋਤਿ ਸਮਾਉਣ ਤੋਂ ਪਹਿਲਾਂ ਗੁਰੂ ਗੱਦੀ ਸ੍ਰੀ ਗੁਰੂ ਗ੍ਰੰਥ ਸਾਹਿਬ ਜੀ ਨੂੰ ਇਹ ਕਹਿ ਕੇ ਦਿੱਤੀ ਕਿ ਉਨ੍ਹਾਂ ਦੇ ਬਾਅਦ ਸਿੱਖਾਂ ਦੇ ਗੁਰੂ ਸ੍ਰੀ ਗੁਰੂ ਗ੍ਰੰਥ ਸਾਹਿਬ ਹੋਣਗੇ, ਕੋਈ ਜੀਵਤ ਵਿਅਕਤੀ ਨਹੀਂ। ਉਪਰੋਕਤ ਦੀ ਰੋਸ਼ਨੀ ਵਿਚ ਇਹ ਕਹਿਣਾ ਪੂਰੀ ਤਰ੍ਹਾਂ ਨਾਲ ਠੀਕ ਹੋਵੇਗਾ ਕਿ ਸਿੱਖ ਧਰਮ ਵਿਚ ਅਨੁਚਿਤ ਪਰਿਵਾਰਵਾਦ ਲਈ ਕੋਈ ਵੀ ਥਾਂ ਨਹੀਂ ਹੋ ਸਕਦੀ।

6. ਸਿੱਖ ਧਰਮ ਇਸਤਰੀ ਅਤੇ ਪੁਰਸ਼ ਵਿਚ ਕੋਈ ਭੇਦ-ਭਾਵ ਨਹੀਂ ਕਰਦਾ

ਗੁਰਬਾਣੀ ਵਿਚ ਕਿਹਾ ਗਿਆ ਹੈ —

ਆਸਾ ਦੀ ਵਾਰ ਵਿਚ ਇਹ ਆਵਾਜ਼ ਸ੍ਰੀ ਗੁਰੂ ਨਾਨਕ ਦੇਵ ਜੀ ਨੇ ਉਠਾਈ ਕਿ ਇਸਤਰੀ ਨੂੰ ਮੰਦਾ ਕਹਿਣਾ ਠੀਕ ਨਹੀਂ ਹੈ :-

ਭੰਡਿ ਜੰਮੀਐ ਭੰਡਿ ਨਿੰਮੀਐ ਭੰਡਿ ਮੰਗਣੁ ਵੀਆਹੁ ॥
ਭੰਡਹੁ ਹੋਵੈ ਦੋਸਤੀ ਭੰਡਹੁ ਚਲੈ ਰਾਹੁ ॥
ਭੰਡੁ ਮੁਆ ਭੰਡੁ ਭਾਲੀਐ ਭੰਡਿ ਹੋਵੈ ਬੰਧਾਨੁ ॥
ਸੋ ਕਿਉ ਮੰਦਾ ਆਖੀਐ ਜਿਤੁ ਜੰਮਹਿ ਰਾਜਾਨ ॥
ਭੰਡਹੁ ਹੀ ਭੰਡੁ ਊਪਜੈ ਭੰਡੈ ਬਾਝੁ ਨ ਕੋਇ ॥
ਨਾਨਕ ਭੰਡੈ ਬਾਹਰਾ ਏਕੋ ਸਚਾ ਸੋਇ ॥੨॥

(ਆਸਾ ਦੀ ਵਾਰ ਮ. ੧, ਪੰ.੪੭੩)

ਪਦ ਅਰਥ : ਭੰਡਿ - ਇਸਤਰੀ। ਮੰਗਣੁ - ਕੁੜਮਾਈ। ਬੰਧਾਨੁ - ਰਿਸ਼ਤੇਦਾਰੀ।

ਅਰਥ : ਇਸਤਰੀ ਤੋਂ ਜੀਵ ਜਨਮ ਲੈਂਦਾ ਹੈ। ਇਸਤਰੀ ਦੇ ਪੇਟ ਵਿਚ ਹੀ ਜੀਵ ਨਿੰਮੀਦਾ ਹੈ ਅਰਥਾਤ ਪ੍ਰਾਣੀ ਦਾ ਸਰੀਰ ਬਣਦਾ ਹੈ। ਇਸਤਰੀ ਦੇ ਨਾਲ ਪੁਰਸ਼ ਦੀ ਕੁੜਮਾਈ ਅਤੇ ਵਿਵਾਹ ਹੁੰਦਾ ਹੈ। ਇਸਤਰੀ ਰਾਹੀਂ ਹੋਰ ਲੋਕਾਂ ਨਾਲ ਸੰਬੰਧ ਬਣਦੇ ਹਨ। ਇਸਤਰੀ ਰਾਹੀਂ ਸੰਸਾਰ ਦੀ ਉਤਪਤੀ ਦਾ ਰਾਹ ਚਲਦਾ ਹੈ। ਇਸਤਰੀ ਦੀ ਮੌਤ ਹੋ ਜਾਣ ਤੇ ਪੁਰਸ਼ ਹੋਰ ਇਸਤਰੀ ਦੀ ਭਾਲ ਕਰਦਾ ਹੈ। ਇਸਤਰੀ ਰਾਹੀਂ ਹੋਰ ਲੋਕਾਂ ਨਾਲ ਰਿਸ਼ਤੇਦਾਰੀ ਬਣਦੀ ਹੈ। ਇਸਤਰੀ ਜਾਤੀ ਰਾਜਿਆਂ ਨੂੰ ਵੀ ਜਨਮ ਦਿੰਦੀ ਹੈ। ਇਸ ਲਈ ਇਸਤਰੀ ਜਾਤੀ ਨੂੰ ਮੰਦਾ ਕਹਿਣਾ ਠੀਕ ਨਹੀਂ

ਹੈ। ਇਸਤਰੀ ਹੀ ਇਸਤਰੀ ਨੂੰ ਜਨਮ ਦਿੰਦੀ ਹੈ। ਇਸ ਸੰਸਾਰ ਵਿਚ ਕੋਈ ਜੀਵ ਇਸਤਰੀ ਤੋਂ ਬਿਨਾਂ ਜਨਮ ਨਹੀਂ ਲੈ ਸਕਦਾ। ਹੇ ਨਾਨਕ! ਕੇਵਲ ਇਕ ਸੱਚਾ ਪ੍ਰਭੂ ਹੀ ਹੈ ਜਿਸ ਨੇ ਇਸਤਰੀ ਤੋਂ ਜਨਮ ਨਹੀਂ ਲਿਆ ਹੈ।

7. ਸਿੱਖ ਧਰਮ ਪੁਰਾਤਨ ਗ਼ਲਤ ਰੀਤੀਆਂ ਅਤੇ ਰਿਵਾਜਾਂ ਨੂੰ ਖ਼ਤਮ ਕਰਨ ਅਤੇ ਉਨ੍ਹਾਂ ਵਿਚ ਸੁਧਾਰ ਕਰਨ ਵਿਚ ਨਿਸ਼ਚਾ ਰਖਦਾ ਹੈ

ਸਿੱਖ ਧਰਮ ਪੁਰਾਤਨ ਗ਼ਲਤ ਰੀਤੀਆਂ ਅਤੇ ਰਿਵਾਜਾਂ ਨੂੰ ਖ਼ਤਮ ਕਰਨ ਅਤੇ ਉਨ੍ਹਾਂ ਵਿਚ ਸੁਧਾਰ ਕਰਨ ਵਿਚ ਨਿਸ਼ਚਾ ਰਖਦਾ ਹੈ। ਇਸ ਲਈ ਸਿੱਖ ਧਰਮ ਪਤੀ ਦੀ ਮੌਤ ਹੋ ਜਾਣ ਤੇ ਉਸ ਦੀ ਪਤਨੀ ਨੂੰ ਵੀ ਪਤੀ ਦੇ ਨਾਲ ਜੀਊਂਦੇ ਹੀ ਸਤੀ ਕਰਨ ਦੀ ਗ਼ਲਤ ਰਸਮ ਦੀ ਨਖੇਦੀ ਕਰਦਾ ਹੈ।

ਗੁਰਬਾਣੀ ਵਿਚ ਕਿਹਾ ਗਿਆ ਹੈ —

ਪਤੀ ਦੀ ਮੌਤ ਹੋ ਜਾਣ ਤੇ ਪਤੀ ਦੇ ਅੰਤਮ ਸੰਸਕਾਰ ਦੇ ਸਮੇਂ ਪਤਨੀ ਨੂੰ ਵੀ ਨਾਲ ਹੀ ਸਤੀ ਕਰ ਦੇਣ ਦੀ ਮਾੜੀ ਰਸਮ ਦੀ ਨਖੇਧੀ ਕਰਦੇ ਹੋਏ ਗੁਰੂ ਅਮਰ ਦਾਸ ਜੀ ਕਹਿੰਦੇ ਹਨ :-

> ਸਤੀਆ ਏਹਿ ਨ ਆਖੀਅਨਿ ਜੋ ਮੜਿਆ ਲਗਿ ਜਲੰਨਿ ॥ ਨਾਨਕ ਸਤੀਆ ਜਾਣੀਅਨਿ ਜਿ ਬਿਰਹੇ ਚੋਟ ਮੰਰਨਿ ॥੧॥ ਭੀ ਸੋ ਸਤੀਆ ਜਾਣੀਅਨਿ ਸੀਲ ਸੰਤੋਖਿ ਰਹੰਨਿ ॥ ਸੇਵਨਿ ਸਾਈ ਆਪਣਾ ਨਿਤ ਉਠਿ ਸੰਮਾਲੰਨਿ ॥੨॥ ਕੰਤਾ ਨਾਲਿ ਮਹੇਲੀਆ ਸੇਤੀ ਅਗਿ ਜਲਾਹਿ ॥ ਜੇ ਜਾਣਹਿ ਪਿਰੁ ਆਪਣਾ ਤਾ ਤਨਿ ਦੁਖ ਸਹਾਹਿ ॥ ਨਾਨਕ ਕੰਤ ਨ ਜਾਣਨੀ ਸੇ ਕਿਉ ਅਗਿ ਜਲਾਹਿ ॥ ਭਾਵੈ ਜੀਵਉ ਕੈ ਮਰਉ ਦੂਰਹੁ ਹੀ ਭਜਿ ਜਾਹਿ ॥੩॥ (ਰਾਗ ਸੂਹੀ ਕੀ ਵਾਰ, ਸਲੋਕ ਮ. ੩, ਪੰ. ੭੮੭)

ਪਦ ਅਰਥ : ਮੜਿਆ - ਲਾਸ਼। ਸੀਲ - ਸੁੱਚਾ ਆਚਰਨ। ਸੇਵਨਿ - ਸੇਵਾ ਕਰਦੀਆਂ ਹਨ। ਉਠਿ - ਉੱਠ ਕੇ - ਭਾਵ, ਉੱਦਮ ਨਾਲ। ਮਹੇਲੀਆ - ਇਸਤਰੀਆਂ, ਪਤਨੀਆਂ। ਸੇਤੀ ਅਗਿ ਜਲਾਹਿ - ਪਤੀ ਦੇ ਜੀਊਂਦੇ ਉਸ ਦੇ ਨਾਲ ਅਗ ਵਿਚ ਸੜਦੀਆਂ ਹਨ ਅਰਥਾਤ ਦੁਖ ਵਿਚ ਸਾਥ ਦਿੰਦੀਆਂ ਹਨ।

ਅਰਥ : ਉਹ ਇਸਤਰੀਆਂ ਸਤੀ ਨਹੀਂ ਕਹੀਆਂ ਜਾ ਸਕਦੀਆਂ ਜੋ ਪਤੀ ਦੀ ਮੌਤ ਤੇ ਉਸ ਦੇ ਅੰਤਮ ਸੰਸਕਾਰ ਤੇ ਪਤੀ ਦੀ ਲਾਸ਼ ਨਾਲ ਸੜ ਮਰਦੀਆਂ ਹਨ। ਹੇ ਨਾਨਕ! ਇਨ੍ਹਾਂ ਇਸਤਰੀਆਂ ਨੂੰ ਸਤੀ ਤਦ ਕਿਹਾ ਜਾ ਸਕਦਾ ਹੈ ਜੇਕਰ ਇਹ ਪਤੀ ਦੀ ਮੌਤ ਦੇ ਵਿਛੋੜੇ ਦੀ ਸੱਟ ਨਾਲ ਉਸ ਦੇ ਅੰਤਮ ਸੰਸਕਾਰ ਤੋਂ ਪਹਿਲਾਂ ਹੀ ਮਰ ਗਈਆਂ ਹੁੰਦੀਆਂ। ਉਹ ਪਤਨੀਆਂ ਵੀ ਸਤੀ ਸਮਝੀਆਂ ਜਾ ਸਕਦੀਆਂ ਹਨ ਜਿਹੜੀਆਂ ਆਪਣਾ ਜੀਵਨ ਸੁੱਚੇ ਆਚਰਨ ਅਤੇ ਸੰਤੋਖ ਵਿਚ ਗੁਜ਼ਾਰਦੀਆਂ ਹਨ, ਆਪਣੇ ਪਤੀ ਦੀ ਸੇਵਾ ਕਰਦੀਆਂ ਹਨ ਅਤੇ ਨਿਤ ਦਿਨ ਉਦਮ ਨਾਲ ਉਠ ਕੇ ਆਪਣਾ ਫ਼ਰਜ਼ ਪੂਰਾ ਕਰਦੀਆਂ ਹਨ। ਉਹ ਇਸਤਰੀਆਂ (ਪਤਨੀਆਂ) ਵੀ ਸਤੀ ਹਨ ਜਿਹੜੀਆਂ ਪਤੀ ਦੇ ਜੀਊਂਦੇ ਉਸ

ਦੇ ਨਾਲ ਅਗ ਵਿਚ ਸੜਦੀਆਂ ਹਨ ਅਰਥਾਤ ਪਤੀ ਦੇ ਦੁਖ ਵਿਚ ਉਸ ਦਾ ਸਾਥ ਦਿੰਦੀਆਂ ਹਨ। ਇਹ ਇਸਤਰੀਆਂ ਪਤੀ ਨੂੰ ਆਪਣਾ ਸਮਝਦੀਆਂ ਹਨ, ਤਾਂ ਹੀ ਪਤੀ ਦੇ ਦੁਖ ਵਿਚ ਪਤੀ ਦੇ ਨਾਲ ਦੁਖ ਸਹਾਰਦੀਆਂ ਹਨ। ਪਰ ਹੇ ਨਾਨਕ! ਜਿਨ੍ਹਾਂ ਨੇ ਖਸਮ ਨੂੰ ਖਸਮ ਨਹੀਂ ਸਮਝਿਆ, ਉਹ ਕਿਉਂ ਦੁਖ ਸਹਿਣਗੀਆਂ। ਪਤੀ ਭਾਵੇਂ ਸੁਖੀ ਹੋਵੇ, ਭਾਵੇਂ ਦੁਖੀ, ਉਹ ਔਖੇ ਵਕਤ ਪਤੀ ਦੇ ਨੇੜੇ ਨਹੀਂ ਲਗਦੀਆਂ।

8. ਤੀਜੇ ਗੁਰੂ ਅਮਰ ਦਾਸ ਜੀ ਨੇ ਗੁਰੂ ਕਾ ਲੰਗਰ ਦੀ ਰਵਾਇਤ ਨੂੰ ਪੱਕੇ ਤੌਰ ਤੇ ਅਤੇ ਵੱਡੇ ਪੱਧਰ ਤੇ ਸ਼ੁਰੂ ਕੀਤਾ

ਸਿੱਖ ਧਰਮ ਦੇ ਇਤਿਹਾਸ ਅਨੁਸਾਰ ਤੀਜੇ ਗੁਰੂ ਅਮਰ ਦਾਸ ਜੀ ਨੇ ਗੁਰੂ ਕਾ ਲੰਗਰ ਦੀ ਰਵਾਇਤ ਨੂੰ ਪੱਕੇ ਤੌਰ ਤੇ ਅਤੇ ਵੱਡੇ ਪੱਧਰ ਤੇ ਸ਼ੁਰੂ ਕੀਤਾ। ਸਿੱਖ ਧਰਮ ਦੀ ਪ੍ਰਥਾ ਅਨੁਸਾਰ, ਬਿਨਾਂ ਕਿਸੇ ਭੇਦ-ਭਾਵ ਦੇ, ਸਾਰੇ ਧਰਮਾਂ, ਜਾਤਾਂ ਦੇ ਲੋਕ, ਭਾਵੇਂ ਕੋਈ ਅਮੀਰ ਹੋਵੇ ਜਾਂ ਗਰੀਬ, ਇੱਕ ਪੰਗਤ ਵਿਚ ਬੈਠ ਕੇ ਗੁਰੂ ਕਾ ਲੰਗਰ ਛਕਦੇ ਹਨ। ਲੰਗਰ ਛੱਕਣ ਦੇ ਵਕਤ ਕਿਸੇ ਪ੍ਰਕਾਰ ਦਾ ਊਚ ਨੀਚ ਦਾ ਭੇਦ ਨਹੀਂ ਹੁੰਦਾ। ਇਹ ਵੀ ਵੇਖਣ ਵਿਚ ਆਉਂਦਾ ਹੈ ਕਿ ਸਿੱਖ ਪੁਰਸ਼ ਅਤੇ ਇਸਤਰੀਆਂ ਗੁਰੂ ਕਾ ਲੰਗਰ ਤਿਆਰ ਕਰਨ ਦੀ ਸੇਵਾ ਕਰਨਾ ਆਪਣਾ ਸੁਭਾਗ ਸਮਝਦੀਆਂ ਹਨ।

ਪੱਕੇ ਤੌਰ ਤੇ ਅਤੇ ਵੱਡੇ ਪੱਧਰ ਤੇ ਗੁਰੂ ਕਾ ਲੰਗਰ ਸ਼ੁਰੂ ਕਰਨ ਦੀ ਪ੍ਰਥਾ ਨਿਰਸੰਦੇਹ ਆਪਣੇ ਆਪ ਵਿਚ ਸਮਾਜ ਵਿਚ ਇੱਕ ਮਹਾਨ ਤਬਦੀਲੀ ਸੀ। ਇਸ ਦੇ ਫਲਸਰੂਪ ਛੋਟੀਆਂ ਜਾਤਾਂ ਦੇ ਲੋਕ ਭਾਰੀ ਗਿਣਤੀ ਵਿਚ ਸਿੱਖ ਧਰਮ ਵੱਲ ਪ੍ਰੇਰਤ ਹੋ ਗਏ ਅਤੇ ਸਿੱਖ ਧਰਮ ਵਿਚ ਸ਼ਾਮਲ ਹੋ ਗਏ।

ਗੁਰੂ ਅਮਰ ਦਾਸ ਜੀ ਜਨਵਰੀ, 1552 A.D. ਵਿਚ ਗੁਰੂ ਗੱਦੀ ਤੇ ਬੈਠੇ। ਉਸ ਵਕਤ ਉਨ੍ਹਾਂ ਦੀ ਉਮਰ 73 ਸਾਲ ਦੇ ਕਰੀਬ ਸੀ। ਸਿੱਖ ਧਰਮ ਦੇ ਦਸ ਗੁਰੂਆਂ ਵਿਚੋਂ ਗੁਰੂ ਅਮਰ ਦਾਸ ਜੀ ਅਜਿਹੇ ਗੁਰੂ ਸਾਹਿਬ ਹਨ ਜਿਨ੍ਹਾਂ ਦੀ ਉਮਰ ਗੁਰੂ ਗੱਦੀ ਤੇ ਬੈਠਣ ਦੇ ਵਕਤ ਸਭ ਤੋਂ ਵੱਧ ਅਰਥਾਤ 73 ਸਾਲ ਦੇ ਕਰੀਬ ਸੀ। ਗੁਰੂ ਅਮਰ ਦਾਸ ਜੀ 1574 A.D. ਵਿਚ ਜੋਤੀ ਜੋਤਿ ਸਮਾ ਗਏ। ਉਦੋਂ ਗੁਰੂ ਸਾਹਿਬ ਦੀ ਉਮਰ 95 ਸਾਲ 4 ਮਹੀਨੇ 1 ਦਿਨ ਸੀ। ਇਸ ਤਰ੍ਹਾਂ ਨਾਲ ਗੁਰੂ ਸਾਹਿਬ ਦਾ ਗੁਰੂ ਗੱਦੀ ਦਾ ਸਮਾਂ 22 ਸਾਲ ਦਾ ਬਣਦਾ ਹੈ। ਸਿੱਖ ਧਰਮ ਦੇ ਦਸ ਗੁਰੂਆਂ ਵਿਚੋਂ ਗੁਰੂ ਅਮਰ ਦਾਸ ਜੀ ਅਜਿਹੇ ਗੁਰੂ ਸਾਹਿਬ ਹਨ ਜਿਨ੍ਹਾਂ ਦੀ ਉਮਰ ਜੋਤੀ ਜੋਤਿ ਸਮਾਉਣ ਦੇ ਵਕਤ ਸਭ ਤੋਂ ਵੱਧ ਅਰਥਾਤ 95 ਸਾਲ 4 ਮਹੀਨੇ 1 ਦਿਨ ਸੀ।

ਜੇਕਰ ਧਿਆਨ ਨਾਲ ਵੇਖੀਏ ਅਤੇ ਵਿਚਾਰ ਕਰੀਏ, ਤਾਂ ਗੁਰੂ ਨਾਨਕ ਦੇਵ ਜੀ ਦੇ ਸੱਚੇ ਸੌਦੇ ਦੀ ਸਾਖੀ ਦੀ ਵਿਚਾਰਧਾਰਾ ਤੀਜੇ ਗੁਰੂ ਅਮਰ ਦਾਸ ਜੀ ਦੁਆਰਾ ਗੁਰੂ ਕੇ ਲੰਗਰ ਦੀ ਸ਼ੁਰੂ ਕੀਤੀ ਗਈ ਰਵਾਇਤ ਦੇ ਪਿਛੇ ਖਲੋਤੀ ਅਤੇ ਕੰਮ ਕਰਦੀ ਲਗਦੀ ਹੈ।

ਬਾਲਾ ਜਨਮਸਾਖੀ ਵਿਚ ਇੱਕ ਸਾਖੀ ਆਉਂਦੀ ਹੈ ਕਿ ਇੱਕ ਦਿਨ ਪਿਤਾ ਕਾਲੂ ਜੀ ਨੇ ਗੁਰੂ ਨਾਨਕ ਦੇਵ ਜੀ ਨੂੰ ਵੀਹ ਰੁਪਏ ਦੇ ਕੇ ਕਿਹਾ ਕਿ ਉਹ ਕੁਝ ਵਪਾਰ ਕਰ ਕੇ ਮੁਨਾਫ਼ਾ ਕਮਾ ਕੇ ਲਿਆਉਣ। ਇਸ ਤੇ ਗੁਰੂ ਨਾਨਕ ਦੇਵ ਜੀ ਆਪਣੇ ਨਾਲ ਬਾਲਾ ਜੀ ਨੂੰ ਲੈ ਕੇ ਨੇੜੇ ਦੇ ਪਿੰਡ ਵੱਲ

ਚਲ ਪਏ। ਰਾਹ ਵਿਚ ਕੁਝ ਸਾਧੂ ਮਿਲ ਗਏ। ਗੁਰੂ ਨਾਨਕ ਦੇਵ ਜੀ ਨੂੰ ਲਗਾ ਕਿ ਉਹ ਸਾਧੂ ਪਰਮਾਤਮਾ ਦੇ ਭਗਤ ਹਨ। ਗੁਰੂ ਨਾਨਕ ਦੇਵ ਜੀ ਨੂੰ ਇਹ ਵੀ ਪਤਾ ਲਗ ਗਿਆ ਕਿ ਉਨ੍ਹਾਂ ਸਾਧੂਆਂ ਨੂੰ ਪਿਛਲੇ ਕਈ ਦਿਨਾਂ ਤੋਂ ਕੁਝ ਵੀ ਖਾਣ ਨੂੰ ਨਹੀਂ ਮਿਲਿਆ। ਇਸ ਤੇ ਗੁਰੂ ਨਾਨਕ ਦੇਵ ਜੀ ਨੇ ਇਹ ਸੋਚ ਕੇ ਕਿ ਇਸ ਤੋਂ ਵੱਧ ਮੁਨਾਫ਼ੇ ਵਾਲਾ ਹੋਰ ਕਿਹੜਾ ਸੌਦਾ ਹੋ ਸਕਦਾ ਹੈ, ਉਨ੍ਹਾਂ ਵੀਹ ਰੁਪਏ ਦਾ ਭੋਜਨ ਖ਼ਰੀਦ ਕੇ ਉਨ੍ਹਾਂ ਸਾਧੂਆਂ ਵਿਚ ਵੰਡ ਦਿੱਤਾ। ਗੁਰੂ ਨਾਨਕ ਦੇਵ ਜੀ ਦੀ ਇਸ ਵਿਚਾਰਧਾਰਾ ਨੇ ਬਾਅਦ ਵਿਚ ਗੁਰੂ ਅਮਰ ਦਾਸ ਜੀ ਦੇ ਗੁਰਿਆਈ ਦੇ ਸਮੇਂ ਵਿਚ ਗੁਰੂ ਕਾ ਲੰਗਰ ਦੀ ਮਹਾਨ ਪ੍ਰਥਾ ਨੂੰ ਜਨਮ ਦਿੱਤਾ। **ਪਰ ਕੀ ਅੱਜ ਦੇ ਸਿੱਖ ਪੰਥ ਦੇ ਨੇਤਾ ਇਸ ਸਾਖੀ ਤੋਂ ਕੁਝ ਸਿਖਣਗੇ ਅਤੇ ਆਪਣੀ ਦੌਲਤ ਦਾ ਦਸਵਾਂ ਹਿੱਸਾ ਗੁਰੂ ਕੇ ਲੰਗਰ ਵਿਚ ਦੇਣਗੇ ? ਇਸ ਦਾ ਫ਼ੈਸਲਾ ਅਸੀਂ ਸਿੱਖ ਸੰਗਤ ਤੇ ਛਡਦੇ ਹਾਂ।**

9. ਚੌਥੇ ਗੁਰੂ ਰਾਮ ਦਾਸ ਜੀ ਨੇ ਅੰਮ੍ਰਿਤਸਰ ਸ਼ਹਿਰ ਅਤੇ ਸਿੱਖਾਂ ਦੇ ਪਵਿਤਰ ਸਰੋਵਰ ਸਾਹਿਬ ਦੀ ਸਥਾਪਣਾ ਕੀਤੀ

ਚੌਥੇ ਗੁਰੂ ਰਾਮ ਦਾਸ ਜੀ ਨੂੰ 1574 A.D.ਵਿਚ ਗੁਰੂ ਗੱਦੀ ਮਿਲੀ। ਆਪ ਜੀ 1581 A.D. ਵਿਚ ਜੋਤੀ ਜੋਤਿ ਸਮਾ ਗਏ। ਇਸ ਲਈ ਆਪ ਜੀ ਦਾ ਗੁਰਿਆਈ ਦਾ ਸਮਾਂ ਕੇਵਲ 6 ਸਾਲ 11 ਮਹੀਨੇ ਅਤੇ 16 ਦਿਨ ਰਿਹਾ। ਇਸ ਥੋੜੇ ਜਿਹੇ ਸਮੇਂ ਵਿਚ ਆਪ ਜੀ ਨੇ 1577 A.D. ਵਿਚ ਤੁੰਗ (Tung) ਦੇ ਜ਼ਿਮੀਦਾਰਾਂ ਤੋਂ 500 ਬਿਘੇ ਜ਼ਮੀਨ ਖ਼ਰੀਦ ਕੇ ਇਸ ਜ਼ਮੀਨ ਤੇ ਅੰਮ੍ਰਿਤਸਰ ਸ਼ਹਿਰ ਅਤੇ ਪਵਿੱਤਰ ਰਾਮ ਦਾਸ ਸਰੋਵਰ ਸਾਹਿਬ ਦੀ ਸਥਾਪਣਾ ਕੀਤੀ।

10 (i) ਪੰਜਵੇਂ ਗੁਰੂ ਅਰਜਨ ਦੇਵ ਜੀ ਨੇ ਅੰਮ੍ਰਿਤਸਰ ਵਿਚ ਸਿੱਖਾਂ ਦੇ ਪਹਿਲੇ ਅਤੇ ਸ੍ਰਵਉੱਚ ਗੁਰਦੁਆਰਾ ਹਰਿਮੰਦਰ ਸਾਹਿਬ ਦੀ ਸਥਾਪਣਾ ਕੀਤੀ

ਸਿੱਖ ਧਰਮ ਦੇ ਇਤਿਹਾਸ ਅਨੁਸਾਰ ਪੰਜਵੇਂ ਗੁਰੂ ਅਰਜਨ ਦੇਵ ਜੀ ਨੇ ਅੰਮ੍ਰਿਤਸਰ ਵਿਚ ਸਿੱਖਾਂ ਦੇ ਪਹਿਲੇ ਅਤੇ ਸ੍ਰਵਉੱਚ ਗੁਰਦੁਆਰਾ ਹਰਿਮੰਦਰ ਸਾਹਿਬ ਦੀ ਸਥਾਪਣਾ ਕਰ ਕੇ ਸਿੱਖ ਧਰਮ ਦੀ ਵੱਖਰੀ ਹਸਤੀ ਲਈ ਇੱਕ ਜ਼ਰੂਰੀ ਲੋੜ ਨੂੰ ਪੂਰਾ ਕੀਤਾ। ਹਰਿਮੰਦਰ ਸਾਹਿਬ ਦਾ ਨੀਂਹ ਪੱਥਰ ਮੁਸਲਮਾਨ ਫਕੀਰ ਮੀਆਂ ਮੀਰ ਨੇ 1589 A.D. ਵਿਚ ਰਖਿਆ।

ਗੁਰਬਾਣੀ ਵਿਚ ਕਿਹਾ ਗਿਆ ਹੈ —

ਜਿਥੈ ਜਾਇ ਬਹੈ ਮੇਰਾ ਸਤਿਗੁਰੂ ਸੋ ਥਾਨੁ ਸੁਹਾਵਾ ਰਾਮ ਰਾਜੇ ॥
ਗੁਰਸਿਖੀ ਸੋ ਥਾਨੁ ਭਾਲਿਆ ਲੈ ਧੂਰਿ ਮੁਖਿ ਲਾਵਾ ॥
(ਆਸਾ ਮ. ੪, ਪੰ. ੪੫੦)

ਸਿੱਖ ਧਰਮ ਵਿਚ ਗੁਰਦੁਆਰਾ ਸਾਹਿਬ ਦੀ ਮਹੱਤਤਾ ਵਿਸ਼ਾਲ ਅਤੇ ਮਹਾਨ ਹੈ। ਗੁਰਦੁਆਰਾ ਸਾਹਿਬ ਨੂੰ ਸਿੱਖ ਧਰਮ, ਸਿੱਖ ਦੀ ਰਹਿਣੀ-ਬਹਿਣੀ ਅਤੇ ਸਿੱਖ ਸ਼ਕਤੀ ਦਾ ਧੁਰਾ (pivot) ਕਿਹਾ ਜਾ ਸਕਦਾ ਹੈ। ਇਹ ਕਿਹਾ ਜਾ ਸਕਦਾ ਹੈ ਕਿ ਸਿੱਖ ਅਤੇ ਗੁਰਦੁਆਰਾ ਸਾਹਿਬ ਵਿਚ ਅਟੁੱਟ ਸਾਂਝ ਹੈ। ਜਿਥੇ ਸਿੱਖ ਹਨ, ਉਥੇ ਗੁਰਦੁਆਰਾ ਹੋਵੇਗਾ। ਜਿਥੇ ਗੁਰਦੁਆਰਾ ਨਹੀਂ ਹੈ, ਤਾਂ ਇਹ ਅਨੁਮਾਨ ਲਾ ਲਿਆ ਜਾਂਦਾ ਹੈ ਕਿ ਉਥੇ ਸਿੱਖ ਨਹੀਂ ਹਨ। ਇਸ ਲਈ ਇਹ ਵੇਖਣ ਵਿਚ ਆਇਆ ਹੈ ਕਿ ਜੇਕਰ ਕਿਸੇ ਨਵੀਂ ਥਾਂ ਤੇ ਸਿੱਖ ਜਾ ਕੇ ਵਸ ਜਾਂਦੇ ਹਨ ਅਤੇ ਉਸ ਥਾਂ ਤੇ ਗੁਰਦੁਆਰਾ ਸਾਹਿਬ ਨਹੀਂ ਹਨ, ਤਾਂ ਸਿੱਖ ਉਸ ਥਾਂ ਤੇ ਜਲਦੀ ਤੋਂ ਜਲਦੀ ਗੁਰਦੁਆਰਾ ਸਾਹਿਬ ਬਣਾ ਲੈਂਦੇ ਹਨ।

ਗੁਰਦੁਆਰਾ ਸਾਹਿਬ ਵਿਚ ਸ੍ਰੀ ਗੁਰੂ ਗ੍ਰੰਥ ਸਾਹਿਬ ਜੀ ਦਾ ਪ੍ਰਕਾਸ਼ ਹੁੰਦਾ ਹੈ। ਸਿੱਖ, ਕਿਹੋ ਜਿਹਾ ਵੀ ਹੋਵੇ, ਸ੍ਰੀ ਗੁਰੂ ਗ੍ਰੰਥ ਸਾਹਿਬ ਜੀ ਦੇ ਸਾਹਮਣੇ ਡੰਡੌਤ ਕਰ ਕੇ ਪੂਰੀ ਸ਼ਰਧਾ ਅਤੇ ਨਿਸ਼ਚੇ ਨਾਲ ਮੱਥਾ ਟੇਕਦਾ ਹੈ। ਮੱਥਾ ਟੇਕਣ ਦੇ ਸਮੇਂ ਸਿੱਖ ਦੇ ਮਨ ਵਿਚ ਗੁਰੂ ਲਈ ਅਮੁੱਕ ਸ਼ਰਧਾ ਅਤੇ ਨਿਸ਼ਚਾ ਹੁੰਦਾ ਹੈ। ਉਸ ਸਮੇਂ ਸਿੱਖ ਦੇ ਮਨ ਵਿਚ ਗੁਰੂ ਲਈ ਸ਼ਰਧਾ ਅਤੇ ਨਿਸ਼ਚਾ ਇਸ ਗੱਲ ਦੀ ਪਹਿਚਾਣ ਹਨ ਕਿ ਉਹ ਸਿੱਖ, ਸੱਚਾ ਸਿੱਖ, ਗੁਰਸਿੱਖ ਹੈ। ਡੰਡੌਤ ਕਰ ਕੇ ਮਥਾ ਟੇਕਣਾ ਇਹ ਵੀ ਦਰਸਾਉਂਦਾ ਹੈ ਕਿ ਸਿੱਖ ਗੁਰੂ ਗ੍ਰੰਥ ਸਾਹਿਬ ਵਿਚ ਦਰਜ ਗੁਰੂ ਸ਼ਬਦ ਨੂੰ ਪੂਰੀ ਨਿਮਰਤਾ, ਸ਼ਰਧਾ ਅਤੇ ਵਿਸ਼ਵਾਸ ਨਾਲ ਆਪਣਾ ਗੁਰੂ ਮੰਨਦਾ ਹੈ। ਇਹ ਵਿਸ਼ਵਾਸ ਸਿੱਖ ਧਰਮ ਦਾ ਪ੍ਰਤੀਕ ਹੈ। ਸਿੱਖ ਦੀ ਗੁਰੂ ਗ੍ਰੰਥ ਸਾਹਿਬ ਜੀ ਵਿਚ ਸ਼ਰਧਾ ਅਤੇ ਨਿਸ਼ਚਾ ਸਿੱਖ ਸ਼ਕਤੀ ਦਾ ਸੋਮਾ ਵੀ ਹੈ।

ਗੁਰਦੁਆਰਾ ਸਾਹਿਬ ਵਿਚ ਹਰੀ ਦਾ ਕੀਰਤਨ ਹੁੰਦਾ ਹੈ। ਇਹ ਨਾਮ ਸਿਮਰਨ ਸਿੱਖੀ ਦਾ ਬੁਨਿਆਦੀ ਸਿਧਾਂਤ ਹੈ। ਇਸ ਲਈ ਇਹ ਸਿੱਖ ਧਰਮ ਦਾ ਪ੍ਰਤੀਕ ਹੈ। ਨਾਮ ਸਿਮਰਨ ਆਤਮਕ ਸ਼ਕਤੀ ਦਿੰਦਾ ਹੈ। ਇਸ ਲਈ ਇਹ ਸਿੱਖ ਸ਼ਕਤੀ ਦਾ ਸੋਮਾ ਵੀ ਹੈ।

ਗੁਰਦੁਆਰਾ ਸਾਹਿਬ ਵਿਚ ਹਰੀ ਦੇ ਕੀਰਤਨ ਦੇ ਬਾਅਦ ਅਰਦਾਸ ਹੁੰਦੀ ਹੈ। ਸਿੱਖ ਦੀ ਅਰਦਾਸ ਸਰਬਤ ਦੇ ਭਲੇ ਲਈ ਹੁੰਦੀ ਹੈ। ਅਰਦਾਸ ਦਰਸਾਉਂਦੀ ਹੈ ਕਿ ਸਿੱਖ ਸਰਬਤ ਦਾ ਭਲਾ ਚਾਹੁੰਦਾ ਹੈ। ਇਹ ਸਿੱਖ ਦੀ ਸੋਚ ਹੈ। ਇਹ ਸਿੱਖ ਦੀ ਪਹਿਚਾਣ ਹੈ। ਸਰਬਤ ਦਾ ਭਲਾ ਸਿੱਖ ਧਰਮ ਦਾ ਬੁਨਿਆਦੀ ਸਿਧਾਂਤ ਹੈ। ਇਸ ਲਈ ਇਹ ਅਰਦਾਸ ਸਿੱਖ ਧਰਮ ਦੀ ਪ੍ਰਤੀਕ ਹੈ। ਅਰਦਾਸ ਕਰਦੇ ਹੋਏ ਇਹ ਵੀ ਬੇਨਤੀ ਕੀਤੀ ਜਾਂਦੀ ਹੈ ਕਿ ਜਿਨ੍ਹਾਂ ਸਿੰਘਾਂ ਸਿੰਘਣੀਆਂ ਨੇ ਧਰਮ ਦੀ ਖ਼ਾਤਰ ਸ਼ਹੀਦੀਆਂ ਦਿੱਤੀਆਂ ਹਨ, ਉਨ੍ਹਾਂ ਦਾ ਧਿਆਨ ਧਰ ਕੇ ਖਾਲਸਾ ਜੀ ਬੋਲੋ, ਵਾਹਿਗੁਰੂ। ਇਨ੍ਹਾਂ ਸ਼ਹੀਦੀਆਂ ਦੀ ਯਾਦ ਸਿੱਖ ਨੂੰ ਸ਼ਕਤੀ ਦਿੰਦੀ ਹੈ। ਇਸ ਲਈ ਇਹ ਅਰਦਾਸ ਸਿੱਖ ਸ਼ਕਤੀ ਦਾ ਸੋਮਾ ਵੀ ਹੈ।

ਜਦੋਂ ਅਰਦਾਸ ਦੇ ਬਾਅਦ ਭਾਈ ਸਾਹਿਬ ਕੜਾਹ ਪਰਸ਼ਾਦ ਦੇ ਰਹੇ ਹੁੰਦੇ ਹਨ, ਤਾਂ ਕੋਈ ਵੀ ਸਿੱਖ ਇਹ ਨਹੀਂ ਸੋਚਦਾ ਕਿ ਭਾਈ ਸਾਹਿਬ ਦੀ ਕੀ ਜਾਤ ਹੈ। ਸਗੋਂ ਭਾਈ ਸਾਹਿਬ ਦੇ ਹੱਥੋਂ ਪਰਸ਼ਾਦ ਲੈਣ ਵਾਲਾ ਹਰ ਸਿੱਖ ਆਪਣੇ ਆਪ ਨੂੰ ਭਾਗਾਂ ਵਾਲਾ ਸਮਝਦਾ ਹੈ।

ਜਦੋਂ ਸਿੱਖ ਪੁਰਸ਼ ਅਤੇ ਇਸਤਰੀਆਂ ਗੁਰਦੁਆਰੇ ਵਿਚ ਜੋੜਿਆਂ ਦੀ ਸੇਵਾ ਕਰ ਰਹੇ ਹੁੰਦੇ ਹਨ, ਤਾਂ ਇਹ ਸੇਵਾ ਉਨ੍ਹਾਂ ਸਿੱਖ ਪੁਰਸ਼ਾਂ ਅਤੇ ਇਸਤਰੀਆਂ ਦੀ ਨਿਮਰਤਾ ਦੀ ਪ੍ਰਤੀਕ ਹੁੰਦੀ ਹੈ। ਉਹ ਜੋੜਿਆਂ ਦੀ ਸੇਵਾ ਕਰ ਕੇ ਉਸ ਵਾਹਿਗੁਰੂ ਦਾ ਸ਼ੁਕਰਾਨਾ ਕਰ ਰਹੇ ਹੁੰਦੇ ਹਨ ਜਿਸ ਨੇ ਉਨ੍ਹਾਂ ਦੇ

ਮਨ ਦੀਆਂ ਇਛਾਵਾਂ ਪੂਰੀਆਂ ਕੀਤੀਆਂ ਹੁੰਦੀਆਂ ਹਨ।

ਉਪਰੋਕਤ ਵਿਚਾਰ ਦੀ ਰੋਸ਼ਨੀ ਵਿਚ ਇਹ ਕਹਿਣਾ ਉਚਿਤ ਹੋਵੇਗਾ ਕਿ ਗੁਰਦੁਆਰਾ ਸਾਹਿਬ ਸਿੱਖ ਦੀ ਪਹਿਚਾਣ ਦਾ ਅਸਥਾਨ ਹੈ, ਸਿੱਖ ਧਰਮ ਦਾ ਪ੍ਰਤੀਕ ਹੈ ਅਤੇ ਸਿੱਖ ਸ਼ਕਤੀ ਦਾ ਸੋਮਾ ਹੈ।

ਹਰਿਮੰਦਰ ਸਾਹਿਬ ਅਤੇ ਅਕਾਲ ਤਖ਼ਤ ਦੀ ਪਵਿੱਤਰਤਾ

ਗੁਰੂ ਨਾਨਕ ਦੇਵ ਜੀ ਦੇ ਸਮੇਂ ਦਾ ਸਿੱਖ ਧਰਮ ਦਾ ਇਤਿਹਾਸ ਦਸਦਾ ਹੈ ਕਿ ਜਦੋਂ ਵੀ ਗੁਰੂ ਨਾਨਕ ਦੇਵ ਜੀ ਗੁਰਬਾਣੀ ਦਾ ਗਾਇਣ ਕਰਦੇ ਸੀ ਤਾਂ ਮਰਦਾਨਾ, ਜੋ ਧਰਮ ਤੋਂ ਮੁਸਲਮਾਨ ਸੀ, ਆਪਣਾ ਰਬਾਬ ਵਜਾ ਕੇ ਰੱਬੀ ਕੀਰਤਨ ਵਿਚ ਸ਼ਾਮਲ ਹੋ ਜਾਂਦਾ ਸੀ। ਜੇਕਰ ਧਿਆਨ ਨਾਲ ਵੇਖੀਏ ਅਤੇ ਵਿਚਾਰ ਕਰੀਏ, ਤਾਂ ਸਿੱਖ ਧਰਮ ਵਿਚ ਗੁਰਦੁਆਰਾ ਸਾਹਿਬ ਦੀ ਸਥਾਪਣਾ ਦੇ ਪਿਛੇ ਗੁਰੂ ਨਾਨਕ ਦੇਵ ਜੀ ਦੇ ਰੱਬੀ ਕੀਰਤਨ ਦੀ ਰਵਾਇਤ ਖਲੋਤੀ ਅਤੇ ਕੰਮ ਕਰਦੀ ਲਗਦੀ ਹੈ।

ਸਿੱਖ ਧਰਮ ਦੇ ਇਤਿਹਾਸ ਵਿਚ ਇਹ ਇੱਕ ਅਤਿ ਵੱਡਾ ਦੁਖਾਂਤ ਕਿਹਾ ਜਾ ਸਕਦਾ ਹੈ ਕਿ ਸਿੱਖਾਂ ਦੇ ਸੁਵਉੱਚ ਗੁਰਦੁਆਰਾ ਹਰਿਮੰਦਰ ਸਾਹਿਬ ਦੀ ਪਵਿੱਤਰਤਾ ਨੂੰ ਕਈ ਵਾਰ ਭੰਗ ਕੀਤਾ ਗਿਆ ਅਤੇ ਖ਼ਤਮ ਕਰਨ ਦਾ ਯਤਨ ਕੀਤਾ ਗਿਆ। ਪਹਿਲੀ ਵਾਰ 1740 ਵਿਚ ਹਰਿਮੰਦਰ ਸਾਹਿਬ ਸਥਾਨਕ ਮੁਸਲਮਾਨ ਗਵਰਨਰ ਮਸਾ ਰੰਘਰ ਦੇ ਆਕ੍ਰਮਣ ਦਾ ਨਿਸ਼ਾਨਾ ਬਣਿਆ। ਉਸ ਨੇ ਹਰਿਮੰਦਰ ਸਾਹਿਬ ਵਿਚ ਨਾਚ ਪਾਰਟੀਆਂ ਕਰ ਕੇ ਹਰਿਮੰਦਰ ਸਾਹਿਬ ਦੀ ਪਵਿੱਤਰਤਾ ਨੂੰ ਭੰਗ ਕੀਤਾ। ਹਰਿਮੰਦਰ ਸਾਹਿਬ ਦੀ ਇਸ ਬੇਅਦਬੀ ਦਾ ਬਦਲਾ ਲੈਣ ਲਈ ਬੀਕਾਨੇਰ ਤੋਂ ਭਾਈ ਮਹਿਤਾਬ ਸਿੰਘ ਜੀ ਉਠੇ। ਉਨ੍ਹਾਂ ਨੇ ਆਪਣੇ ਇਕ ਸਾਥੀ ਭਾਈ ਸੁਖਾ ਸਿੰਘ ਨੂੰ ਨਾਲ ਲਿਆ ਅਤੇ ਮਸਾ ਰੰਘਰ ਦਾ ਕਤਲ ਕਰ ਕੇ ਹਰਿਮੰਦਰ ਸਾਹਿਬ ਦੀ ਪਵਿੱਤਰਤਾ ਨੂੰ ਮੁੜ ਸਥਾਪਿਤ ਕਰ ਦਿੱਤਾ। ਉਸ ਦੇ ਬਾਅਦ ਅਹਿਮਦ ਸ਼ਾਹ ਅਬਦਾਲੀ ਦੇ 1757 ਅਤੇ 1762 ਦੇ ਹਮਲਿਆਂ ਦੇ ਦੌਰਾਨ ਹਰਿਮੰਦਰ ਸਾਹਿਬ ਨੂੰ ਢਾ-ਢੇਰੀ ਕਰ ਦਿੱਤਾ ਗਿਆ ਅਤੇ ਪਵਿੱਤਰ ਰਾਮ ਦਾਸ ਸਰੋਵਰ ਨੂੰ ਮਿਟੀ ਨਾਲ ਭਰ ਦਿੱਤਾ ਗਿਆ। ਪਰ ਸ਼ਕਤੀਸ਼ਾਲੀ ਖਾਲਸੇ ਨੇ 1764 ਵਿਚ ਹਰਿਮੰਦਰ ਸਾਹਿਬ ਅਤੇ ਰਾਮਦਾਸ ਸਰੋਵਰ ਸਾਹਿਬ ਦੀ ਪਵਿੱਤਰਤਾ ਮੁੜ ਸਥਾਪਿਤ ਕਰ ਦਿੱਤੀ। ਇਸ ਦੇ ਬਾਅਦ 1984 ਵਿਚ ਅਕਾਲ ਤਖ਼ਤ ਸਾਹਿਬ ਤੋਂ ਸੰਤ ਜਰਨੈਲ ਸਿੰਘ ਭਿੰਡਰਾਂਵਾਲੇ ਅਤੇ ਉਨ੍ਹਾਂ ਦੇ ਸਾਥੀਆਂ ਨੂੰ ਕਢਣ ਲਈ ਕੇਂਦਰ ਵਿਚ ਉਸ ਵਕਤ ਦੀ ਇੰਦਰਾ ਗਾਂਧੀ ਦੀ ਕਾਂਗਰਸ ਸਰਕਾਰ ਨੇ ਉਪਰੇਸ਼ਨ ਬਲੀਊ ਸਟਾਰ ਦੇ ਨਾਂ ਤੇ ਅਕਾਲ ਤਖ਼ਤ ਸਾਹਿਬ ਅਤੇ ਹਰਿਮੰਦਰ ਸਾਹਿਬ ਤੇ ਆਕ੍ਰਮਣ ਕੀਤਾ। ਫ਼ੌਜੀ ਐਕਸ਼ਨ 4 ਜੂਨ, 1984 ਨੂੰ ਸ਼ੁਰੂ ਹੋਇਆ। ਅਕਾਲ ਤਖ਼ਤ ਸਾਹਿਬ ਢਾਹ-ਢੇਰੀ ਹੋ ਗਿਆ। ਹਰਿਮੰਦਰ ਸਾਹਿਬ ਦਾ ਵੀ ਕਾਫ਼ੀ ਨੁਕਸਾਨ ਹੋਇਆ। ਸੰਤ ਜਰਨੈਲ ਸਿੰਘ ਭਿੰਡਰਾਂਵਾਲੇ ਅਤੇ ਉਸ ਦੇ ਕਾਫ਼ੀ ਸਾਥੀ ਫ਼ੌਜੀ ਐਕਸ਼ਨ ਵਿਚ ਮਾਰੇ ਗਏ। ਅਕਾਲ ਤਖ਼ਤ ਦੀ ਪਹਿਲੀ ਵਾਰ ਉਸਰੀ ਭਾਰਤ ਸਰਕਾਰ ਦੇ ਖ਼ਰਚੇ ਤੇ ਹੋਈ। ਸਿੱਖਾਂ ਨੇ ਇਸ ਨੂੰ ਸਰਕਾਰੀ ਅਕਾਲ ਤਖ਼ਤ ਕਹਿ ਕੇ ਪੂਰੀ ਤਰ੍ਹਾਂ ਗਿਰਾ ਦਿੱਤਾ ਬਾਅਦ ਵਿਚ ਸਿੱਖਾਂ ਨੇ ਆਪਣੇ ਖ਼ਰਚੇ ਤੇ ਅਕਾਲ ਤਖ਼ਤ ਸਾਹਿਬ ਦੀ ਨਵੇਂ ਸਿਰੇ ਤੋਂ ਉਸਾਰੀ ਕਰਾ ਕੇ ਇਸ ਦੀ ਪਵਿੱਤਰਤਾ ਮੁੜ ਸਥਾਪਿਤ ਕਰ ਦਿੱਤੀ। **ਇਸ ਤਰ੍ਹਾਂ ਨਾਲ ਸਿੱਖਾਂ ਦਾ ਪਹਿਲਾ ਅਤੇ ਸੁਵਉੱਚ ਗੁਰਦੁਆਰਾ ਹਰਿਮੰਦਰ ਸਾਹਿਬ ਸਿੱਖ ਧਰਮ ਦੇ ਇਤਿਹਾਸ ਵਿਚ ਸਿੱਖ ਕੌਮ ਦੇ ਸਤਿਕਾਰ, ਮਾਣ ਅਤੇ ਵੱਖਰੀ ਹਸਤੀ ਦਾ**

ਚਾਨਣ-ਮੁਨਾਰਾ ਬਣ ਗਿਆ ਹੈ ।

(ii) ਪੰਜਵੇਂ ਗੁਰੂ ਅਰਜਨ ਦੇਵ ਜੀ ਨੇ ਸ੍ਰੀ ਗੁਰੂ ਗ੍ਰੰਥ ਸਾਹਿਬ ਦੀ ਬੀੜ ਤਿਆਰ ਕਰ ਕੇ ਸਿੱਖਾਂ ਨੂੰ ਉਨ੍ਹਾਂ ਦਾ ਸ੍ਰਵਉੱਚ ਧਾਰਮਕ ਗ੍ਰੰਥ ਸਾਹਿਬ ਦਿੱਤਾ

ਕਿਸੇ ਵੀ ਧਰਮ ਦੀ ਵੱਖਰੀ ਹਸਤੀ ਲਈ ਲਾਜ਼ਮੀ ਹੈ ਕਿ ਉਸ ਧਰਮ ਦੀ ਆਪਣੀ ਧਾਰਮਕ ਪੁਸਤਕ/ਧਾਰਮਕ ਗ੍ਰੰਥ ਹੋਵੇ ਜਿਸ ਵਿਚ ਉਸ ਧਰਮ ਦੇ ਅਨੁਆਈ ਆਪਣੀ ਸ਼ਰਧਾ, ਵਿਸ਼ਵਾਸ ਅਤੇ ਨਿਸ਼ਚਾ ਪ੍ਰਗਟ ਕਰ ਸਕਣ । ਪੰਜਵੇਂ ਗੁਰੂ ਅਰਜਨ ਦੇਵ ਜੀ ਨੇ ਸ੍ਰੀ ਗੁਰੂ ਗ੍ਰੰਥ ਸਾਹਿਬ ਦੀ ਬੀੜ ਤਿਆਰ ਕਰ ਕੇ ਇਸ ਜ਼ਰੂਰਤ ਨੂੰ ਪੂਰਾ ਕਰ ਦਿੱਤਾ ।

ਸ੍ਰੀ ਗੁਰੂ ਗ੍ਰੰਥ ਸਾਹਿਬ ਵਿਚ ਸਿੱਖ ਗੁਰੂਆਂ ਦੀ ਬਾਣੀ ਦੇ ਇਲਾਵਾ, ਹਿੰਦੂ ਭਗਤਾਂ ਅਤੇ ਮੁਸਲਮਾਨ ਫ਼ਕੀਰਾਂ ਦੀ ਬਾਣੀ ਨੂੰ ਵੀ ਸ਼ਾਮਲ ਕੀਤਾ ਗਿਆ ਹੈ । ਇਹ ਕੁਝ ਧਰਮ, ਜਾਤ ਅਤੇ ਇਲਾਕੇ ਦੇ ਭੇਦ-ਭਾਵ ਤੋਂ ਉਪਰ ਉਠ ਕੇ ਕੀਤਾ ਗਿਆ ਹੈ । ਇਸ ਦਾ ਵੇਰਵਾ ਹੇਠ ਲਿਖੇ ਅਨੁਸਾਰ ਹੈ :-

ਨੰ:	**ਨਾਮ ਭਗਤ**	**ਵਾਸੀ**	**ਜੀਵਨ ਤਰੀਕਾਂ**	**ਕਿੱਤਾ, ਜਾਤ**
੧	ਫਰੀਦ ਜੀ	ਪੰਜਾਬ	੧੧੭੩-੧੨੬੮ ਈ:	ਮੁਸਲਮਾਨ
੨	ਕਬੀਰ ਜੀ	ਉੱਤਰ ਪ੍ਰਦੇਸ਼	ਜਨਮ ੧੩੯੮ ਈ:	ਜੁਲਾਹਾ
੩	ਰਵਿਦਾਸ	ਉੱਤਰ ਪ੍ਰਦੇਸ਼	ਕਬੀਰ ਜੀ ਦਾ ਸਮਕਾਲੀ	ਚਮਾਰ
੪	ਪਰਮਾਨੰਦ	ਬੰਬਈ		
੫	ਨਾਮਦੇਵ	ਮਹਾਂਰਾਸ਼ਟਰ	ਜਨਮ ੧੨੭੦ ਈ:	ਛੀਪਾ
੬	ਤ੍ਰਿਲੋਚਨ	ਮਹਾਂਰਾਸ਼ਟਰ	ਜਨਮ ੧੨੬੦ ਈ:	ਬ੍ਰਾਹਮਣ
੭	ਧੰਨਾ	ਰਾਜਪੂਤਾਨਾ	ਜਨਮ ੧੪੧੫ ਈ:	ਜੱਟ
੮	ਬੇਣੀ			
੯	ਸੈਣ	ਉੱਤਰ ਪ੍ਰਦੇਸ਼	੧੪ਵੀਂ ਸਦੀ	ਨਾਈ
੧੦	ਭੀਖਣ		ਦੇਹਾਂਤ ੧੫੭੩ ਈ:	
੧੧	ਜੈਦੇਵ	ਬੰਗਾਲ	੧੧੭੦ ਈ:	ਬ੍ਰਾਹਮਣ
੧੨	ਪੀਪਾ	ਬੰਗਾਲ ਬਿਹਾਰ	ਜਨਮ ੧੫੨੫ ਈ:	
੧੩	ਰਾਮਾਨੰਦ	ਉੱਤਰ ਪ੍ਰਦੇਸ਼		ਬ੍ਰਾਹਮਣ
੧੪	ਸਧਨਾ	ਸਿੰਧ	੧੩ਵੀਂ ਸਦੀ	ਕਸਾਈ
੧੫	ਸੂਰਦਾਸ	ਅਵਧ		
੧੬	ਮਰਦਾਨਾ	ਪੰਜਾਬ	ਗੁਰੂ ਨਾਨਕ ਸਾਹਿਬ ਦਾ ਸਾਥੀ	ਮਿਰਾਸੀ ਮੁਸਲਮਾਨ
੧੭	ਸਤਾ ਤੇ ਬਲਵੰਡ	ਪੰਜਾਬ	ਗੁਰੂ ਅਰਜਨ ਸਾਹਿਬ ਦੇ ਸਮਕਾਲੀ	ਡੂੰਮ
੧੮	ਸੁੰਦਰ	ਪੰਜਾਬ	"	ਭਲਾ ਖੱਤਰੀ
੧੯	੧੧ ਭੱਟ	ਪੰਜਾਬ	"	ਬ੍ਰਾਹਮਣ ਭੱਟ

(ਉਪਰੋਕਤ ਵੇਰਵੇ ਲਈ ਵੇਖੋ, ਸਿੱਖ ਸਿੱਖੀ ਅਤੇ ਸਿੱਧਾਂਤ (੧੯੯੧) ਪੰਨੇ ੧੯੨-੧੯੩, ਪ੍ਰਕਾਸ਼ਕ ਧਰਮ ਪ੍ਰਚਾਰ ਕਮੇਟੀ, ਸ਼੍ਰੋਮਣੀ ਗੁਰਦੁਆਰਾ ਪ੍ਰਬੰਧਕ ਕਮੇਟੀ, ਅੰਮ੍ਰਿਤਸਰ)

ਸ੍ਰੀ ਗੁਰੂ ਗ੍ਰੰਥ ਸਾਹਿਬ ਵਿਚ ਛੇ ਗੁਰੂਆਂ (ਪਹਿਲੇ ਪੰਜ ਅਤੇ ਨੌਵੇਂ ਗੁਰੂ) ਤੋਂ ਇਲਾਵਾ, ੧੫ ਭਗਤਾਂ, ੧੧ ਭੱਟਾਂ ਅਤੇ ੪ ਸਿੱਖਾਂ ਸਣੇ ਕੁਲ ੩੬ ਮਹਾਂ ਪੁਰਖਾਂ ਦੀ ਸ਼ਾਮਲ ਬਾਣੀ ਦਾ ਵੇਰਵਾ ਹੇਠ ਲਿਖੇ ਅਨੁਸਾਰ ਹੈ :-

ਗੁਰੂ ਨਾਨਕ ਦੇਵ ਜੀ	੯੪੭	ਭਗਤ ਰਵਿਦਾਸ ਜੀ	੪੦	ਭਗਤ ਭੀਖਣ ਜੀ	੨
ਗੁਰੂ ਅੰਗਦ ਦੇਵ ਜੀ	੬੩	ਬਾਬਾ ਸੁੰਦਰ ਜੀ	੬	ਭਗਤ ਸੂਰਦਾਸ ਜੀ	੨
ਗੁਰੂ ਅਮਰਦਾਸ ਜੀ	੮੬੯	ਭਗਤ ਤ੍ਰਿਲੋਚਨ ਜੀ	੫	ਭਗਤ ਸੈਣ ਜੀ	੧
ਗੁਰੂ ਰਾਮਦਾਸ ਜੀ	੬੩੮	ਭਗਤ ਧੰਨਾ ਜੀ	੪	ਭਗਤ ਪੀਪਾ ਜੀ	੧
ਗੁਰੂ ਅਰਜਨ ਦੇਵ ਜੀ	੨੩੧੨	ਭਾਈ ਸੱਤਾ ਜੀ	੪	ਭਗਤ ਸਧਨਾ ਜੀ	੧
ਗੁਰੂ ਤੇਗ ਬਹਾਦਰ ਜੀ	੧੧੬	ਭਾਈ ਬਲਵੰਡ ਜੀ			
ਸੰਤ ਕਬੀਰ ਜੀ	੫੩੪	ਭਗਤ ਬੇਣੀ ਜੀ	੩	ਭਗਤ ਰਾਮਾਨੰਦ ਜੀ	੧
ਫਰੀਦ ਜੀ	੧੨੩	ਭਾਈ ਮਰਦਾਨਾ ਜੀ	੩	ਭੱਟਾਂ ਦੇ ਸਵੱਈਏ	੧੨੩
ਭਗਤ ਨਾਮਦੇਵ ਜੀ	੬੨	ਭਗਤ ਜੈਦੇਵ ਜੀ	੨		

ਕੁਲ ਮਿਲਾ ਕੇ ੫੮੬੭ ਸ਼ਬਦ, ਪੌੜੀ, ਸਲੋਕ ਆਦਿ ਹਨ।

(ਉਪਰੋਕਤ ਵੇਰਵੇ ਤੋਂ ਸਪਸ਼ਟ ਹੈ ਕਿ ਜਿਥੋਂ ਤਕ ਸਿੱਖ ਗੁਰੂਆਂ ਦੀ ਬਾਣੀ ਦਾ ਸੰਬੰਧ ਹੈ, ਸ੍ਰੀ ਗੁਰੂ ਗ੍ਰੰਥ ਸਾਹਿਬ ਵਿਚ ਕੇਵਲ ਪਹਿਲੇ ਪੰਜ ਗੁਰੂ ਸਾਹਿਬਾਨ ਅਤੇ ਨੌਵੇਂ ਗੁਰੂ ਸਾਹਿਬ ਦੀ ਬਾਣੀ ਸ਼ਾਮਲ ਹੈ। ਇਸ ਲਈ ਸ੍ਰੀ ਗੁਰੂ ਗ੍ਰੰਥ ਸਾਹਿਬ ਵਿਚ ਦਸਵੇਂ ਗੁਰੂ ਗੋਬਿੰਦ ਸਿੰਘ ਜੀ ਦੁਆਰਾ ਸਿਰਜੇ ਖਾਲਸਾ ਦਾ ਅਤੇ ਖਾਲਸੇ ਲਈ (ਜਿਸ ਵਿਚ ਸਿੱਖ ਵੀ ਸ਼ਾਮਲ ਹਨ) ਲਾਜ਼ਮੀ ਠਹਿਰਾਈ ਗਈ ਰਹਿਤ ਮਰਯਾਦਾ ਦਾ ਵਰਣਨ ਸ਼ਾਮਲ ਨਹੀਂ ਹੈ। ਪਰ ਸਿੱਖ ਵਿਦਵਾਨਾਂ ਦਾ ਇਕ-ਮਤ ਹੈ ਅਤੇ ਸਿੱਖ ਪੰਥ ਵੀ ਇਸ ਪ੍ਰਸ਼ਨ ਤੇ ਇਕ-ਮਤ ਹੈ ਕਿ ਖਾਲਸਾ ਹਰ ਸਿੱਖ ਦਾ ਸ੍ਵਉੱਚ ਆਦਰਸ਼ ਹੈ ਅਤੇ ਦਸਵੇਂ ਗੁਰੂ ਸਾਹਿਬ ਦੇ ਅੰਮ੍ਰਿਤ ਵਿਚ ਨਿਸ਼ਚਾ ਰਖਣਾ ਹਰ ਸਿੱਖ ਦਾ ਕਰਤੱਵ ਹੈ।)

ਸ੍ਰੀ ਗੁਰੂ ਗ੍ਰੰਥ ਸਾਹਿਬ ਵਿਚ ਅਕਾਲ ਪੁਰਖ, ਪਰਮਾਤਮਾ ਦੇ ਜੋ ਵੱਖ ਵੱਖ ਨਾਮ ਦੁਹਰਾਏ ਗਏ ਹਨ, ਉਹ ਨਾਮ ਅਤੇ ਉਨ੍ਹਾਂ ਦੀ ਕੁੱਲ ਗਿਣਤੀ ਹੇਠ ਲਿਖੇ ਅਨੁਸਾਰ ਹੈ :-

ਨਾਮ	ਗਿਣਤੀ	ਨਾਮ	ਗਿਣਤੀ	ਨਾਮ	ਗਿਣਤੀ
ਹਰਿ	੮੩੪੪	ਨਾਰਾਇਣ	੮੫	ਨਰਸਿੰਘ	੧੫
ਰਾਮ	੨੫੩੩	ਅੰਤਰਯਾਮੀ	੬੧	ਦਾਮੋਦਰ	੧੫
ਪ੍ਰਭੂ	੧੩੭੧	ਜਗਦੀਸ਼	੬੦	ਬਨਵਾਰੀ	੧੫
ਗੋਬਿੰਦ	੫੭੫	ਮੋਹਨ	੫੪	ਵਾਹਿਗੁਰੂ	੧੩
ਗੋਪਾਲ	੪੯੧	ਅੱਲਾਹ	੪੬	ਮਧੁਸੂਦਨ	੯
ਪਾਰਬ੍ਰਹਮ	੩੩੪	ਨਰ ਹਰਿ	੨੯	ਰਘੁਨਾਥ	੭
ਸਤਿਨਾਮ	੨੫੯	ਮੁਕੰਦ	੨੮	ਬਾਵਨ	੬
ਕਰਤਾਰ	੨੨੨	ਮਾਧਵ	੨੭	ਸਾਰੰਗ ਧਰ	੩
ਠਾਕੁਰ	੨੧੬	ਕ੍ਰਿਸ਼ਨਾ	੨੨	ਅਚੁਤ	੩
ਦਾਤਾ	੧੫੧	ਪਰਮਾਨੰਦ	੨੨	ਗੁਵਰਧਨ ਧਾਰੀ	੨
ਪਰਮੇਸ਼ਵਰ	੧੩੯	ਸਾਰੰਗ ਪਾਣੀ	੨੧	ਰਘੁਰਾਇ	੨
ਮੁਰਾਰੀ	੯੭	ਵਿਠਲ	੨੦	ਗੋਪੀਨਾਥ	੨

(ਉਪਰੋਕਤ ਵੇਰਵੇ ਲਈ ਵੇਖੋ, ਪ੍ਰਕਾਸ਼ਿਤ ਵੇਰਵਾ, ਭਾਈ ਸੁਰਿੰਦਰ ਸਿੰਘ, ਹੈਡ ਗ੍ਰੰਥੀ, ਗੁਰਦੁਆਰਾ ਮੋਤੀ ਬਾਗ ਸਾਹਿਬ, ਨਵੀਂ ਦਿੱਲੀ।)

ਉਪਰੋਕਤ ਦੇ ਅਧਾਰ ਤੇ ਅਸੀਂ ਨਿਰਸੰਦੇਹ ਕਹਿ ਸਕਦੇ ਹਾਂ ਕਿ ਸ੍ਰੀ ਗੁਰੂ ਗ੍ਰੰਥ ਸਾਹਿਬ ਕੇਵਲ ਸਿੱਖਾਂ ਦੇ ਗੁਰੂ ਨਹੀਂ ਹਨ। ਸੱਚ ਤਾਂ ਇਹ ਹੈ ਕਿ ਗੁਰੂ ਗ੍ਰੰਥ ਸਾਹਿਬ ਵਿਚ ਸਾਰੇ ਸੰਸਾਰ ਦੇ ਲੋਕਾਂ ਲਈ ਗੁਰੂ ਗ੍ਰੰਥ ਸਾਹਿਬ ਬਣ ਸਕਣ ਦੇ ਗੁਣ ਹਨ। ਪਰ ਦੁਖ ਅਤੇ ਹੈਰਾਨੀ ਦੀ ਗੱਲ ਹੈ ਕਿ ਅਸੀਂ ਅੱਜ ਕਿਸੇ ਵੀ ਹੋਰ ਧਰਮ ਦੇ ਚੰਗੇ ਤੋਂ ਚੰਗੇ ਵਿਅਕਤੀ ਨੂੰ ਗੁਰਦੁਆਰਾ ਪ੍ਰਬੰਧਕ ਕਮੇਟੀ ਨਾਲ ਕਿਸੇ ਵੀ ਹੈਸੀਅਤ ਵਿਚ ਜੋੜਨ ਲਈ ਤਿਆਰ ਨਹੀਂ ਹਾਂ।

11. ਗੁਰੂ ਨਾਨਕ ਦੇਵ ਜੀ ਦੇ ਅਨੁਆਈ ਸਿੱਖਾਂ ਤੇ ਉਸ ਵਕਤ ਦੀ ਮੁਸਲਮਾਨ ਹਕੂਮਤ ਦੇ ਅਤਿਆਚਾਰਾਂ ਦੇ ਦੂਰ-ਅਸਰ ਨਤੀਜੇ ਨਿਕਲੇ

(i) ਗੁਰੂ ਅਰਜਨ ਦੇਵ ਜੀ ਦੀ ਸ਼ਹੀਦੀ ਦੇ ਪ੍ਰਤਿਕ੍ਰਮ ਵਜੋਂ ਸਿੱਖ ਧਰਮ ਦੇ ਇਤਿਹਾਸ ਵਿਚ ਸਿੱਖਾਂ ਦਾ ਪਹਿਲੀ ਵਾਰ ਸ਼ਸਤਰਧਾਰੀ ਅਤੇ ਸਿੱਖ ਧਰਮ ਅਤੇ ਰਾਜਨੀਤੀ ਦਾ ਪਰਸਪਰ ਮੇਲ ਹੋ ਜਾਣਾ

ਮੁਗ਼ਲ ਸ਼ਹਿਨਸ਼ਾਹ ਜਹਾਂਗੀਰ ਸਿੱਖ ਧਰਮ ਦੇ ਉਲਟ ਸੀ। ਉਸ ਦੀ ਹਕੂਮਤ ਦੇ ਸਮੇਂ ਵਿਚ ਪੰਜਵੇਂ ਗੁਰੂ ਅਰਜਨ ਦੇਵ ਜੀ ਦੀ ਸ਼ਹੀਦੀ ਮਈ, 1606 A.D. (ਜੇਠ 22, ਸੰਮਤ 1663) ਨੂੰ ਹੋਈ। ਇਸ ਦੇ ਬਾਅਦ ਗੁਰੂ ਅਰਜਨ ਦੇਵ ਜੀ ਦੇ ਸਪੁੱਤਰ ਹਰਿਗੋਬਿੰਦ ਜੀ 11 ਸਾਲ ਦੀ ਉਮਰ, ਹਾੜ ੧, ਸੰਮਤ 1663 (ਜੂਨ, 1606 A.D.), ਤੇ ਗੁਰੂ ਗੱਦੀ ਤੇ ਬੈਠੇ। ਉਦੋਂ ਗੁਰੂ ਸਾਹਿਬ ਹਰਿਗੋਬਿੰਦ ਜੀ ਨੇ ਸੇਲੀ ਅਤੇ ਟੋਪੀ, ਜਿਹੜੇ ਇੱਕ ਫ਼ਕੀਰ ਦਾ ਲਿਬਾਸ ਸਮਝੇ ਜਾਂਦੇ ਹਨ, ਪਹਿਣਨ ਤੋਂ ਇਨਕਾਰ ਕਰ ਦਿੱਤਾ ਸੀ। ਸਗੋਂ ਇਸ ਦੇ ਉਲਟ, ਦੋ ਤਲਵਾਰਾਂ, ਇੱਕ ਮੀਰੀ ਦੀ, ਦੂਜੀ ਪੀਰੀ ਦੀ, ਇੱਕ ਸਜੇ ਪਾਸੇ ਅਤੇ ਦੂਜੀ ਖਬੇ ਪਾਸੇ ਪਹਿਣੀਆਂ ਸਨ। **ਇਸ ਤਰ੍ਹਾਂ ਗੁਰੂ ਨਾਨਕ ਦੇਵ ਜੀ ਦੇ ਅਨੁਆਈ ਸਿੱਖ ਧਰਮ ਦੇ ਇਤਿਹਾਸ ਵਿਚ ਪਹਿਲੀ ਵਾਰ ਸ਼ਸਤਰਧਾਰੀ ਬਣ ਗਏ।**

ਜੂਨ, 1609 A.D. (ਹਾੜ 5, ਸੰਮਤ 1666) ਨੂੰ ਗੁਰੂ ਹਰਿਗੋਬਿੰਦ ਸਾਹਿਬ ਜੀ ਨੇ ਹਰਿਮੰਦਰ ਸਾਹਿਬ ਦੇ ਸਾਹਮਣੇ ਅਕਾਲ ਤਖ਼ਤ ਸਾਹਿਬ ਬਣਵਾਇਆ। ਇਸ ਦੇ ਫਲਸਰੂਪ ਸਿੱਖ ਧਰਮ ਅਤੇ ਰਾਜਨੀਤੀ ਇੱਕ-ਮਿਕ ਹੋ ਗਏ। ਗੁਰੂ ਹਰਿਗੋਬਿੰਦ ਸਾਹਿਬ ਜੀ ਨੂੰ ਆਪਣੀ ਗੁਰਿਆਈ ਦੇ ਸਮੇਂ ਵਿਚ ਕਈ ਯੁੱਧ ਵੀ ਕਰਨੇ ਪਏ।

ਗੁਰੂ ਹਰਿਗੋਬਿੰਦ ਸਾਹਿਬ ਜੀ ਮਾਰਚ 1645 A.D. (ਸੁਧੀ 5, ਸੰਮਤ 1701) ਨੂੰ ਜੋਤੀ ਜੋਤਿ ਸਮਾ ਗਏ। ਉਸ ਵਕਤ ਗੁਰੂ ਸਾਹਿਬ ਦੀ ਉਮਰ 48 ਸਾਲ, 9 ਮਹੀਨੇ ਅਤੇ 4 ਦਿਨ ਸੀ। ਗੁਰੂ ਸਾਹਿਬ ਦੀ ਗੁਰਿਆਈ ਦਾ ਸਮਾਂ 37 ਸਾਲ, 10 ਮਹੀਨੇ ਅਤੇ 1 ਦਿਨ ਰਿਹਾ।

ਗੁਰੂ ਹਰਿਗੋਬਿੰਦ ਸਾਹਿਬ ਜੀ ਦੇ ਬਾਅਦ ਤਿੰਨ ਗੁਰੂ ਸਾਹਿਬਾਨ, ਗੁਰੂ ਹਰਿ ਰਾਇ, ਗੁਰੂ ਹਰਿ ਕ੍ਰਿਸ਼ਨ ਅਤੇ ਗੁਰੂ ਤੇਗ ਬਹਾਦਰ ਜੀ ਦੀ ਗੁਰਿਆਈ ਦਾ ਸਮਾਂ (1645 A.D. ਤੋਂ 1675

A.D.) ਕੇਵਲ 30[1] ਸਾਲ ਰਿਹਾ। ਇਸ ਸਮੇਂ ਵਿਚ ਵੀ ਉਸ ਵਕਤ ਦੀ ਮੁਗ਼ਲ ਹਕੂਮਤ ਦਾ ਸਿੱਖਾਂ ਵੱਲ ਵਤੀਰਾ ਉਲਟ ਹੀ ਰਿਹਾ। ਸਿੱਖ ਧਰਮ ਦੇ ਦਸ ਗੁਰੂ ਸਾਹਿਬਾਨ ਵਿਚੋਂ ਸਭ ਤੋਂ ਘੱਟ ਗੁਰਿਆਈ ਦਾ ਸਮਾਂ ਅਠਵੇਂ ਗੁਰੂ ਸਾਹਿਬ ਹਰਿ ਕ੍ਰਿਸ਼ਨ ਜੀ ਦਾ ਸੀ। ਗੁਰੂ ਹਰਿ ਕ੍ਰਿਸ਼ਨ ਜੀ ਸਤਵੇਂ ਗੁਰੂ ਸਾਹਿਬ ਹਰਿ ਰਾਇ ਸਾਹਿਬ ਜੀ ਦੇ ਛੋਟੇ ਸਪੁੱਤਰ ਸਨ। ਇਨ੍ਹਾਂ ਦਾ ਜਨਮ 1656 A.D. (ਸਾਵਨ ੧, ਸੰਮਤ 1713) ਨੂੰ ਹੋਇਆ। ਇਹ 1661 A.D. (ਕਤਕ 10, ਸੰਮਤ 1718) ਨੂੰ ਲਗ-ਭਗ 5 ਸਾਲ ਦੀ ਉਮਰ ਤੇ ਗੁਰੂ ਗੱਦੀ ਤੇ ਬੈਠੇ। ਇਹ ਚੀਚਕ ਦੇ ਰੋਗ ਕਰਕੇ 1665 A.D. (ਚੇਤ, ਸੰਮਤ 1721) ਨੂੰ 7 ਸਾਲ, 8 ਮਹੀਨੇ ਅਤੇ 19 ਦਿਨ ਦੀ ਉਮਰ ਤੇ ਜੋਤੀ ਜੋਤਿ ਸਮਾ ਗਏ। ਇਨ੍ਹਾਂ ਦੀ ਗੁਰਿਆਈ ਦਾ ਸਮਾਂ 3 ਸਾਲ, 5 ਮਹੀਨੇ ਅਤੇ 11 ਦਿਨ ਰਿਹਾ।

(ii) ਗੁਰੂ ਤੇਗ ਬਹਾਦਰ ਸਾਹਿਬ ਜੀ ਦੀ ਸ਼ਹੀਦੀ ਦੇ ਪ੍ਰਤਿਕ੍ਰਮ ਵਜੋਂ ਦਸਵੇਂ ਗੁਰੂ ਗੋਬਿੰਦ ਸਿੰਘ ਸਾਹਿਬ ਦੁਆਰਾ ਖਾਲਸੇ ਦੀ ਸਿਰਜਣਾ ਅਤੇ ਭਾਰਤ ਵਿਚ ਮੁਸਲਮਾਨ ਹਕੂਮਤ ਦਾ ਖ਼ਤਮ ਹੋਣਾ

ਨੌਵੇਂ ਗੁਰੂ ਸਾਹਿਬ ਗੁਰੂ ਤੇਗ ਬਹਾਦਰ ਸਾਹਿਬ ਜੀ ਨੂੰ 1675 A.D. (ਮਘਰ 13, ਸੰਮਤ 1732) ਨੂੰ ਮੁਗ਼ਲ ਸ਼ਹਿਨਸ਼ਾਹ ਔਰੰਗਜ਼ੇਬ ਦੇ ਹੁਕਮ ਤੇ ਦਿੱਲੀ ਦੇ ਚਾਂਦਨੀ ਚੌਂਕ ਵਿਚ ਸ਼ਹੀਦ ਕਰ ਦਿੱਤਾ ਗਿਆ। ਇਸ ਦੇ ਪ੍ਰਤਿਕ੍ਰਮ ਵਜੋਂ ਦਸਵੇਂ ਗੁਰੂ ਸਾਹਿਬ ਗੋਬਿੰਦ ਸਿੰਘ ਜੀ ਨੇ ਪੰਜ ਸਿੱਖਾਂ ਨੂੰ ਪਹਿਲੀ ਵੈਸਾਖ, 1699 ਈ. ਨੂੰ ਅੰਮ੍ਰਿਤ ਛਕਾ ਕੇ ਖਾਲਸੇ ਦੀ ਸਿਰਜਣਾ ਕੀਤੀ। ਸਿੱਖਾਂ ਨੂੰ ਪੰਜ ਕਕਾਰਾਂ ਦੀ ਰਹਿਤ ਰਖਣ ਦਾ ਹੁਕਮ ਦਿੱਤਾ। **ਕੇਸਾਂ ਦੀ ਸਾਬਤ ਸੂਰਤ ਦੀ ਰਹਿਤ ਲਾਜ਼ਮੀ ਹੋ ਜਾਣ ਕਰਕੇ ਸਿੱਖਾਂ ਦਾ ਇੱਕ ਵਖਰਾ ਰੂਪ, ਇੱਕ ਵਖਰੀ ਹਸਤੀ ਹੋਂਦ ਵਿਚ ਆ ਗਈ।** ਇਸ ਦੇ ਬਾਅਦ ਖਾਲਸੇ ਦਾ ਉਸ ਵਕਤ ਦੀ ਮੁਗ਼ਲ ਹਕੂਮਤ ਨਾਲ ਧਰਮ ਯੁੱਧ ਸ਼ੁਰੂ ਹੋ ਗਿਆ। ਇਸ ਸੰਘਰਸ਼ ਵਿਚ ਗੁਰੂ ਗੋਬਿੰਦ ਸਿੰਘ ਜੀ ਦੇ ਚਾਰ ਸਾਹਿਬਜ਼ਾਦੇ, ਹਜ਼ਾਰਾਂ ਸਿੰਘ ਅਤੇ ਸਿੰਘਣੀਆਂ ਸ਼ਹੀਦ ਹੋ ਗਏ।

ਗੁਰੂ ਗੋਬਿੰਦ ਸਿੰਘ ਜੀ ਅਕਤੂਬਰ, 1708 A.D. (ਕਤਕ ਸੁਦੀ 5 ਸੰਮਤ 1765) ਨੂੰ 42 ਸਾਲ ਦੀ ਉਮਰ ਤੇ ਜੋਤੀ ਜੋਤਿ ਸਮਾ ਗਏ।

ਗੁਰੂ ਗੋਬਿੰਦ ਸਿੰਘ ਜੀ ਦੇ ਜੋਤੀ ਜੋਤਿ ਸਮਾ ਜਾਣ ਦੇ ਬਾਅਦ ਬੰਦਾ ਸਿੰਘ ਬਹਾਦਰ ਦੀ ਕਮਾਨ ਹੇਠਾਂ ਅਤੇ ਬਾਅਦ ਵਿਚ ਸਿੱਖ ਮਿਸਲਾਂ ਨੇ ਉਸ ਵਕਤ ਦੀ ਮੁਗ਼ਲ ਹਕੂਮਤ ਦੇ ਉਲਟ ਆਪਣਾ ਸੰਘਰਸ਼ ਜਾਰੀ ਰਖਿਆ। **ਅੰਤ ਵਿਚ ਕੀ ਹੋਇਆ ? ਉਹ ਮੁਸਲਮਾਨ ਹਕੂਮਤ, ਜਿਹੜੀ ਸਿੱਖਾਂ ਨੂੰ ਖ਼ਤਮ ਕਰਨਾ ਚਾਹੁੰਦੀ ਸੀ, ਆਪ ਹੀ ਖ਼ਤਮ ਹੋ ਗਈ। ਇਸ ਤਰ੍ਹਾਂ ਨਾਲ ਉਹ ਕੁਝ ਹੋ ਗਿਆ ਜਿਹੜਾ ਕਿਸੇ ਨੇ ਕਦੇ ਸੋਚਿਆ ਵੀ ਨਹੀਂ ਸੀ। ਇਹ ਆਪਣੇ ਆਪ ਵਿਚ ਇੱਕ ਕਮਾਲ ਸੀ, ਇੱਕ ਚਮਤਕਾਰ ਸੀ, ਇੱਕ ਕ੍ਰਿਸ਼ਮੇ ਤੋਂ ਘੱਟ ਨਹੀਂ ਸੀ।**

1. Payne, *A Short History of the Sikhs,* published by Department of Languages, Punjab, 1970, p.32.

12. ਜੇਕਰ ਪੰਜਵੇਂ ਗੁਰੂ ਅਰਜਨ ਦੇਵ ਜੀ ਅਤੇ ਨੌਵੇਂ ਗੁਰੂ ਤੇਗ ਬਹਾਦਰ ਜੀ ਦੀ ਸ਼ਹੀਦੀ ਨਾ ਹੁੰਦੀ,ਤਾਂ ਫਿਰ ਸਿੱਖ ਧਰਮ ਦਾ ਕੀ ਰੂਪ ਹੁੰਦਾ ?

ਇਹ ਗੱਲ ਵਿਚਾਰ ਕਰਨ ਵਾਲੀ ਹੋ ਸਕਦੀ ਹੈ ਕਿ ਜੇਕਰ ਸਿੱਖਾਂ ਤੇ ਉਸ ਵਕਤ ਦੀ ਮੁਸਲਮਾਨ ਮੁਗ਼ਲ ਹਕੂਮਤ ਅਤਿਆਚਾਰ ਨਾ ਕਰਦੀ, ਤਾਂ ਗੁਰੂ ਨਾਨਕ ਦੇਵ ਜੀ ਦੇ ਚਲਾਏ ਸਿੱਖ ਧਰਮ ਦਾ ਕੀ ਰੂਪ ਹੁੰਦਾ ? ਕੀ ਸਿੱਖ ਧਰਮ ਦਾ ਇਤਿਹਾਸ ਕੁਝ ਹੋਰ ਹੁੰਦਾ ?

ਜੇਕਰ ਮੁਗ਼ਲ ਸ਼ਹਿਨਸ਼ਾਹ ਜਹਾਂਗੀਰ ਦੀ ਹਕੂਮਤ ਦੇ ਸਮੇਂ ਵਿਚ ਪੰਜਵੇਂ ਗੁਰੂ ਅਰਜਨ ਦੇਵ ਜੀ ਦੀ ਸ਼ਹੀਦੀ ਨਾ ਹੁੰਦੀ, ਤਾਂ ਕੀ ਇਹ ਸੱਚ ਨਹੀਂ ਹੈ ਕਿ ਇਹ ਸੰਭਾਵਨਾ ਅਣਡਿੱਠ ਨਹੀਂ ਕੀਤੀ ਜਾ ਸਕਦੀ ਕਿ ਛੇਵੇਂ ਗੁਰੂ ਹਰਿਗੋਬਿੰਦ ਜੀ ਗੁਰੂ ਗੱਦੀ ਤੇ ਬੈਠਣ ਦੇ ਵਕਤ ਨਾ ਤਾਂ ਮੀਰੀ ਅਤੇ ਪੀਰੀ ਦੀਆਂ ਦੋ ਤਲਵਾਰਾਂ ਪਹਿਣਦੇ, ਨਾ ਗੁਰੂ ਨਾਨਕ ਦੇਵ ਜੀ ਦੇ ਸਿੱਖ ਸ਼ਸਤਰਧਾਰੀ ਬਣਦੇ, ਨਾ ਅਕਾਲ ਤਖ਼ਤ ਸਾਹਿਬ ਦੀ ਉਸਾਰੀ ਹੁੰਦੀ ਅਤੇ ਨਾ ਹੀ ਗੁਰੂ ਨਾਨਕ ਦੇਵ ਜੀ ਦਾ ਸਿੱਖ ਧਰਮ ਅਤੇ ਰਾਜਨੀਤੀ ਇਕ-ਮਿਕ ਹੋ ਜਾਂਦੇ ।

ਵਿਚਾਰ ਕਰਨ ਵਾਲੀ ਗੱਲ ਇਹ ਵੀ ਹੈ ਕਿ ਜੇਕਰ ਮੁਗ਼ਲ ਸ਼ਹਿਨਸ਼ਾਹ ਔਰੰਗਜ਼ੇਬ ਦੇ ਹੁਕਮ ਤੇ ਨੌਵੇਂ ਗੁਰੂ ਸਾਹਿਬ ਤੇਗ ਬਹਾਦਰ ਜੀ ਨੂੰ ਸ਼ਹੀਦ ਨਾ ਕਰ ਦਿੱਤਾ ਗਿਆ ਹੁੰਦਾ, ਤਾਂ ਕੀ ਇਹ ਸੱਚ ਨਹੀਂ ਹੈ ਕਿ ਇਹ ਸੰਭਾਵਨਾ ਅਣਡਿੱਠ ਨਹੀਂ ਕੀਤੀ ਜਾ ਸਕਦੀ ਕਿ ਦਸਵੇਂ ਗੁਰੂ ਗੋਬਿੰਦ ਸਿੰਘ ਜੀ ਗੁਰੂ ਗੱਦੀ ਤੇ ਬੈਠਣ ਦੇ ਵਕਤ ਨਾ ਤਾਂ ਅੰਮ੍ਰਿਤ ਸੰਸਕਾਰ (ceremony) ਦੀ ਮਰਯਾਦਾ ਸ਼ੁਰੂ ਕਰਦੇ, ਨਾ ਖਾਲਸੇ ਦੀ ਸਿਰਜਣਾ ਹੁੰਦੀ, ਨਾ ਖਾਲਸੇ ਦਾ ਉਸ ਵਕਤ ਦੀ ਜ਼ਾਲਮ ਮੁਗ਼ਲ ਮੁਸਲਮਾਨ ਹਕੂਮਤ ਦੇ ਉਲਟ ਧਰਮ ਯੁੱਧ ਸ਼ੁਰੂ ਹੁੰਦਾ, ਨਾ ਮੁਗ਼ਲ ਮੁਸਲਮਾਨ ਹਕੂਮਤ ਦਾ ਖ਼ਾਤਮਾ ਇਸ ਤਰ੍ਹਾਂ ਨਾਲ ਅਤੇ ਇਤਨੀ ਜਲਦੀ ਹੁੰਦਾ ਅਤੇ ਨਾ ਹੀ ਪੰਜਾਬ ਵਿਚ ਸਿੱਖ ਰਾਜ ਸਥਾਪਿਤ ਹੁੰਦਾ ? ਕੀ ਅਜਿਹੀ ਸੂਰਤ ਵਿਚ ਗੁਰੂ ਨਾਨਕ ਦੇਵ ਜੀ ਦੇ ਚਲਾਏ ਸਿੱਖ ਧਰਮ ਵਿਚ ਕੋਈ ਵੀ ਤਬਦੀਲੀ ਨਾ ਆਉਂਦੀ ? ਕੀ ਗੁਰੂ ਨਾਨਕ ਦੇਵ ਜੀ ਦੇ ਅਨੁਆਈ ਸਿੱਖ ਸ਼ਸਤਰਧਾਰੀ ਸਿੱਖ ਨਾ ਬਣਦੇ ? ਕੀ ਗੁਰੂ ਨਾਨਕ ਦੇਵ ਜੀ ਦੇ ਅਨੁਆਈ ਸਿੱਖ ਅੱਜ ਦੀ ਰਾਜਨੀਤੀ ਵਿਚ ਅੱਜ ਦਿਨ ਵਾਂਗ ਹਿੱਸਾ ਲੈਣ ਦੀ ਥਾਂ ਰਾਜਨੀਤੀ ਤੋਂ ਦੂਰ ਰਹਿੰਦੇ ? ਕੀ ਖਾਲਸੇ ਲਈ ਪੰਜ ਕਕਾਰਾਂ ਦੀ ਰਹਿਤ, ਜਿਸ ਵਿਚ ਕੇਸਾਂ ਦੀ ਸਾਬਤ ਸੂਰਤ ਰਖਣ ਦੀ ਰਹਿਤ ਸ਼ਾਮਲ ਹੈ, ਲਾਜ਼ਮੀ ਨਾ ਠਹਿਰਾਈ ਜਾਣ ਦੀ ਸਿਥਿਤੀ ਵਿਚ ਸਿੱਖਾਂ ਦੀ ਵੱਖਰੀ ਹਸਤੀ, ਅੱਜ ਦੇ ਰੂਪ ਵਿਚ, ਹੋਂਦ ਵਿਚ ਨਾ ਆਉਂਦੀ ? ਕੁਝ ਵੀ ਹੋ ਸਕਦਾ ਸੀ । ਕੀ ਹੁੰਦਾ ? ਇਹ ਵਿਚਾਰ ਕਰਨ ਵਾਲੀ ਗੱਲ ਹੈ ।

13. ਬੰਦਾ ਸਿੰਘ ਬਹਾਦਰ

ਬੰਦਾ ਸਿੰਘ ਬਹਾਦਰ ਦਾ ਅਸਲੀ ਨਾਂ ਮਾਧੋ ਦਾਸ ਸੀ । ਗੁਰੂ ਗੋਬਿੰਦ ਸਿੰਘ ਜੀ ਅਕਤੂਬਰ, *1707* ਅਤੇ ਫਰਵਰੀ *1708* ਦੇ ਸਮੇਂ ਦੇ ਵਿਚ ਨੰਦੇੜ (Nader) ਵਿਚ ਸਨ । ਉਥੇ ਗੁਰੂ ਸਾਹਿਬ ਮਾਧੋ ਦਾਸ ਨੂੰ ਮਿਲੇ । ਗੁਰੂ ਸਾਹਿਬ ਨੇ ਹੀ ਉਸ ਨੂੰ ਬੰਦਾ ਸਿੰਘ ਬਹਾਦਰ ਦਾ ਨਾਂ ਦਿੱਤਾ । ਗੁਰੂ ਸਾਹਿਬ ਨੇ ਬੰਦਾ ਸਿੰਘ ਬਹਾਦਰ ਨੂੰ ਇਹ ਕਹਿ ਕੇ ਪੰਜਾਬ ਭੇਜਿਆ ਕਿ ਉਹ ਪੰਜਾਬ ਜਾ ਕੇ ਸਿੱਖਾਂ ਤੇ ਹੋ ਰਹੇ ਅਤਿਆਚਾਰਾਂ ਦੇ ਉਲਟ ਸੰਘਰਸ਼ ਕਰੇ । ਬੰਦਾ ਸਿੰਘ ਬਹਾਦਰ ਨੇ ਜੂਨ, *1708* A.D. (ਜੇਠ 14,

ਸੰਮਤ 1765) ਨੂੰ ਸਰਹੰਦ ਤੇ ਹਮਲਾ ਕਰ ਕੇ ਸਰਹੰਦ ਦੀ ਇੱਟ ਨਾਲ ਇੱਟ ਵਜਾ ਦਿੱਤੀ। ਇਸ ਤਰ੍ਹਾਂ ਨਾਲ ਬੰਦਾ ਸਿੰਘ ਬਹਾਦਰ ਨੇ ਸਰਹੰਦ ਦੇ ਉਨ੍ਹਾਂ ਮੁਸਲਮਾਨ ਹਾਕਮਾਂ ਤੋਂ ਬਦਲਾ ਲਿਆ ਜਿਨ੍ਹਾਂ ਨੇ ਗੁਰੂ ਗੋਬਿੰਦ ਸਿੰਘ ਜੀ ਦੇ ਦੋ ਛੋਟੇ ਸਾਹਿਬਜ਼ਾਦਿਆਂ ਨੂੰ ਜੀਊਂਦੇ ਹੀ ਦਿਵਾਰ ਵਿਚ ਚੁਣਵਾਂ ਕੇ ਸ਼ਹੀਦ ਕਰ ਦਿੱਤਾ ਸੀ। ਇਸ ਤਰ੍ਹਾਂ ਹੀ ਬੰਦਾ ਸਿੰਘ ਬਹਾਦਰ ਨੇ ਲਾਹੌਰ ਅਤੇ ਦਿੱਲੀ ਦੇ ਆਸ ਪਾਸ ਦੇ ਕਈ ਵੱਡੇ ਸ਼ਹਿਰਾਂ ਤੇ ਹਮਲਾ ਕਰ ਕੇ ਸਿੱਖਾਂ ਤੇ ਅਤਿਆਚਾਰ ਕਰਨ ਵਾਲੇ ਮੁਸਲਮਾਨ ਹਾਕਮਾਂ ਤੋਂ ਬਦਲਾ ਲਿਆ।

ਪਰ ਇਸ ਗੱਲ ਤੋਂ ਵੀ ਇਨਕਾਰ ਨਹੀਂ ਕੀਤਾ ਜਾ ਸਕਦਾ ਕਿ ਇਹ ਕੁਝ ਕਰਦੇ ਹੋਏ ਬੰਦਾ ਸਿੰਘ ਬਹਾਦਰ ਨੇ ਕਈ ਗ਼ਲਤੀਆਂ ਵੀ ਕੀਤੀਆਂ। ਸਭ ਤੋਂ ਵੱਡੀ ਗ਼ਲਤੀ ਬੰਦਾ ਸਿੰਘ ਬਹਾਦਰ ਨੇ ਇਹ ਕੀਤੀ ਕਿ ਉਸ ਨੇ ਆਪਣੇ ਆਪ ਨੂੰ ਸਿੱਖਾਂ ਦਾ ਗਿਆਰਵਾਂ ਗੁਰੂ ਹੋਣ ਦੀ ਘੋਸ਼ਣਾ ਕਰ ਦਿੱਤੀ। ਇਸ ਤੇ ਬੰਦਾ ਸਿੰਘ ਬਹਾਦਰ ਨੂੰ ਗੁਰੂ ਮੰਨ ਲੈਣ ਵਾਲੇ ਸਿੱਖ ਬੰਦਈ ਸਿੱਖ ਕਹੇ ਜਾਣ ਲਗੇ। ਬੰਦਾ ਸਿੰਘ ਬਹਾਦਰ ਨੂੰ ਸਿੱਖਾਂ ਦਾ ਗਿਆਰਵਾਂ ਗੁਰੂ ਮੰਨਣ ਤੋਂ ਇਨਕਾਰ ਕਰਨ ਵਾਲੇ ਸਿੱਖ ਤੱਤ ਖਾਲਸਾ (Tat Khalsa) ਅਰਥਾਤ ਸੱਚੇ ਸਿੱਖ ਦੇ ਨਾਂ ਨਾਲ ਜਾਣੇ ਜਾਣ ਲਗੇ।[1]

ਅੰਤ ਵਿਚ 1715 A.D. ਵਿਚ ਬੰਦਾ ਸਿੰਘ ਬਹਾਦਰ ਦਿੱਲੀ ਦੇ ਸ਼ਹਿਨਸ਼ਾਹ ਬਹਾਦਰ ਸ਼ਾਹ ਦੀਆਂ ਫ਼ੌਜਾਂ ਦੇ ਹੱਥੋਂ ਗੁਰਦਾਸਪੁਰ ਦੀ ਲੜਾਈ ਵਿਚ ਹਾਰ ਗਏ ਅਤੇ ਜਨਵਰੀ 1716 A.D. ਵਿਚ ਦਿੱਲੀ ਦੇ ਸ਼ਹਿਨਸ਼ਾਹ ਬਹਾਦਰ ਸ਼ਾਹ ਦੇ ਹੁਕਮ ਤੇ ਹਾਥੀ ਦੇ ਪੈਰਾਂ ਹੇਠਾਂ ਰੋਂਦ ਕੇ ਮਾਰ ਦਿੱਤੇ ਗਏ। ਪਰ ਇਤਿਹਾਸਕਾਰ ਇਸ ਪ੍ਰਸ਼ਨ ਤੇ ਇਕ-ਮਤ ਨਹੀਂ ਹਨ ਕਿ ਬੰਦਾ ਸਿੰਘ ਬਹਾਦਰ ਦੀ ਮੌਤ ਕਿਵੇਂ ਹੋਈ।[2] ਇਸ ਸੰਬੰਧ ਵਿਚ *The Encyclopedia of Sikhism,* Punjabi University, Patiala (Vol.IV), p. 275 ਤੇ ਕਿਹਾ ਗਿਆ ਹੈ 'His flesh was torn with red hot pincers and finally his body was cut up limb by limb. This occurred on 9 June, 1716.'

14. ਸਿੱਖ ਮਿਸਲਾਂ

ਜਦੋਂ 1764 A.D. ਵਿਚ ਅਹਿਮਦ ਸ਼ਾਹ ਅਬਦਾਲੀ ਪੰਜਾਬ ਤੋਂ ਵਾਪਸ ਕਾਬਲ ਚਲਾ ਗਿਆ, ਤਾਂ ਸਿੱਖਾਂ ਨੇ ਬਿਨਾਂ ਕਿਸੇ ਵੱਡੀ ਮੁਸ਼ਕਲ ਦੇ ਸਾਰੇ ਪੰਜਾਬ ਨੂੰ ਲਾਹੌਰ ਦੇ ਗਵਰਨਰ ਕਾਬਲੀ ਮਲ ਤੋਂ ਆਜ਼ਾਦ ਕਰਾ ਲਿਆ। ਇਸ ਦੇ ਬਾਅਦ ਸਿੱਖ ਸਰਦਾਰਾਂ ਨੇ ਪੰਜਾਬ ਨੂੰ ਬਾਰਾਂ ਮਿਸਲਾਂ ਵਿਚ ਵੰਡ ਲਿਆ। ਹਰ ਇੱਕ ਹਿੱਸੇ 'ਤੇ ਇੱਕ ਮਿਸਲ ਨੇ ਆਪਣੀ ਹਕੂਮਤ ਸਥਾਪਿਤ ਕਰ ਲਈ। ਇਸ ਤਰ੍ਹਾਂ ਨਾਲ ਹਰ ਇੱਕ ਇਲਾਕੇ 'ਤੇ ਉਸ ਇਲਾਕੇ ਦੀ ਮਿਸਲ ਦਾ ਨਵੇਕਲਾ ਆਪਣਾ ਰਾਜ ਹੋ ਗਿਆ।

ਇਨ੍ਹਾਂ ਮਿਸਲਾਂ ਦੀ ਕੁੱਲ ਗਿਣਤੀ 12 ਸੀ। ਇਸ ਤਰ੍ਹਾਂ ਨਾਲ ਸਾਰਾ ਪੰਜਾਬ ਛੋਟੇ ਛੋਟੇ 12 ਸਿੱਖ ਮਿਸਲਾਂ ਦੇ ਰਾਜਾਂ ਵਿਚ ਵੰਡਿਆ ਗਿਆ।

ਇਨ੍ਹਾਂ ਬਾਰਾਂ ਮਿਸਲਾਂ ਦੇ ਸਾਰੇ ਸਰਦਾਰ ਧਰਮ ਤੋਂ ਸਿੱਖ ਸਨ। ਉਹ ਸਿੱਖ ਧਰਮ ਵਿਚ ਸ਼ਰਧਾ, ਵਿਸ਼ਵਾਸ ਅਤੇ ਨਿਸ਼ਚਾ ਰਖਦੇ ਸਨ। ਇਸ ਲਈ ਜਦੋਂ ਵੀ ਸਿੱਖ ਪੰਥ ਦਾ ਕੋਈ ਸਾਂਝਾ

1. Khazan Singh, *History of The Sikh Religion,* (1988) published by Languages Department, Punjab, p.225.
2. Ibid, p.232.

ਦੁਸ਼ਮਨ ਹੁੰਦਾ ਤਾਂ ਸਾਰੇ ਮਿਸਲਾਂ ਦੇ ਸਿੱਖ ਸਰਦਾਰ ਇਕੱਠੇ ਹੋ ਕੇ ਉਸ ਸਾਂਝੇ ਦੁਸ਼ਮਨ ਦੇ ਉਲਟ ਲੜਦੇ। ਪਰ ਮਾੜੀ ਗੱਲ ਇਹ ਵੀ ਸੀ ਕਿ ਜਦੋਂ ਕੋਈ ਸਾਂਝਾ ਦੁਸ਼ਮਨ ਸਾਹਮਣੇ ਨਹੀਂ ਹੁੰਦਾ ਸੀ ਤਾਂ ਉਹ ਆਪਸ ਵਿਚ ਵੀ ਲੜ ਪੈਂਦੇ ਸਨ। **ਸਮੇਂ ਦੇ ਲੰਘਣ ਨਾਲ ਮਹਾਰਾਜਾ ਰਣਜੀਤ ਸਿੰਘ ਦੇ ਵਕਤ ਤਕ ਇਨ੍ਹਾਂ ਮਿਸਲਾਂ ਦੇ ਸਰਦਾਰਾਂ ਵਿਚ ਸਿੱਖ ਧਰਮ ਦੀ ਸਿੱਖੀ ਘੱਟ ਚੁੱਕੀ ਸੀ। ਉਨ੍ਹਾਂ ਵਿਚ ਖ਼ੁਦਗਰਜ਼ੀ ਵੱਧ ਰਹੀ ਸੀ। ਉਨ੍ਹਾਂ ਨੂੰ ਕੇਵਲ ਆਪਣੇ ਆਪਣੇ ਇਲਾਕੇ ਤੇ ਆਪਣੀ ਹਕੂਮਤ ਦੀ ਚਿੰਤਾ ਸੀ। ਇਹ ਕੇਵਲ ਵੇਖਣ ਅਤੇ ਕਹਿਣ ਨੂੰ ਸਿੱਖ ਮਿਸਲਾਂ ਦੇ ਸਿੱਖ ਸਰਦਾਰ ਰਹਿ ਗਏ ਸਨ।** ਇਨ੍ਹਾਂ ਬਾਰਾਂ ਮਿਸਲਾਂ ਦੇ ਹੇਠ ਲਿਖੇ ਅਨੁਸਾਰ ਨਾਂ ਸਨ :- 1. ਭੰਗੀ ਮਿਸਲ, 2. ਰਾਮਗੜ੍ਹੀਆ ਮਿਸਲ, 3. ਕਨ੍ਹਈਆ ਮਿਸਲ, 4. ਨਕੱਈ ਮਿਸਲ, 5. ਡੱਲ੍ਹੇਵਾਲੀਆ ਮਿਸਲ, 6. ਕਰੋੜਸਿੰਘੀਆ ਮਿਸਲ, 7. ਸਿੰਘਪੁਰੀਆ ਮਿਸਲ, 8. ਨਿਸ਼ਾਨਵਾਲੀਆ ਮਿਸਲ, 9. ਸ਼ਹੀਦ ਮਿਸਲ, 10 ਆਹਲੂਵਾਲੀਆ ਮਿਸਲ, 11. ਫੂਲਕੀਆਂ ਮਿਸਲ (ਇਸ ਦੇ ਅਧੀਨ ਪਟਿਆਲਾ, ਜੀਂਦ ਅਤੇ ਨਾਭਾ ਦੀਆਂ ਰਿਆਸਤਾਂ ਆਉਂਦੀਆਂ ਹਨ।) ਅਤੇ 12. ਸ਼ੁਕਰਚੱਕੀਆ ਮਿਸਲ।

15. ਇਤਿਹਾਸ ਵਿਚ ਐਸੇ ਵਕਤ ਵੀ ਆਏ ਹਨ ਜਦੋਂ ਸਾਰੇ ਭਾਰਤ ਵਿਚ ਸਿੱਖ ਰਾਜ ਦੀ ਸਥਾਪਣਾ ਦੀ ਸੰਭਾਵਨਾ ਪੈਦਾ ਹੋ ਗਈ ਸੀ

ਪੰਜਾਬ ਵਿਚ ਮਹਾਰਾਜਾ ਰਣਜੀਤ ਸਿੰਘ ਦੇ ਸਿੱਖ ਰਾਜ ਦੀ ਸਥਾਪਣਾ ਤੋਂ ਪਹਿਲਾਂ ਇਤਿਹਾਸ ਵਿਚ ਐਸੇ ਵਕਤ ਵੀ ਆਏ ਹਨ ਜਦੋਂ ਸਾਰੇ ਭਾਰਤ ਵਿਚ ਸਿੱਖ ਰਾਜ ਦੀ ਸਥਾਪਣਾ ਦੀ ਸੰਭਾਵਨਾ ਪੈਦਾ ਹੋ ਗਈ ਸੀ। ਏਥੇ ਅਸੀਂ George Batley Scott ਦੀ ਪੁਸਤਕ *Religion and Short History of the Sikhs* ਪੰਨਾ 32[1] ਦਾ ਹਵਾਲਾ ਦਿੰਦੇ ਹਾਂ ਜਿਥੇ ਇਸ ਅੰਗਰੇਜ਼ ਇਤਿਹਾਸਕਾਰ ਨੇ ਲਿਖਿਆ ਹੈ ਕਿ ਗੁਰੂ ਗੋਬਿੰਦ ਸਿੰਘ ਜੀ ਦੇ 1708 ਵਿਚ ਜੋਤੀ ਜੋਤਿ ਸਮਾ ਜਾਣ ਦੇ ਬਾਅਦ ਗੁਰੂ ਸਾਹਿਬ ਦੇ ਦੋ ਛੋਟੇ ਸਾਹਿਬਜ਼ਾਦਿਆਂ ਦੀ ਮੌਤ ਦਾ ਬਦਲਾ ਲੈਣ ਲਈ ਬੰਦਾ ਸਿੰਘ ਬਹਾਦਰ ਨੇ ਸਰਹੰਦ ਦੀ ਇੱਟ ਨਾਲ ਇੱਟ ਵਜਾ ਦਿੱਤੀ ਸੀ। **ਜੇਕਰ ਉਸ ਸਮੇਂ ਬੰਦਾ ਸਿੰਘ ਬਹਾਦਰ ਦੀ ਸਿੱਖ ਫ਼ੌਜ ਸਿੱਧੀ ਦਿੱਲੀ ਵੱਲ ਚਲ ਪੈਂਦੀ ਤਾਂ ਇਸ ਗੱਲ ਦੀ ਸੰਭਾਵਨਾ ਸੀ ਕਿ ਸਾਰੇ ਭਾਰਤ ਵਿਚ ਮੁਗ਼ਲ ਰਾਜ ਦੀ ਥਾਂ ਸਿੱਖ ਰਾਜ ਸਥਾਪਿਤ ਹੋ ਗਿਆ ਹੁੰਦਾ।**

1. On the death of the Emperor the usual struggle for supremacy between rival Princes followed. The Mahrattas were driving the Moghal armies from Central India. The whole Empire became disorganized. Under these circumstances, Banda, with a considerable force burst with fire and sword over the province of Sirhind between the Sutlej and the Jumna, and with fearful atrocities avenged the murder of Govind's little sons. Had the Sikhs, instead of scattering for plunder, pushed on straight for Delhi, the whole course of Indian history might have been changed. A Sikh Empire might have succeeded the Moghals. George Batley Scott, *Religion and Short History of the Sikhs*, 1970, p.32.

ਉਪਰੋਕਤ ਦੇ ਇਲਾਵਾ, ਏਥੇ ਅਸੀਂ ਮੇਜਰ ਜਨਰਲ (ਰਿਟਾਇਰਡ) ਕੁਲਵੰਤ ਸਿੰਘ ਦੇ ਟ੍ਰਿਬਿਊਨ ਵਿਚ ਮਿਤੀ ਅਗਸਤ *29, 2010* ਨੂੰ ਛਪੇ ਆਰਟੀਕਲ[1] ਦਾ ਵਰਣਨ ਕਰਨਾ ਜ਼ਰੂਰੀ ਸਮਝਦੇ ਹਾਂ। **ਮੇਜਰ ਜਨਰਲ ਕੁਲਵੰਤ ਸਿੰਘ ਆਪਣੇ ਆਰਟੀਕਲ ਵਿਚ ਕਹਿੰਦੇ ਹਨ ਕਿ ਸ੍ਰ. ਜਸਾ ਸਿੰਘ ਆਹਲੂਵਾਲੀਆ ਅਤੇ ਸ੍ਰ. ਭਘੇਲ ਸਿੰਘ ਦੀ ਕਮਾਨ ਹੇਠਾਂ ਮਿਤੀ ਮਾਰਚ 11, 1783 ਨੂੰ ਸਿੱਖ ਫ਼ੌਜ ਨੇ ਦਿੱਲੀ ਦੇ ਲਾਲ ਕਿਲ੍ਹੇ ਤੇ ਕਬਜ਼ਾ ਕਰ ਕੇ ਕਿਲ੍ਹੇ ਤੇ ਕੇਸਰੀ ਨਿਸ਼ਾਨ ਸਾਹਿਬ ਲਹਿਰਾ ਦਿੱਤਾ ਸੀ।** ਇਸ ਤੇ ਮੁਗ਼ਲ ਸ਼ਹਿਨਸ਼ਾਹ ਨੇ ਸਿੱਖਾਂ ਨਾਲ ਤੁਰੰਤ ਸੁਲਾਹ ਕਰ ਲਈ। ਸੁਲਾਹਨਾਮੇ ਅਨੁਸਾਰ ਸ਼ਹਿਨਸ਼ਾਹ ਨੇ 3 ਲਖ ਰੁਪਏ ਨਜ਼ਰਾਨਾ ਦੇਣੇ ਮੰਨ ਲਏ। ਕੁਤਵਾਲੀ ਦੀ ਥਾਂ ਸਿੱਖਾਂ ਨੂੰ ਦੇਣੀ ਮੰਨ ਲਈ। ਸ੍ਰ. ਭਘੇਲ ਸਿੰਘ ਨੂੰ ਇਹ ਅਧਿਕਾਰ ਦੇ ਦਿੱਤਾ ਗਿਆ ਕਿ ਉਹ ਸਿੱਖ ਇਤਿਹਾਸ ਨਾਲ ਜੁੜੀਆਂ ਥਾਵਾਂ ਤੇ ਗੁਰਦੁਆਰੇ ਬਣਾ ਸਕਣਗੇ। ਗੁਰਦੁਆਰੇ ਸਾਹਿਬ ਬਣਾਉਣ ਦੇ ਸਮੇਂ ਤਕ ਸ੍ਰ. ਭਘੇਲ ਸਿੰਘ ਆਪਣੇ ਨਾਲ *4000* ਸਪਾਹੀ (ਫ਼ੌਜੀ) ਵੀ ਰਖ ਸਕਣਗੇ ਜਿਨ੍ਹਾਂ ਦਾ ਖ਼ਰਚ

---

1. When Sikhs captured the Red Fort :

The Sikhs attacked the Red Fort on March 11, 1783, and hoisted the Nishan Sahib. The Emperor offered a treaty and accepted their terms : NADIR SHAH'S brutal offensives and eight invasions by Ahmed Shah Abdali had made the Mughal Empire fragile and weak. Sikhs had emerged as a strong and powerful force in northern India. The Sikhs eventually halted Abdali's invasions. Under the leadership of Dal Khalsa Chief Sardar Jassa Singh Ahluwalia, the Sikhs refused an alliance, and instead challenged Abdali for battle. They were anxious to avenge the killing of over 20,000 Sikhs, mostly women, children and old people, and also destruction and desecration of the Golden Temple. Sensing defeat, Abdali called it a day, and finally returned to Afghanistan, never to come back again. The vast area of the Indian subcontinent lying between the Indus and the Yamuna was free from foreign rule.

With no enemy in the North, and Shah Alam II at the head of the decaying Mughal Empire at Delhi, the powerful 12 *misals* had a free run in increasing their influence in all directions, from the Indus to the Yamuna, seeking *rakhi* (protection money) from various small chiefs, *nawabs* and *rajas*.

The Marathas, after their defeat by Abdali in the third battle of Panipat in 1761, were marginalised, and the Rohillas were a spent force. The English were in the process of finding their place at Delhi. It was easy for the Sikh misals to cross the Yamuna and make forays towards Delhi and beyond. The misals did not owe any allegiance to each other, except when the Sarbat Khalsa, through a *Gurmatta*, resolved to attack a common target. Baghel Singh's Karor Singhia Misal was operating in south-east Punjab. He was a very able leader of men, a good political negotiator, and was able to win over many adversaries to his side. The Mughals, the

ਮੁਗਲ ਸ਼ਹਿਨਸ਼ਾਹ ਅਦਾ ਕਰਨਗੇ । ਇਹ ਸੁਲਾਹਨਾਮਾ ਹੋ ਜਾਣ ਤੇ ਸਿੱਖਾਂ ਨੇ ਲਾਲ ਕਿਲ੍ਹਾ ਖ਼ਾਲੀ

Marathas, the Rohillas, the Jats and the British sought his friendship, and, above all, he was a devout Sikh ; *amrit prachar* was his passion.

Karor Singhia was one of the strongest misals with 12,000 well-trained horsemen. The combined strength under Baghel Singh, including soldiers of a few *sardars* who joined him, was well over 40,000. He captured territories much beyond Delhi to include Meerut, Khurja, Aligarh, Tundla, Shikhohabad, Farrukhabad, Agra and many other rich townships around Delhi, and collected tributes and rakhi from nawabs and rajas. He captured Saharanpur and overran the Rohilla territory in April 1775. In March 1776, Baghel Singh's forces gave a crushing defeat to the Mughal army near Muzaffarnagar; thus Sikhs extended their influence on the Yamuna-Gangetic *doab*.

Baghel Singh invaded Delhi on January 8, 1774, and captured the area up to Shahdara. The second invasion was on July 17, 1775, when the Sikhs captured the area around the present-day Pahar Ganj and Jai Singhpura. Bulk of the fighting took place where presentday New Delhi is located. Sikhs temporarily withdrew due to shortage of supplies, but they kept the agenda of the Red Fort alive, and continued domination and intrusions into the Emperor's territory surrounding Delhi.

By early 1783, the Sikhs commenced preparations for the capture of the Red Fort. A force of 60,000 under the leadership of Sardar Jassa Singh Ahluwalia and Sardar Baghel Singh assembled at Ghaziabad, continuing their attacks and capturing rich towns around Delhi. Enormous booty was collected by Sikhs, which was sent to Punjab with an escort of 20,000 soldiers. One-tenth of this booty was sent to the Golden Temple as offering of the Guru.

On March 8 the Sikhs captured Malka Ganj and Sabzi Mandi. Prince Mirza Shikoh, on orders from the Emperor, tried to stop the invaders but suffered defeat, and fled. On March 9 they captured Ajmeri Gate. There was a panic in the city; many took shelter in the fort. Jassa Singh Ramgarhia joined the Sikh forces at the last moment with 10,000 soldiers. As many as 30,000 Sikh horsemen of Baghel Singh's army were camping at a place now known as Tees Hazari, location of the Delhi High Court.

The Sikhs attacked the Red Fort on March 11,1783. The Emperor and all his guards, in fact every one in the fort, hid themselves. The story goes that an insider informed Sikhs of a weak spot in the wall of the fort, where the soldiers made a hole by ramming it with wooden logs; the place is named as Mori Gate, the location of Inter State Bus terminus (ISBT).

The Sikhs entered the Red Fort, hoisted the *kesri* Nishan Sahib,

ਕਰ ਦਿੱਤਾ ਅਤੇ ਸਿੱਖ ਫ਼ੌਜਾਂ ਪੰਜਾਬ ਵਾਪਸ ਚਲੀਆਂ ਗਈਆਂ। ਜੇਕਰ ਸਿੱਖ ਆਪਣੀ ਫ਼ੌਜੀ ਤਾਕਤ ਦਾ ਉਸ ਵਕਤ ਉਚਿਤ ਫ਼ਾਇਦਾ ਉਠਾ ਲੈਂਦੇ, ਤਾਂ ਉਹ ਸਾਰੇ ਭਾਰਤ ਤੇ ਆਪਣੀ ਹਕੂਮਤ ਕਾਇਮ ਕਰ ਸਕਦੇ ਸੀ। ਪਰ ਸਿੱਖਾਂ ਦੀ ਗ਼ਲਤੀ ਕਹੋ, ਬਦਕਿਸਮਤੀ ਕਹੋ ਜਾਂ ਦੂਰਦ੍ਰਿਸ਼ਟੀ ਦੀ ਘਾਟ ਕਹੋ, ਸਿੱਖਾਂ ਨੇ ਉਸ ਸੁਨਿਹਰੀ ਅਵਸਰ ਨੂੰ ਅਜਾਂਈ ਗਵਾ ਲਿਆ। ਖਾਲਸਾ ਅੱਜ ਵੀ ਅਤੇ ਹਮੇਸ਼ਾਂ ਹੀ ਅਰਦਾਸ ਕਰਦੇ ਹੋਏ ਵਾਹਿਗੁਰੂ ਅਰਥਾਤ ਪਰਮਾਤਮਾ ਨੂੰ ਬੇਨਤੀ ਕਰਦਾ ਰਹੇਗਾ — ਰਾਜ ਕਰੇਗਾ ਖਾਲਸਾ, ਆਕੀ ਰਹੇ ਨਾ ਕੋਇ। ਖੁਆਰ ਹੋਇ ਸਭ ਮਿਲੇਂਗੇ, ਬਚੇ ਸ਼ਰਨ ਜੋ ਹੋਇ। ਇਹ ਅਰਦਾਸ ਵਾਹਿਗੁਰੂ ਜੀ ਕਾ ਖਾਲਸਾ, ਵਾਹਿਗੁਰੂ ਜੀ ਕੀ ਫ਼ਤਿਹ ਦੀ ਵਿਚਾਰਧਾਰਾ ਨੂੰ ਹਮੇਸ਼ਾ ਜੀਵਤ ਰਖੇਗੀ।

16. ਮਹਾਰਾਜਾ ਰਣਜੀਤ ਸਿੰਘ ਦੇ ਸਿੱਖ ਰਾਜ ਦੀ ਸਥਾਪਣਾ ਅਤੇ ਖ਼ਾਤਮਾ

ਮਹਾਰਾਜਾ ਰਣਜੀਤ ਸਿੰਘ ਦਾ ਜਨਮ ਨਵੰਬਰ *1780* A.D. ਵਿਚ ਹੋਇਆ। ਇਨ੍ਹਾਂ ਦੇ ਪਿਤਾ ਸ੍ਰ. ਮਹਾਂ ਸਿੰਘ ਸ਼ੁਕਰਚੱਕੀਆ ਮਿਸਲ ਤੋਂ ਸਨ। ਪਿਤਾ ਮਹਾਂ ਸਿੰਘ ਦੀ ਮੌਤ *1790* A.D. ਵਿਚ ਹੋਈ। ਉਸ ਸਮੇਂ ਰਣਜੀਤ ਸਿੰਘ ਦੀ ਉਮਰ ਦਸ ਸਾਲ ਦੀ ਸੀ। ਉਹ ਆਪਣੇ ਪਿਤਾ ਦੇ ਇੱਕੋ-ਇੱਕ ਪੁੱਤਰ ਸਨ। ਇਸ ਲਈ ਪਰਿਵਾਰ ਵਿਚ ਰਾਜ ਗੱਦੀ ਸੰਬੰਧੀ ਕੋਈ ਝਗੜਾ ਨਹੀਂ ਸੀ। ਮਹਾਰਾਜਾ ਰਣਜੀਤ ਸਿੰਘ ਦੀ ਸ਼ਾਦੀ ਬੀਬੀ ਮਹਿਤਾਬ ਕੌਰ ਦੇ ਨਾਲ ਹੋਈ। ਸਰਦਾਰਨੀ ਸਦਾ ਕੌਰ ਬੀਬੀ ਮਹਿਤਾਬ ਕੌਰ ਦੀ ਮਾਤਾ ਸੀ। ਸਰਦਾਰਨੀ ਸਦਾ ਕੌਰ ਕਨ੍ਹਈਆ ਮਿਸਲ ਤੋਂ ਸੀ। ਸ਼ੁਰੂ ਸ਼ੁਰੂ ਵਿਚ ਸਰਦਾਰਨੀ ਸਦਾ ਕੌਰ ਨੇ ਆਪਣੇ ਦਾਮਾਦ ਮਹਾਰਾਜਾ ਰਣਜੀਤ ਸਿੰਘ ਦੇ ਰਾਜ ਦੇ ਵਿਕਾਸ

---

and occupied Diwan-e-aam, a key location in the fort, where the Emperor, sitting on the throne, used to have audience with the public. In a symbolic gesture, Jassa Singh Ahluwalia was made to sit on the throne, which made him the Emperor. His old rival and his name-sake, Jassa Singh Ramgarhia, joined by some other chiefs, opposed Ahluwalia's sitting on the throne. Before the event took an ugly turn, Jassa Singh Ahluwalia gracefully vacated the throne and, thus, avoided a controversy amongst the chiefs at a critical moment.

The Emperor was quick to reconcile with the Sikhs; he offered a treaty and accepted their terms. The Emperor was to pay Rs 3 lakh as *nazrana*. The *kotwali* area was to remain the property of the Sikhs. Baghel Singh was allowed to construct gurdwaras on all sites connected with Sikh history. Baghel Singh was to retain 4,000 soldiers till his task was completed; the Emperor was to pay all expenses. The Sikh army left the fort after the treaty.

The Sikhs conquered the Red Fort, but they missed a great opportunity and failed to exploit the advantage of being the strongest force.

The Tribune, August 29, 2010, Spectrum, p.3.

ਵਿਚ ਕਾਫ਼ੀ ਮਦਦ ਕੀਤੀ। ਕੁਝ ਸਮੇਂ ਵਿਚ ਹੀ ਰਣਜੀਤ ਸਿੰਘ ਸ਼ਕਤੀਸ਼ਾਲੀ ਰਾਜਾ ਬਣ ਗਿਆ। ਉਸ ਨੇ ਭੰਗੀ ਮਿਸਲ ਤੋਂ ਲਾਹੌਰ ਖੋਹ ਲਿਆ। ਰਾਮਗੜ੍ਹੀਆ ਮਿਸਲ, ਨਕੱਈ ਮਿਸਲ, ਡਾਲ੍ਹੇਵਾਲੀਆ ਮਿਸਲ, ਕਰੋੜਸਿੰਘੀਆ ਮਿਸਲ, ਸਿੰਘਪੁਰੀਆ ਮਿਸਲ ਅਤੇ ਨਿਸ਼ਾਨਵਾਲੀਆ ਮਿਸਲ ਦੇ ਇਲਾਕੇ ਆਪਣੇ ਰਾਜ ਵਿਚ ਸ਼ਾਮਲ ਕਰ ਲਏ। ਰਣਜੀਤ ਸਿੰਘ ਨੇ ਅਪਰੈਲ, *1801* A.D. (ਵੈਸਾਖ *1*, ਸੰਮਤ *1858*) ਨੂੰ ਆਪਣੇ ਆਪ ਨੂੰ ਮਹਾਰਾਜਾ ਅਰਥਾਤ ਰਾਜਿਆਂ ਦਾ ਰਾਜਾ ਹੋਣ ਦੀ ਘੋਸ਼ਣਾ ਕਰ ਦਿੱਤੀ। ਇਸ ਦੇ ਬਾਅਦ ਗੁਜਰਾਤ, ਕਾਂਗੜਾ, ਡਸਕਾ, ਮੁਲਤਾਨ, ਝੰਗ, ਉੱਚ, ਸਾਹੀਵਾਲ, ਗੜ੍ਹ (Garh), ਕਸੂਰ, ਭਿਮਬਰ (Bhimbar), ਰਾਜੋਰੀ ਤੇ ਜਿੱਤਾਂ ਪ੍ਰਾਪਤ ਕੀਤੀਆਂ। ਇਸ ਦੇ ਬਾਅਦ ਅਪਰੈਲ *25*, *1809* ਨੂੰ ਅੰਗਰੇਜ਼ ਹਕੂਮਤ ਨਾਲ ਸੰਧੀ ਕਰ ਲਈ। ਇਸ ਸੰਧੀ ਦੀ ਪੁਸ਼ਟੀ ਗਵਰਨਰ ਜਨਰਲ ਇਨ ਕੌਂਸਲ ਲਾਰਡ ਮਿੰਟੋ ਨੇ ਮਈ *30*, *1809* ਨੂੰ ਕਰ ਦਿੱਤੀ। ਇਸ ਸੰਧੀ ਅਨੁਸਾਰ ਅੰਗਰੇਜ਼ ਰਾਜ ਅਤੇ ਖਾਲਸਾ ਰਾਜ ਵਿਚਕਾਰ ਸਤਲੁਜ ਨਦੀ ਹੱਦ-ਬੰਦੀ ਕਰਾਰ ਦੇ ਦਿੱਤੀ ਗਈ। ਇਸ ਸੰਧੀ ਅਨੁਸਾਰ ਮਹਾਰਾਜਾ ਰਣਜੀਤ ਸਿੰਘ ਨੇ ਸਤਲੁਜ ਨਦੀ ਦੇ ਦਖਣ ਵਲ ਕੋਈ ਵੀ ਦਖਲ-ਅੰਦਾਜ਼ੀ ਨਾ ਕਰਨਾ ਮੰਨ ਲਿਆ। *1809* A.D. ਦੇ ਅੱਧ ਵਿਚ ਮਹਾਰਾਜਾ ਰਣਜੀਤ ਸਿੰਘ ਦਾ ਆਪਣੀ ਸੱਸ ਸਦਾ ਕੌਰ ਨਾਲ ਝਗੜਾ ਹੋ ਗਿਆ, ਜਿਸ ਤੇ ਮਹਾਰਾਜਾ ਰਣਜੀਤ ਸਿੰਘ ਨੇ ਆਪਣੀ ਸੱਸ ਦੀ ਕਨ੍ਹਈਆ ਮਿਸਲ ਦਾ ਇਲਾਕਾ ਆਪਣੇ ਰਾਜ ਵਿਚ ਸ਼ਾਮਲ ਕਰ ਲਿਆ।[1] ਇਸ ਦੇ ਬਾਅਦ ਮਹਾਰਾਜਾ ਰਣਜੀਤ ਸਿੰਘ ਨੇ ਪਿਸ਼ਾਵਰ, ਕਸ਼ਮੀਰ, ਡੇਰਾ ਗਾਜ਼ੀ ਖਾਨ, ਡੇਰਾ ਇਸਮਾਈਲ ਖਾਨ ਅਤੇ ਹਜ਼ਾਰਾ ਤੇ ਜਿੱਤਾਂ ਪ੍ਰਾਪਤ ਕੀਤੀਆਂ। ਇਸ ਤਰ੍ਹਾਂ ਨਾਲ ਮਹਾਰਾਜਾ ਰਣਜੀਤ ਸਿੰਘ ਦੇ ਰਾਜ ਦਾ ਵਿਕਾਸ ਸਾਰੇ ਪੰਜਾਬ, ਸਤਲੁਜ ਨਦੀ ਤੋਂ ਲੈ ਕੇ ਅਟਕ (ਸਿੰਧ) (Indus) ਨਦੀ ਤਕ ਹੋ ਗਿਆ। ਇਸ ਦੇ ਫਲਸਰੂਪ ਮਹਾਰਾਜਾ ਰਣਜੀਤ ਸਿੰਘ ਦੇ ਰਾਜ ਵਿਚ ਪਿਸ਼ਾਵਰ ਅਤੇ ਹਜ਼ਾਰਾ ਦੇ ਇਲਾਕੇ ਸ਼ਾਮਲ ਹੋ ਗਏ।

ਅੰਤ ਵਿਚ ਜੂਨ *27*, *1839* A.D. ਵਿਚ ਮਹਾਰਾਜਾ ਰਣਜੀਤ ਸਿੰਘ ਦੀ ਅਧਰੰਗ ਦੀ ਬਿਮਾਰੀ ਕਰਕੇ ਮੌਤ ਹੋ ਗਈ।

ਮਹਾਰਾਜਾ ਰਣਜੀਤ ਸਿੰਘ ਦਾ ਕਦ ਛੋਟਾ ਸੀ। ਚੇਚਕ ਕਰਕੇ ਇੱਕ ਅੱਖ ਵੀ ਜਾਂਦੀ ਰਹੀ ਸੀ। ਇਸ ਲਈ ਸ਼ਕਲ ਵਲੋਂ ਖ਼ੂਬਸੂਰਤ ਵੀ ਨਹੀਂ ਸਨ। ਅਨਪੜ੍ਹ ਸਨ। ਪਰ ਅਕਲਮੰਦ ਸਨ। ਦਲੇਰ ਸਨ। ਜੰਗਾਂ ਕਰਨੀਆਂ ਅਤੇ ਜਿੱਤਣੀਆਂ ਜਾਣਦੇ ਸਨ। ਕਾਮਯਾਬ ਸਿਆਸਤਦਾਨ ਸਨ। ਇਸ ਲਈ ਮਹਾਰਾਜਾ ਰਣਜੀਤ ਸਿੰਘ ਨੇ ਸ਼ੁਕਰਚੱਕੀਆ ਮਿਸਲ ਦੇ ਸਾਧਾਰਨ ਸਰਦਾਰ ਤੋਂ ਉਠ ਕੇ ਆਪਣੇ ਰਾਜ ਦਾ ਸਾਰੇ ਪੰਜਾਬ, ਜੰਮੂ ਕਸ਼ਮੀਰ ਅਤੇ ਪਿਸ਼ਾਵਰ ਤਕ ਵਿਕਾਸ ਕਰ ਲਿਆ ਅਤੇ

---

1. Soon after he attained his manhood, the Maharaja contrived to free himself from the authority of his manager and female guardians. Diwan Lakhpat Rai was despatched on a dangerous expedition upon which he was killed. The Maharaja killed his mother, according to some accounts with his own hands. Sada Kaur was treacherously imprisoned and died wretchedly in a dungeon at Lahore. Khazan Singh, *History of The Sikh Religion*, (1988), published by Languages Department, Punjab, p. 310. Also see p.315.

ਗਵਾਂਢ ਦੇ ਪਹਾੜੀ ਰਾਜਿਆਂ ਵਿਚੋਂ ਬਹੁਤਿਆਂ ਨੂੰ ਆਪਣੇ ਅਧੀਨ ਕਰ ਲਿਆ।

ਮਹਾਰਾਜਾ ਰਣਜੀਤ ਸਿੰਘ ਸਿੱਖ ਧਰਮ ਵਿਚ ਸ਼ਰਧਾ ਰਖਦੇ ਸਨ। ਉਨ੍ਹਾਂ ਨੇ ਕਈ ਇਤਿਹਾਸਕ ਗੁਰਦੁਆਰਿਆਂ ਦੇ ਨਾਂ ਜਾਗੀਰਾਂ ਲਾਈਆਂ, ਵੱਡੀਆਂ ਇਮਾਰਤਾਂ ਬਣਵਾਈਆਂ ਅਤੇ ਕੀਮਤੀ ਸੁਗਾਤਾਂ ਦਿੱਤੀਆਂ। ਪਰ ਮਹਾਰਾਜਾ ਰਣਜੀਤ ਸਿੰਘ ਨੇ ਇਹ ਕੰਮ ਹੋਰ ਧਰਮਾਂ ਲਈ ਵੀ ਕੀਤਾ। ਇਸ ਲਈ ਮਹਾਰਾਜਾ ਰਣਜੀਤ ਸਿੰਘ ਦਾ ਰਾਜ ਧਰਮ-ਨਿਰਪੇਖ (secular) ਰਾਜ ਸੀ। ਇਹ ਗੱਲ ਮਹਾਰਾਜਾ ਰਣਜੀਤ ਸਿੰਘ ਦੇ ਸਿੱਖ ਰਾਜ ਦੀ ਸਿਫ਼ਤ ਅਤੇ ਸ਼ੁਹਰਤ ਨੂੰ ਬਹੁਤ ਉੱਚਾ ਕਰ ਦਿੰਦੀ ਹੈ ਕਿਉਂਕਿ ਗੁਰੂ ਨਾਨਕ ਦੇਵ ਜੀ ਦਾ ਸਿੱਖ ਧਰਮ ਸਰਬਤ ਦੇ ਭਲੇ ਵਿਚ ਨਿਸ਼ਚਾ ਰਖਦਾ ਹੈ। ਕਵੀ ਸ਼ਾਹ ਮੁਹੰਮਦ 'ਜੰਗਨਾਮਾ ਸਿੰਘਾਂ ਅਤੇ ਫਰੰਗੀਆਂ' ਵਿਚ ਮਹਾਰਾਜਾ ਰਣਜੀਤ ਸਿੰਘ ਦੇ ਧਰਮ-ਨਿਰਪੇਖ ਰਾਜ ਦੇ ਪ੍ਰਸੰਗ ਵਿਚ ਕਹਿੰਦਾ ਹੈ —

ਰਾਜ਼ੀ ਬਹੁਤ ਰਹਿੰਦੇ ਮੁਸਲਮਾਨ ਹਿੰਦੂ,
ਸਿਰਾਂ ਦੋਹਾਂ ਦੇ ਉੱਤੇ ਆਫ਼ਾਤ ਆਈ।
ਸ਼ਾਹ ਮੁਹੰਮਦਾ ਵਿਚ ਪੰਜਾਬ ਦੇ ਜੀ,
ਕਦੇ ਨਹੀਂ ਸੀ ਤੀਸਰੀ ਜਾਤ ਆਈ।

ਇਸ ਦੇ ਇਲਾਵਾ, ਸਿੱਖ ਸਿਰ ਉੱਚਾ ਕਰ ਕੇ ਬੜੇ ਫ਼ਖ਼ਰ ਨਾਲ ਇਹ ਵੀ ਕਹਿ ਸਕਦੇ ਹਨ ਕਿ ਸਿਖਾਂ ਨੇ ਇੱਕ ਵਕਤ, ਜਦੋਂ ਰਾਜ ਤਲਵਾਰ ਦੇ ਜ਼ੋਰ ਨਾਲ ਬਣਦੇ ਅਤੇ ਟੁਟਦੇ ਸਨ, ਤਲਵਾਰ ਦੇ ਜ਼ੋਰ ਨਾਲ ਪੰਜਾਬ ਵਿਚ ਇੱਕ ਵਿਸ਼ਾਲ ਅਤੇ ਸ਼ਕਤੀਸ਼ਾਲੀ ਸਿੱਖ ਰਾਜ ਸਥਾਪਿਤ ਕੀਤਾ ਸੀ।

ਸਿੱਖ ਰਾਜ ਦਾ ਖ਼ਾਤਮਾ

ਮਹਾਰਾਜਾ ਰਣਜੀਤ ਸਿੰਘ ਦੀ 1839 A.D. ਵਿਚ ਮੌਤ ਹੋ ਜਾਣ ਦੇ ਬਾਅਦ ਸਿੱਖ ਰਾਜ ਰਾਜਾ ਧਿਆਨ ਸਿੰਘ ਡੋਗਰਾ, ਰਾਜਾ ਗੁਲਾਬ ਸਿੰਘ ਡੋਗਰਾ, ਰਾਜਾ ਲਾਲ ਸਿੰਘ ਬ੍ਰਾਹਮਣ ਅਤੇ ਰਾਜਾ ਤੇਜਾ ਸਿੰਘ ਬ੍ਰਾਹਮਣ, ਮਹਾਰਾਨੀ ਚੰਦ ਕੌਰ ਅਤੇ ਰਾਨੀ ਜਿੰਦਾ ਦੀਆਂ ਸਾਜ਼ਸਾਂ ਦਾ ਸ਼ਿਕਾਰ ਹੋ ਗਿਆ। ਪਹਿਲਾਂ ਖੜਕ ਸਿੰਘ, ਫਿਰ ਨੌਨਿਹਾਲ ਸਿੰਘ, ਫਿਰ ਸ਼ੇਰ ਸਿੰਘ, ਫਿਰ ਪਰਤਾਪ ਸਿੰਘ ਇੱਕ ਇੱਕ ਕਰਕੇ ਖ਼ਤਮ ਕਰ ਦਿੱਤੇ ਗਏ। ਅੰਤ ਵਿਚ ਦਲੀਪ ਸਿੰਘ ਨੂੰ ਚਾਰ ਸਾਲ ਦੀ ਉਮਰ ਤੇ ਰਾਜ ਗੱਦੀ ਤੇ ਬੈਠਾ ਦਿੱਤਾ ਗਿਆ। ਇਸ ਦੇ ਬਾਅਦ ਸਿੱਖ ਫ਼ੌਜ ਨੂੰ ਅੰਗਰੇਜ਼ ਹਕੂਮਤ ਦੇ ਨਾਲ ਜੰਗ ਵਿਚ ਧਕੇਲ ਦਿੱਤਾ ਗਿਆ। ਸਿੱਖਾਂ ਅਤੇ ਅੰਗਰੇਜ਼ਾਂ ਦੀ ਪਹਿਲੀ ਜੰਗ ਵਿਚ ਦਸੰਬਰ 18, 1845 ਨੂੰ ਮੁਦਕੀ ਦੀ ਲੜਾਈ ਹੋਈ। ਦਸੰਬਰ 21, 1845 ਨੂੰ ਫ਼ਿਰੋਜ਼ਸ਼ਾਹ ਦੀ ਲੜਾਈ ਹੋਈ। ਜਨਵਰੀ 21, 1846 ਨੂੰ ਬਦੋਵਾਲ ਦੀ ਲੜਾਈ ਹੋਈ। ਜਨਵਰੀ 28, 1846 ਨੂੰ ਅਲੀਵਾਲ ਦੀ ਲੜਾਈ ਹੋਈ। ਫ਼ਰਵਰੀ 10, 1846 ਨੂੰ ਸਬਰਾਉਂ ਦੀ ਲੜਾਈ ਹੋਈ। ਸਿੱਖਾਂ ਅਤੇ ਅੰਗਰੇਜ਼ਾਂ ਦੀ ਦੂਜੀ ਜੰਗ ਵਿਚ ਜਨਵਰੀ 13, 1849 ਨੂੰ ਚਿਲਿਆਂਵਾਲਾ ਦੀ ਲੜਾਈ ਹੋਈ। ਇਸ ਦੇ ਬਾਅਦ ਫ਼ਰਵਰੀ 21, 1849 ਨੂੰ ਗੁਜਰਾਤ ਦੀ ਲੜਾਈ ਹੋਈ ਜਿਸ ਦੇ ਫਲਸਰੂਪ ਅੰਗਰੇਜ਼ਾਂ ਦੀ ਅੰਤਮ ਰੂਪ ਵਿਚ ਪੂਰੀ ਜਿੱਤ ਹੋ ਗਈ। ਵਜ਼ੀਰ ਲਾਲ ਸਿੰਘ ਅਤੇ ਸਿੱਖ ਫ਼ੌਜਾਂ ਦੇ ਕਮਾਂਡਰ-ਇਨ-ਚੀਫ਼ ਰਾਜਾ ਤੇਜਾ

ਸਿੰਘ ਦੀ ਗ਼ਦਾਰੀ ਕਰਕੇ ਸਿੱਖ ਫ਼ੌਜਾਂ ਦੀ ਹਾਰ ਹੋਈ। ਅੰਤ ਵਿਚ ਮਾਰਚ 29, 1849 ਦੀ ਘੋਸ਼ਣਾ (Proclamation) ਰਾਹੀਂ ਲਾਹੌਰ ਦਰਬਾਰ ਦਾ ਇਲਾਕਾ ਅੰਗਰੇਜ਼ ਹਕੂਮਤ ਦੇ ਇਲਾਕੇ ਵਿਚ ਸ਼ਾਮਲ ਕਰ ਲਿਆ ਗਿਆ। ਇਸ ਤਰ੍ਹਾਂ ਨਾਲ ਮਹਾਰਾਜਾ ਰਣਜੀਤ ਸਿੰਘ ਦੀ ਜੂਨ 27, 1839 ਨੂੰ ਮੌਤ ਦੇ ਬਾਅਦ ਕੁਝ ਸਾਲਾਂ ਵਿਚ ਹੀ ਸਿੱਖ ਰਾਜ ਮਾਰਚ 29, 1849 ਨੂੰ ਖ਼ਤਮ ਹੋ ਗਿਆ। ਇਹ ਹੈ ਸਿੱਖ ਰਾਜ ਦੇ ਖ਼ਾਤਮੇ ਦੀ ਕਹਾਣੀ। ਇਹ ਹੈ ਰਾਜਾ ਧਿਆਨ ਸਿੰਘ, ਰਾਜਾ ਗੁਲਾਬ ਸਿੰਘ, ਰਾਜਾ ਲਾਲ ਸਿੰਘ, ਰਾਜਾ ਤੇਜਾ ਸਿੰਘ ਦੀਆਂ ਗ਼ਦਾਰੀਆਂ ਅਤੇ ਸਾਜ਼ਸਾਂ ਅਤੇ ਮਹਾਰਾਨੀ ਚੰਦ ਕੌਰ ਅਤੇ ਰਾਨੀ ਜਿੰਦਾਂ ਦੀਆਂ ਸਾਜ਼ਸਾਂ ਦੀ ਦਾਸਤਾਨ। ਜੇਕਰ ਮਹਾਰਾਜਾ ਰਣਜੀਤ ਸਿੰਘ ਦੀ ਮੌਤ ਦੇ ਤੁਰੰਤ ਬਾਅਦ ਪੰਜਾਬ ਨੂੰ ਅਤੇ ਸਿੱਖ ਕੌਮ ਨੂੰ ਇੱਕ ਹੋਰ ਰਣਜੀਤ ਸਿੰਘ ਮਿਲ ਗਿਆ ਹੁੰਦਾ, ਤਾਂ ਵਧੇਰੇ ਸੰਭਾਵਨਾ ਇਸ ਗੱਲ ਦੀ ਸੀ ਕਿ ਅੰਗਰੇਜ਼ਾਂ ਅਤੇ ਸਿੱਖਾਂ ਦੀ ਜੰਗ ਹੀ ਨਾ ਹੁੰਦੀ ਅਤੇ ਨਾ ਹੀ ਪੰਜਾਬ ਵਿਚੋਂ ਸਿੱਖ ਰਾਜ ਦਾ ਖ਼ਾਤਮਾ ਹੁੰਦਾ। ਹੋਣੀ ਨੂੰ ਕੁਝ ਹੋਰ ਵੀ ਮਨਜ਼ੂਰ ਹੁੰਦਾ, ਤਾਂ ਘੱਟੋ ਘੱਟ ਇਹ ਯਕੀਨੀ ਸੀ ਕਿ ਗ਼ਦਾਰਾਂ ਨੂੰ ਗ਼ਦਾਰੀ ਕਰਨ ਦਾ ਮੌਕਾ ਨਹੀਂ ਸੀ ਮਿਲਣਾ। ਉਪਰਲੇ ਪੱਧਰ ਤੇ ਸਿੱਖ ਹਕੂਮਤ ਇਕ-ਮੁੱਠ ਰਹਿੰਦੀ। ਸਿੱਖ ਫੌਜ ਦਾ ਜੰਗ ਦੇ ਮੈਦਾਨ ਵਿਚ ਕੁਰਬਾਨੀ ਕਰ ਸਕਣ ਅਤੇ ਲੜ ਸਕਣ ਦੀ ਤਾਕਤ ਦਾ ਕੋਈ ਵੀ ਦੁਸ਼ਮਨ ਮੁਕਾਬਲਾ ਨਹੀਂ ਕਰ ਸਕਦਾ ਸੀ। ਜੇਕਰ ਅਜਿਹੀ ਸੂਰਤ ਵਿਚ ਅੰਗਰੇਜ਼ਾਂ ਅਤੇ ਸਿੱਖਾਂ ਦੀ ਜੰਗ ਹੋ ਵੀ ਜਾਂਦੀ, ਤਾਂ ਸਿੱਖਾਂ ਦੀ ਜਿੱਤ ਯਕੀਨੀ ਸੀ ਜਿਸ ਨਾਲ ਸਿੱਖ ਰਾਜ ਦਾ ਸਾਰੇ ਭਾਰਤ ਵਿਚ ਸਥਾਪਿਤ ਹੋ ਜਾਣਾ ਯਕੀਨੀ ਸੀ। ਪਰ ਸਿੱਖਾਂ ਦੀ ਬਦ-ਕਿਸਮਤੀ ਕਹੋ। ਕੁਝ ਹੋਰ ਕਹੋ। ਪੰਜਾਬ ਨੂੰ ਅਤੇ ਸਿੱਖ ਕੌਮ ਨੂੰ ਇੱਕ ਹੋਰ ਰਣਜੀਤ ਸਿੰਘ ਨਾ ਮਿਲ ਸਕਿਆ। ਹੋਣੀ ਨੂੰ ਕੁਝ ਹੋਰ ਮਨਜ਼ੂਰ ਸੀ। ਭਾਣਾ ਵਰਤ ਕੇ ਹੀ ਰਿਹਾ। ਗ਼ਦਾਰਾਂ ਨੂੰ ਗ਼ਦਾਰੀ ਦਾ ਨਾਚ ਨੱਚਣ ਦਾ ਪੂਰਾ ਮੌਕਾ ਮਿਲ ਗਿਆ। ਮੁਕਦੀ ਗੱਲ, ਮਹਾਰਾਜਾ ਰਣਜੀਤ ਸਿੰਘ ਦੀ ਮੌਤ ਹੋ ਜਾਣ ਕਰਕੇ, ਪੰਜਾਬ ਨੂੰ ਅਤੇ ਸਿੱਖ ਕੌਮ ਨੂੰ ਇੱਕ ਹੋਰ ਰਣਜੀਤ ਸਿੰਘ ਨਾ ਮਿਲਣ ਕਰਕੇ, ਪੰਜਾਬ ਵਿਚ ਸਿੱਖ ਰਾਜ ਇੱਕ ਰਣਜੀਤ ਸਿੰਘ ਬਾਝੋਂ, ਇੱਕ ਸਰਕਾਰ ਬਾਝੋਂ ਖ਼ਤਮ ਹੋ ਕੇ ਰਹਿ ਗਿਆ। ਗ਼ਦਾਰਾਂ ਦੀ ਗ਼ਦਾਰੀ ਕਰਕੇ ਸਿੱਖ ਫ਼ੌਜਾਂ ਜਿੱਤ ਕੇ ਅੰਤ ਨੂੰ ਹਾਰ ਗਈਆਂ।

ਅੰਗਰੇਜ਼ ਇਤਹਾਸਕਾਰ ਵੀ ਇਸ ਗੱਲ ਨੂੰ ਮੰਨਦੇ ਹਨ ਕਿ ਸਿੱਖਾਂ ਅਤੇ ਅੰਗਰੇਜ਼ਾਂ ਦੀਆਂ ਦੋ ਜੰਗਾਂ ਵਿਚ ਸਿੱਖ ਫ਼ੌਜ ਅਤੇ ਸ੍ਰ. ਸ਼ਾਮ ਸਿੰਘ ਅਟਾਰੀਵਾਲੇ ਵਰਗੇ ਸਰਦਾਰ ਬੇਮਿਸਾਲ ਬਹਾਦਰੀ ਨਾਲ ਲੜੇ ਸਨ। General Sir John J.H. Gordon, K.C.B. ਆਪਣੀ ਪੁਸਤਕ *THE SIKHS,* ਪ੍ਰਕਾਸ਼ਕ ਭਾਸ਼ਾ ਵਿਭਾਗ, ਪੰਜਾਬ (1988) ਦੇ ਪੰਨਿਆਂ 143, 154-155 ਅਤੇ 157-158 ਤੇ ਕਹਿੰਦਾ ਹੈ :-

The battle of Ferozeshah was one of the most momentous, and certainly the hardest fought-out one, ever engaged in by the British in India. It has been said that the Sikhs then shook our Indian Empire to its base. (p.143)

The British loss was 2400 killed and wounded, — about one-sixth of their force engaged,— that of the Sikhs killed, wounded, and drowned being estimated at 10,000. Some of the English regiments, on whom the brunt of the fighting fell, lost one-third of their strength.

On the following day a party of Sikhs came in with a request to take away the bodies of their slain chiefs, among them that of Sardar Sham Singh, whose death they all deplored, a comrade of Ranjit Singh and an experienced and gallant old soldier. He had opposed the ill-fated cry of war against the British, but, unheeded in Council, threw in his lot with the Khalsa when the die was cast, and at the head of his men joined the army. At Sobraon he announced his determination not to survive another defeat, which he feared more than death. Dressed in white clothes, he was, with his long flowing white beard, conspicuous on the ramparts cheering on his ardent followers, directing the gunners where to fire on the English soldiers, confident, if they were destroyed, the day was gained. He fell honoured by his gallant opponents. His wife, a high-spirited Sikh dame, on hearing at her home of the defeat of the Khalsa, without waiting for details, immolated herself on the funeral pyre, as she said she knew her lord was dead, he having asssured her he would not disgrace his family by returning defeated. (pp. 154-155)

The Prime Minister, Sir Robert Peel, in the House of Commons, when proposing the thanks of Parliament to the Indian Army of the Sutlej, spoke enthusiastically of their victories, interrupted by no single failure, unsullied by any imputations on our arms or character, —and quoted from a letter to him the generous tribute of their brave veteran chief to the gallant foe : "Policy precluded me from publicly recording my sentiments on the splendid gallantry of our fallen foe, or to record the acts of heroism displayed not only individually but almost collectively by the Sikh sardars and army; and I declare, were it not from a deep conviction that my country's good demanded the sacrifice, I could have wept to witness the fearful slaughter of so devoted a body of men." (pp. 157-158)

ਅੰਗਰੇਜ਼ ਇਤਿਹਾਸਕਾਰ PAYNE ਆਪਣੀ ਪੁਸਤਕ *A Short History Of The Sikhs*, ਪ੍ਰਕਾਸ਼ਕ ਭਾਸ਼ਾ ਵਿਭਾਗ, ਪੰਜਾਬ (1970) ਦੇ ਪੰਨੇ 207-208 ਤੇ ਲਿਖਦਾ ਹੈ ਕਿ ਜਦੋਂ ਸਿੱਖ ਫ਼ੌਜੀ ਆਪਣੀ ਹਾਰ ਦੇ ਬਾਅਦ ਆਪਣੇ ਹਥਿਆਰ General Sir Walter Gilbert ਦੇ ਅਗੇ ਤਿਆਗ ਰਹੇ ਸਨ, ਤਾਂ ਉਸ ਵਕਤ ਉਨ੍ਹਾਂ ਦੀ ਹਾਰ ਹੋ ਜਾਣ ਦੇ ਫਲਸਰੂਪ ਉਨ੍ਹਾਂ ਦੀ ਆਪਣੇ ਹਥਿਆਰ ਜੇਤੂ ਅੰਗਰੇਜ਼ ਜਰਨੈਲ ਦੇ ਹਵਾਲੇ ਕਰਨ ਦੀ ਮਜਬੂਰੀ ਵੇਖੀ ਨਹੀਂ ਜਾ ਸਕਦੀ ਸੀ ।

Thirty-five chiefs laid down their swords at Gilbert's feet ; and afterwards the Sikh soldiers, advancing one by one, flung each his arms on heap in front of the general's tent. "I never saw"—so runs the entry in the subaltern's diary—"anything like the reluctance with which they seemed to part with their weapons. Many of them were fine grey-haired old fellows, with large flowing white beards, probably some of Ranjeet

Singh's veterans. One old fellow I noticed in particular : he stood for a long time looking wistfully at his arms and the pile before him, and evidently could not make up his mind to give them up. At last the officer on duty came up and touched him on the shoulder, and ordered him to move on ; he then threw down his sword and matchlock with a crash, and turned away saying with tears in his eyes, 'All my work is done now.' After they had deposited their weapons, they went away—goodness knows where—probably without a farthing in their pockets to buy food with. (pp. 207-208)

ਕਵੀ ਸ਼ਾਹ ਮੁਹੰਮਦ 'ਜੰਗਨਾਮਾ ਸਿੰਘਾਂ ਤੇ ਫਰੰਗੀਆਂ' ਵਿਚ ਲਿਖਦਾ ਹੈ —

ਸ਼ਾਹ ਮੁਹੰਮਦਾ ਇਕ ਸਰਕਾਰ ਬਾਝੋਂ,
ਫੌਜਾਂ ਜਿਤ ਕੇ ਅੰਤ ਨੂੰ ਹਾਰੀਆਂ ਨੀ ।

ਇਹ ਹੈ ਸਿੱਖ ਧਰਮ ਦਾ 380 ਸਾਲ ਦਾ ਇਤਿਹਾਸ । ਸ੍ਰੀ ਗੁਰੂ ਨਾਨਕ ਦੇਵ ਜੀ ਦਾ ਜਨਮ 1469 A.D. ਵਿਚ ਹੋਇਆ ਅਤੇ ਪੰਜਾਬ ਵਿਚ ਸਿੱਖ ਰਾਜ ਦਾ ਖ਼ਾਤਮਾ 1849 ਵਿਚ ਹੋ ਗਿਆ ।

17. ਕੀ ਸਾਡੇ ਅੱਜ ਦੇ ਸਿੱਖ ਨੇਤਾ ਸਿੱਖ ਧਰਮ ਦੇ 380 ਸਾਲਾਂ ਦੇ ਸਿੱਖ ਇਤਿਹਾਸ ਤੋਂ ਕੁਝ ਸਿਖਣਗੇ ?

ਕੀ ਸਾਡੇ ਅੱਜ ਦੇ ਸਿੱਖ ਨੇਤਾ ਸਿੱਖ ਧਰਮ ਦੇ ਸ੍ਰੀ ਗੁਰੂ ਨਾਨਕ ਦੇਵ ਜੀ ਦੇ ਜਨਮ ਤੋਂ ਲੈ ਕੇ, ਪੰਜਾਬ ਵਿਚ ਸਿੱਖ ਰਾਜ ਦੀ ਸਥਾਪਣਾ ਅਤੇ ਖ਼ਾਤਮੇ ਤਕ ਦੇ 380 ਸਾਲਾਂ ਦੇ ਸਿੱਖ ਇਤਿਹਾਸ ਤੋਂ ਕੁਝ ਸਿਖਣਗੇ ?

ਇਸ ਪ੍ਰਸੰਗ ਵਿਚ ਵਿਚਾਰ ਕਰਨ ਵਾਲੀ ਗੱਲ ਇਹ ਹੈ ਕਿ ਅੱਜ ਦੇ ਪੰਜਾਬ ਵਿਚ ਬਹੁ-ਗਿਣਤੀ ਸਿੱਖਾਂ ਦੀ ਹੈ । ਹਕੂਮਤ ਅਕਾਲੀ ਪਾਰਟੀ ਦੀ ਹੋਵੇ ਜਾਂ ਕਾਂਗਰਸ ਪਾਰਟੀ ਦੀ, ਮੁੱਖ ਮੰਤਰੀ ਸਿੱਖ ਹੀ ਹੋਵੇਗਾ । ਇਸ ਲਈ ਸੀਮਿਤ ਸੱਤਾ ਪੰਜਾਬ ਵਿਚ ਸਿੱਖਾਂ ਪਾਸ ਹੈ ਹੀ । ਪਰ ਹਰ ਸਿੱਖ ਨੇਤਾ ਆਪਣੀ ਆਪਣੀ ਕੁਰਸੀ ਲਈ ਲੜ ਰਿਹਾ ਹੈ । ਭ੍ਰਿਸ਼ਟਾਚਾਰ ਵੀ ਵਧਦਾ ਹੀ ਜਾ ਰਿਹਾ ਹੈ । ਲਗ-ਭਗ ਹਰ ਸਿੱਖ ਨੇਤਾ ਆਪਣੀਆਂ ਆਪਣੀਆਂ ਰੋਟੀਆਂ ਸੇਕਣ ਵਿਚ ਲਗਾ ਹੋਇਆ ਹੈ । ਪਰਿਵਾਰਵਾਦ ਪੂਰੇ ਜ਼ੋਰਾਂ ਤੇ ਹੈ । ਹਰ ਵੱਡਾ ਜਾਂ ਛੋਟਾ ਸਿੱਖ ਨੇਤਾ ਆਪਣੇ ਜੀਊਂਦੇ ਜੀਊਂਦੇ ਆਪਣੇ ਪਰਿਵਾਰ ਦੇ ਕਿਸੇ ਜੀਅ, ਵਿਸ਼ੇਸ਼ ਕਰ ਕੇ ਆਪਣੇ ਪੁੱਤਰ, ਨੂੰ ਰਾਜਨੀਤੀ ਵਿਚ ਲਿਆ ਕੇ ਆਪਣੀ ਕੁਰਸੀ ਤੇ ਜਾਂ ਕਿਸੇ ਹੋਰ ਕੁਰਸੀ ਤੇ ਬੈਠਾ ਵੇਖਣਾ ਚਾਹੁੰਦਾ ਹੈ । ਇਹ ਹੈ ਸਾਡੇ ਪੰਜਾਬ ਦੀ ਅੱਜ ਦੀ ਤਸਵੀਰ ਜਿਥੇ ਥੋੜੀ ਜਿਹੀ ਸੱਤਾ ਸਾਡੇ ਸਿੱਖ ਨੇਤਾਵਾਂ ਦੇ ਹੱਥ ਵਿਚ ਆਈ ਹੈ । **ਸਿੱਖਾਂ ਨੂੰ ਸਮਝ ਲੈਣਾ ਚਾਹੀਦਾ ਹੈ ਕਿ ਜਦੋਂ ਤਕ ਸਿੱਖ ਰਾਜਨੀਤੀ ਵਿਚ ਕੁਰਸੀ ਦੀ ਹਵਸ, ਭ੍ਰਿਸ਼ਟਾਚਾਰ ਅਤੇ ਅਨੁਚਿਤ ਪਰਿਵਾਰਵਾਦ ਖ਼ਤਮ ਨਹੀਂ ਹੁੰਦੇ, ਸਿੱਖਾਂ ਦਾ ਕੁਝ ਬਣਨ ਵਾਲਾ ਨਹੀਂ । ਇਸ ਲਈ ਇਹ ਜ਼ਰੂਰੀ ਹੋ ਗਿਆ ਹੈ ਕਿ ਸਾਡੀ ਲੀਡਰਸ਼ਿਪ ਦਿਆਨਤਦਾਰ ਸਿੱਖ ਨੇਤਾਵਾਂ ਅਤੇ ਪਹਿਲੇ ਦਰਜੇ ਦੇ ਅਰਥ-ਵਿਗਿਆਨੀਆਂ ਦੇ ਹੱਥਾਂ ਵਿਚ ਹੋਵੇ । ਕੇਵਲ ਅਜਿਹੀ ਸੂਰਤ ਵਿਚ ਸਿੱਖ ਧਰਮ ਅਤੇ ਸਿੱਖਾਂ ਦਾ ਭਵਿੱਖ ਸੁਰੱਖਿਅਤ ਹੋ ਸਕਦਾ ਹੈ । ਵਰਨਾ, ਨਹੀਂ ।**

ਅਸੀਂ ਮੰਗਦੇ ਸਾਂ ਖਾਲਿਸਤਾਨ,
ਸਾਨੂੰ ਮਿਲਿਆ ਉਪਰੇਸ਼ਨ ਬਲੀਊ ਸਟਾਰ।
ਇੰਦਰਾ ਗਾਂਧੀ ਦੀ ਹੱਤਿਆ ਦੇ ਬਾਅਦ
ਭਾਰਤ ਵਿਚ ਸਿੱਖਾਂ ਦਾ ਹੋਇਆ ਕਤਲੇ-ਆਮ।
ਇਸ ਤੇ ਰਾਜੀਵ ਗਾਂਧੀ ਨੇ ਕਿਹਾ ਕਿ ਜਦੋਂ ਵੱਡਾ
ਦਰਖ਼ਤ ਗਿਰਦਾ ਹੈ ਤਾਂ ਧਰਤੀ ਹਿਲ ਜਾਂਦੀ ਹੈ।

ਭਾਰਤ ਦੇ ਬਦਲ ਚੁੱਕੇ ਅੱਜ ਦੇ ਹਾਲਾਤ ਵਿਚ ਖਾਲਿਸਤਾਨ ਦੀ ਸੁਤੰਤਰ ਰਾਜ ਦੇ ਰੂਪ ਵਿਚ ਸਥਾਪਣਾ ਦੀ ਸੰਭਾਵਨਾ ?

ਵੇਖੋ, ਸਿੱਖ ਧਰਮ ਦੀ ਵੱਖਰੀ ਹਸਤੀ ਨੂੰ ਚਣੌਤੀ ਪੰਨੇ 65-69, ਭਾਜਪਾ ਦੀ ਸੰਪ੍ਰਦਾਇਕਤਾ ਪੰਨੇ 112-115, ਅਤੇ ਕੀ ਭਾਰਤ ਜਲਦੀ ਜਲਦੀ ਹਿੰਦੂ ਰਾਸ਼ਟਰ ਬਣਦਾ ਜਾ ਰਿਹਾ ਹੈ ? ਪੰਨੇ 116-117.

(ਇਤਿਹਾਸ ਵਿਚ ਐਸੇ ਵਕਤ ਵੀ ਆਏ ਹਨ ਜਦੋਂ ਸਾਰੇ ਭਾਰਤ ਵਿਚ ਸਿੱਖ ਰਾਜ ਦੀ ਸਥਾਪਣਾ ਦੀ ਸੰਭਾਵਨਾ ਪੈਦਾ ਹੋ ਗਈ ਸੀ। ਪੰਨੇ 17-20)

ਸਾਡੇ ਕੁਝ ਨੇਤਾ ਅੱਜ ਵੀ ਖਾਲਿਸਤਾਨ ਸਥਾਪਿਤ ਕਰਨ ਦੀ ਗੱਲ ਕਰਦੇ ਹਨ। ਇਨ੍ਹਾਂ ਦਾ ਖਾਲਿਸਤਾਨ ਦੀ ਸਥਾਪਤੀ ਤੋਂ ਮਤਲਬ ਹੈ, ਇੱਕ ਨਿਸ਼ਚਿਤ ਇਲਾਕੇ ਅਰਥਾਤ ਲਗਭਗ ਅੱਜ ਦੇ ਪੰਜਾਬ ਵਿਚ ਪੂਰੀ ਤਰ੍ਹਾਂ ਨਾਲ ਇੱਕ ਸੁਤੰਤਰ ਰਾਜ ਸਥਾਪਿਤ ਕਰਨਾ, ਜਿਸ ਵਿਚ ਬਹੁ-ਗਿਣਤੀ ਸਿੱਖਾਂ ਦੀ ਹੋਵੇਗੀ ਅਤੇ ਸੱਤਾ ਸਿੱਖਾਂ ਦੇ ਹੱਥ ਵਿਚ ਹੋਵੇਗੀ।

ਇੰਡੀਆ ਵਿਚ ਅੰਗਰੇਜ਼ ਹਕੂਮਤ ਦੇ ਹੋਣ ਕਰਕੇ 1947 ਵਿਚ ਜਦੋਂ ਦੇਸ਼ ਦੀ ਤਕਸੀਮ ਹੋਈ ਸੀ ਅਤੇ ਭਾਰਤ ਅਤੇ ਪਾਕਿਸਤਾਨ ਦੋ ਸੁਤੰਤਰ ਰਾਜ ਸਥਾਪਿਤ ਹੋਏ ਸਨ, ਉਸ ਵਕਤ ਉਨ੍ਹਾਂ ਦੋਹਾਂ ਸੁਤੰਤਰ ਰਾਜਾਂ ਦੇ ਵਿਚਕਾਰ ਇੱਕ ਸੁਤੰਤਰ ਰਾਜ ਖਾਲਿਸਤਾਨ ਇਸ ਲਈ ਸਥਾਪਿਤ ਨਹੀਂ ਹੋ ਸਕਿਆ ਸੀ ਕਿਉਂਕਿ ਪੰਜਾਬ ਦੇ ਕਿਸੇ ਵੀ ਇੱਕ ਨਿਸ਼ਚਿਤ ਇਲਾਕੇ ਵਿਚ ਸਿੱਖਾਂ ਦੀ ਬਹੁ-ਗਿਣਤੀ ਨਹੀਂ ਸੀ। ਸਿੱਖਾਂ ਲਈ ਭਾਰਤ ਅਤੇ ਪਾਕਿਸਤਾਨ ਵਿਚੋਂ ਇੱਕ ਨੂੰ ਚੁਣਨਾ ਸੀ। ਉਦੋਂ ਸਿੱਖਾਂ ਨੇ ਆਪਣੀ ਕਿਸਮਤ ਭਾਰਤ ਨਾਲ ਜੋੜ ਲਈ।

ਦੂਜੀ ਗੱਲ, ਅੱਜ ਜਦ ਪੰਜਾਬ ਵਿਚ ਸਿੱਖਾਂ ਦੀ ਬਹੁ-ਗਿਣਤੀ ਹੈ, ਹਾਲਾਤ ਪੂਰੀ ਤਰ੍ਹਾਂ ਨਾਲ ਬਦਲ ਚੁੱਕੇ ਹਨ। ਅੰਗਰੇਜ਼ ਹਕੂਮਤ ਇੰਡੀਆ ਵਿਚੋਂ ਜਾ ਚੁੱਕੀ ਹੈ। ਅੱਜ ਭਾਰਤ ਸਰਕਾਰ ਕਦੇ ਵੀ ਅਤੇ ਕਿਸੇ ਵੀ ਕੀਮਤ ਤੇ ਇਹ ਹੋਣ ਨਹੀਂ ਦੇਵੇਗੀ ਕਿ ਦੇਸ਼ ਦੀ ਹੋਰ ਤਕਸੀਮ ਹੋਵੇ ਅਤੇ ਭਾਰਤ ਦਾ ਕੋਈ ਵੀ ਹੋਰ ਇਲਾਕਾ ਭਾਰਤ ਤੋਂ ਟੁੱਟ ਕੇ ਇੱਕ ਸੁਤੰਤਰ ਰਾਜ ਬਣ ਜਾਵੇ।

ਕਾਂਗਰਸ ਪਾਰਟੀ, ਜਿਸ ਵਿਚ ਕਾਂਗਰਸੀ ਸਿੱਖ ਵੀ ਸ਼ਾਮਲ ਹਨ, ਖਾਲਿਸਤਾਨ ਦੀ ਮੰਗ ਨੂੰ ਦੇਸ਼ ਵਿਰੋਧੀ ਮੰਗ ਕਰਾਰ ਦਿੰਦੀ ਹੈ। ਭਾਰਤੀ ਜਨਤਾ ਪਾਰਟੀ ਵੀ ਖਾਲਿਸਤਾਨ ਦੀ ਮੰਗ ਨੂੰ ਦੇਸ਼ ਵਿਰੋਧੀ ਕਰਾਰ ਦੇਣ ਵਿਚ ਕਾਂਗਰਸ ਪਾਰਟੀ ਤੋਂ ਪਿਛੇ ਨਹੀਂ। ਕੁਝ ਅਗੇ ਜ਼ਰੂਰ ਹੈ।

ਸ਼੍ਰੋਮਣੀ ਅਕਾਲੀ ਦਲ ਦੇ ਸਿੱਖ ਨੇਤਾ ਵਸ ਲਗਦੇ ਖਾਲਿਸਤਾਨ ਦੀ ਮੰਗ ਸੰਬੰਧੀ ਚੁੱਪ ਰਹਿੰਦੇ ਹਨ। ਜੇਕਰ ਸ਼੍ਰੋਮਣੀ ਅਕਾਲੀ ਦਲ ਦੇ ਸਿੱਖ ਨੇਤਾਵਾਂ ਨੂੰ ਮਜਬੂਰੀ ਵਿਚ ਕੁਝ ਕਹਿਣਾ ਵੀ ਪੈਂਦਾ ਹੈ, ਤਾਂ ਉਹ ਇਹ ਕਹਿ ਦਿੰਦੇ ਹਨ ਕਿ ਉਹ ਨਹੀਂ ਚਾਹੁੰਦੇ ਕਿ ਪੰਜਾਬ ਵਿਚ ਆਤੰਕਵਾਦ ਦੇ ਪੁਰਾਣੇ ਦਿਨ ਫਿਰ ਪਰਤ ਆਉਣ। ਇਸ ਚੁੱਪ ਦਾ ਕਾਰਣ ਸਪਸ਼ਟ ਹੈ। ਇਨ੍ਹਾਂ ਨੂੰ ਪੰਜਾਬ ਵਿਚ ਸੱਤਾ ਹਾਸਲ ਕਰਨ ਲਈ ਹਿੰਦੂ ਵੋਟਾਂ ਦੀ ਲੋੜ ਹੈ। ਇਸ ਲਈ ਹਿੰਦੂ ਵੋਟਾਂ ਹਾਸਲ ਕਰਨ ਲਈ ਸ਼੍ਰੋਮਣੀ ਅਕਾਲੀ ਦਲ ਲਈ ਭਾਜਪਾ ਜਾਂ BSP ਜਾਂ ਕਿਸੇ ਹੋਰ ਪਾਰਟੀ ਨਾਲ ਸਮਝੌਤਾ ਕਰਨਾ ਮਜ਼ਬੂਰੀ ਬਣ ਗਈ ਹੈ।

ਪੰਜਾਬ ਵਿਚ ਸ੍ਰ. ਸਿਮਰਨਜੀਤ ਸਿੰਘ ਵਰਗੇ ਕੁਝ ਸਿੱਖ ਨੇਤਾ ਖਾਲਿਸਤਾਨ ਦੇ ਸਮਰਥਕ ਹਨ। ਪਰ ਸ਼੍ਰੋਮਣੀ ਅਕਾਲੀ ਦਲ ਦੇ ਸਿੱਖ ਨੇਤਾਵਾਂ ਦਾ ਕਹਿਣਾ ਹੈ ਕਿ ਸ੍ਰ. ਸਿਮਰਨਜੀਤ ਸਿੰਘ ਦੀ ਹਰ ਵਕਤ ਲੜਦੇ ਰਹਿਣ ਦੀ ਰਾਜਨੀਤੀ ਠੀਕ ਨਹੀਂ। ਉਨ੍ਹਾਂ ਨੇ ਅੱਜ ਤਕ ਪੰਥ ਨੂੰ ਨਾ ਤਾਂ ਕੁਝ ਲੈ ਕੇ ਦਿੱਤਾ ਹੈ, ਨਾ ਹੀ ਭਵਿੱਖ ਵਿਚ ਕੁਝ ਲੈ ਕੇ ਦੇ ਸਕਣਗੇ। ਸ਼੍ਰੋਮਣੀ ਅਕਾਲੀ ਦਲ ਦੇ ਸਿੱਖ ਨੇਤਾਵਾਂ ਦਾ ਇਹ ਵੀ ਕਹਿਣਾ ਹੈ ਕਿ ਉਹ ਸ਼ੁਰੂ ਤੋਂ ਹੀ ਰਾਜਾਂ ਨੂੰ ਵਧੇਰੇ ਅਧਿਕਾਰ ਦਿੱਤੇ ਜਾਣ ਦੀ ਮੰਗ ਕਰਦੇ ਆ ਰਹੇ ਹਨ ਅਤੇ ਅਗੋਂ ਵੀ ਕਰਦੇ ਰਹਿਣਗੇ। ਸ਼੍ਰੋਮਣੀ ਅਕਾਲੀ ਦਲ ਦੇ ਸਿੱਖ ਨੇਤਾਵਾਂ ਦਾ ਇਹ ਵੀ ਕਹਿਣਾ ਹੈ ਕਿ ਸ਼੍ਰੋਮਣੀ ਅਕਾਲੀ ਦਲ ਵਾਹਦ ਸਿੱਖ ਜਮਾਤ ਹੈ ਜੋ ਸ਼ੁਰੂ ਤੋਂ ਹੀ ਸਿੱਖਾਂ ਦੇ ਹਿੱਤਾਂ ਲਈ ਸੰਘਰਸ਼ ਕਰਦੀ ਆ ਰਹੀ ਹੈ। ਨਿਰਸੰਦੇਹ ਭਾਰਤੀ ਜਨਤਾ ਪਾਰਟੀ ਹਿੰਦੂ ਜਮਾਤ ਹੈ। ਇਹ ਸਿੱਖਾਂ ਦੇ ਹਿੱਤਾਂ ਦੀ ਰਾਖੀ ਕਰਨ ਦਾ ਦਾਅਵਾ ਨਹੀਂ ਕਰ ਸਕਦੀ। ਕਾਂਗਰਸ ਪਾਰਟੀ ਆਪਣੇ ਆਪ ਨੂੰ ਸੈਕੂਲਰ ਪਾਰਟੀ ਕਹਿੰਦੀ ਹੈ। ਇਸ ਲਈ ਕਾਂਗਰਸ ਪਾਰਟੀ ਵੀ ਨਾ ਤਾਂ ਸਿੱਖ ਜਮਾਤ ਹੈ ਅਤੇ ਨਾ ਹੀ ਇਹ ਕੇਵਲ ਸਿੱਖਾਂ ਦੇ ਹਿੱਤਾਂ ਦੀ ਰਾਖੀ ਕਰਨ ਦਾ ਦਾਅਵਾ ਕਰ ਸਕਦੀ ਹੈ।

ਸੋਚਣ ਵਾਲੀ ਗੱਲ ਇਹ ਵੀ ਹੈ ਕਿ ਅੱਜ ਦੇ ਪੰਜਾਬ ਰਾਜ ਵਿਚ ਰਾਜਨੀਤਿਕ ਸਿਥਿਤੀ ਅਤੇ ਸਿੱਖ ਨੇਤਾਵਾਂ ਬਾਰੇ ਆਮ ਸਿੱਖਾਂ ਦੀ ਕੀ ਰਾਏ ਹੈ ? ਅੱਜ ਪੰਜਾਬ ਵਿਚ ਬਹੁ-ਗਿਣਤੀ ਸਿੱਖਾਂ ਦੀ ਹੈ। ਹਕੂਮਤ ਅਕਾਲੀ ਪਾਰਟੀ ਦੀ ਹੋਵੇ ਜਾਂ ਕਾਂਗਰਸ ਪਾਰਟੀ ਦੀ ਹੋਵੇ, ਚੀਫ਼ ਮਨਿਸਟਰ ਸਿੱਖ ਹੀ ਹੋਵੇਗਾ। ਸੀਮਿਤ ਸੱਤਾ ਤਾਂ ਪੰਜਾਬ ਵਿਚ ਸਿੱਖਾਂ ਪਾਸ ਹੈ ਹੀ। ਪਰ ਹਰ ਕੋਈ ਆਪਣੀ ਕੁਰਸੀ ਲਈ ਲੜ ਰਿਹਾ ਹੈ। ਪਰਿਵਾਰਵਾਦ ਦਾ ਜ਼ੋਰ ਹੈ। ਹਰ ਵੱਡਾ ਜਾਂ ਛੋਟਾ ਸਿੱਖ ਨੇਤਾ ਆਪਣੇ ਜੀਊਂਦੇ ਜੀਊਂਦੇ ਆਪਣੇ ਪਰਿਵਾਰ ਦੇ ਕਿਸੇ ਜੀਅ, ਵਿਸ਼ੇਸ਼ ਕਰ ਕੇ ਆਪਣੇ ਪੁੱਤਰ, ਨੂੰ ਰਾਜਨੀਤੀ ਵਿਚ ਲਿਆ ਕੇ ਆਪਣੀ ਸੀਟ ਤੇ ਜਾਂ ਕਿਸੇ ਹੋਰ ਸੀਟ ਤੇ ਬੈਠਾ ਵੇਖਣਾ ਚਾਹੁੰਦਾ ਹੈ। ਭ੍ਰਿਸ਼ਟਾਚਾਰ ਵੀ ਵਧਦਾ ਹੀ ਜਾ ਰਿਹਾ ਹੈ। ਕੋਈ ਵਿਰਲਾ ਹੀ ਹੋਵੇਗਾ ਜੋ ਪੈਸਾ ਹਥਿਆਉਣਾ ਨਹੀਂ ਚਾਹੁੰਦਾ। ਸੱਚ ਤਾਂ ਇਹ ਹੈ ਕਿ ਹਰ ਛੋਟਾ ਵੱਡਾ ਸਿੱਖ ਨੇਤਾ, ਆਮ ਕਰ ਕੇ, ਕੁਝ ਥੋੜੇ ਜਿਹਾਂ ਨੂੰ ਛੱਡ ਕੇ, ਆਪਣੀਆਂ ਆਪਣੀਆਂ ਰੋਟੀਆਂ ਸੇਕਣ ਵਿਚ ਲਗਾ ਹੋਇਆ ਹੈ। ਭ੍ਰਿਸ਼ਟਾਚਾਰ ਅਤੇ ਪਰਿਵਾਰਵਾਦ

ਕਰਕੇ ਅੱਜ ਪੰਜਾਬ ਦੀ ਹਾਲਤ ਉਸ ਦਰਖ਼ਤ ਵਰਗੀ ਹੈ ਜਿਸ ਦੀਆਂ ਜੜਾਂ ਸੁਕਦੀਆਂ ਜਾ ਰਹੀਆਂ ਹੋਣ ਅਤੇ ਪਤੇ ਝੜਦੇ ਜਾ ਰਹੇ ਹੋਣ। ਇਹ ਹੈ ਸਾਡੇ ਪੰਜਾਬ ਰਾਜ ਦੇ ਅੱਜ ਦੀ ਤਸਵੀਰ ਜਿਥੇ ਥੋੜੀ ਜਿਹੀ ਸੱਤਾ ਸਿੱਖ ਨੇਤਾਵਾਂ ਦੇ ਹੱਥ ਵਿਚ ਆਈ ਹੈ। ਇਸ ਲਈ ਸਿੱਖਾਂ ਨੂੰ ਸਮਝ ਲੈਣਾ ਚਾਹੀਦਾ ਹੈ ਕਿ ਜਦੋਂ ਤਕ ਸਿੱਖ ਰਾਜਨੀਤੀ ਵਿਚ ਭ੍ਰਿਸ਼ਟਾਚਾਰ ਅਤੇ ਅਨੁਚਿਤ ਪਰਿਵਾਰਵਾਦ ਖ਼ਤਮ ਨਹੀਂ ਹੁੰਦੇ, ਸਿੱਖਾਂ ਦਾ ਕੁਝ ਬਣਨ ਵਾਲਾ ਨਹੀਂ।

ਅਕਾਲੀ ਨੇਤਾਵਾਂ ਦਾ ਫ਼ਰਜ਼ ਬਣਦਾ ਹੈ ਕਿ ਉਹ ਆਪ ਵੀ ਇਸ ਹਕੀਕਤ ਨੂੰ ਸਮਝਣ ਅਤੇ ਆਮ ਸਿੱਖਾਂ ਨੂੰ ਵੀ ਦਸਣ। ਅੱਜ ਦੇ ਪੰਜਾਬ ਵਿਚ ਜਿਥੇ ਅਸੀਂ ਖਾਲਿਸਤਾਨ ਬਣਾਉਣ ਦਾ ਸੁਪਨਾ ਲੈਂਦੇ ਹਾਂ, ਸਿੱਖਾਂ ਦੀ ਬਹੁ-ਗਿਣਤੀ ਬਹੁਤ ਜ਼ਿਆਦਾ ਨਹੀਂ ਹੋਵੇਗੀ। ਇਹ ਇੱਕ ਇਤਿਹਾਸਿਕ ਸਚਾਈ ਹੈ ਕਿ ਸਿੱਖ ਨੇਤਾ ਕੁਝ ਸਮੇਂ ਬਾਅਦ ਆਪਸ ਵਿਚ ਹੀ ਲੜ ਪੈਂਦੇ ਹਨ। ਫਿਰ ਇਨ੍ਹਾਂ ਵਿਚ ਇੱਕ ਤੋਂ ਵੱਧ ਧੜੇ ਬਣ ਜਾਂਦੇ ਹਨ। ਪੰਜਾਬੀ ਵਿਚ ਪ੍ਰਚਲਿਤ ਹੋ ਚੁੱਕੀ ਇਸ ਕਹਾਵਤ ਵਿਚ ਕੁਝ ਵਜ਼ਨ ਜਾਪਦਾ ਹੈ। ਕਹਿੰਦੇ ਹਨ ਕਿ ਜੇਕਰ ਇੱਕ ਇਕੱਲਾ ਅਕਾਲੀ ਹੋਵੇ, ਤਾਂ ਉਹ ਗੁਰਸਿੱਖ ਦਾ ਰੂਪ ਹੋਵੇਗਾ। ਜੇਕਰ ਦੋ ਅਕਾਲੀ ਇਕੱਠੇ ਹੋ ਜਾਣ, ਤਾਂ ਉਹ ਆਪਣਾ ਇੱਕ ਵੱਖਰਾ ਦਲ ਬਣਾਉਣ ਦੀ ਗੱਲ ਸੋਚ ਸਕਦੇ ਹਨ। ਜੇਕਰ ਤਿੰਨ ਅਕਾਲੀ ਇਕੱਠੇ ਹੋ ਜਾਣ, ਤਾਂ ਕਿਸੇ ਵਕਤ ਵੀ ਇੱਕ ਦੂਜੇ ਦੀਆਂ ਪਗੜੀਆਂ ਉਛਲ ਸਕਦੀਆਂ ਹਨ। ਅਜਿਹੀ ਸਿਥਿਤੀ ਵਿਚ ਅਜਿਹੇ ਖਾਲਿਸਤਾਨ ਵਿਚ ਅਸਲ ਸੱਤਾ ਗ਼ੈਰ-ਸਿੱਖਾਂ ਦੇ ਹੱਥ ਵਿਚ ਹੋਵੇਗੀ। ਹਕੂਮਤ ਉਸ ਸਿੱਖ ਧੜੇ ਦੀ ਬਣੇਗੀ ਜਿਸ ਦਾ ਸਾਥ ਗ਼ੈਰ-ਸਿੱਖ ਤਾਕਤਾਂ ਦੇਣਗੀਆਂ ਜਿਨ੍ਹਾਂ ਦੀ ਗਿਣਤੀ ਲਗ-ਭਗ 45 ਪ੍ਰਤਿਸ਼ਤ ਤੋਂ ਵੱਧ ਹੋਵੇਗੀ ਅਤੇ ਕਿਸੇ ਵਕਤ ਇਸ ਤੋਂ ਉਪਰ ਵੀ ਜਾ ਸਕਦੀ ਹੈ।

ਭਵਿੱਖ ਵਿਚ ਸਾਡੇ ਸਾਹਮਣੇ ਪੰਜਾਬ ਵਿਚ ਇੱਕ ਹੋਰ ਵੱਡਾ ਖ਼ਤਰਾ ਆ ਸਕਦਾ ਹੈ। ਇਹ ਠੀਕ ਹੈ ਕਿ ਅੱਜ ਪੰਜਾਬ ਵਿਚ ਸਿੱਖਾਂ ਦੀ ਬਹੁ-ਗਿਣਤੀ ਹੈ। ਪਰ ਭਵਿੱਖ ਵਿਚ ਸਿੱਖਾਂ ਦੀ ਪੰਜਾਬ ਵਿਚ ਬਹੁ-ਗਿਣਤੀ ਖ਼ਤਮ ਵੀ ਹੋ ਸਕਦੀ ਹੈ। ਇਸ ਦਾ ਪਹਿਲਾ ਕਾਰਣ, ਸਹਿਜਧਾਰੀ ਸਿੱਖਾਂ ਅਤੇ ਕਈ ਸਿੱਖ ਸੰਪ੍ਰਦਾਵਾਂ ਦੇ ਅਨੁਆਈਆਂ ਆਦਿ ਨੂੰ ਇਹ ਕਹਿ ਕੇ ਕਿ ਉਹ ਧਰਮ ਤੋਂ ਸਿੱਖ ਨਹੀਂ ਹਨ, ਅਸੀਂ ਉਨ੍ਹਾਂ ਤੇ ਸਿੱਖ ਧਰਮ ਦੇ ਦਰਵਾਜ਼ੇ ਬੰਦ ਕਰੀ ਜਾ ਰਹੇ ਹਾਂ। ਦੂਜਾ ਕਾਰਣ, ਸਿੱਖਾਂ ਦੀ ਇੱਕ ਵੱਡੀ ਗਿਣਤੀ ਆਰਥਿਕ ਮਜਬੂਰੀਆਂ ਕਰਕੇ ਅਮਰੀਕਾ, ਕੈਨੇਡਾ ਅਤੇ ਹੋਰ ਬਾਹਰ ਦੇ ਅਮੀਰ ਦੇਸ਼ਾਂ ਵਿਚ ਜਾ ਰਹੀ ਹੈ। ਇਉਂ ਜਾਪਦਾ ਹੈ ਕਿ ਕੁਝ ਸਾਲਾਂ ਵਿਚ ਹੀ ਪੰਜਾਬ ਵਿਚੋਂ ਅੱਧ ਤੋਂ ਵੱਧ ਸਿੱਖ ਪ੍ਰਦੇਸਾਂ ਵਿਚ ਉਡ ਜਾਣਗੇ। ਪੰਜਾਬ ਵਿਚ ਪਿਛੇ ਰਹਿ ਗਏ ਸਿੱਖਾਂ ਵਿਚੋਂ ਕੁਝ ਅਤਿ ਗਰੀਬ ਕਿਸਾਨ ਕਰਜ਼ਿਆਂ ਦੇ ਭਾਰ ਹੇਠਾਂ ਖ਼ੁਦਕਸ਼ੀ ਕਰ ਸਕਦੇ ਹਨ। ਇਸ ਦੇ ਇਲਾਵਾ, ਪੰਜਾਬ ਵਿਚ ਰਹਿ ਗਏ ਸਿੱਖਾਂ ਵਿਚੋਂ ਇੱਕ ਵੱਡੀ ਗਿਣਤੀ ਜ਼ਰਦੇ ਅਤੇ ਹੋਰ ਨਸ਼ਿਆਂ ਦੀ ਸ਼ਿਕਾਰ ਹੋ ਚੁੱਕੀ ਹੋਵੇਗੀ। ਇਸ ਦੇ ਫਲਸਰੂਪ ਸਿੱਖ ਗਭਰੂ ਆਪਣੇ ਖੇਤਾਂ ਵਿਚ ਮਿਹਨਤ ਕਰਨ ਤੋਂ ਹਟ ਸਕਦੇ ਹਨ। ਇਸ ਦੇ ਉਲਟ, ਯੂ.ਪੀ. ਅਤੇ ਬਿਹਾਰ ਦੇ ਭਈਏ ਆਰਥਿਕ ਮਜਬੂਰੀਆਂ ਕਰਕੇ ਭਾਰੀ

ਗਿਣਤੀ ਵਿਚ ਪੰਜਾਬ ਵਿਚ ਆ ਸਕਦੇ ਹਨ। ਇਸ ਸੰਭਾਵਨਾ ਨੂੰ ਰੱਦ ਨਹੀਂ ਕੀਤਾ ਜਾ ਸਕਦਾ ਕਿ ਇਹ ਭਈਏ ਹੀ ਸਾਡੇ ਪੰਜਾਬ ਦੇ ਖੇਤ ਸੰਭਾਲ ਲੈਣਗੇ। ਫਿਰ ਕੀ ਹੋਵੇਗਾ ? ਅਸੀਂ ਮੰਗਦੇ ਸਾਂ ਖਾਲਿਸਤਾਨ। ਉਹ ਤਾਂ ਮਿਲਿਆ ਨਹੀਂ। ਸਗੋਂ ਪੰਜਾਬ ਵਿਚ ਯੂ.ਪੀ. ਅਤੇ ਬਿਹਾਰ ਦੇ ਭਈਆਂ ਦਾ ਵੱਡੀ ਗਿਣਤੀ ਵਿਚ ਪੱਕੇ ਤੌਰ ਤੇ ਵਸ ਜਾਣ ਨਾਲ ਅਤੇ ਵੋਟਰ ਬਣ ਜਾਣ ਨਾਲ ਪੰਜਾਬ ਵਿਚ ਰਾਜਨੀਤਿਕ ਸ਼ਕਤੀ ਦਾ ਬੈਲਿੰਸ ਇਨ੍ਹਾਂ ਭਈਆਂ ਦੇ ਹੱਥਾਂ ਵਿਚ ਚਲਾ ਜਾਵੇਗਾ। ਇਸ ਦੇ ਬਾਅਦ ਅੱਜ ਦੇ ਅਕਾਲੀ ਨੇਤਾਵਾਂ ਦੇ ਰਾਜਕੁਮਾਰ ਇਨ੍ਹਾਂ ਭਈਆਂ ਦੀਆਂ ਵੋਟਾਂ ਲੈਣ ਲਈ ਇਨ੍ਹਾਂ ਦੇ ਪੈਰਾਂ ਤੇ ਗਿਰਿਆ ਕਰਨਗੇ ਅਤੇ ਇਨ੍ਹਾਂ ਤੋਂ ਆਪਣੇ ਹੀ ਪੰਜਾਬ ਵਿਚ ਰਹਿੰਦੇ ਹੋਏ ਰਾਜਨੀਤੀ ਵਿਚ ਕੁੱਟ ਖਾਇਆ ਕਰਨਗੇ। ਪੰਜਾਬ ਵਿਚ ਸਿੱਖਾਂ ਦੀ ਇਸ ਰਾਜਨੀਤਿਕ ਹਾਲਤ ਤੇ ਕੇਂਦਰ ਸਰਕਾਰ ਵੀ ਖ਼ੁਸ਼ ਹੋਵੇਗੀ। ਪੰਜਾਬ ਇੱਕ ਬਾਰਡਰ ਸਟੇਟ ਹੈ। ਇਸ ਲਈ ਕੇਂਦਰ ਸਰਕਾਰ ਹਮੇਸ਼ਾਂ ਇਹ ਚਾਹੁੰਦੀ ਹੈ ਕਿ ਪੰਜਾਬ ਦੀ ਬਾਰਡਰ ਸਟੇਟ ਵਿਚ ਸਿੱਖਾਂ ਦੀ ਰਾਜਨੀਤਿਕ ਸ਼ਕਤੀ ਸੀਮਿਤ ਹੀ ਰਹੇ ਤਾਂ ਜੋ ਉਹ ਕੇਂਦਰ ਸਰਕਾਰ ਲਈ ਕੋਈ ਮੁਸ਼ਕਲ ਨਾ ਪੈਦਾ ਕਰ ਸਕਣ। ਕਾਂਗਰਸ ਪਾਰਟੀ ਅਤੇ ਭਾਰਤੀ ਜਨਤਾ ਪਾਰਟੀ ਦੋਵੇਂ ਹੀ ਇਸ ਸਿਥਿਤੀ ਦਾ ਫ਼ਾਇਦਾ ਉਠਾਉਣ ਦਾ ਯਤਨ ਕਰਨਗੀਆਂ। ਦੋਵੇਂ ਪਾਰਟੀਆਂ ਸੋਚਣਗੀਆਂ ਕਿ ਭਈਆਂ ਦੀਆਂ ਵੋਟਾਂ ਹਿੰਦੂ ਵੋਟਾਂ ਹਨ। ਇਹ ਹਿੰਦੂ ਵੋਟਾਂ ਅਕਾਲੀ ਪਾਰਟੀ ਨੂੰ ਨਹੀਂ ਜਾ ਸਕਦੀਆਂ। ਇਸ ਲਈ ਭਈਏ ਆਪਣੀਆਂ ਵੋਟਾਂ ਕਾਂਗਰਸ ਪਾਰਟੀ ਜਾਂ ਭਾਰਤੀ ਜਨਤਾ ਪਾਰਟੀ ਨੂੰ ਪਾਉਣਗੇ। ਭਾਰਤੀ ਜਨਤਾ ਪਾਰਟੀ ਇਸ ਸਿਥਿਤੀ ਦਾ ਇੱਕ ਹੋਰ ਫ਼ਾਇਦਾ ਉਠਾਉਣ ਦੀ ਕੋਸ਼ਿਸ਼ ਕਰੇਗੀ। ਭਾਰਤੀ ਜਨਤਾ ਪਾਰਟੀ ਇਹ ਜਾਣਦੇ ਹੋਏ ਕਿ ਅਕਾਲੀ ਪਾਰਟੀ ਲਈ ਭਾਰਤੀ ਜਨਤਾ ਪਾਰਟੀ ਦੀ ਮੁਥਾਜੀ ਹੋਰ ਵੱਧ ਗਈ ਹੈ, ਉਹ ਸਿੱਖਾਂ ਤੇ ਹਿੰਦੂ ਧਰਮ ਅਤੇ ਹਿੰਦੂ ਕਲਚਰ ਦਾ ਅਨੁਚਿਤ ਪ੍ਰਭਾਵ ਹੋਰ ਵਧਾਵੇਗੀ। ਭਾਰਤੀ ਜਨਤਾ ਪਾਰਟੀ ਯਤਨ ਕਰੇਗੀ ਕਿ ਸਿੱਖ ਅਪਣੀ ਵੱਖਰੀ ਹਸਤੀ ਨੂੰ ਭੂਲ ਕੇ ਹੌਲੀ ਹੌਲੀ ਹਿੰਦੂਆਂ ਵਿਚ ਹੀ ਜਜ਼ਬ ਹੋ ਜਾਣ। ਪਰ ਦੁਖ ਦੀ ਗੱਲ ਇਹ ਹੈ ਕਿ ਸਾਡੇ ਸਿੱਖ ਨੇਤਾਵਾਂ ਨੂੰ ਇੱਕ ਦੂਜੇ ਦੇ ਨਾਲ ਲੜਨ ਅਤੇ ਆਪਣੀਆਂ ਆਪਣੀਆਂ ਰਾਜਨੀਤਿਕ ਰੋਟੀਆਂ ਸੇਕਣ ਤੋਂ ਹੀ ਵਿਹਲ ਨਹੀਂ ਕਿ ਉਹ ਭਵਿੱਖ ਵਿਚ ਪੈਦਾ ਹੋਣ ਵਾਲੇ ਇਸ ਵੱਡੇ ਖ਼ਤਰੇ ਵੱਲ ਧਿਆਨ ਦੇਣ। ਇਸ ਸੰਭਾਵਨਾ ਨੂੰ ਰੱਦ ਨਹੀਂ ਕੀਤਾ ਜਾ ਸਕਦਾ ਕਿ ਸਾਡੇ ਅਕਾਲੀ ਨੇਤਾਵਾਂ ਦੀ ਨੀਂਦ ਉਸ ਵਕਤ ਖੁਲ੍ਹੇ ਜਦੋਂ ਪੰਜਾਬ ਵਿਚ ਭਈਆਂ ਦੀ ਭਾਰੀ ਗਿਣਤੀ ਵਿਚ ਵੋਟਰ ਬਣ ਜਾਣ ਨਾਲ ਪੰਜਾਬ ਵਿਚ ਰਾਜਨੀਤਿਕ ਸੱਤਾ ਸਿੱਖਾਂ ਦੇ ਹੱਥੋਂ ਨਿਕਲ ਚੁੱਕੀ ਹੋਵੇਗੀ। **ਸਿੱਖ ਮੰਗਦੇ ਸਨ ਖਾਲਿਸਤਾਨ। ਉਹ ਤਾਂ ਮਿਲਿਆ ਨਹੀਂ। ਸਗੋਂ ਪੰਜਾਬ ਵਿਚ ਸਿੱਖਾਂ ਦੀ ਬਹੁ-ਗਿਣਤੀ ਹੋਣ ਕਰਕੇ ਜਿਹੜੀ ਸੀਮਿਤ ਰਾਜਨੀਤਿਕ ਸੱਤਾ ਸਿੱਖਾਂ ਦੇ ਕੋਲ ਸੀ, ਉਹ ਵੀ ਜਾਂਦੀ ਰਹੇਗੀ। ਜੇਕਰ ਅਕਾਲੀ ਨੇਤਾਵਾਂ ਨੇ ਇਸ ਖ਼ਤਰੇ ਤੋਂ ਬਚਾਅ ਲਈ ਕੁਝ ਨਾ ਕੀਤਾ ਅਤੇ ਇਹ ਭਾਣਾ ਵਰਤ ਗਿਆ ਤਾਂ ਇਹ ਸਿੱਖ ਕਾਜ਼ ਨਾਲ ਗ਼ਦਾਰੀ ਹੋਵੇਗੀ। ਅਜਿਹੀ ਸਿਥਿਤੀ ਵਿਚ ਅਕਾਲੀ ਨੇਤਾ ਪੰਜਾਬ ਵਿਚ ਬਣੇ ਸੀਮਿਤ ਸਿੱਖ ਹੋਮ ਲੈਂਡ ਨੂੰ ਖ਼ਤਮ ਕਰਨ ਲਈ ਜ਼ਿੰਮੇਵਾਰ ਹੋਣਗੇ। ਇਸ ਲਈ ਅਕਾਲੀ ਨੇਤਾਵਾਂ ਨੂੰ ਪੂਰੀ ਅਤੇ ਚੰਗੀ**

ਤਰ੍ਹਾਂ ਸਮਝ ਲੈਣਾ ਚਾਹੀਦਾ ਹੈ ਕਿ ਗ਼ਲਤੀ ਮਾਫ਼ ਕੀਤੀ ਜਾ ਸਕਦੀ ਹੈ। ਪਰ ਗ਼ਦਾਰੀ ਮਾਫ਼ ਨਹੀਂ ਕੀਤੀ ਜਾ ਸਕਦੀ।

ਖਾਲਿਸਤਾਨ ਨੂੰ ਅਮਰੀਕਾ, ਕੈਨੇਡਾ ਅਤੇ ਹੋਰ ਬਾਹਰਲੇ ਦੇਸ਼ਾਂ ਵਿਚ ਗਏ ਸਿੱਖਾਂ ਵਿਚੋਂ ਇੱਕ ਵੱਡੀ ਗਿਣਤੀ ਤੋਂ ਸਮਰਥਨ ਮਿਲ ਰਿਹਾ ਹੈ। ਇਨ੍ਹਾਂ ਸਿੱਖਾਂ ਦੇ ਅਨੁਸਾਰ ਖਾਲਿਸਤਾਨ ਉਨ੍ਹਾਂ ਦਾ ਸੁਪਨਾ ਹੈ। ਇਸ ਸੁਪਨੇ ਨੂੰ ਪੂਰਾ ਹੋਣ ਵਿਚ ਦੇਰੀ ਲਗ ਸਕਦੀ ਹੈ। ਪਰ ਅੰਤ ਵਿਚ ਇੱਕ ਦਿਨ ਇਹ ਸੁਪਨਾ ਪੂਰਾ ਹੋ ਕੇ ਹੀ ਰਹੇਗਾ। ਇਸ ਦੇ ਉਲਟ, ਪੰਜਾਬ ਦੇ ਸ਼੍ਰੋਮਣੀ ਅਕਾਲੀ ਦਲ ਦੇ ਸਿੱਖ ਨੇਤਾਵਾਂ ਦਾ ਕਹਿਣਾ ਹੈ ਕਿ ਬਦੇਸ਼ਾਂ ਵਿਚ ਰਹਿ ਰਹੇ ਸਿੱਖਾਂ ਨੂੰ ਭਾਰਤ ਵਿਚ ਬਦਲ ਚੁੱਕੇ ਹਾਲਾਤ ਨੂੰ ਜਾਣਨਾ ਅਤੇ ਸਮਝਣਾ ਚਾਹੀਦਾ ਹੈ। 1947 ਵਿਚ ਪਾਕਿਸਤਾਨ ਇੱਕ ਸੁਤੰਤਰ ਰਾਜ ਦੇ ਰੂਪ ਵਿਚ ਇਸ ਲਈ ਬਣ ਗਿਆ ਸੀ ਕਿਉਂਕਿ ਉਦੋਂ ਇੰਡੀਆ ਵਿਚ ਅੰਗਰੇਜ਼ ਹਕੂਮਤ ਸੀ।

ਸ਼੍ਰੋਮਣੀ ਅਕਾਲੀ ਦਲ ਦੇ ਸਿੱਖ ਨੇਤਾਵਾਂ ਦੀ ਗੱਲ ਵਿਚ ਵਜ਼ਨ ਲਗਦਾ ਹੈ ਕਿ ਅੱਜ ਭਾਰਤ ਵਿਚ ਹਾਲਾਤ ਬਦਲ ਚੁੱਕੇ ਹਨ। ਭਾਰਤ ਦੀ ਕੇਂਦਰੀ ਸਰਕਾਰ ਕਦੇ ਵੀ ਅਤੇ ਕਿਸੇ ਕੀਮਤ ਤੇ ਇਹ ਹੋਣ ਨਹੀਂ ਦੇਵੇਗੀ ਕਿ ਭਾਰਤ ਦਾ ਇੱਕ ਹਿੱਸਾ ਟੁੱਟ ਕੇ ਖਾਲਿਸਤਾਨ ਦੇ ਰੂਪ ਵਿਚ ਇੱਕ ਸੁਤੰਤਰ ਰਾਜ ਬਣ ਜਾਵੇ। ਇਸ ਪਿਛੋਕੜ ਵਿਚ ਸਿੱਖ ਭਾਰਤ ਦੇ ਫ਼ੈਡਰਲ ਢਾਂਚੇ ਵਿਚ ਰਾਜਾਂ ਨੂੰ ਵੱਧ ਤੋਂ ਵੱਧ ਅਧਿਕਾਰ ਦੇਣ ਦੀ ਮੰਗ ਕਰ ਸਕਦੇ ਹਨ। ਪਰ ਇਹ ਅਧਿਕਾਰ ਵੀ ਮਿਲਦੇ ਨਹੀਂ ਲਗਦੇ।

**ਉਪਰੇਸ਼ਨ ਬਲੀਊ ਸਟਾਰ ਅਤੇ ਇੰਦਰਾ ਗਾਂਧੀ।
31 ਅਕਤੂਬਰ, 1984 ਨੂੰ ਇੰਦਰਾ ਗਾਂਧੀ ਦੀ ਹੋਈ ਹੱਤਿਆ ਦੇ ਤੁਰੰਤ ਬਾਅਦ ਕਾਂਗਰਸ ਹਕੂਮਤ ਅਤੇ ਸਰਕਾਰੀ ਮਸ਼ੀਨਰੀ ਦੀ ਮਿਲੀ-ਭਗਤ ਨਾਲ ਅਤੇ ਕੁਝ ਕਾਂਗਰਸੀ ਨੇਤਾਵਾਂ ਦੀ ਅਗਵਾਈ ਹੇਠਾਂ ਨਿਰਦੋਸ਼ ਅਤੇ ਨਿਹੱਥੇ ਸਿੱਖਾਂ ਦਾ ਕਤਲੇ-ਆਮ।**

ਅਸੀਂ ਖਾਲਿਸਤਾਨ ਮੰਗਦੇ ਸਾਂ। ਉਹ ਤਾਂ ਮਿਲਿਆ ਨਹੀਂ। ਉਸ ਦੀ ਥਾਂ ਉਪਰੇਸ਼ਨ ਬਲੀਊ ਸਟਾਰ ਮਿਲਿਆ। ਇੰਦਰਾ ਗਾਂਧੀ ਸੁਭਾ ਵਲੋਂ ਹੰਕਾਰੀ ਸੀ। ਹਕੂਮਤ ਦੀ ਤਾਕਤ ਦਾ ਨਸ਼ਾ ਵੀ ਸੀ। ਉਸ ਨੇ ਗ਼ਲਤ ਅੰਦਾਜ਼ਾ ਲਾ ਲਿਆ ਕਿ ਸੰਤ ਜਰਨੈਲ ਸਿੰਘ ਭਿੰਡਰਾਂਵਾਲੇ ਦੀ ਸਮੱਸਿਆ ਦਾ ਹੱਲ ਫ਼ੌਜੀ ਐਕਸ਼ਨ ਹੈ। ਫ਼ੌਜੀ ਐਕਸ਼ਨ 4 ਜੂਨ, 1984 ਨੂੰ ਸ਼ੁਰੂ ਹੋਇਆ। ਇਸ ਐਕਸ਼ਨ (ਬਲੀਊ ਸਟਾਰ) ਦਾ ਨਿਸ਼ਾਨਾ ਅਕਾਲ ਤਖ਼ਤ ਸਾਹਿਬ ਬਣਿਆ। ਇਸ ਨਾਲ ਸਾਰੇ ਸਿੱਖਾਂ ਵਿਚ ਰੋਸ ਭੜਕਿਆ।

ਆਮ ਸਿੱਖਾਂ ਨੇ ਸੰਤ ਜਰਨੈਲ ਸਿੰਘ
ਭਿੰਡਰਾਂਵਾਲੇ ਨੂੰ ਸ਼ਹੀਦ ਹੋਣ ਦਾ ਰੁਤਬਾ ਦਿੱਤਾ

ਸੰਤ ਜਰਨੈਲ ਸਿੰਘ ਭਿੰਡਰਾਂਵਾਲੇ ਅਤੇ ਉਸ ਦੇ ਕਾਫ਼ੀ ਸਾਥੀ ਫ਼ੌਜੀ ਐਕਸ਼ਨ ਵਿਚ ਲੜਦੇ ਹੋਏ ਮਰ ਗਏ। ਪਰ ਜਾਨ ਬਚਾਉਣ ਲਈ ਹਾਰ ਮੰਨ ਕੇ ਉਨ੍ਹਾਂ ਨੇ ਆਪਣੇ ਆਪ

ਨੂੰ ਫ਼ੌਜ ਦੇ ਹਵਾਲੇ ਨਹੀਂ ਕੀਤਾ। ਇਸ ਦਾ ਪ੍ਰਤਿਕ੍ਰਮ ਇਹ ਹੋਇਆ ਕਿ ਆਮ ਸਿੱਖਾਂ ਨੇ ਸੰਤ ਜਰਨੈਲ ਸਿੰਘ ਭਿੰਡਰਾਂਵਾਲੇ ਨੂੰ ਸ਼ਹੀਦ ਹੋਣ ਦਾ ਰੁਤਬਾ ਦਿੱਤਾ। ਪਰ ਪ੍ਰਸਿੱਧ ਲੇਖਕ ਸ੍ਰ. ਖ਼ੁਸ਼ਵੰਤ ਸਿੰਘ ਅਤੇ ਰਿਟਾਇਰਡ ਲੈਫ਼ਟੀਨੈਂਟ ਜਨਰਲ ਜੇ.ਐਸ. ਅਰੋੜਾ ਦਾ ਕਹਿਣਾ ਹੈ ਕਿ ਭਿੰਡਰਾਂਵਲੇ ਦੀ ਇਸ ਸਿਆਸੀ ਜੰਗ ਵਿਚੋਂ ਸਿੱਖ ਕੌਮ ਨੇ ਕੁਝ ਨਹੀਂ ਖਟਿਆ।

ਇੰਦਰਾ ਗਾਂਧੀ ਦੇ ਗ਼ਲਤ ਅੰਦਾਜ਼ੇ ਕਰਕੇ ਸੰਤ ਜਰਨੈਲ ਸਿੰਘ ਭਿੰਡਰਾਂਵਾਲੇ ਦੇ ਉਲਟ ਸ਼ੁਰੂ ਕੀਤੇ ਫ਼ੌਜੀ ਐਕਸ਼ਨ ਦਾ ਅਖ਼ੀਰ ਵਿਚ ਅੰਤ ਕੀ ਹੋਇਆ ? ਇੰਦਰਾ ਗਾਂਧੀ ਆਪ ਵੀ ਬਚ ਨਾ ਸਕੀ। ਮਿਤੀ 31 ਅਕਤੂਬਰ, 1984 ਨੂੰ ਉਸ ਦੇ ਸਿੱਖ ਬਾਡੀ ਗਾਰਡਾਂ ਬਿਅੰਤ ਸਿੰਘ ਅਤੇ ਸਤਵੰਤ ਸਿੰਘ ਨੇ ਹੀ ਉਸ ਨੂੰ ਗੋਲੀਆਂ ਮਾਰ ਕੇ ਖ਼ਤਮ ਕਰ ਦਿੱਤਾ। ਇਸ ਦੇ ਬਾਅਦ ਦਿੱਲੀ ਸਮੇਤ ਭਾਰਤ ਦੇ 84 ਹੋਰ ਵੱਡੇ ਸ਼ਹਿਰਾਂ ਵਿਚ 31 ਅਕਤੂਬਰ ਤੋਂ 2 ਨਵੰਬਰ ਤਕ ਸਿੱਖਾਂ ਦਾ ਕਤਲੇ-ਆਮ ਹੋਇਆ। ਦਿੱਲੀ ਵਿਚ ਅਤੇ ਭਾਰਤ ਦੇ ਹੋਰ ਸ਼ਹਿਰਾਂ ਵਿਚ ਲਗ-ਭਗ 3000 ਤੋਂ ਵੱਧ ਨਿਰਦੋਸ਼, ਨਿਹੱਥੇ ਸਿੱਖ ਕਤਲ ਕਰ ਦਿੱਤੇ ਗਏ। ਇੱਕ ਸਿੱਖ ਇਸਤਰੀ ਦੇ ਪਰਿਵਾਰ ਦੇ 11 ਜੀਅ ਮਾਰ ਦਿੱਤੇ ਗਏ।

ਅੱਜ ਦਾ ਆਕਰਮਣਕਾਰੀ ਹਿੰਦੂ

ਇਨ੍ਹਾਂ ਨਿਰਦੋਸ਼ ਅਤੇ ਨਿਹੱਥੇ ਸਿੱਖ ਮਰਦਾਂ, ਔਰਤਾਂ ਅਤੇ ਬੱਚਿਆਂ ਨੂੰ ਮਾਰਨ ਵਾਲੇ ਕੌਣ ਸਨ ? ਸਿੱਖਾਂ ਤੇ ਪੈਟਰੋਲ ਛਿੜਕ ਕੇ ਉਨ੍ਹਾਂ ਨੂੰ ਜੀਊਂਦੇ ਜੀ ਫੂਕ ਦੇਣ ਵਾਲੇ ਕੌਣ ਸਨ ? ਇਹ ਸਨ ਹਿੰਦੂ, ਧਰਮ ਤੋਂ ਹਿੰਦੂ। ਇਨ੍ਹਾਂ ਵਿਚੋਂ ਬਹੁਤੇ ਕਾਂਗਰਸ ਪਾਰਟੀ ਨਾਲ ਜੁੜੇ ਕਾਂਗਰਸੀ ਹਿੰਦੂ ਸਨ। ਇਹ ਧਰਮ ਤੋਂ ਹਿੰਦੂ ਉਨ੍ਹਾਂ ਹਿੰਦੂ ਪੁਰਖਾਂ ਦੀ ਸੰਤਾਨ ਸਨ ਜਿਨ੍ਹਾਂ ਦੇ ਹਿੰਦੂ ਧਰਮ ਨੂੰ ਬਚਾਉਣ ਲਈ ਗੁਰੂ ਤੇਗ ਬਹਾਦਰ ਸਾਹਿਬ ਨੇ ਦਿੱਲੀ ਦੇ ਚਾਂਦਨੀ ਚੌਕ ਵਿਚ ਆਪਣੀ ਸ਼ਹੀਦੀ ਦਿੱਤੀ ਸੀ, ਗੁਰੂ ਗੋਬਿੰਦ ਸਿੰਘ ਜੀ ਦੇ ਚਾਰ ਸਾਹਿਬਜ਼ਾਦਿਆਂ ਨੇ ਸ਼ਹੀਦੀ ਦਿੱਤੀ ਸੀ ਅਤੇ ਹਜ਼ਾਰਾਂ ਸਿੰਘਾਂ ਅਤੇ ਸਿੰਘਣੀਆਂ ਨੇ ਸ਼ਹੀਦੀ ਦਿੱਤੀ ਸੀ। ਪਰ ਕੀ ਇਹ ਸੱਚ ਨਹੀਂ ਕਿ ਭਾਰਤ ਦਾ ਅੱਜ ਦਾ ਹਿੰਦੂ ਭਾਰਤ ਵਿਚ ਲੋਕ ਰਾਜ ਦੀ ਸਥਾਪਣਾ ਦੇ ਬਾਅਦ ਅਤੇ ਭਾਰਤ ਵਿਚ ਬਹੁ-ਗਿਣਤੀ ਵਿਚ ਹੋਣ ਕਰਕੇ ਮੁਗ਼ਲ ਹਕੂਮਤ ਦੇ ਸਮੇਂ ਵਿਚ ਹਿੰਦੂ ਧਰਮ ਅਤੇ ਹਿੰਦੂਆਂ ਨੂੰ ਬਚਾਉਣ ਲਈ ਸਿੱਖਾਂ ਦੀਆਂ ਦਿੱਤੀਆਂ ਸ਼ਹੀਦੀਆਂ ਨੂੰ ਪੂਰੀ ਤਰ੍ਹਾਂ ਭੁੱਲ ਚੁੱਕਾ ਹੈ ? ਇਸ ਲਈ ਭਾਰਤ ਦਾ ਅੱਜ ਦਾ ਹਿੰਦੂ ਇੰਦਰਾ ਗਾਂਧੀ ਦੀ 31 ਅਕਤੂਬਰ, 1984 ਨੂੰ ਹੋਈ ਹੱਤਿਆ ਦੇ ਤੁਰੰਤ ਬਾਅਦ 31 ਅਕਤੂਬਰ ਤੋਂ 2 ਨਵੰਬਰ ਤਕ ਭਾਰਤ ਵਿਚ ਨਿਰਦੋਸ਼ ਅਤੇ ਨਿਹੱਥੇ ਸਿੱਖਾਂ ਦਾ ਕਤਲੇ-ਆਮ ਕਰਨ ਵਾਲਾ ਯਮਦੂਤ ਬਣ ਗਿਆ ਸੀ।

ਪਰ ਇਸ ਗੱਲ ਤੋਂ ਵੀ ਇਨਕਾਰ ਨਹੀਂ ਕੀਤਾ ਜਾ ਸਕਦਾ ਕਿ ਕੁਝ ਹਾਲਤਾਂ ਵਿਚ ਕੁਝ ਹਿੰਦੂਆਂ ਨੇ ਆਪਣੀ ਜਾਨ ਖ਼ਤਰੇ ਵਿਚ ਪਾ ਕੇ ਵੀ 1984 ਦੇ ਕੁਝ ਸਿੱਖ ਪੀੜਤਾਂ ਦੀ ਜਾਨ ਬਚਾਈ ਸੀ।

ਸਿੱਖਾਂ ਨੂੰ ਇਸ ਸਚਾਈ ਨੂੰ ਵੀ ਜਾਣਨਾ ਅਤੇ ਸਮਝਣਾ ਹੋਵੇਗਾ ਕਿ ਪੰਜਾਬ ਦੇ ਹਿੰਦੂਆਂ ਦੇ ਰਾਜਨੀਤਿਕ ਅਤੇ ਆਰਥਿਕ ਹਿੱਤ ਸਿੱਖਾਂ ਤੋਂ ਵੱਖ ਹੋ ਸਕਦੇ ਹਨ। ਪੰਜਾਬ ਦੇ ਹਿੰਦੂਆਂ ਨੂੰ ਇਸ ਗੱਲ ਦੀ ਵੀ ਸ਼ਹਿ ਹੈ ਕਿ ਅੱਜ ਦੇ ਭਾਰਤ ਵਿਚ ਹਿੰਦੂਆਂ ਦੀ ਸਭ ਤੋਂ ਵੱਧ ਆਬਾਦੀ ਹੈ ਅਤੇ ਅੱਜ ਭਾਰਤ ਵਿਚ ਲੋਕ ਰਾਜ ਹੋਣ ਕਰਕੇ ਹਿੰਦੂਆਂ ਦੀਆਂ ਸਭ ਤੋਂ ਵੱਧ ਵੋਟਾਂ ਹੋਣ ਦੇ ਫਲਸਰੂਪ ਹਿੰਦੂ ਸਭ ਤੋਂ ਵੱਧ ਸ਼ਕਤੀਸ਼ਾਲੀ ਹਨ। ਇਸ ਸਭ ਕੁਝ ਕਰਕੇ ਪੰਜਾਬ ਦੇ ਹਿੰਦੂਆਂ ਨੇ 1951 ਵਿਚ ਹੋਈ

ਜਨ-ਗਣਨਾ (census) ਵਿਚ ਆਪਣੀ ਮਾਂ-ਬੋਲੀ ਪੰਜਾਬੀ ਤੋਂ ਮੁਨਕਰ ਹੋ ਕੇ, ਆਪਣੀ ਮਾਂ-ਬੋਲੀ ਹਿੰਦੀ ਲਿਖਵਾਈ ਸੀ ਅਤੇ ਭਾਜਪਾ ਨੇ ਪੰਜਾਬ ਦੇ ਹਿੰਦੂਆਂ ਦੀ ਪ੍ਰਤਿਨਿਧਤਾ ਕਰਦੇ ਹੋਏ ਭਾਰਤ ਸਰਕਾਰ ਦੁਆਰਾ *1953* ਵਿਚ ਸਥਾਪਿਤ ਕੀਤੇ States Reorganisation Commission ਦੇ ਸਾਹਮਣੇ ਪੰਜਾਬੀ ਭਾਸ਼ਾ ਦੇ ਆਧਾਰ ਤੇ ਬਣਾਏ ਜਾਣ ਵਾਲੇ ਪੰਜਾਬੀ ਸੂਬੇ ਦੀ ਵਿਰੋਧਤਾ ਕਰਦੇ ਹੋਏ ਮਹਾਂ ਪੰਜਾਬ ਦੀ ਮੰਗ ਕੀਤੀ ਸੀ ।

ਇੰਦਰਾ ਗਾਂਧੀ ਉਪਰੇਸ਼ਨ ਬਲੀਊ ਸਟਾਰ ਦੀ ਜ਼ਿੰਮੇਵਾਰੀ ਤੋਂ ਬਚ ਨਹੀਂ ਸਕਦੀ

ਪ੍ਰਸ਼ਨ ਇਹ ਪੈਦਾ ਹੁੰਦਾ ਹੈ ਕਿ ਸੰਤ ਜਰਨੈਲ ਸਿੰਘ ਭਿੰਡਰਾਂਵਾਲੇ, ਜਿਨ੍ਹਾਂ ਨੂੰ *1978* ਤੋਂ ਪਹਿਲਾਂ ਰਾਜਨੀਤੀ ਦੇ ਖੇਤਰ ਵਿਚ ਕੋਈ ਨਹੀਂ ਜਾਣਦਾ ਸੀ, ਗੁਮਨਾਮੀ ਦੀ ਦੁਨੀਆਂ ਤੋਂ ਕੱਢ ਕੇ ਰਾਜਨੀਤੀ ਦੇ ਖੇਤਰ ਵਿਚ ਲਿਆਉਣ ਵਾਲਾ ਕੌਣ ਸੀ ? ਪ੍ਰਸਿੱਧ ਨੇਤਾ ਸ੍ਰ. ਹਰਿਕਿਸ਼ਨ ਸਿੰਘ ਸੁਰਜੀਤ[1] ਅਤੇ ਪ੍ਰਸਿੱਧ ਜਰਨਲਸਟ ਕੁਲਦੀਪ ਨਈਅਰ[2] ਦੇ ਸ਼ਬਦਾਂ ਵਿਚ ਪ੍ਰਧਾਨ ਮੰਤਰੀ ਇੰਦਰਾ ਗਾਂਧੀ ਪੰਜਾਬ ਵਿਚ ਅਕਾਲੀ ਪਾਰਟੀ ਨੂੰ ਕਮਜ਼ੋਰ ਕਰਨ ਅਤੇ ਪੰਜਾਬ ਵਿਚ ਕਾਂਗਰਸ ਪਾਰਟੀ ਦੇ ਸੱਤਾ ਹਾਸਲ ਕਰਨ ਦੇ ਉਦੇਸ਼ ਨਾਲ ਪੰਜਾਬ ਦੀ ਰਾਜਨੀਤੀ ਵਿਚ ਸੰਤ ਜਰਨੈਲ ਸਿੰਘ ਭਿੰਡਰਾਂਵਾਲੇ ਨੂੰ ਇਹ ਸੋਚ ਕੇ ਲਿਆਈ ਸੀ ਕਿ ਸੰਤ ਭਿੰਡਰਾਂਵਾਲੇ ਇੰਦਰਾ ਗਾਂਧੀ ਦੇ ਮੁਤਾਬਿਕ ਚਲਣਗੇ । ਇਸ ਕੰਮ ਨੂੰ ਕਰਨ ਵਿਚ ਇੰਦਰਾ ਗਾਂਧੀ ਦੇ ਪੁੱਤਰ ਸੰਜੇ ਗਾਂਧੀ, ਗਿਆਨੀ ਜ਼ੈਲ ਸਿੰਘ ਅਤੇ ਸ੍ਰ. ਦਰਬਾਰਾ ਸਿੰਘ ਦਾ ਵੀ ਹੱਥ ਸੀ । ਪਰ ਬਾਅਦ ਵਿਚ ਸੰਤ ਭਿੰਡਰਾਂਵਾਲੇ ਇੰਦਰਾ ਗਾਂਧੀ ਦੇ ਕੰਟਰੋਲ ਤੋਂ

---

1. **Interview with Harkishan Singh Surjeet :** Mrs. Gandhi created Bhindranwale. She wanted to build him up as an alternative leadership, an alternative to the Akalis, so that he was amenable to her. She wanted to use the situation for political purposes. *The Punjab Crisis Challenge and Response,* Edited by Dr. Abida Samiuddin, pp. 338-339.

2. It was Sanjay Gandhi, Mrs.Gandhi's late son, knowing how extraconstitutional methods worked, who suggested that some Saint Sikh leader be put up to challenge, or at least embarrass, the Akali government. Both he and Zail Singh, more so the latter, knew how Pratap Singh Kairon had fought the Akalis during his chief ministership by building up Fateh Singh against Master Tara Singh, who had become a hard nut to crack. Zail Singh and Darbara Singh, a Congress (I) working committee member who later became chief minister, met and selected two persons.

The final selection was left to Sanjay. Two Sikh priests were chosen but, as Sanjay's friend, Kamal Nath, MP, recalls, one did not look a 'courageous type'. Bhindranwale looked bold enough but they did not know if he would ultimately fill the bill. 'We would give him money off and on,' Kamal Nath remembers. 'But we never thought he would turn into a terrorist.' Little did they realise at that time that they were creating a Frankenstein. Kuldeep Nayar, Towards Disaster, *The Punjab Crisis Challenge and Response,* Edited by Dr.Abida Samiuddin, p.114.

ਬਾਹਰ ਹੋ ਗਏ ਅਤੇ ਰਾਜਨੀਤੀ ਵਿਚ ਸੰਤ ਭਿੰਡਰਾਂਵਾਲੇ ਨੂੰ ਲੈ ਕੇ ਆਉਣ ਵਾਲੀ ਇੰਦਰਾ ਗਾਂਧੀ ਲਈ ਹੀ ਮੁਸੀਬਤ ਬਣ ਗਏ ।

ਪ੍ਰਸ਼ਨ ਇਹ ਵੀ ਪੈਦਾ ਹੁੰਦਾ ਹੈ ਕਿ ਪ੍ਰਧਾਨ ਮੰਤਰੀ ਇੰਦਰਾ ਗਾਂਧੀ ਸੰਤ ਜਰਨੈਲ ਸਿੰਘ ਭਿੰਡਰਾਂਵਾਲੇ ਦੀ ਆਤੰਕਵਾਦੀ ਸਮੱਸਿਆ ਦਾ ਹੱਲ ਫ਼ੌਜੀ ਐਕਸ਼ਨ (ਉਪਰੇਸ਼ਨ ਬਲੀਊ ਸਟਾਰ) ਰਾਹੀਂ ਕਰ ਕੇ ਸਿੱਖਾਂ ਨੂੰ ਕੀ ਦਸਣਾ ਚਾਹੁੰਦੀ ਸੀ ? ਪ੍ਰਸਿੱਧ ਲੇਖਕ ਸ੍ਰ. ਖ਼ੁਸ਼ਵੰਤ ਸਿੰਘ[1] ਦੇ ਸ਼ਬਦਾਂ ਵਿਚ ਇੰਦਰਾ ਗਾਂਧੀ ਅਕਾਲ ਤਖ਼ਤ ਵਿਚ ਸੰਤ ਜਰਨੈਲ ਸਿੰਘ ਭਿੰਡਰਾਂਵਾਲੇ ਅਤੇ ਉਸ ਦੇ ਸਾਥੀਆਂ ਦੀ ਮੌਜੂਦਗੀ ਦੇ ਨਾਂ ਤੇ ਸਿੱਖਾਂ ਦੇ ਮੂੰਹ ਤੇ ਅਜਿਹਾ ਘਸੁੰਨ ਮਾਰਨਾ ਚਾਹੁੰਦੀ ਸੀ ਜਿਸ ਨੂੰ ਉਹ ਕਦੇ ਭੁੱਲ ਨਾ ਸਕਣ । ਉਹ ਫ਼ੌਜੀ ਐਕਸ਼ਨ ਰਾਹੀਂ ਸਿੱਖਾਂ ਨੂੰ ਨੀਵਾਂ ਵਿਖਾਉਣਾ, ਜ਼ਲੀਲ ਕਰਨਾ ਅਤੇ ਬੇਇਜ਼ਤ ਕਰਨਾ ਚਾਹੁੰਦੀ ਸੀ ।

ਪ੍ਰਧਾਨ ਮੰਤਰੀ ਇੰਦਰਾ ਗਾਂਧੀ ਨੇ ਭਾਰਤ ਦੇ ਉਸ ਵਕਤ ਦੇ ਰਾਸ਼ਟਰਪਤੀ ਗਿਆਨੀ ਜੈਲ ਸਿੰਘ ਨੂੰ ਉਪਰੇਸ਼ਨ ਬਲੀਊ ਸਟਾਰ ਦੀ ਪੂਰਵ ਸੂਚਨਾ ਨਹੀਂ ਦਿੱਤੀ ਸੀ । ਜੇਕਰ ਉਪਰੇਸ਼ਨ ਬਲੀਊ ਸਟਾਰ ਦਾ ਐਕਸ਼ਨ ਲੈਣ ਤੋਂ ਪਹਿਲਾਂ ਇੰਦਰਾ ਗਾਂਧੀ ਰਾਸ਼ਟਰਪਤੀ ਗਿਆਨੀ ਜ਼ੈਲ ਸਿੰਘ ਨਾਲ ਸਲਾਹ-ਮਸ਼ਵਰਾ ਕਰ ਲੈਂਦੀ, ਤਾਂ ਇਸ ਗੱਲ ਦੀ ਸੰਭਾਵਨਾ ਨੂੰ ਰੱਦ ਨਹੀਂ ਕੀਤਾ ਜਾ ਸਕਦਾ ਕਿ ਉਪਰੇਸ਼ਨ ਬਲੀਊ ਸਟਾਰ ਦਾ ਫ਼ੌਜੀ ਐਕਸ਼ਨ ਨਾ ਹੁੰਦਾ, ਨਾ ਇੰਦਰਾ ਗਾਂਧੀ ਦੀ ਹੱਤਿਆ ਹੁੰਦੀ ਅਤੇ ਨਾ ਹੀ ਨਿਰਦੋਸ਼, ਨਿਹੱਥੇ ਸਿੱਖਾਂ ਦਾ ਕਤਲੇ-ਆਮ ਹੁੰਦਾ ।[2]

---

1. **Interview with Khushwant Singh :**

The vast majority of Sikhs had nothing to do with Bhindranwale, Akalis or politics of any kind. They felt that, as a community, they had been deliberately humiliated. Although an agonistic, I shared their humiliation and felt I should reaffirm my identity as a Sikh........I am convinced that Mrs. Indira Gandhi utilised the presence of Bhindranwale and his goons in the Akal Takht to give the Sikhs a bloody punch on the nose.

The Punjab Crisis Challenge and Response, Edited by Dr. Abida Sumiuddin, pp. 321 & 322.

2. Former president Giani Zail Singh's daughter Dr Gurdeep Kaur has said that when anti-Sikh riots broke out in Delhi in 1984, her father made frantic calls to the Prime Minister's Office to have the army called in to control the mobs.

In an interview broadcast on a Punjabi TV channel on Monday, Dr. Kaur said the then supreme commander of the armed forces had felt "pain and helplessness" since he could not establish contact with then Prime Minister Rajiv Gandhi and home minister PV Narasimha Rao, and had to instead send out those close to him to try and use their influence to put an end to the massacre of Sikhs.

"I wouldn't be able to explain why he couldn't reach the PMO, but he kept trying the entire night," Dr Kaur told the channel, adding that Operation Bluestar and the Sikh riots were two traumatic events of Singh's life. She said her father's own convoy was attacked. Dr Kaur told the channel that Singh was against sending in the army to flush out militants from the Golden Temple in Amritsar.

"He was against even allowing police to enter the Harmandir Sahib," she said. "He was kept in the dark about the operation and this had left him shattered."

The Times of India, Chandigarh, February 4, 2014, p.2.

ਸਿੱਖਾਂ ਦਾ ਕਤਲੇ-ਆਮ[1]

4 ਜੂਨ, 1984 ਨੂੰ ਸ਼ੁਰੂ ਹੋਇਆ ਫ਼ੌਜੀ ਐਕਸ਼ਨ ਉਪਰੇਸ਼ਨ ਬਲੀਊ ਸਟਾਰ ਅਤੇ 31 ਅਕਤੂਬਰ, 1984 ਨੂੰ ਭਾਰਤ ਦੀ ਪ੍ਰਧਾਨ ਮੰਤਰੀ ਇੰਦਰਾ ਗਾਂਧੀ ਦੀ ਹੱਤਿਆ ਦੇ ਬਾਅਦ ਹੋਇਆ ਸਿੱਖ ਕਤਲੇ-ਆਮ ਭਾਰਤ ਦੇ ਇਤਿਹਾਸ ਦੇ ਅਮਿਟ ਕਾਲੇ ਪੰਨੇ ਬਣ ਚੁੱਕੇ ਹਨ ।[1]

ਪ੍ਰਧਾਨ ਮੰਤਰੀ ਇੰਦਰਾ ਗਾਂਧੀ ਦੀ ਹੱਤਿਆ ਦੇ ਬਾਅਦ, ਜਦੋਂ ਉਸ ਵਕਤ ਦੇ ਭਾਰਤ ਦੇ ਰਾਸ਼ਟਰਪਤੀ ਗਿਆਨੀ ਜ਼ੈਲ ਸਿੰਘ ਦਾ ਕਾਰਾਂ ਦਾ ਕਾਫ਼ਲਾ ਹਵਾਈ ਅੱਡੇ ਤੋਂ AIIMS ਵੱਲ ਜਾ ਰਿਹਾ ਸੀ ਅਤੇ ਸਫ਼ਦਰਜੰਗ ਇਨਕਲੇਵ ਤਕ ਪਹੁੰਚਿਆ ਸੀ, ਤਾਂ ਰਾਸ਼ਟਰਪਤੀ ਗਿਆਨੀ ਜ਼ੈਲ ਸਿੰਘ ਪਹਿਲੇ ਸਿੱਖ ਸਨ ਜਿਨ੍ਹਾਂ ਦੇ ਕਾਰਾਂ ਦੇ ਕਾਫ਼ਲੇ ਤੇ ਭੜਕੀ ਹੋਈ ਇੱਕ ਭੀੜ ਨੇ ਹਮਲਾ ਕਰਨ ਦੀ ਕੋਸ਼ਿਸ਼ ਕੀਤੀ ਸੀ ।[2]

---

1. **Leader of Opposition Arun Jaitley said in Rajya Sabha**

"What happened in 1984 was not a 'riot'. It was a State-sponsored massacre of innocents. It was a revenge killing of thousands with the active connivance of the state." *Hindustan Times, December 15, 2009, p.1.*

Perhaps the most scandalous delay occurred in bringing to justice the killers of over 3,000 innocent Sikhs following the assassination of Prime Minister Indira Gandhi on October 31, 1984. Their houses were looted and property destroyed. Half a dozen commissions were appointed to go into the details of the crimes committed. Nothing came out of them, and the accused continued to roam free.

Extract from Article of Khushwant Singh, *The Tribune,* April 3, 2010, Saturday Extra, p.3.

Why there is so much umbrage against the anti-Muslim and anti-Sikh riots even after years of their occurrence is not yet understood either by the BJP in the first case of Gujarat or by the Congress in second case of Sikhs. The reason is that there is practically no action against those people who soiled their hands with blood. The BJP has saved them in Gujarat and the Congress in Delhi and elsewhere. Still worse, both parties do their best to protect the administrations which planned and executed the riots. As such, these riots are as vivid in the nation's memory as if they happened only Yesterday.

Extract from Article of Kuldip Nayar, *The Tribune,* Chandigarh, Tuesday, February, 28, 2012, p.8.

2. **Zail Singh among first Sikhs attacked in '84 riots :** Former President Giani Zail Singh and his press secretary Tarlochan Singh were among the first Sikhs who were attacked by a mob that went berserk just after assassination of the then Prime Minister Indira Gandhi.

"The President's cavalcade, on way to AIIMS from the airport, was attacked by a small mob when it reached Safdarjung Enclave, who also tried to set Tarlochan's car afire, but the driver managed to speed away," senior Supreme Court advocate H S Phoolka, who had been fighting cases of the victims of the 1984 massacre, told TOI.

The Times of India, Chandigarh, February 5, 2014, p.2.

ਕੀ ਸਮੇਂ ਸਿਰ ਕੀਤੀ ਕਾਰਵਾਈ ਰਾਹੀਂ ਇੰਦਰਾ ਗਾਂਧੀ ਦੀ ਹੱਤਿਆ ਦੇ ਬਾਅਦ ਦਿੱਲੀ ਅਤੇ ਭਾਰਤ ਦੇ ਹੋਰ ਵੱਡੇ ਸ਼ਹਿਰਾਂ ਵਿਚ ਨਿਰਦੋਸ਼ ਅਤੇ ਨਿਹੱਥੇ ਸਿੱਖਾਂ ਦੇ ਕਤਲੇ-ਆਮ ਨੂੰ ਰੋਕਿਆ ਜਾਂ ਘਟਾਇਆ ਨਹੀਂ ਸੀ ਜਾ ਸਕਦਾ ? ਇਸ ਦੇ ਉਲਟ, ਕੀ ਇਹ ਸੱਚ ਨਹੀਂ ਹੈ ਕਿ ਉਸ ਵਕਤ ਦੀ ਕਾਂਗਰਸ ਹਕੂਮਤ ਅਤੇ ਹਕੂਮਤ ਦੀ ਮਸ਼ੀਨਰੀ ਨੇ ਨਿਰਦੋਸ਼ ਅਤੇ ਨਿਹੱਥੇ ਸਿੱਖਾਂ ਦਾ ਕਤਲੇ-ਆਮ ਕਰਨ ਵਾਲੇ ਦੋਸ਼ੀਆਂ ਨੂੰ ਪਕੜਣ ਅਤੇ ਸਜ਼ਾ ਦਿਵਾਉਣ ਦੀ ਥਾਂ ਉਨ੍ਹਾਂ ਨੂੰ ਬਚਾਉਣ ਦੀ ਕੋਸ਼ਿਸ਼ ਕੀਤੀ ਹੈ ? ਕੀ ਇਹ ਸਚ ਨਹੀਂ ਹੈ ਕਿ ਵੱਖ ਵੱਖ ਵਕਤਾਂ ਤੇ ਸਥਾਪਿਤ ਕੀਤੇ ਗਏ ਕਮਿਸ਼ਨਾਂ ਦਾ ਜ਼ੋਰ 1984 ਵਿਚ ਹੋਏ ਸਿੱਖ ਵਿਰੋਧੀ ਦੰਗਿਆਂ ਦੀ ਸਚਾਈ ਨੂੰ ਸਾਹਮਣੇ ਲਿਆਉਣ ਦੀ ਥਾਂ ਦੋਸ਼ੀਆਂ ਦੇ ਅਪਰਾਧਾਂ ਤੇ ਪਰਦਾ ਪਾਉਣ ਤੇ ਲਗਦਾ ਰਿਹਾ ਹੈ ? ਕੀ ਇਹ ਸੱਚ ਨਹੀਂ ਹੈ ਕਿ ਕਿਤਨੇ ਹੀ ਪੁਲਸ ਅਫ਼ਸਰਾਂ ਨੂੰ, ਜਿਹੜੇ ਸਿੱਖ ਵਿਰੋਧੀ ਦੰਗਿਆਂ ਵਿਚ ਆਪਣੀ ਡੀਊਟੀ ਨਾ ਕਰਨ ਲਈ ਦੋਸ਼ੀ ਕਰਾਰ ਦਿੱਤੇ ਗਏ ਸੀ, ਬਾਅਦ ਵਿਚ ਤਰੱਕੀਆਂ ਦੇ ਦਿੱਤੀਆਂ ਗਈਆਂ ਹਨ ?

ਇੰਦਰਾ ਗਾਂਧੀ ਦੀ ਹਰ ਸਾਲ ਬਰਸੀ ਮਨਾਉਣ ਤੇ ਕਿਸੇ ਵੀ ਸਿੱਖ ਨੂੰ ਕੋਈ ਇਤਰਾਜ਼ ਨਹੀਂ ਹੋ ਸਕਦਾ। ਪਰ ਕੀ ਇਹ ਸੱਚ ਨਹੀਂ ਹੈ ਕਿ ਇਹ ਬਰਸੀ 1984 ਵਿਚ ਨਿਰਦੋਸ਼ ਸਿੱਖਾਂ ਦੇ ਹੋਏ ਕਤਲੇ-ਆਮ ਦੇ ਪੁਰਾਣੇ ਜ਼ਖ਼ਮ ਫਿਰ ਹਰੇ ਕਰ ਸਕਦੀ ਹੈ ?

ਇੰਦਰਾ ਗਾਂਧੀ ਦੀ ਹੱਤਿਆ ਦੇ ਬਾਅਦ ਭਾਰਤ ਦੇ ਪ੍ਰਧਾਨ ਮੰਤਰੀ ਰਾਜੀਵ ਗਾਂਧੀ ਨੇ ਆਪਣੀ ਮਾਂ ਇੰਦਰਾ ਗਾਂਧੀ ਦੇ ਸੰਬੰਧ ਵਿਚ ਕਿਹਾ ਸੀ ਕਿ ਜਦੋਂ ਕੋਈ ਵੱਡਾ ਦਰਖ਼ਤ ਗਿਰਦਾ ਹੈ ਤਾਂ ਧਰਤੀ ਹਿਲ ਜਾਂਦੀ ਹੈ। ਕੀ ਰਾਜੀਵ ਗਾਂਧੀ ਇਹ ਕੁਝ ਕਹਿ ਕੇ 1984 ਵਿਚ ਨਿਰਦੋਸ਼ ਸਿੱਖਾਂ ਦੇ ਕਤਲੇ-ਆਮ ਨੂੰ ਉਚਿਤ ਠਹਿਰਾ ਰਹੇ ਸਨ ਜਾਂ ਇਸ ਨੂੰ ਇੱਕ ਨਾਰਮਲ ਜਾਂ ਸੁਭਾਵਕ ਜਾਂ ਛੋਟੀ ਘਟਨਾ ਦਰਸਾ ਰਹੇ ਸਨ ? **ਸੱਚ ਇਹ ਹੈ ਕਿ 1984 ਵਿਚ ਸਿੱਖ ਵਿਰੋਧੀ ਹੋਏ ਦੰਗੇ ਅਸਲ ਵਿਚ ਦੰਗੇ ਨਹੀਂ ਸਨ; ਸਗੋਂ ਉਸ ਵਕਤ ਦੀ ਹਕੂਮਤ ਦੀ ਸਰਪ੍ਰਸਤੀ ਹੇਠਾਂ, ਪੂਰੀ ਅਣਡਿੱਠਤਾ ਨਾਲ, ਮਿਲੀ-ਭਗਤ ਨਾਲ, ਅੰਦਰ-ਖ਼ਾਨੇ ਸੰਮਤੀ ਨਾਲ, ਕੁਝ ਕਾਂਗਰਸੀ ਨੇਤਾਵਾਂ ਦੀ ਅਗਵਾਈ ਹੇਠਾਂ ਇੰਦਰਾ ਗਾਂਧੀ ਦੀ ਹੱਤਿਆ ਦਾ ਬਦਲਾ ਲੈਣ ਲਈ ਹਜ਼ਾਰਾਂ ਨਿਰਦੋਸ਼ ਸਿੱਖਾਂ ਦਾ ਕਤਲੇ-ਆਮ ਸੀ।** ਭਾਰਤ ਵਿਚ ਮੁਸਲਮਾਨ ਹਕੂਮਤ ਦੇ ਵਕਤ ਅਤੇ 1984 ਵਿਚ ਕਾਂਗਰਸ ਹਕੂਮਤ ਦੇ ਵਕਤ ਵਿਚ ਸਿੱਖਾਂ ਦੇ ਹੋਏ ਕਤਲੇ-ਆਮ ਵਿਚ, ਦੋਹਾਂ ਹਾਲਤਾਂ ਵਿਚ, ਸਾਂਝੀ ਗੱਲ ਇਹ ਹੈ ਕਿ ਕਤਲੇ-ਆਮ ਸਿੱਖਾਂ ਦਾ ਹੀ ਹੋਇਆ। ਫ਼ਰਕ ਇਹ ਹੈ ਕਿ ਪਹਿਲੀ ਹਾਲਤ ਵਿਚ ਕਾਤਲ ਮੁਸਲਮਾਨ ਹਕੂਮਤ ਸੀ। ਪਰ ਦੂਜੀ ਹਾਲਤ ਵਿਚ ਕਾਤਲ (ਹਿੰਦੂ) ਕਾਂਗਰਸ ਹਕੂਮਤ ਹੈ।

ਅਸੀਂ ਕਈ ਵਾਰ ਦੂਰਦਰਸ਼ਨ ਤੇ ਇਹ ਆਵਾਜ਼ ਸੁਣਦੇ ਹਾਂ — ਸਾਰੇ ਜਹਾਨ ਸੇ ਅੱਛਾ, ਹਿੰਦੁਸਤਾਨ ਹਮਾਰਾ। ਪਰ ਹਿੰਦੁਸਤਾਨ ਵਿਚ 1984 ਵਿਚ ਨਿਰਦੋਸ਼ ਸਿੱਖਾਂ ਦੇ ਹੋਏ ਕਤਲੇ-ਆਮ ਦੇ ਬਾਅਦ ਸਿੱਖ ਪੁਛਦੇ ਹਨ — ਸਾਰੇ ਜਹਾਨ ਸੇ ਅੱਛਾ ਹਿੰਦੁਸਤਾਨ ਹਮਾਰਾ, ਉਹ ਕਿੱਥੇ ਹੈ ? ਉਪਰੇਸ਼ਨ ਬਲੀਊ ਸਟਾਰ ਦੇ ਦੌਰਾਨ ਅਕਾਲ ਤਖ਼ਤ ਸਾਹਿਬ ਦੀ ਹੋਈ ਬਰਬਾਦੀ ਤੇ ਖ਼ੁਸ਼ੀ ਮਨਾਉਂਦੇ ਹੋਏ ਅੰਮ੍ਰਿਤਸਰ ਵਿਚ ਕੁਝ ਹਿੰਦੂਆਂ ਨੇ ਭਾਰਤੀ ਫ਼ੌਜ ਦੇ ਜੁਆਨਾਂ ਨੂੰ ਲਡੂ, ਮਠਿਆਈ, ਸਿਗਰਟ ਅਤੇ ਰਮ ਵੰਡੀ ਸੀ।

ਕੀ ਸਿੱਖ ਅੱਜ ਇਹ ਸੋਚ ਲੈਣ ਕਿ ਉਹ ਸੈਕੂਲਰ ਭਾਰਤ ਵਿਚ ਨਹੀਂ, ਹਿੰਦੂ ਭਾਰਤ ਵਿਚ ਰਹਿ ਰਹੇ ਹਨ ? ਕੀ ਅੱਜ ਸਿੱਖ ਇਹ ਸੋਚ ਲੈਣ ਕਿ ਕੇਂਦਰ ਵਿਚ ਸਰਕਾਰ ਕਾਂਗਰਸ ਪਾਰਟੀ ਜਾਂ UPA ਜਾਂ NDA ਜਾਂ ਭਾਜਪਾ ਦੀ ਹੋਵੇ, 1984 ਵਿਚ ਸਿੱਖ ਵਿਰੋਧੀ ਦੰਗਿਆਂ ਵਿਚ ਮਾਰੇ ਗਏ ਨਿਰਦੋਸ਼ ਸਿੱਖਾਂ ਨੂੰ ਇਨਸਾਫ਼ ਮਿਲਣ ਦੀ ਉਮੀਦ ਖ਼ਤਮ ਹੋ ਚੁੱਕੀ ਹੈ? ਕੀ ਅੱਜ ਸਿੱਖਾਂ ਨੂੰ ਇਹ ਕਹਿਣਾ ਉਚਿਤ ਹੈ ਕਿ ਉਹ ਉਪਰੇਸ਼ਨ ਬਲੀਊ ਸਟਾਰ ਅਤੇ ਇੰਦਰਾ ਗਾਂਧੀ ਦੀ ਹੱਤਿਆ ਦੇ ਬਾਅਦ ਹੋਏ ਸਿੱਖ ਵਿਰੋਧੀ ਦੰਗਿਆਂ ਵਿਚ ਨਿਰਦੋਸ਼ ਸਿੱਖਾਂ ਦੇ ਕਤਲੇ-ਆਮ ਨੂੰ ਭੁੱਲ ਜਾਣ ? **ਹਿੰਦੂ ਹਜ਼ਾਰਾਂ ਸਾਲ ਬਾਅਦ ਵੀ ਰਾਵਣ ਦੇ ਕੁਕਰਮ ਨੂੰ ਭੁਲਾ ਨਹੀਂ ਸਕੇ। ਹਰ ਸਾਲ ਦੁਸਹਿਰਾ ਮਨਾ ਕੇ ਰਾਵਣ ਦੇ ਕੁਕਰਮ ਦੀ**

ਨਿਖੇਦੀ ਕੀਤੀ ਜਾਂਦੀ ਹੈ। ਅੱਜ ਸਿੱਖਾਂ ਤੋਂ ਕਿਵੇਂ ਆਸ ਕੀਤੀ ਜਾ ਸਕਦੀ ਹੈ ਕਿ ਉਹ ਭੁੱਲ ਜਾਣ ਜਿਵੇਂ ਕਿ 1984 ਵਿਚ ਉਪਰੇਸ਼ਨ ਬਲੀਊ ਸਟਾਰ ਅਤੇ ਇੰਦਰਾ ਗਾਂਧੀ ਦੀ ਹੱਤਿਆ ਦੇ ਬਾਅਦ ਸਿੱਖ ਵਿਰੋਧੀ ਦੰਗਿਆਂ ਦੇ ਦੌਰਾਨ ਨਿਰਦੋਸ਼ ਸਿੱਖਾਂ ਦਾ ਦਿੱਲੀ ਅਤੇ ਭਾਰਤ ਦੇ ਹੋਰ ਵੱਡੇ ਸ਼ਹਿਰਾਂ ਵਿਚ ਕਤਲੇ-ਆਮ ਕਦੇ ਹੋਇਆ ਹੀ ਨਹੀਂ ਸੀ ?[1]

ਸੱਚ ਤਾਂ ਇਹ ਹੈ ਕਿ ਬੀਤ ਚੁੱਕੀਆਂ ਦੁਰਘਟਨਾਵਾਂ, ਜੋ ਇਤਿਹਾਸ ਦਾ ਇੱਕ ਵਾਰ ਅਮਿਟ ਹਿੱਸਾ ਬਣ ਜਾਣ, ਨਾ ਬਦਲੀਆਂ ਜਾ ਸਕਦੀਆਂ ਹਨ, ਨਾ ਮਿਟਾਈਆਂ ਜਾ ਸਕਦੀਆਂ ਹਨ। ਹਾਂ, ਨਿਰਸੰਦੇਹ ਵਰਤਮਾਨ ਅਤੇ ਭਵਿੱਖ ਚੰਗੇ ਬਣਾਏ ਜਾ ਸਕਦੇ ਹਨ। ਬੀਤ ਚੁੱਕੀਆਂ ਦੁਰਘਟਨਾਵਾਂ ਦੇ ਦਰਦਾਂ ਅਤੇ ਚੀਸਾਂ ਤੇ ਮਰਹਮ ਵੀ ਲਗਾਈ ਜਾ ਸਕਦੀ ਹੈ।

ਉਪਰੇਸ਼ਨ ਬਲੀਊ ਸਟਾਰ ਅਤੇ ਅਕਾਲੀ ਨੇਤਾ

ਅਕਾਲੀ ਨੇਤਾਵਾਂ ਦਾ ਅਸਲੀ ਚਿਹਰਾ ਕੀ ਹੈ ?

ਅਕਾਲੀ ਨੇਤਾਵਾਂ ਦੇ ਉਲਟ ਉਨ੍ਹਾਂ ਦੇ ਵਿਰੋਧੀ ਕਈ ਦੋਸ਼ ਲਾ ਰਹੇ ਹਨ। ਪਹਿਲਾ ਦੋਸ਼, ਸ੍ਰ. ਪ੍ਰਕਾਸ਼ ਸਿੰਘ ਬਾਦਲ ਅਤੇ ਕੁਝ ਹੋਰ ਅਕਾਲੀ ਨੇਤਾ ਸੰਤ ਜਰਨੈਲ ਸਿੰਘ ਭਿੰਡਰਾਂਵਾਲੇ ਦੇ ਸਿੱਖਾਂ ਵਿਚ ਵੱਧ ਰਹੇ ਪ੍ਰਭਾਵ ਅਤੇ ਰਾਜਨੀਤਿਕ ਤਾਕਤ ਤੋਂ ਇਤਨਾ ਭੈਭੀਤ ਹੋ ਗਏ ਸਨ ਕਿ ਉਹ ਸੋਚਣ ਲਗ ਗਏ ਸਨ ਕਿ ਉਨ੍ਹਾਂ ਦੀ ਜਾਨ ਨੂੰ ਕਿਸੇ ਵਕਤ ਵੀ ਖ਼ਤਰਾ ਬਣ ਸਕਦਾ ਹੈ। ਇਸ ਲਈ ਅਕਾਲੀ ਨੇਤਾ ਸੰਤ ਜਰਨੈਲ ਸਿੰਘ ਭਿੰਡਰਾਂਵਾਲੇ ਤੋਂ ਨਜਾਤ ਪਾਉਣਾ ਚਾਹੁੰਦੇ ਸੀ ਅਤੇ ਸੰਤ ਜਰਨੈਲ ਸਿੰਘ ਭਿੰਡਰਾਂਵਾਲੇ ਨੂੰ ਅਕਾਲ ਤਖ਼ਤ ਸਾਹਿਬ ਤੋਂ ਬਾਹਰ ਕਢਣਾ ਚਾਹੁੰਦੇ ਸੀ। ਪਰ ਉਹ ਸਮਝਦੇ ਅਤੇ ਜਾਣਦੇ ਸੀ ਕਿ ਇਹ ਕੰਮ ਕਰਨਾ ਉਨ੍ਹਾਂ ਦੀ ਤਾਕਤ ਤੋਂ ਬਾਹਰ ਹੋ ਚੁੱਕਾ ਸੀ। ਉਪਰੇਸ਼ਨ ਬਲੀਊ ਸਟਾਰ ਦੇ ਐਕਸ਼ਨ ਦੇ ਹੋਣ ਤੋਂ ਪਹਿਲਾਂ ਅਕਾਲੀ ਨੇਤਾਵਾਂ ਦੀ ਕੇਂਦਰ ਦੀ ਇੰਦਰਾ ਸਰਕਾਰ ਨਾਲ ਗੱਲ-ਬਾਤ ਵੀ ਚਲ ਰਹੀ ਸੀ। ਇਸ ਸਿਥਿਤੀ ਵਿਚ ਅਕਾਲੀ ਨੇਤਾ ਚਾਹੁੰਦੇ ਸੀ ਕਿ ਸੰਤ ਜਰਨੈਲ ਸਿੰਘ ਭਿੰਡਰਾਂਵਾਲੇ ਨੂੰ ਅਕਾਲ ਤਖ਼ਤ ਸਾਹਿਬ ਤੋਂ ਕਢਣ ਦਾ ਕੰਮ ਕੇਂਦਰ ਦੀ ਇੰਦਰਾ ਸਰਕਾਰ ਕਰ ਦੇਵੇ। ਇਸ ਦੇ ਨਾਲ ਨਾਲ ਅਕਾਲੀ ਨੇਤਾ ਇਹ ਵੀ ਚਾਹੁੰਦੇ ਸੀ ਕਿ ਉਨ੍ਹਾਂ ਦੀ ਇਸ ਗੱਲ ਦਾ ਆਮ ਸਿੱਖਾਂ ਨੂੰ ਪਤਾ ਨਾ ਲਗੇ ; ਨਹੀਂ ਤਾਂ ਉਨ੍ਹਾਂ ਦੀ ਆਮ ਸਿੱਖਾਂ ਵਿਚ ਬਦਨਾਮੀ ਹੋਣ ਦਾ ਬਹੁਤ ਵੱਡਾ ਖ਼ਤਰਾ ਵੀ ਬਣ ਸਕਦਾ ਸੀ। ਦੂਜਾ ਦੋਸ਼, ਉਪਰੇਸ਼ਨ ਬਲੀਊ ਸਟਾਰ ਦੇ ਐਕਸ਼ਨ ਦੇ ਹੋਣ ਦੇ ਵਕਤ ਸ੍ਰ. ਪ੍ਰਕਾਸ਼ ਸਿੰਘ ਬਾਦਲ ਜਾਣ-ਬੁਝ ਕੇ ਇਧਰ-ਉਧਰ ਹੋ ਗਏ ਸੀ ਜਾਂ ਛਿਪ ਗਏ ਸਨ ਅਤੇ ਉਪਰੇਸ਼ਨ ਬਲੀਊ ਸਟਾਰ ਦੇ ਐਕਸ਼ਨ ਦੇ ਖ਼ਤਮ ਹੋ ਜਾਣ ਦੇ ਬਾਅਦ ਸ੍ਰ. ਪ੍ਰਕਾਸ਼ ਸਿੰਘ ਬਾਦਲ 10 ਜੂਨ, 1984 ਨੂੰ ਚੰਡੀਗੜ੍ਹ ਦੇ ਆਪਣੇ ਘਰ ਤੋਂ ਗਿਰਫ਼ਤਾਰ ਹੋ ਗਏ

---

1. Capt. Amarinder says, "1984 was the darkest chapter in sikh history which nobody can afford to forget."
The Times of India, Chandigarh, April 24, 2016, p.2.

ਸਨ ਜਾਂ ਆਪਣੇ ਆਪ ਨੂੰ ਗਿਰਫ਼ਤਾਰ ਕਰਵਾ ਲਿਆ ਸੀ । ਤੀਜਾ ਦੋਸ਼, ਉਪਰੇਸ਼ਨ ਬਲੀਊ ਸਟਾਰ ਦੇ ਕੁਝ ਹਮਾਇਤੀਆਂ ਦੀ, ਜਿਸ ਵਿਚ ਰਮੇਸ਼ ਇੰਦਰ ਸਿੰਘ ਸਾਬਕਾ ਡੀ.ਸੀ. ਅੰਮ੍ਰਿਤਸਰ, ਅਮਰਜੀਤ ਕੌਰ, ਉਸ ਵਕਤ ਦੀ ਰਾਜ ਸਭਾ ਦੀ ਕਾਂਗਰਸ ਮੈਂਬਰ, ਅਤੇ ਸ੍ਰ. ਸੁਰਿੰਦਰ ਸਿੰਘ ਕੈਰੋਂ ਜਿਹੜੇ ਕਿ ਉਸ ਵਕਤ ਤਕ ਕਾਂਗਰਸ ਪਾਰਟੀ ਵਿਚ ਸ਼ਾਮਲ ਅਤੇ ਚਲਦੇ ਆ ਰਹੇ ਸਨ, ਉਪਰੇਸ਼ਨ ਬਲੀਊ ਸਟਾਰ ਦੇ ਉਲਟ ਕੁਝ ਵੀ ਨਹੀਂ ਬੋਲੇ ਸਨ ਅਤੇ ਜਿਨ੍ਹਾਂ ਦਾ ਬੇਟਾ ਅਦੇਸ਼ ਪਰਤਾਪ ਸਿੰਘ ਸ੍ਰ. ਪ੍ਰਕਾਸ਼ ਸਿੰਘ ਬਾਦਲ ਦੇ ਦਾਮਾਦ ਹਨ, ਆਦਿ ਦੀ ਬਾਦਲ ਸਰਕਾਰ ਨੇ ਉਪਰੇਸ਼ਨ ਬਲੀਊ ਸਟਾਰ ਦੇ ਖ਼ਤਮ ਹੋ ਜਾਣ ਤੋਂ ਬਾਅਦ ਸਰਪ੍ਰਸਤੀ ਕੀਤੀ ਸੀ । ਚੌਥਾ ਦੋਸ਼, ਬਾਦਲ ਸਰਕਾਰ ਨੇ 1984 ਦੇ ਸਿੱਖ ਵਿਰੋਧੀ ਦੰਗਿਆਂ ਦੇ ਸਿੱਖ ਪੀੜਤਾਂ ਦੀ ਕੋਈ ਨਿਗਰ ਸਹਾਇਤਾ ਨਹੀਂ ਕੀਤੀ । ਸਗੋਂ ਚੋਣਾਂ ਦੇ ਵਕਤ ਇਨ੍ਹਾਂ ਸਿੱਖ ਪੀੜਤਾਂ ਦਾ ਨਾਂ ਲੈ ਕੇ ਰਾਜਨੀਤਿਕ ਲਾਭ ਉਠਾਉਣ ਦੀ ਕੋਸ਼ਿਸ਼ ਕੀਤੀ ਹੈ ।

ਪਰ ਸ੍ਰ. ਪ੍ਰਕਾਸ਼ ਸਿੰਘ ਬਾਦਲ ਕਹਿੰਦੇ ਹਨ ਕਿ ਉਨ੍ਹਾਂ ਦੇ ਉਲਟ ਲਾਏ ਗਏ ਦੋਸ਼ ਗ਼ਲਤ ਹਨ । ਇਸ ਲਈ ਸ੍ਰ. ਪ੍ਰਕਾਸ਼ ਸਿੰਘ ਬਾਦਲ ਦਾ ਇਹ ਕਰਤੱਵ ਵੀ ਬਣਦਾ ਹੈ ਕਿ ਉਹ ਉਨ੍ਹਾਂ ਦੇ ਉਲਟ ਲਾਏ ਗਏ ਦੋਸ਼ਾਂ ਨੂੰ ਗ਼ਲਤ ਸਾਬਤ ਕਰਨ ।

ਅਕਾਲੀ ਨੇਤਾ ਆਪਣੀ ਸਫ਼ਾਈ ਵਿਚ ਕਹਿ ਸਕਦੇ ਹਨ ਕਿ ਉਨ੍ਹਾਂ ਨੇ ਸੋਚਿਆ ਸੀ ਕਿ ਸੰਤ ਜਰਨੈਲ ਸਿੰਘ ਭਿੰਡਰਾਂਵਾਲੇ ਭਾਰਤੀ ਫ਼ੌਜ ਨੂੰ ਵੇਖ ਕੇ ਅਕਾਲ ਤਖ਼ਤ ਸਾਹਿਬ ਨੂੰ ਖ਼ਾਲੀ ਕਰ ਦੇਣਗੇ ਅਤੇ ਆਪਣੀ ਜਾਨ ਬਚਾਉਣ ਲਈ ਕਿਧਰੇ ਦੌੜ ਜਾਣਗੇ । ਪਰ ਜੋ ਕੁਝ ਅਕਾਲੀ ਨੇਤਾਵਾਂ ਨੇ ਸੋਚਿਆ ਸੀ, ਉਹ ਕੁਝ ਹੋਇਆ ਨਹੀਂ ।

ਅਕਾਲੀ ਨੇਤਾ ਆਪਣੀ ਸਫ਼ਾਈ ਵਿਚ ਇਹ ਵੀ ਕਹਿ ਸਕਦੇ ਹਨ ਕਿ ਉਨ੍ਹਾਂ ਨੇ ਕਦੇ ਇਹ ਗੱਲ ਸੁਪਨੇ ਵਿਚ ਵੀ ਨਹੀਂ ਸੋਚੀ ਸੀ ਕਿ ਕੇਂਦਰ ਦੀ ਇੰਦਰਾ ਸਰਕਾਰ ਦੇ ਫ਼ੌਜੀ ਐਕਸ਼ਨ ਕਰਕੇ ਅਕਾਲ ਤਖ਼ਤ ਸਾਹਿਬ ਢਾ-ਢੇਰੀ ਹੋ ਜਾਵੇਗਾ ਅਤੇ ਹਰਿਮੰਦਰ ਸਾਹਿਬ ਵੀ ਗੋਲੀਆਂ ਦਾ ਨਿਸ਼ਾਨਾ ਬਣੇਗਾ ।

ਪਰ ਅਕਾਲ ਤਖ਼ਤ ਸਾਹਿਬ ਅਤੇ ਹਰਿਮੰਦਰ ਸਾਹਿਬ ਦੇ ਹੋਏ ਨੁਕਸਾਨ ਨੂੰ ਵੇਖਦੇ ਹੋਏ, ਅਕਾਲੀ ਨੇਤਾਵਾਂ ਦਾ ਇਹ ਕਰਤੱਵ ਬਣਦਾ ਸੀ ਕਿ ਉਹ ਆਪ ਹੀ ਅਕਾਲ ਤਖ਼ਤ ਸਾਹਿਬ ਦੇ ਜਥੇਦਾਰ ਸਾਹਿਬ ਦੇ ਸਾਹਮਣੇ ਪੇਸ਼ ਹੋ ਜਾਂਦੇ, ਆਪਣੀਆਂ ਗ਼ਲਤੀਆਂ ਅਤੇ ਦੋਸ਼ਾਂ ਨੂੰ ਛੁਪਾਉਣ ਦੀ ਥਾਂ ਉਨ੍ਹਾਂ ਨੂੰ ਮੰਨ ਕੇ, ਆਪਣੀਆਂ ਭੁਲਾਂ ਨੂੰ ਬਖ਼ਸ਼ ਦੇਣ ਲਈ ਬੇਨਤੀ ਕਰਦੇ ਅਤੇ ਅਕਾਲ ਤਖ਼ਤ ਸਾਹਿਬ ਦੇ ਜਥੇਦਾਰ ਸਾਹਿਬ ਦੁਆਰਾ ਲਾਈ ਗਈ ਤਨਖਾਹ ਦਾ ਭੁਗਤਾਨ ਕਰਦੇ । ਪਰ ਅਕਾਲੀ ਨੇਤਾਵਾਂ ਨੇ ਅਜਿਹਾ ਕੁਝ ਨਹੀਂ ਕੀਤਾ । ਜਾਪਦਾ ਹੈ ਕਿ ਇਨ੍ਹਾਂ ਅਕਾਲੀ ਨੇਤਾਵਾਂ ਨੇ ਆਪਣੀ ਸਿਆਸਤ ਨੂੰ ਮੂਹਰੇ ਰਖਿਆ ਹੈ । ਆਪਣੀ ਸਿੱਖੀ ਨੂੰ ਪਿਛੇ । ਇਹ ਹਨ ਸਾਡੇ ਅਕਾਲੀ ਨੇਤਾ ।[1]

---

1. **Badal went into hiding before Army Op: Capt**—Accusing Chief Minister Parkash Singh Badal of fleeing to his farmhouse in Bazpur in Uttarakhand during Operation Bluestar, former Chief Minister Capt Amarinder Singh today said he (Badal) was trying to cash in on a politically sensitive issue.

Capt Amarinder said on May 26, 1984, at a meeting at a Delhi guest house, Badal and two of his colleagues met three central ministers following which he went into hiding.

On June 1, 1984, when the police and the CRPF cordoned off the Golden Temple at Amritsar, Badal, who had taken a vow at Akal Takht to resist any military operation, did nothing. Capt Amarinder said. "You (Badal) ran away to Bazpur and hid yourself in your farmhouse only to emerge after everything was over," he said.

The Tribune, Chandigarh, 8 February, 2014, p.4.

Barnala's book belies Badal's claim : Congress — Punjab Congress spokesperson Sukhpal Singh Khaira today appealed to Akal Takht to strip Chief Minister Parkash Singh Badal of the Panth-Rattan title in view of his misleading and false claims that he was in jail during Operation Bluestar.

Khaira said : "The facts have been brought to public domain through SS Barnala's book 'Quest for Freedom' where the former CM clearly stated that he and Badal were arrested from their respective houses on June 10, 1984.

"They were subsequently flown to Bhopal in a BSF airplane to be finally lodged in comfortable guest houses and tourist huts at Panchmari, a small hill station in Madhya Pradesh."

The Tribune, Chandigarh, 11 February, 2014, p.4.

Capt Stumps Badal with Bluestar letter ; CM unfazed — The ongoing war of words between Punjab Chief Minister Parkash Singh Badal and former Chief Minister Capt Amarinder Singh took a curious turn today.

Amarinder released a letter purportedly written by Harchand Singh Longowal to RK Dhawan, a former personal secretary to then Prime Minister Indira Gandhi, a few weeks before Operation Bluestar.

Referring to the letter dated April 25, 1984, Amarinder asked Badal to make it clear whether he was individually involved in talks with the Union Government during the build-up to Operation Bluestar.

The letter says : "You know Gurcharan Singh's (Tohra) life is in great danger, so I am writing to you. Jarnail Singh (Bhindranwale) is not going to give up and I strongly feel we have to do what we planned earlier and Parkash Singh Badal has already explained it to you in detail. Most Bhindranwale's men will run away when they see the Army and most probably he, too, will."

The Shiromani Akali Dal (SAD) has denied the charge that Badal had any secret meeting with Indira Gandhi before Operation Bluestar as suggested by Amarinder Singh.

Party spokesman said though Badal had met Indira Gandhi in Delhi, but it was several months before Operation Bluestar. Other Akali leaders

Contd.

were also present in that meeting, he said.

The Tribune, Chandigarh, February 12, 2014, p.1.

Ramoowalia said Akali brass sought Op Bluestar, say bros — Fuelling the ongoing controversy over the "behind the scenes role" of senior Akali leaders in Operation Bluestar, started by former Punjab CM Captain Amarinderr Singh, two Canada-based brothers of SAD senior vice-president Balwant Singh Ramoowalia have alleged that their brother had told them the same thing just after the Army operation in Golden Temple in 1984.

However, Ramoowalia rubbished the allegations made by his two brothers, terming it an attempt by them to defame him and impact his status in the Akali Dal by concocting this story due to an ongoing family dispute.

His brother Rachpal and Iqbal Ramoowalia, in a written statement sent to media-persons on Thursday evening, alleged that they were unburdening themselves by making this disclosure on what Ramoowalia had told them. "We want to add to Captain Amarinder Singh's disclosure as well as letters, purportedly written by Sant Longowal and Gurcharan Singh that Balwant Singh Ramoowalia, right after his release from jail in 1984, had told us that the operation was sought by senior Akali leadership, including Parkash Singh Badal, Sant Longowal, Gurcharan Singh Tohra, and Surjit Singh Barnala," their statement said.

"Ramoowalia, a close confidant of the Akali Dal chief and morcha dictator Sant Longowal, used to tell us that Sant Longowal's confidential letters and media statements were invariably drafted by him.Ramoowalia told us that by end of January, 1984, Sant Bhindranwale's associates had wrested total control of Golden Temple, and armed groups patrolled the parikarma, plunging the Akali leadership into deep fear and vulnerability. The sense of fear according to Ramoowalia, was so intense that leaders like Badal and late Balwant Singh (former finance minister) avoided visiting the Golden Temple complex. The Akali leadership dreaded Sant Bhindranwale so much that they feared they could be eliminated any time.

"According to Romoowalia, the top Akali leadership approached Indira Gandhi to 'liberate' the Golden Temple from Bhindranwale by force. Ramoowalia used to curse Parkash Singh Badal for hiding himself in UP, after instructing them (Ramoowalia, Longowal, Tohra, Barnala) to stay put in the Teja Singh Samundari complex in order to avert being branded cowardly by the Sikh masses. According to Romoowalia, Badal had assured Longowal, that in the event of an attack on the Golden Temple complex, all leaders would be 'arrested' safely, and the Akal Takhat alone would be targeted to flush out Bhindranwale's followers.Ramoowalia often told us

Contd.

that he did not imagine so much blood would be shed in Golden Temple complex and that Sikhs around the world would be subjected to humiliation of this formidable scale.A former Badal-foe, Ramoowalia, often confessed that his soul cursed him when he recalled ponds of blood and heaps of corpses that he saw in the Golden Temple complex in June 1984," his brothers said in the letter.

Speaking to TOI from Canada, the brothers, when asked why did it take them so long to make the disclosures, said, "We wanted to unburden ourselves." They admitted that they had a dispute with Ramoowalia, but claimed that their disclosures was catharsis for them. Asked why have they had not disclosed anything more than what Captain has, the brothers said they know other things but would disclose them at a later stage.

'Result of family dispute' — Rubbishing the allegations by his two brothers, SAD leader Balwant Singh Ramoowalia said, "I broke away from Akali Dal and was in a separate party for around 15 years, but even then I did not make any such allegations.It is only a figment of their imagination. For several years they have not been on talking terms with our father, then they had dispute with me over family property, and now they have concocted this story to lower my esteem in Akali leadership. They had tried to defame me earlier too by making personal allegations, but failed to demoralise me. The media should not take notice," he said.

The Times of India, Chandigarh, February 21, 2014, p.10.

Many Bluestar supporters had SAD patronage post-1997—Those who strongly supported and worked for the Union government during Operation Bluestar in 1984 were later rewarded or "honourably adjusted" when SAD patriarch Parkash Singh Badal became the chief minister of Punjab post-terrorism days in late 1990. This despite the fact that SAD has strongly denied allegations by former CM Amarinder Singh that Akali leaders were in cahoots with the Indira Gandhi-led regime during the military action on the Golden Temple complex in Amritsar.

The policy of giving prime postings to officers and rewarding political leaders who were accused by Shiromani Gurdwara Parbandhak Committee (SGPC), SAD and Sikh groups for helping the Centre in Operation Bluestar, continued during the tenures of Badal as CM since 1997 while Akalis continued to claim to champion the cause of Sikhs.

History books and even SGPC's own white paper recorded that Ramesh Inder Singh, an IAS officer of 1974 batch of West Bengal cadre on deputation to Punjab in 1984, was brought in as Amritsar deputy commissioner (DC) just before the launch of the Army action on the Golden

Contd.

Temple complex after his predecessor Gurdev Singh Brar was made to proceed on leave when he reportedly refused to sign on the dotted line for the military action. Ramesh Inder emerged as one of the trusted bureaucrats during Badal's three tenures as CM after 1984. Following Operation Bluestar, the Union government confirmed his absorption in Punjab cadre. Ramesh Inder was appointed Badal's principal secretary when he came into power in 1997 and then became the chief secretary when the SAD patriarch returned to power in 2007. After retirement, he was appointed the chief information commissioner (CIC) of Punjab.

Amarjeet Kaur, a Congress Rajya Sabha member during Operation Bluestar, who also happens to be Captain Amarinder's relative, was one of the most vocal leaders from Punjab to support the military action. She not only spoke in the Parliament to support it but also wrote a detailed article "Akali Dal the Enemy Within" in 1984. She had termed former SGPC chief Gurcharan Singh Tohra a Communist, apart from objecting to Akal Takht edict on Nirankaris. However, in 1990s she was "rewarded" with a ticket by Badal-led SAD, which had to be taken back after fierce opposition from Sikh groups and she appeared before Akal Takht for atonement.

Badal's son-in-law Adesh Partap Singh Kairon's family remained loyal to Congress during and after Operation Bluestar. Adesh's father Surinder Singh Kairon, son of former CM Partap Singh Kairon, became an MP in 1991 on Congress ticket. However, Adesh was elected an MLA in 1997 representing SAD and was even made cabinet minister.

Several other Congress leaders like former Ludhiana MP Gurcharan Singh Ghalib, former Rajasthan governor and Jalandhar MP Darbara Singh, former Hoshiarpur MP Kamal Chaudhary and former Jalandhar MP Balbir Singh, who remained with the party and never opposed the Army action during Operation Bluestar or raised their voice against 1984 anti-Sikh riots, were welcomed into SAD with open arms and made party candidates or adjusted at other positions.

The Times of India, Chandigarh, February, 19, 2014, p.2.

Badal was party to decision to flush out militants, says Capt — Adopting a more aggressive stance regarding the "role" of senior Akali leaders in the run-up to Operation Bluestar, Congress candidate from the Amritsar parliamentary constituency Capt Amarinder Singh today said that Chief Minister Parkash Singh Badal held eight secret meetings with the Congress top brass between November 1982 and May 1984 on flushing out militants holed up in the Golden Temple. He claimed that the Army operation took place only after a consensus between the Congress and Akali leadership.   Contd.

Talking to The Tribune here today, Amarinder said the final decision to launch Operation Bluestar was taken at a meeing in New Delhi on March 28, 1984, where other than Badal, PV Narasimha Rao, then External Affairs Minister; CR Krishnaswamy Rao, then Cabinet Secretary; PC Alexander, then Principal Secretary to Indira Gandhi, and MMK Wali were present. He said all this was on reocrd and it was time that Badal revealed the truth to the people.

Badal has consistently denied that such meetings were held. He has said that Amarinder is lying. But a copy of the government's White Paper on the issue shows that Badal was present at the secret meetings with the Centre.At several other meetings, Akali leaders Gurcharan Singh Tohra, Ravi Inder Singh, Balwant Singh Ramoowalia and Surjit Singh Barnala were also present. Five of these meetings were held in New Delhi on November 16-17, 1982 ; January 17, 1983; January 24, 1984; March 28, 1984 ; and on May 26, 1984.

Three such meetings were held in Chandigarh on March 27, 1984; March 29, 1984 ; and April 21, 1984. Then Home Minister PC Sethi, Union Ministers R Venkatratnam and Shiv Shankar, Rajiv Gandhi, an MP at that time, and Capt Amarinder Singh were present at these meetings.

The Akalis keep raking up the issue of Operation Bluestar at every election to wean away voters from the Congress. But Badal forgets he was part of the deliberations that led to Operation Bluestar. He was as much responsible for it as were the Congress leaders," he said.

The Tribune, Chandigarh, 1 April, 2014, p.3.

Akali former MP nailed Badal's Bluestar lie in 1985 — At a time when a war of words is raging between Punjab chief minister Parkash Singh Badal and his arch rival and Congress leader Amarinder Singh over the latter's claims that Akalis had a meeting with the Union government a week prior to Operation Bluestar, it has emerged that late Rajya Sabha MP Rajinder Kaur had made similar allegations against her own party and was suspended for doing so in January 1985. Kaur was also head of the Akali Dal women's wing.

After Amarinder raked up the issue again following the declaration of his candidature from Amritsar Lok Sabha constituency, SAD patriarch Badal had said the former was lying about the alleged meeting.

Kaur, daughter of Akali stalwart Master Tara Singh and chief of Istri Akali Dali, had reiterated her allegations in the January 1985 issue of her monthly journal 'Sant Sipahi' after her suspension, which was reported by TOI on January 21, 1985.

"Several prominent Akali leaders were holding secret meetings in

Contd.

1984 ਵਿਚ ਇੰਦਰਾ ਗਾਂਧੀ ਦੀ ਹੱਤਿਆ ਦੇ ਬਾਅਦ ਸਿੱਖ ਵਿਰੋਧੀ ਦੰਗਿਆਂ ਵਿਚ ਮਾਰੇ ਗਏ ਸਿਖਾਂ ਦੇ ਨਾਂ ਤੇ ਬਾਦਲ ਅਕਾਲੀ ਦਲ ਦੀ ਰਾਜਨੀਤੀ

ਪ੍ਰਸ਼ਨ ਇਹ ਵੀ ਪੈਦਾ ਹੁੰਦਾ ਹੈ ਕਿ ਸਾਡੇ ਆਪਣੇ ਸਿੱਖ ਨੇਤਾਵਾਂ ਦੀ ਅਸਲ ਤਸਵੀਰ ਕੀ ਹੈ ? ਉਨ੍ਹਾਂ ਦਾ ਅਸਲ ਚਿਹਰਾ ਕੀ ਹੈ ? ਇਸ ਦਾ ਉੱਤਰ ਹੈ ਕਿ **ਪੰਜਾਬ ਦੇ ਅਕਾਲੀ ਨੇਤਾ ਵੀ ਇਸ ਮਾਮਲੇ ਵਿਚ ਕਿਸੇ ਹੱਦ ਤਕ ਕਸੂਰਵਾਰ ਹਨ। ਅਸੀਂ ਵੇਖਦੇ ਹਾਂ ਕਿ ਚੋਣਾਂ ਦੇ ਨੇੜੇ ਸਾਡੇ ਅਕਾਲੀ ਨੇਤਾ 1984 ਵਿਚ ਇੰਦਰਾ ਗਾਂਧੀ ਦੀ ਹੱਤਿਆ ਦੇ ਬਾਅਦ ਸਿੱਖ ਵਰੋਧੀ ਦੰਗਿਆਂ ਵਿਚ ਮਾਰੇ ਗਏ ਸਿੱਖਾਂ ਦਾ ਨਾਂ ਲੈ ਕੇ ਰਾਜਨੀਤਿਕ ਲਾਭ ਉਠਾਉਣ ਦਾ ਯਤਨ ਕਰਦੇ ਰਹੇ ਹਨ। ਪਰ ਚੋਣਾਂ ਸਮਾਪਤ ਹੋਣ ਦੇ ਬਾਅਦ ਇਹ ਅਕਾਲੀ ਨੇਤਾ 1984 ਵਿਚ ਸਿੱਖ ਵਿਰੋਧੀ ਦੰਗਿਆਂ ਦੇ ਸਿੱਖ ਪੀੜਤਾਂ ਦਾ ਨਾਂ ਲੈਣਾ ਵੀ ਭੁੱਲ ਜਾਂਦੇ ਹਨ।**

ਪੰਜਾਬ ਵਿਧਾਨ ਸਭਾ ਦੇ ਪੂਰਵ ਡਿਪਟੀ ਸਪੀਕਰ ਸ੍ਰ. ਬੀਰ ਦਵਿੰਦਰ ਸਿੰਘ ਦਾ ਕਹਿਣਾ ਹੈ ਕਿ ਇੰਦਰਾ ਗਾਂਧੀ ਦੀ ਹੱਤਿਆ ਦੇ ਬਾਅਦ 1984 ਵਿਚ ਦਿੱਲੀ ਵਿਚ ਨਿਰਦੋਸ਼, ਨਿਹੱਥੇ ਸਿੱਖਾਂ ਦੇ ਕਤਲੇ-ਆਮ ਦੀ ਪੀੜਾ ਦੇ ਆਕਾਰ ਨੂੰ ਸਮਝਣ ਵਿਚ ਸ਼੍ਰੋਮਣੀ ਅਕਾਲੀ ਦਲ ਪੂਰੀ ਤਰ੍ਹਾਂ ਅਸਫਲ ਰਿਹਾ ਹੈ।[1]

Delhi with ruling party leaders for secret deals," Kaur was quoted as saying by The Times of India. The 1985 news report about her suspension and controversy reads : "She alleged that some Akali leaders met central leaders barely four days before the Army action against terrorists in June."

In an article, 'Rajiv Gandhi 'te Sikh' (Rajiv Gandhi and Sikhs) Kaur, who was editor of 'Sant Sipahi', wrote : "It is suprising that on May 26,three Akali leaders, including Parkash Singh Badal and Gurcharan Singh Tohra, met Indira Gandhi. On May 27, the Prime Minister decided to send the Army inside Darbar Sahib. On May 28, Sant Jarnail Singh (Bhindrawale) got the wind of this decision, and decided that if condition was so bad he would come out and offer arrest, but on June 1 information was planted on him that Army would besiege Darbar Sahib but would not attack it."

She wrote when Tohra went to meet Bhindrawale on June 3 and hinted he should move out to prevent damage to Darbar Sahib, the Sikh militant leader told him the Army would only surround the Golden Temple complex and not attack. The editor-cum-Akali leader further wrote in the article that Bhindranwale was deliberately given wrong "inside" informatioin.

Kaur was gunned down by terrorists in February, 1989.

The Times of India, Chandigarh, April 5, 2014, p.2.

1. The SAD failed miserably to comprehend the tragic dimensions of the sufferings of the victims of the 'genocide' of the Sikhs in Delhi in 1984.
— Bir Devinder Singh, *The Tribune*, November 2, 2010,p.4.

ਪਰ ਫਿਰ ਵੀ ਇਸ ਗੱਲ ਤੋਂ ਵੀ ਇਨਕਾਰ ਨਹੀਂ ਕੀਤਾ ਜਾ ਸਕਦਾ ਕਿ ਪੰਜਾਬ ਦੇ ਬਾਦਲ ਧੜੇ ਅਤੇ ਦਿੱਲੀ ਦੇ ਸਰਨਾ ਧੜੇ ਨੇ 1984 ਦੇ ਸਿੱਖ ਵਿਰੋਧੀ ਦੰਗਿਆਂ ਦੇ ਪੀੜਤਾਂ ਲਈ ਕੁਝ ਕੀਤਾ ਵੀ ਹੈ। ਜੇਕਰ ਇਹ ਸੱਚ ਹੈ ਤਾਂ ਬਾਦਲ ਧੜੇ ਅਤੇ ਸਰਨਾ ਧੜੇ ਦੁਆਰਾ ਕੀਤੇ ਚੰਗੇ ਕੰਮ ਦਾ ਉਨ੍ਹਾਂ ਨੂੰ ਕਰੈਡਿਟ ਵੀ ਮਿਲਣਾ ਚਾਹੀਦਾ ਹੈ।

ਉਪਰੇਸ਼ਨ ਬਲੀਊ ਸਟਾਰ ਮੈਮੋਰੀਅਲ ਤੇ ਸ੍ਰ. ਪ੍ਰਕਾਸ਼ ਸਿੰਘ ਬਾਦਲ ਦੀ ਰਾਜਨੀਤੀ

ਆਮ ਸਿੱਖ ਦੀ ਰਾਏ ਵਿਚ ਸ਼੍ਰੋਮਣੀ ਗੁਰਦੁਆਰਾ ਪ੍ਰਬੰਧਕ ਕਮੇਟੀ ਨੇ ਹਰਿਮੰਦਰ ਸਾਹਿਬ ਦੇ ਕੌਮਪਲੈਕਸ ਵਿਚ ਗੁਰਦੁਆਰਾ ਥੜ੍ਹਾ ਸਾਹਿਬ ਦੇ ਨਾਲ ਲਗਦੀ ਥਾਂ ਤੇ ਗੁਰਦੁਆਰਾ ਸਾਹਿਬ ਦੇ ਰੂਪ ਵਿਚ ਉਪਰੇਸ਼ਨ ਬਲੀਊ ਸਟਾਰ ਮੈਮੋਰੀਅਲ ਖੜ੍ਹਾ ਕਰ ਕੇ ਸਿੱਖ ਇਤਿਹਾਸ ਵਿਚ ਇੱਕ ਯਾਦਗਾਰੀ ਕੰਮ ਕੀਤਾ ਹੈ। ਅਕਾਲੀ ਨੇਤਾਵਾਂ ਦਾ ਕਹਿਣਾ ਹੈ ਕਿ ਇਹ ਸਿੱਖਾਂ ਦਾ ਆਪਣਾ ਅੰਦਰ ਦਾ ਮਾਮਲਾ ਹੈ। ਇਸ ਲਈ ਬਾਹਰ ਵਾਲਿਆਂ ਨੂੰ ਇਸ ਮਾਮਲੇ ਵਿਚ ਦਖ਼ਲ ਦੇਣ ਜਾਂ ਚਿੰਤਾ ਕਰਨ ਦੀ ਕੋਈ ਲੋੜ ਨਹੀਂ ਹੈ। ਅਕਾਲੀ ਨੇਤਾਵਾਂ ਦਾ ਇਹ ਵੀ ਕਹਿਣਾ ਹੈ ਕਿ ਗੁਰਦੁਆਰੇ ਦੇ ਰੂਪ ਵਿਚ ਖੜ੍ਹਾ ਕੀਤਾ ਉਪਰੇਸ਼ਨ ਬਲੀਊ ਸਟਾਰ ਮੈਮੋਰੀਅਲ ਸ਼ਾਂਤੀ ਦਾ ਸੰਦੇਸ਼ ਦੇਵੇਗਾ, ਆਤੰਕਵਾਦ ਦਾ ਨਹੀਂ। ਵਾਹਿਗੁਰੂ ਕਰੇ, ਗੁਰੂਆਂ ਦੀ ਇਸ ਧਰਤੀ ਤੇ, ਪੰਜਾਬ ਵਿਚ, ਸਦਾ ਸ਼ਾਂਤੀ ਬਣੀ ਰਹੇ। ਅਜਿਹੇ ਮੈਮੋਰੀਅਲ ਸ਼ਹੀਦ ਹੋਏ ਸਿੱਖਾਂ ਦੀ ਯਾਦ ਨੂੰ ਸਦੀਵਤਾ ਬਖ਼ਸ਼ਦੇ ਹਨ, ਸਿੱਖ ਧਰਮ ਦੀ ਸ਼ਹੀਦੀ ਦੀ ਪਰੰਪਰਾ ਨੂੰ ਸੁਰਜੀਤ ਕਰਦੇ ਅਤੇ ਅਗੋਂ ਲਈ ਜੀਵਤ ਰਖਦੇ ਹਨ ਅਤੇ ਆਉਣ ਵਾਲੀਆਂ ਸਰਕਾਰਾਂ ਨੂੰ ਸਿੱਖਾਂ ਨਾਲ ਬੇਇਨਸਾਫ਼ੀ ਕਰਨ ਤੋਂ ਰੋਕਦੇ ਹਨ।

ਪਰ ਅਕਾਲੀ ਪ੍ਰਮੁੱਖ ਨੇਤਾ ਸ੍ਰ. ਪ੍ਰਕਾਸ਼ ਸਿੰਘ ਬਾਦਲ ਕਹਿੰਦੇ ਹਨ ਕਿ ਉਨ੍ਹਾਂ ਦਾ ਉਪਰੇਸ਼ਨ ਬਲੀਊ ਸਟਾਰ ਮੈਮੋਰੀਅਲ ਦੀ ਉਸਾਰੀ ਦੇ ਫ਼ੈਸਲੇ ਨਾਲ ਕੋਈ ਸੰਬੰਧ ਨਹੀਂ। ਬਾਦਲ ਸਾਹਿਬ ਕਹਿੰਦੇ ਹਨ ਕਿ ਇਹ ਕੰਮ ਪੂਰੀ ਤਰ੍ਹਾਂ ਨਾਲ ਕੇਵਲ ਗੁਰਦੁਆਰਾ ਪ੍ਰਬੰਧਕ ਕਮੇਟੀ ਦੇ ਅਧਿਕਾਰ-ਖੇਤਰ ਵਿਚ ਆਉਂਦਾ ਹੈ। ਪਰ ਗੁਰਦੁਆਰਾ ਪ੍ਰਬੰਧਕ ਕਮੇਟੀ ਦੇ ਉਸ ਵਕਤ ਦੇ ਪ੍ਰਧਾਨ ਸ. ਅਵਤਾਰ ਸਿੰਘ ਮੱਕਰ ਦਾ ਕਹਿਣਾ ਹੈ ਕਿ ਉਪਰੇਸ਼ਨ ਬਲੀਊ ਸਟਾਰ ਮੈਮੋਰੀਅਲ ਦੀ ਉਸਾਰੀ ਕਰਨ ਦਾ ਫ਼ੈਸਲਾ ਸ੍ਰ. ਪ੍ਰਕਾਸ਼ ਸਿੰਘ ਬਾਦਲ ਦੀ ਜਾਣਕਾਰੀ ਅਤੇ ਪ੍ਰਵਾਨਗੀ ਨਾਲ ਕੀਤਾ ਗਿਆ ਹੈ। ਸੱਚ ਇਹ ਹੈ ਭਾਰਤੀ ਜਨਤਾ ਪਾਰਟੀ ਸ਼ੁਰੂ ਤੋਂ ਹੀ ਉਪਰੇਸ਼ਨ ਬਲੀਊ ਸਟਾਰ ਮੈਮੋਰੀਅਲ ਦੀ ਉਸਾਰੀ ਦੇ ਉਲਟ ਰਹੀ ਹੈ। ਬਾਦਲ ਸਾਹਿਬ ਪੰਜਾਬ ਵਿਚ ਹਿੰਦੂ ਵੋਟਾਂ ਦਾ ਸਮਰਥਨ ਚਲਦੇ ਰਖਣ ਲਈ ਭਾਰਤੀ ਜਨਤਾ ਪਾਰਟੀ ਨੂੰ ਨਾਰਾਜ਼ ਨਹੀਂ ਕਰ ਸਕਦੇ। ਇਸ ਲਈ ਬਾਦਲ ਸਾਹਿਬ ਇਹ ਝੂਠ ਬੋਲਣ ਲਈ ਮਜਬੂਰ ਹਨ ਕਿ ਉਪਰੇਸ਼ਨ ਬਲੀਊ ਸਟਾਰ ਮੈਮੋਰੀਅਲ ਦੀ ਉਸਾਰੀ ਦੇ ਫ਼ੈਸਲੇ ਨਾਲ ਉਨ੍ਹਾਂ ਦਾ ਕੋਈ ਸੰਬੰਧ ਨਹੀਂ ਹੈ। ਇਸ ਨੂੰ ਕਹਿੰਦੇ ਹਨ, ਬਾਦਲ ਸਾਹਿਬ ਦੀ ਰਾਜਨੀਤੀ। ਸਾਡੇ ਨੇਤਾ ਕਿਸੇ ਵੀ ਗੱਲ ਤੇ ਰਾਜਨੀਤੀ ਕਰ ਸਕਦੇ ਹਨ ਅਤੇ ਰਾਜਨੀਤੀ ਕਰਦੇ ਹੋਏ ਝੂਠ ਬੋਲਣ ਤੋਂ ਉਕਾ ਹੀ ਸੰਕੋਚ ਨਹੀਂ ਕਰਦੇ।

ਬਾਦਲ ਅਕਾਲੀ ਦਲ, ਭਾਜਪਾ ਅਤੇ ਕਾਂਗਰਸ ਦੀ ਰਾਜਨੀਤੀ ਸਿੱਖਾਂ ਦਾ ਫ਼ਾਇਦਾ ਕਿਸ ਵਿਚ ਹੈ ?

ਇਹ ਠੀਕ ਹੈ ਕਿ ਇੰਦਰਾ ਗਾਂਧੀ ਉਪਰੇਸ਼ਨ ਬਲੀਊ ਸਟਾਰ ਕਰਾਉਣ ਦੀ ਜ਼ਿੰਮੇਵਾਰੀ ਤੋਂ ਬਚ ਨਹੀਂ ਸਕਦੀ। (ਵੇਖੋ ਪੁਸਤਕ ਦੇ ਪੰਨੇ 32-33) ਪਰ ਇਹ ਵੀ ਠੀਕ ਹੈ ਕਿ ਭਾਰਤੀ ਜਨਤਾ ਪਾਰਟੀ ਦੇ ਪ੍ਰਮੁੱਖ ਨੇਤਾ ਸ੍ਰੀ ਅਡਵਾਨੀ ਵੀ ਉਪਰੇਸ਼ਨ ਬਲੀਊ ਸਟਾਰ ਨੂੰ ਉਚਿਤ ਠਹਿਰਾਉਂਦੇ ਹਨ, ਅਨੁਚਿਤ ਨਹੀਂ। ਕੇਵਲ ਇਹ ਹੀ ਨਹੀਂ, ਸਗੋਂ ਸ੍ਰੀ ਅਡਵਾਨੀ ਇਸ ਗੱਲ ਦਾ ਵੀ ਕਰੈਡਿਟ ਲੈਂਦੇ ਹਨ ਕਿ ਉਨ੍ਹਾਂ ਦੀ ਪਾਰਟੀ ਨੇ ਇੰਦਰਾ ਗਾਂਧੀ ਨੂੰ ਉਪਰੇਸ਼ਨ ਬਲੀਊ ਸਟਾਰ ਦਾ ਫ਼ੌਜੀ ਐਕਸ਼ਨ ਲੈਣ ਲਈ ਮਜਬੂਰ ਕਰ ਦਿੱਤਾ ਸੀ।[1] ਇਹ ਠੀਕ ਹੈ ਕਿ

1. **BJP pressurised Indira far Operation Blue Star**

Indira Gandhi's wavering policy, lack of firm action, and the tendency to seek partisan political advantage aggravated the problem in Punjab. With her credibility, both at home and abroad, at stake, **the Prime Minister was ultimately forced to use the military to liberate the GoldenTemple from its anti-national occupants.** In what was termed as 'Operation Blue Star', the Indian Army entered the temple complex on 5 June, 1984.

L.K. Advani, *My Country My Life,* 2008, p. 430.

In 1984, BJP had attacked the then Prime Minister Indira Gandhi for not reacting strongly to the situation in Punjab while she rather expressed apprehensions that any action like sending Army or police to the Golden Temple could have serious repercussions. Thereupon Vajpayee said, "Mrs. Gandhi should govern or resign."

Former PM Charan Singh said, "Mrs Gandhi has always gone down on her knees whenever she was confronted by Sikh militancy." However, Indira said, "The question is whether we should enter the Golden Temple or not, and that is something we cannot discuss here (in Parliament)." She had said, "We have to see what will be the repercussions (referring to a police or military action)? Will the repercussions be such that it destroys the original intentions."

The Times of India, Chandigarh, February 13, 2014, p.2.

Khaira : Advani pressurised Indira for Op Bluestar

Dubbing the saffron party as "anti-Sikh", Punjab Congress spokesman Sukhpal Khaira today alleged that veteran BJP leader LK Advani pressurised then Prime Minister Indira Gandhi for the Operation Bluestar in 1984.

To substantiate his claim, Khaira showed a picture wherein Advani was shown leading "Rosh (protest) march" conducted in May 1984, thus "compelling Indira to send the Army to Punjab". He also quoted text from Advani's book 'My Country My Life", which reportedly endorses it.

"The Operation Bluestar cannot be justified but the SAD-BJP alliance's attempt to go in political mileage out of it is unacceptable. They have been misguiding the state people," he said.

The Tribune, Chandigarh, 22 February, 2014, p.2.

ਰਾਜੀਵ ਗਾਂਧੀ ਸਰਕਾਰ ਇੰਦਰਾ ਗਾਂਧੀ ਦੀ ਹੱਤਿਆ ਦੇ ਬਾਅਦ ਸਿੱਖਾਂ ਦੇ ਹੋਏ ਕਤਲੇ-ਆਮ ਦੀ ਜ਼ਿੰਮੇਵਾਰੀ ਤੋਂ ਬਚ ਨਹੀਂ ਸਕਦੀ। (ਵੇਖੋ ਪੁਸਤਕ ਦੇ ਪੰਨੇ 34-36) ਪਰ ਇਹ ਵੀ ਠੀਕ ਹੈ ਕਿ ਸਿੱਖਾਂ ਦੇ ਹੋਏ ਕਤਲੇ-ਆਮ ਦੇ ਵਕਤ ਭਾਰਤੀ ਜਨਤਾ ਪਾਰਟੀ ਇੱਕ ਤਮਾਸ਼ਾਈ ਬਣ ਕੇ ਸਿੱਖਾਂ ਦਾ ਕਤਲੇ-ਆਮ ਹੁੰਦਾ ਵੇਖਦੀ ਰਹੀ। ਇਸ ਸੰਭਾਵਨਾ ਨੂੰ ਵੀ ਰੱਦ ਨਹੀਂ ਕੀਤਾ ਜਾ ਸਕਦਾ ਕਿ ਆਰ.ਐਸ.ਐਸ. ਅਤੇ ਭਾਜਪਾ ਦੇ ਕੁਝ ਬੰਦੇ ਵੀ ਸਿੱਖਾਂ ਦੇ ਕਤਲੇ-ਆਮ ਵਿਚ ਸ਼ਾਮਲ ਹੋ ਗਏ ਹੋਣ। ਕਿਹਾ ਜਾਂਦਾ ਹੈ ਕਿ ਐਨ.ਡੀ.ਏ. ਸਰਕਾਰ ਦੇ ਸਮੇਂ ਭਾਜਪਾ ਲੀਡਰਸ਼ਿਪ ਇਨ੍ਹਾਂ ਦੋਸ਼ੀਆਂ ਨੂੰ ਬਚਾਉਣ ਲਈ ਯਤਨਸ਼ੀਲ ਰਹੀ ਹੈ।[1]

ਇਸ ਦੇ ਨਾਲ ਨਾਲ ਇਹ ਵੀ ਠੀਕ ਹੈ ਕਿ ਕੇਵਲ ਕਾਂਗਰਸ ਪਾਰਟੀ ਹੀ ਸੈਕੂਲਰ ਪਾਰਟੀ ਹੋਣ ਕਰਕੇ ਗਿਆਨੀ ਜ਼ੈਲ ਸਿੰਘ ਨੂੰ ਭਾਰਤ ਦਾ ਰਾਸ਼ਟਰਪਤੀ ਬਣਾ ਸਕਦੀ ਹੈ ਅਤੇ ਡਾ. ਮਨਮੋਹਨ ਸਿੰਘ ਨੂੰ ਭਾਰਤ ਦਾ ਦੋ ਵਾਰ ਪ੍ਰਧਾਨ ਮੰਤਰੀ ਬਣਾ ਸਕਦੀ ਹੈ। ਭਾਰਤੀ ਜਨਤਾ ਪਾਰਟੀ ਸਿੱਖਾਂ ਲਈ ਇਹ ਕੁਝ ਅਤੇ ਇਤਨਾ ਕੁਝ ਕਰਨ ਦੀ ਗੱਲ ਸੋਚ ਵੀ ਨਹੀਂ ਸਕਦੀ।

2014 ਵਿਚ ਬਾਦਲ ਸਾਹਿਬ ਕਹਿੰਦੇ ਸਨ ਕਿ ਉਨ੍ਹਾਂ ਦੇ ਜੀਵਨ ਦਾ ਕੇਵਲ ਇੱਕ ਉਦੇਸ਼ ਹੈ, ਹਿੰਦੂ ਸਿੱਖ ਏਕਤਾ ਅਤੇ ਨਰਿੰਦਰ ਮੋਦੀ ਨੂੰ ਭਾਰਤ ਦਾ ਪ੍ਰਧਾਨ ਮੰਤਰੀ ਬਣਾਉਣਾ। ਦੂਜੇ ਸ਼ਬਦਾਂ ਵਿਚ ਬਾਦਲ ਸਾਹਿਬ ਹਿੰਦੂ ਵੋਟਾਂ ਦੀ ਮਦਦ ਨਾਲ ਪੰਜਾਬ ਵਿਚ ਮੁੱਖ ਮੰਤਰੀ ਦੀ ਕੁਰਸੀ ਨੂੰ ਹੋਰ ਪੱਕਾ ਕਰਨ ਅਤੇ ਪੰਜਾਬ ਦੀਆਂ ਆਰਥਿਕ ਮੁਸ਼ਕਲਾਂ ਖ਼ਤਮ ਕਰਨ ਲਈ ਕੇਂਦਰ ਤੋਂ ਪੰਜਾਬ ਲਈ ਵਿਸ਼ੇਸ਼ ਪੈਕਿਜ ਹਾਸਲ ਕਰਨ ਦੇ ਬਦਲੇ ਵਿਚ ਹਿੰਦੂ ਸਿੱਖ ਏਕਤਾ ਦੇ ਨਾਂ ਤੇ ਭਾਰਤ ਦੇ ਸਾਰੇ ਸਿੱਖਾਂ ਨੂੰ ਭਾਰਤੀ ਜਨਤਾ ਪਾਰਟੀ ਦੀ ਝੋਲੀ ਵਿਚ ਪਾ ਦੇਣ ਨੂੰ ਤਿਆਰ ਸਨ।[2]

ਪਰ ਜੋ ਕੁਝ ਬਾਦਲ ਸਾਹਿਬ ਨੇ ਸੋਚਿਆ ਸੀ, ਉਹ ਹੋਇਆ ਨਹੀਂ ਹੈ। ਕੇਂਦਰ ਵਿਚ ਭਾਜਪਾ ਦੀ ਮੋਦੀ ਸਰਕਾਰ ਬਣ ਜਾਣ ਤੇ ਬਾਅਦ ਵੀ ਪੰਜਾਬ ਨੂੰ ਆਰਥਿਕ ਪੈਕਿਜ 2014 ਵਿਚ ਨਹੀਂ ਮਿਲਿਆ।[3] ਰਾਜਨੀਤੀ ਵਿਚ ਕਿਸੇ ਵਕਤ ਬਦਲੇ ਹਾਲਾਤ ਕਰਕੇ ਕੁਝ ਵੀ ਹੋ ਸਕਦਾ ਹੈ। ਭਾਜਪਾ ਸਰਕਾਰ ਦੀ ਕਿਸਾਨਾਂ ਦਾ ਨੁਕਸਾਨ ਕਰਨ ਵਾਲੀ ਰਾਜਨੀਤੀ ਦਾ ਪੰਜਾਬ ਵਿਚ ਬਾਦਲ ਅਕਾਲੀ ਦਲ ਦੇ ਸਿੱਖ ਵੋਟ ਬੈਂਕ ਦੇ ਹੋਣ ਵਾਲੇ ਨੁਕਸਾਨ ਨੂੰ ਵੇਖਦੇ ਹੋਏ ਬਾਦਲ ਅਕਾਲੀ ਦਲ ਨੇ ਭਾਜਪਾ ਨਾਲ ਆਪਣਾ ਗਠਜੋੜ ਖ਼ਤਮ ਕਰ ਦਿੱਤਾ ਹੈ। ਹੁਣ ਬਾਦਲ ਅਕਾਲੀ ਦਲ ਨਾਨ-ਸਿੱਖ ਵੋਟਾਂ ਹਾਸਲ ਕਰਨ ਲਈ BSP ਜਾਂ ਕਿਸੇ ਹੋਰ ਪਾਰਟੀ ਨਾਲ ਗਠਜੋੜ ਕਰ ਸਕਦਾ ਹੈ।

---

1. **BJP,RSS workers also involved in riots : Cong**
The Tribune, Chandigarh, 24 April, 2014, p.3.
Cong dares Centre to probe RSS Workers' role in riots :
The Tribune, Chandigarh, 03 February, 2015, p.3.
2. *The Times of India,* Chandigarh, 26 April, 2014, p.5.
3. *The Times of India,* Chandigarh, 15 January, 2015, p.2.

ਬਾਦਲ ਸਾਹਿਬ ਦਾ ਕਾਂਗਰਸ ਨੂੰ ਆਪਣਾ ਦੁਸ਼ਮਣ ਨੰਬਰ ਇੱਕ ਕਰਾਰ ਦੇਣ ਦਾ ਨਤੀਜਾ ਇਹ ਹੋਇਆ ਹੈ ਕਿ ਆਲ ਇੰਡੀਆ ਸਿੱਖ ਗੁਰਦੁਆਰਾ ਐਕਟ ਪਾਸ ਕਰਾਉਣ, ਚੰਡੀਗੜ੍ਹ ਅਤੇ ਬਾਹਰ ਰਹਿ ਗਏ ਕੁਝ ਪੰਜਾਬੀ ਇਲਾਕੇ ਪੰਜਾਬ ਵਿਚ ਸ਼ਾਮਲ ਕਰਨ ਅਤੇ ਪੰਜਾਬ ਦੇ ਦਰਿਆਵਾਂ ਦੇ ਪਾਣੀ ਦੀ ਵਰਤੋਂ ਕਰਨ ਦੇ ਪੰਜਾਬ ਦੇ ਅਧਿਕਾਰ ਆਦਿ ਦੇ ਮਾਮਲਿਆਂ ਵਿਚ ਕਾਂਗਰਸ ਦਾ ਰਵੱਈਆ ਨੈਗੇਟਿਵ ਰਿਹਾ ਹੈ। ਪੰਜਾਬ ਵਿਚ ਕਾਂਗਰਸ ਆਪਣੀ ਸਰਕਾਰ ਬਣਾਉਣ ਦੀ ਦਾਅਵੇਦਾਰ ਹੋਣ ਕਰਕੇ ਅਤੇ ਕੇਂਦਰ ਦੀ ਪਾਰਲੀਮੈਂਟ ਦੀਆਂ ਚੋਣਾਂ ਵਿਚ ਕਾਂਗਰਸ ਦੀ ਜਿੱਤ ਹਾਸਲ ਕਰਨ ਦੇ ਉਦੇਸ਼ ਨਾਲ ਕਾਂਗਰਸ ਨੇ ਪੰਜਾਬ ਵਿਚ ਅਕਾਲੀ ਪਾਰਟੀ ਨੂੰ ਅੰਦਰ ਅਤੇ ਬਾਹਰ ਤੋਂ ਕਮਜ਼ੋਰ ਕਰਨ ਦੀਆਂ ਕੋਸ਼ਿਸ਼ਾਂ ਕਈ ਵਾਰ ਕੀਤੀਆਂ ਹਨ। ਕਾਂਗਰਸ ਨੇ ਨਵੰਬਰ, 1967 ਵਿਚ ਲਛਮਨ ਸਿੰਘ ਗਿਲ ਨੂੰ ਪੰਜਾਬ ਅਸੈਂਬਲੀ ਦੀ ਅਕਾਲੀ ਪਾਰਟੀ ਤੋਂ ਤੋੜਿਆ ਅਤੇ ਫਿਰ ਪ੍ਰਸਿੱਧ ਨੇਤਾ ਹਰਿਕਿਸ਼ਨ ਸਿੰਘ ਸੁਰਜੀਤ ਦੇ ਸ਼ਬਦਾਂ ਵਿਚ ਅਕਾਲੀਆਂ ਨੂੰ ਪੰਜਾਬ ਵਿਚ ਕਮਜ਼ੋਰ ਕਰਨ ਦੇ ਉਦੇਸ਼ ਨਾਲ ਬਾਹਰ ਤੋਂ ਸੰਤ ਜਰਨੈਲ ਸਿੰਘ ਭਿੰਡਰਾਂਵਾਲੇ ਨੂੰ ਲਿਆ ਕੇ ਪੰਜਾਬ ਦੀ ਸਿਆਸਤ ਵਿਚ ਖੜ੍ਹਾ ਕਰ ਦਿੱਤਾ। ਜਦੋਂ ਸੰਤ ਭਿੰਡਰਾਂਵਾਲੇ ਇੰਦਰਾ ਗਾਂਧੀ ਦੇ ਕੰਟਰੋਲ ਤੋਂ ਬਾਹਰ ਹੋ ਗਏ ਤਾਂ ਇੰਦਰਾ ਗਾਂਧੀ ਨੇ ਸੰਤ ਭਿੰਡਰਾਂਵਾਲੇ ਦੇ ਆਤੰਕਵਾਦ ਦੀ ਸਮੱਸਿਆ ਨੂੰ ਹੱਲ ਕਰਨ ਲਈ 4 ਜੂਨ, 1984 ਦਾ ਫ਼ੌਜੀ ਐਕਸ਼ਨ ਬਲੀਊ ਸਟਾਰ ਕਰਨ ਦਾ ਗ਼ਲਤ ਫ਼ੈਸਲਾ ਕਰ ਲਿਆ, ਜਿਸ ਦੀ ਪ੍ਰਤਿਕਿਰਿਆ ਕਰਕੇ 31 ਅਕਤੂਬਰ, 1984 ਨੂੰ ਇੰਦਰਾ ਗਾਂਧੀ ਦੀ ਹੱਤਿਆ ਹੋ ਗਈ। ਇਸ ਦੇ ਬਾਅਦ 31 ਅਕਤੂਬਰ ਤੋਂ 2 ਨਵੰਬਰ, 1984 ਤਕ ਦਿੱਲੀ ਅਤੇ ਭਾਰਤ ਦੇ ਹੋਰ ਵੱਡੇ ਸ਼ਹਿਰਾਂ ਵਿਚ ਨਿਰਦੋਸ਼ ਅਤੇ ਨਿਹੱਥੇ ਸਿੱਖਾਂ ਦਾ ਕਤਲੇ-ਆਮ ਹੋਇਆ। **ਹੁਣ ਅਸੀਂ ਭਾਜਪਾ ਦੀ ਗੱਲ ਕਰਦੇ ਹਾਂ।** ਭਾਰਤੀ ਜਨਤਾ ਪਾਰਟੀ ਪੰਜਾਬ ਦੇ ਦਰਿਆਵਾਂ ਦੇ ਪਾਣੀ ਨੂੰ ਰਾਸ਼ਟਰੀ ਸੰਪਤੀ ਮੰਨਦੀ ਹੈ ਅਤੇ ਇਸ ਤੇ ਪੰਜਾਬ ਦਾ ਨਵੇਕਲਾ ਅਧਿਕਾਰ ਮੰਨਣ ਤੋਂ ਇਨਕਾਰ ਕਰਦੀ ਹੈ; ਰਾਜਾਂ ਦੀ ਤੁਲਨਾ ਵਿਚ ਕੇਂਦਰ ਨੂੰ ਹੋਰ ਸ਼ਕਤੀਸ਼ਾਲੀ ਬਣਾਉਣ ਦੀ ਇੱਛਕ ਹੈ; ਭਾਰਤ ਵਿਚ ਰਹਿ ਰਹੇ ਵੱਖ ਵੱਖ ਧਰਮਾਂ ਦੇ ਲੋਕਾਂ ਤੇ ਇੱਕ ਇਕਸਾਰ ਸਿਵਲ ਕਾਨੂੰਨ ਅਰਥਾਤ ਅਮਲ ਵਿਚ ਹਿੰਦੂ ਕਾਨੂੰਨ ਲਾਗੂ ਕਰਨਾ ਚਾਹੁੰਦੀ ਹੈ; ਸਾਰੇ ਭਾਰਤ ਵਿਚ ਭਾਸ਼ਾ ਦੇ ਆਧਾਰ ਤੇ ਨਵੇਂ ਰਾਜ ਬਣ ਜਾਣ ਦੇ ਬਾਅਦ ਵੀ ਭਾਰਤੀ ਜਨਤਾ ਪਾਰਟੀ ਪੰਜਾਬੀ ਭਾਸ਼ਾ ਦੇ ਆਧਾਰ ਤੇ ਪੰਜਾਬੀ ਸੂਬਾ ਬਣਾਏ ਜਾਣ ਦਾ ਵਿਰੋਧ ਕਰਦੀ ਰਹੀ ਸੀ; ਭਾਰਤੀ ਜਨਤਾ ਪਾਰਟੀ ਆਲ ਇੰਡੀਆ ਸਿੱਖ ਗੁਰਦੁਆਰਾ ਐਕਟ[1] ਦੇ ਬਣਾਏ ਜਾਣ ਦਾ ਵੀ ਵਿਰੋਧ ਕਰਦੀ ਹੈ; 2014 ਵਿਚ ਭਾਰਤੀ ਜਨਤਾ ਪਾਰਟੀ ਦੀ ਮਿਲੀ-ਭੁਗਤ ਨਾਲ 'ਪੁਰਖੋਂ ਕੇ ਘਰ ਵਾਪਸੀ' ਦਾ ਅਖੌਤੀ ਧਰਮ ਕਾਰਜ ਸ਼ੁਰੂ ਹੋ ਚੁੱਕਾ ਹੈ; ਆਰ.ਆਰ.ਐਸ. ਦੇ ਮੁੱਖੀ ਮੋਹਨ ਭਾਗਵਤ ਭਾਰਤ ਨੂੰ ਹਿੰਦੂ ਰਾਸ਼ਟਰ ਬਣਾਉਣ ਦੇ ਲਲਕਾਰੇ ਮਾਰ ਰਹੇ ਹਨ; ਹਰਿਆਣੇ ਦੇ ਸਕੂਲਾਂ ਵਿਚ ਕੁਝ ਜਮਾਤਾਂ ਦੇ ਸਲੇਬਸ ਵਿਚ ਸਾਰੇ ਵਿਦਿਆਰਥੀਆਂ ਲਈ ਸੰਸਕ੍ਰਿਤ ਅਤੇ ਭਾਗਵਤ ਗੀਤਾ ਦੀ ਪੜ੍ਹਾਈ ਨੂੰ ਲਾਜ਼ਮੀ ਕਰ ਦਿੱਤਾ ਗਿਆ ਹੈ; 2014-2015 ਵਿਚ ਗੁਜਰਾਤ ਦੀ ਭਾਜਪਾ ਸਰਕਾਰ ਨੇ ਉਥੋਂ ਦੇ ਸਿੱਖ ਕਿਸਾਨਾਂ ਨੂੰ ਉਨ੍ਹਾਂ ਦੀਆਂ ਜ਼ਮੀਨਾਂ ਤੋਂ ਜ਼ਬਰਦਸਤੀ ਉਜਾੜ ਕੇ ਉਨ੍ਹਾਂ ਨੂੰ ਗੁਜਰਾਤ

1. *The Tribune,* April 13, 2009, p.5.

ਛਡਣ ਲਈ ਮਜਬੂਰ ਕੀਤਾਹੈ ; ਅਤੇ ਮਾਰਚ, *2015* ਵਿਚ ਕੇਂਦਰ ਦੀ ਭਾਜਪਾ ਮੋਦੀ ਸਰਕਾਰ ਨੇ ਪੂਰਵ ਪ੍ਰਧਾਨ ਮੰਤਰੀ ਡਾ. ਮਨਮੋਹਨ ਸਿੰਘ ਨੂੰ, ਜਿਨ੍ਹਾਂ ਦੀ ਦਿਆਨਤਦਾਰੀ ਤੇ ਕੋਈ ਵੀ ਉਂਗਲ ਨਹੀਂ ਕਰ ਸਕਦਾ, irregular allotment of Talabira-II coal block ਦੇ ਝੂਠੇ ਕੇਸ ਵਿਚ ਅਪਰਾਧੀ ਬਣਾ ਕੇ ਅਦਾਲਤ ਵਿਚ ਖੜ੍ਹਾ ਕਰ ਦੇਣ ਦੀ ਨਿੰਦਣਯੋਗ ਹਰਕਤ ਕੀਤੀ ਹੈ। ਸੁਪਰੀਮ ਕੋਰਟ ਦੇ ਨਾਮਵਰ ਐਡਵੋਕੇਟ Ram Jethmalani ਨੇ ਕਿਹਾ ਹੈ "I'm almost pained and ashamed it has happened to an ex-PM."[1]

ਇਸ ਲਈ ਲੋੜ ਹੈ, ਗੰਭੀਰਤਾ ਨਾਲ ਵਿਚਾਰ ਕਰਨ ਦੀ, ਸਿੱਖਾਂ ਦਾ ਫ਼ਾਇਦਾ ਕਿਸ ਵਿਚ ਹੈ ? ਸਿੱਖਾਂ ਦਾ ਫ਼ਾਇਦਾ ਇਸ ਵਿਚ ਹੈ ਕਿ SAD ਨੂੰ ਪੰਜਾਬ ਵਿਚ ਆਪਣੇ ਬਲ-ਬੋਤੇ ਤੇ ਸੱਤਾ ਹਾਸਲ ਕਰਨ ਦੀ ਕੋਸ਼ਿਸ਼ ਕਰਨੀ ਚਾਹੀਦੀ ਹੈ ਅਤੇ ਦਿੱਲੀ ਵਿਚ SAD, ਦਿੱਲੀ ਸਿੱਖ ਗੁਰਦੁਆਰਾ ਮੈਨਿਜਮੈਂਟ ਕਮੇਟੀ ਅਤੇ ਅਮੀਰ ਸਿੱਖ ਮਿਲ ਕੇ ਅਤੇ ਜੇ ਹੋ ਸਕੇ ਤਾਂ ਦੂਜੀਆਂ ਪਾਰਟੀਆਂ ਦੇ ਸਿੱਖ ਨੇਤਾਵਾਂ ਦਾ ਵੀ ਮਿਲਵਰਤਨ ਲੈ ਕੇ ਦਿੱਲੀ ਦੇ ਨਿਸ਼ਚਿਤ ਹਲਕਿਆਂ ਵਿਚ ਸਿੱਖ ਆਬਾਦੀ ਇਕੱਠੀ ਕਰ ਕੇ ਅਤੇ ਵੱਧਾ ਕੇ ਦਿੱਲੀ ਵਿਚ ਸਿੱਖ ਸੱਤਾ ਵਧਾਉਣ ਦੀ ਕੋਸ਼ਿਸ਼ ਕਰਨੀ ਚਾਹੀਦੀ ਹੈ।

ਭਾਰਤੀ ਜਨਤਾ ਪਾਰਟੀ ਨਾਲ ਗੱਠ-ਜੋੜ ਕੀਤੇ ਬਿਨਾਂ, ਪੰਜਾਬ ਵਿਚ ਆਪਣੇ ਬਲ-ਬੋਤੇ ਤੇ ਸੱਤਾ ਹਾਸਲ ਕਰਨ ਅਤੇ ਦਿੱਲੀ ਵਿਚ ਆਪਣੀ ਸੱਤਾ ਵਿਚ ਵਾਧਾ ਕਰਨ ਲਈ ਸਿੱਖ ਕੀ ਕਰਨ ?

ਸਾਡੇ ਅਕਾਲੀ ਨੇਤਾਵਾਂ ਨੂੰ ਇਸ ਹਕੀਕਤ ਨੂੰ ਸਮਝ ਲੈਣਾ ਚਾਹੀਦਾ ਹੈ ਕਿ ਕੇਂਦਰ ਵਿਚ ਸਰਕਾਰ ਭਾਵੇਂ ਕਾਂਗਰਸ ਪਾਰਟੀ ਦੀ ਹੋਵੇ ਜਾਂ ਭਾਰਤੀ ਜਨਤਾ ਪਾਰਟੀ ਦੀ ਹੋਵੇ, ਦੋਹਾਂ ਦਾ ਪੰਜਾਬ ਸੰਬੰਧੀ ਸੋਚਣ ਦਾ ਢੰਗ ਉਸ ਬ੍ਰਾਹਮਣ ਵਰਗਾ ਹੈ ਜਿਹੜਾ ਧੰਨੇ ਜੱਟ ਨੂੰ ਪਥਰ ਦਾ ਇੱਕ ਟੁਕੜਾ ਦੇ ਕੇ ਉਸ ਤੋਂ ਉਸ ਦੀ ਲਵੇਰੀ ਗਾਂ ਲੈ ਜਾਵੇ। ਭਾਰਤ ਦਾ ਇਤਿਹਾਸ ਇਸ ਗੱਲ ਦਾ ਗਵਾਹ ਹੈ ਕਿ ਜਦੋਂ ਸਾਰੇ ਭਾਰਤ ਵਿਚ ਭਾਸ਼ਾ ਦੇ ਆਧਾਰ ਤੇ ਰਾਜ ਬਣਾ ਦਿੱਤੇ ਗਏ ਸੀ, ਤਾਂ ਉਸ ਵਕਤ ਪੰਜਾਬ ਵਿਚ ਅਜਿਹਾ ਨਹੀਂ ਕੀਤਾ ਗਿਆ। ਇਸ ਕਰਕੇ ਪੰਜਾਬ ਦੇ ਸਿੱਖਾਂ ਨੂੰ ਪੰਜਾਬੀ ਸੂਬਾ ਬਣਾਏ ਜਾਣ ਲਈ ਕਾਫ਼ੀ ਜਦੋ-ਜਹਿਦ ਕਰਨੀ ਪਈ ਸੀ। ਫਿਰ ਅਸੀਂ ਕਿਸ ਤਰ੍ਹਾਂ ਸੋਚ ਸਕਦੇ ਹਾਂ ਕਿ ਇਨ੍ਹਾਂ ਦੋਹਾਂ ਪਾਰਟੀਆਂ ਵਿਚੋਂ ਕੋਈ ਵੀ ਪਾਰਟੀ ਪੰਜਾਬ ਵਿਚ ਸਿੱਖਾਂ ਦੀ ਆਰਥਿਕ ਜਾਂ ਰਾਜਨੀਤਿਕ ਸੱਤਾ ਵਧਾਉਣ ਲਈ ਦਿਲੋਂ ਇੱਛਕ ਹੋ ਸਕਦੀ ਹੈ।

ਪੰਜਾਬ, ਹਰਿਆਣੇ ਅਤੇ ਦਿੱਲੀ ਤੋਂ ਬਾਹਰ ਭਾਰਤ ਦੇ ਵੱਖ ਵੱਖ ਰਾਜਾਂ ਵਿਚ ਨਾਨਕ ਪੰਥੀ

---

1. *The Times of India,* Chandigarh, March 13, 2015, p.1.

ਅਤੇ ਕਬੀਰ ਪੰਥੀ ਸਿੱਖਾਂ ਦੀ ਗਿਣਤੀ ਦੋ ਕਰੋੜ ਤੋਂ ਉਪਰ ਹੋਵੇਗੀ। ਜੇਕਰ SAD, ਦਿੱਲੀ ਸਿੱਖ ਗੁਰਦੁਆਰਾ ਮੈਨਿਜਮੈਂਟ ਕਮੇਟੀ ਅਤੇ ਅਮੀਰ ਸਿੱਖ ਮਿਲ ਕੇ ਅਤੇ ਜੇ ਹੋ ਸਕੇ ਤਾਂ ਦੂਜੀਆਂ ਪਾਰਟੀਆਂ ਦੇ ਸਿੱਖ ਨੇਤਾਵਾਂ ਦਾ ਵੀ ਮਿਲਵਰਤਨ ਲੈ ਕੇ ਆਰਥਿਕ ਪੱਖ ਤੋਂ ਪਛੜੇ ਹੋਏ ਇਨ੍ਹਾਂ ਸਿੱਖਾਂ ਦੀ ਨਿਗਰ ਸਹਾਇਤਾ ਕਰ ਕੇ ਇਨ੍ਹਾਂ ਨੂੰ ਪੰਜਾਬ ਅਤੇ ਦਿੱਲੀ ਦੇ ਰਾਜਾਂ ਵਿਚ ਵੱਸਾ ਦਿੰਦੇ ਹਨ, ਤਾਂ ਪੰਜਾਬ ਮਿਨੀ ਖਾਲਿਸਤਾਨ ਬਣ ਸਕਦਾ ਹੈ ਅਤੇ ਦਿੱਲੀ ਵਿਚ ਵੀ ਸਿੱਖ ਆਪਣੀ ਸੱਤਾ ਵੱਧਾ ਸਕਦੇ ਹਨ।

DSGMC ਅਤੇ SAD ਮਿਲ ਕੇ ਜਾਂ ਵੱਖ ਵੱਖ ਦਿੱਲੀ ਅਤੇ ਹਰਿਆਣੇ ਦੇ ਬਾਰਡਰ ਤੇ ਜਾਂ ਬਾਰਡਰ ਦੇ ਨਾਲ ਜਾਂ ਨੇੜੇ ਵੱਖ ਵੱਖ ਥਾਵਾਂ ਤੇ ਦਿੱਲੀ ਦੇ ਇਤਿਹਾਸਿਕ ਗੁਰਦੁਆਰਿਆਂ ਦੇ ਨਾਂ ਤੇ ਖੇਤੀ ਦੀ ਜ਼ਮੀਨ ਖ਼ਰੀਦ ਕੇ ਆਰਥਿਕ ਪੱਖ ਤੋਂ ਪਛੜੇ ਹੋਏ ਸਿੱਖਾਂ ਨੂੰ ਗੁਰਦੁਆਰਿਆਂ ਦੇ ਕਰਮਚਾਰੀਆਂ ਦੀ ਹੈਸੀਅਤ ਵਿਚ ਖੇਤੀ ਜਾਂ ਖੇਤੀ ਨਾਲ ਜੁੜੇ ਕਿਸੇ ਹੋਰ ਕੰਮ ਵਿਚ ਲਾ ਸਕਦੇ ਹਨ। ਇਸ ਦੇ ਫਲਸਰੂਪ ਇਹ ਸਿੱਖ ਦਿੱਲੀ ਦੇ ਸਿੱਖਾਂ ਲਈ ਡੀਫ਼ੈਂਸ ਲਾਈਨ ਦਾ ਵੀ ਕੰਮ ਦੇਣਗੇ।

ਪੰਜਾਬ ਵਿਚ ਰਾਜਨੀਤਿਕ ਸੱਤਾ ਹਾਸਲ ਕਰਨ ਲਈ ਅਕਾਲੀ ਨੇਤਾਵਾਂ ਲਈ ਜ਼ਰੂਰੀ ਹੈ ਕਿ ਉਹ ਪੰਜਾਬ ਵਿਚ ਆਰਥਿਕ ਅਤੇ ਸਮਾਜਿਕ ਪੱਖ ਤੋਂ ਪਛੜੀਆਂ ਸ਼੍ਰੇਣੀਆਂ ਦੇ ਪੰਜਾਬੀਆਂ ਨੂੰ, ਜਿਨ੍ਹਾਂ ਵਿਚ ਸਿੱਖ ਵੀ ਸ਼ਾਮਲ ਹਨ, ਅਤੇ ਪੰਜਾਬ ਵਿਚ ਘੱਟ ਗਿਣਤੀ ਵਾਲੇ ਪੰਜਾਬੀਆਂ ਨੂੰ, ਜਿਨ੍ਹਾਂ ਵਿਚ ਮੁਸਲਮਾਨ, ਈਸਾਈ, ਜੈਨੀ ਆਦਿ ਸ਼ਾਮਲ ਹਨ, ਆਪਣੇ ਨਾਲ ਲੈਣ। ਜੇਕਰ ਸ਼੍ਰੋਮਣੀ ਗੁਰਦੁਆਰਾ ਪ੍ਰਬੰਧਕ ਕਮੇਟੀ ਪੰਜਾਬ ਵਿਚ ਆਰਥਿਕ ਪੱਖ ਤੋਂ ਹੋਰ ਧਰਮਾਂ ਦੀਆਂ ਪਛੜੀਆਂ ਸ਼੍ਰੇਣੀਆਂ ਦੀ ਗੁਰਦੁਆਰਾ ਫ਼ੰਡ ਵਿਚੋਂ ਆਰਥਿਕ ਸਹਾਇਤਾ ਕਰ ਕੇ ਉਨ੍ਹਾਂ ਨੂੰ ਆਪਣੇ ਪੈਰਾਂ ਤੇ ਖੜ੍ਹਾ ਹੋਣ ਜੋਗਾ ਬਣਾਉਂਦੀ ਹੈ, ਤਾਂ ਉਨ੍ਹਾਂ ਵਿਚੋਂ ਕਾਫ਼ੀ ਵੱਡੀ ਗਿਣਤੀ ਸਿੱਖ ਧਰਮ ਦੇ ਨੇੜੇ ਆ ਸਕਦੀ ਹੈ। ਇਸ ਨਾਲ ਪੰਜਾਬ ਵਿਚ ਸਿੱਖ ਧਰਮ ਵੱਧ ਸਕਦਾ ਹੈ, ਸਿੱਖਾਂ ਦੀ ਗਿਣਤੀ ਵੱਧ ਸਕਦੀ ਹੈ ਅਤੇ ਸਿੱਖ ਰਾਜਨੀਤਿਕ ਸ਼ਕਤੀ ਵੱਧ ਸਕਦੀ ਹੈ।

ਪ੍ਰਦੇਸਾਂ ਵਿਚ ਗਏ ਸਿੱਖ ਅੱਜ ਵੀ ਪੰਜਾਬ ਨੂੰ ਹੀ ਆਪਣਾ ਘਰ ਸਮਝਦੇ ਹਨ। ਇਸ ਲਈ ਪ੍ਰਾਈਵੇਟ ਇੰਟਰਨੈਸ਼ਨਲ ਲਾਅ ਅਧੀਨ ਇਹ ਅੱਜ ਵੀ ਆਪਣਾ ਡੋਮਿਸਾਇਲ (domicile) ਪੰਜਾਬ ਦਾ ਰਖਣ ਦੇ ਹੱਕਦਾਰ ਹਨ। ਅਕਾਲੀ ਨੇਤਾਵਾਂ ਨੂੰ ਚਾਹੀਦਾ ਹੈ ਕਿ ਕੇਂਦਰ ਤੋਂ ਪ੍ਰਦੇਸ ਗਏ ਭਾਰਤੀਆਂ ਲਈ ਦੋਹਰੀ ਨਾਗਰਿਕਤਾ ਦਾ ਕਾਨੂੰਨ ਪਾਸ ਕਰਵਾਉਣ। ਇਸ ਦਾ ਲਾਭ ਇਹ ਹੋਵੇਗਾ ਕਿ ਪੰਜਾਬ ਤੋਂ ਪ੍ਰਦੇਸਾਂ ਵਿਚ ਗਏ ਸਿੱਖ ਪ੍ਰਦੇਸਾਂ ਵਿਚ ਰਹਿੰਦੇ ਹੋਏ ਵੀ ਭਾਰਤ ਦੇ ਨਾਗਰਿਕ ਬਣੇ ਰਹਿ ਸਕਣਗੇ। ਇਸ ਦੇ ਫਲਸਰੂਪ ਪ੍ਰਦੇਸਾਂ ਵਿਚ ਰਹਿ ਰਹੇ ਸਿੱਖ ਪੰਜਾਬ ਵਿਚ ਵੋਟਰ ਵੀ ਬਣ ਸਕਣਗੇ। ਭਾਰਤ ਦੇ ਹੋਰ ਰਾਜਾਂ ਵਿਚ ਰਹਿ ਰਹੇ ਸਿੱਖਾਂ ਦੀ ਵੱਡੀ ਗਿਣਤੀ ਨੂੰ ਵੀ ਪ੍ਰੇਰਿਤ ਕੀਤਾ ਜਾ ਸਕਦਾ ਹੈ ਕਿ ਉਹ ਪੰਜਾਬ ਨੂੰ ਆਪਣਾ ਘਰ ਮੰਨ ਕੇ ਪੰਜਾਬ ਵਿਚ ਵੋਟਰ ਬਣਨ।

ਪ੍ਰਦੇਸਾਂ ਵਿਚ ਸਿੱਖਾਂ ਦੇ ਜਾਣ ਕਰਕੇ ਪੰਜਾਬ ਵਿਚ ਸਿੱਖਾਂ ਦੀ ਗਿਣਤੀ ਲਗਾਤਾਰ ਘਟਦੀ ਜਾ ਰਹੀ ਹੈ। ਭਾਰਤ ਵਿਚ ਸਿੱਖ ਘੱਟ ਗਿਣਤੀ ਵਿਚ ਹਨ। ਇਸ ਲਈ ਸਿੱਖਾਂ ਨੂੰ ਘੱਟ ਸੰਤਾਨ ਅਤੇ ਛੋਟੇ ਪਰਿਵਾਰ ਦੀ ਨੀਤੀ ਨੂੰ ਛਡਣਾ ਹੋਵੇਗਾ।

ਪੰਜਾਬ ਵਿਚ ਖੇਤੀ ਦਾ ਕੰਮ ਪੂਰੀ ਤਰ੍ਹਾਂ ਨਾਲ ਸੈਂਟੀਫ਼ਿਕ ਅਤੇ ਟੈਕਨੀਕਲ ਪੱਧਰ ਦਾ ਹੋਣਾ

ਚਾਹੀਦਾ ਹੈ। ਇਸ ਦੇ ਨਾਲ ਯੂ.ਪੀ. ਅਤੇ ਬਿਹਾਰ ਦੇ ਦਿਹਾੜੀਦਾਰ ਭਈਆਂ ਦੀ ਮੁਥਾਜੀ ਘੱਟੇਗੀ।

ਪੰਜਾਬ ਵਿਚ ਸਰਕਾਰੀ ਅਤੇ ਗ਼ੈਰ-ਸਰਕਾਰੀ ਅਦਾਰਿਆਂ ਦੀਆਂ ਨੌਕਰੀਆਂ ਦੇ ਮਾਮਲੇ ਵਿਚ ਪੰਜਾਬੀਆਂ ਨੂੰ ਪਹਿਲ ਦਿੱਤੀ ਜਾਵੇ।

ਸ਼੍ਰੋਮਣੀ ਗੁਰਦੁਆਰਾ ਪ੍ਰਬੰਧਕ ਕਮੇਟੀ, ਅੰਮ੍ਰਿਤਸਰ ਅਤੇ ਸਿੱਖ ਗੁਰਦੁਆਰਾ ਮੈਨਿਜਮੈਂਟ ਕਮੇਟੀ, ਦਿੱਲੀ ਮਿਲ ਕੇ ਜਾਂ ਆਪਣਾ ਆਪਣਾ ਵੱਖਰਾ ਫ਼ੰਡ ਬਣਾਉਣ ਜਿਸ ਵਿਚੋਂ ਗਰੀਬ ਸਿੱਖਾਂ ਨੂੰ ਕੋਈ ਛੋਟਾ ਕਾਰੋਬਾਰ ਸ਼ੁਰੂ ਕਰਨ ਲਈ ਛੋਟਾ ਕਰਜ਼ਾ ਜ਼ੀਰੋ ਜਾਂ ਘੱਟ ਤੋਂ ਘੱਟ ਪ੍ਰਤਿਸ਼ਤ ਵਿਆਜ ਤੇ ਦਿੱਤਾ ਜਾ ਸਕੇ। ਇਹ ਕੁਝ ਕਰਨ ਲਈ ਸ਼੍ਰੋਮਣੀ ਗੁਰਦੁਆਰਾ ਪ੍ਰਬੰਧਕ ਕਮੇਟੀ, ਅੰਮ੍ਰਿਤਸਰ ਅਤੇ ਸਿੱਖ ਗੁਰਦੁਆਰਾ ਮੈਨਿਜਮੈਂਟ ਕਮੇਟੀ, ਦਿੱਲੀ ਮਿਲ ਕੇ ਇਕ ਬੈਂਕ ਸ਼ੁਰੂ ਕਰਨ ਦੇ ਸੁਝਾਅ ਤੇ ਵੀ ਵਿਚਾਰ ਕਰ ਸਕਦੀਆਂ ਹਨ।

ਅਮੀਰ ਸਿੱਖ ਆਪਣੇ ਵਪਾਰ ਦੀ ਇੱਕ ਇੱਕ ਬ੍ਰਾਂਚ ਪੰਜਾਬ ਅਤੇ ਦਿੱਲੀ ਵਿਚ ਖੋਲਣ ਦੀ ਕੋਸ਼ਿਸ਼ ਕਰਨ।

ਜਿਥੋਂ ਤੱਕ ਹੋ ਸਕੇ, ਕੋਸ਼ਿਸ਼ ਕੀਤੀ ਜਾਣੀ ਚਾਹੀਦੀ ਹੈ ਕਿ ਦਿੱਲੀ ਦੀ ਅਸੈਂਬਲੀ ਦੀਆਂ ਚੋਣਾਂ ਵਿਚ ਇੱਕ ਹੀ ਸੀਟ ਤੇ ਇੱਕ ਤੋਂ ਵੱਧ ਸਿੱਖ ਉਮੀਦਵਾਰ ਇੱਕ ਦੂਜੇ ਦੇ ਉਲਟ ਖੜ੍ਹੇ ਨਾ ਹੋਣ ਤਾਂ ਜੋ ਸਿੱਖ ਵੋਟਾਂ ਵੰਡੀਆਂ ਨਾ ਜਾਣ।

ਪੰਜਾਬ, ਹਰਿਆਣੇ ਅਤੇ ਦਿੱਲੀ ਤੋਂ ਬਾਹਰ ਭਾਰਤ ਅਤੇ ਪ੍ਰਦੇਸਾਂ ਵਿਚ ਰਹਿ ਰਹੇ ਸਿੱਖ ਆਪਣਾ ਇਕ ਛੋਟਾ ਜਾਂ ਵੱਡਾ ਘਰ ਪੰਜਾਬ ਜਾਂ ਦਿੱਲੀ ਵਿਚ ਬਣਾਉਣ ਤਾਂ ਜੋ ਪੰਜਾਬ ਅਤੇ ਦਿੱਲੀ ਵਿਚ ਸਿੱਖ ਆਬਾਦੀ ਵੱਧ ਸਕੇ।

ਪੰਜਾਬ ਅਤੇ ਦਿੱਲੀ ਵਿਚ ਉਚਿਤ ਥਾਵਾਂ ਤੇ ਇੱਕ ਹੀ ਕੈਂਪਸ ਤੇ ਧਰਮ ਅਤੇ ਜਾਤ ਦੇ ਭੇਦ-ਭਾਵ ਤੋਂ ਬਿਨਾਂ ਗਰੀਬ ਲੋਕਾਂ ਲਈ ਰੈਣ ਬਸੇਰਾ, ਸਰਦੀ ਵਿਚ ਗਰਮ ਕਪੜੇ ਦੇਣ, ਗੁਰੂ ਕਾ ਲੰਗਰ ਅਤੇ ਗੁਰਦੁਆਰਾ ਸਾਹਿਬ ਹੋਣ ਦੀ ਵਿਵਸਥਾ ਹੋਵੇ। ਇਹ ਕੁਝ ਕਰਨ ਨਾਲ ਕਾਫ਼ੀ ਗਿਣਤੀ ਵਿਚ ਲੋਕ ਸਿੱਖ ਧਰਮ ਵਿਚ ਸ਼ਾਮਲ ਹੋ ਸਕਦੇ ਹਨ ਅਤੇ ਸਿੱਖ ਆਬਾਦੀ ਵੱਧ ਸਕਦੀ ਹੈ।

ਇਹ ਵਿਵਸਥਾ ਬਣਾਈ ਜਾ ਸਕਦੀ ਹੈ ਕਿ ਸਿੱਖ ਨੇਤਾ ਵੱਖ ਵੱਖ ਪਾਰਟੀਆਂ ਵਿਚ ਰਹਿੰਦੇ ਹੋਏ ਪੰਜਾਬ ਅਤੇ ਦਿੱਲੀ ਵਿਚ ਸਿੱਖ ਆਬਾਦੀ ਵਧਾਉਣ ਦੇ ਮਾਮਲੇ ਵਿਚ ਆਪਣਾ ਆਪਣਾ ਯੋਗਦਾਨ ਪਾਉਂਦੇ ਰਹਿਣ ਕਿਉਂਕਿ ਇਸ ਦਾ ਫ਼ਾਇਦਾ ਇਨ੍ਹਾਂ ਸਾਰੇ ਸਿੱਖ ਨੇਤਾਵਾਂ ਨੂੰ ਹੀ ਮਿਲੇਗਾ।

ਅੱਜ ਭਾਰਤ ਵਿਚ ਲੋਕ ਰਾਜ ਹੈ। ਵੋਟਾਂ ਰਾਹੀਂ ਸਰਕਾਰਾਂ ਬਣਦੀਆਂ ਅਤੇ ਟੁਟਦੀਆਂ ਹਨ। ਇਸ ਲਈ ਰਾਜਨੀਤੀ ਦੇ ਖੇਤਰ ਵਿਚ ਸ਼ਬਦ ਸਿੱਖ ਦੀ ਪਰਿਭਾਸ਼ਾ ਅਤਿ ਵਿਸ਼ਾਲ ਹੋਵੇ, ਜਿਵੇਂ ਕਿ ਕੋਈ ਵੀ ਵਿਅਕਤੀ ਧਰਮ ਤੋਂ ਸਿੱਖ ਹੈ, ਜੇਕਰ ਉਹ ਵਿਅਕਤੀ ਜ਼ਬਾਨੀ ਜਾਂ ਲੋੜ ਪੈਣ ਤੇ ਲਿਖਤੀ ਰੂਪ ਵਿਚ ਕਹਿੰਦਾ ਹੈ — "ਮੈਂ ਧਰਮ ਤੋਂ ਸਿੱਖ ਹਾਂ।" ਰਾਜਨੀਤੀ ਦੇ ਖੇਤਰ ਵਿਚ ਸ਼ਬਦ ਸਿੱਖ ਦੀ ਇਸ ਵਿਸ਼ਾਲ ਪਰਿਭਾਸ਼ਾ ਨੂੰ ਮੰਨ ਲੈਣ ਦਾ ਫ਼ਾਇਦਾ ਸਹਿਜਧਾਰੀ ਸਿੱਖ, ਸਿੱਖ ਧਰਮ ਦੇ ਸਿੰਧੀ

ਅਨੁਆਈ, ਨਾਨਕ ਪੰਥੀ, ਕਬੀਰ ਪੰਥੀ, ਪਤਿਤ ਸਿੱਖ ਆਦਿ ਉਠਾ ਸਕਣਗੇ। ਇਸ ਦੇ ਫਲਸਰੂਪ ਸਿੱਖ ਵੋਟਰਾਂ ਦੀ ਗਿਣਤੀ ਵਧੇਗੀ। ਸਿੱਖ ਆਬਾਦੀ ਵਧੇਗੀ। ਸਿੱਖਾਂ ਦੀ ਰਾਜਨੀਤਿਕ ਸ਼ਕਤੀ ਵਧੇਗੀ। ਕਾਰਣ ? ਅੱਜ ਲੋਕ ਰਾਜ ਦੇ ਸਮੇਂ ਵਿਚ ਜਿਤਨੀ ਕਿਸੇ ਦੀ ਆਬਾਦੀ ਵੱਧ ਹੋਵੇਗੀ, ਜਿਤਨੀ ਕਿਸੇ ਦੀਆਂ ਵੋਟਾਂ ਦੀ ਗਿਣਤੀ ਵੱਧ ਹੋਵੇਗੀ, ਉਤਨੀ ਹੀ ਉਸ ਦੀ ਰਾਜਨੀਤਿਕ ਸ਼ਕਤੀ ਵਧੇਗੀ। ਉਪਰੋਕਤ ਦੇ ਕਰਨ ਤੇ ਸਿੱਖ ਪੰਜਾਬ ਵਿਚ ਆਪਣੇ ਬਲ-ਬੋਤੇ ਤੇ ਸੱਤਾ ਹਾਸਲ ਕਰ ਸਕਣਗੇ ਅਤੇ ਦਿੱਲੀ ਵਿਚ ਸਿੱਖ ਆਪਣੀ ਰਾਜਨੀਤਿਕ ਸ਼ਕਤੀ ਵਿਚ ਵਾਧਾ ਕਰ ਸਕਣਗੇ।

ਖਾਲਿਸਤਾਨ ਦੀ ਸੰਭਾਵਨਾ — ਸਿੱਟੇ

(i) **ਭਾਰਤ ਵਿਚੋਂ ਅੰਗਰੇਜ਼ ਹਕੂਮਤ ਜਾ ਚੁੱਕੀ ਹੈ। ਕੀ ਬਦਲੇ ਹੋਏ ਹਾਲਾਤ ਵਿਚ ਅੱਜ ਭਾਰਤ ਤੋਂ ਟੁੱਟ ਕੇ ਸੁਤੰਤਰ ਖਾਲਿਸਤਾਨ ਬਣ ਸਕਣ ਦੀ ਕੋਈ ਸੰਭਾਵਨਾ ਹੈ ?** ਸੰਤ ਭਿੰਡਰਾਂਵਾਲੇ ਦੀ ਖਾਲਿਸਤਾਨ ਦੀ ਜੰਗ ਵਿਚੋਂ ਸਿੱਖਾਂ ਨੂੰ ਕੀ ਮਿਲਿਆ ? ਉਪਰੇਸ਼ਨ ਬਲੀਊ ਸਟਾਰ ਅਤੇ ਫਿਰ ਭਾਰਤ ਵਿਚ ਸਿੱਖਾਂ ਦਾ ਕਤਲੇ-ਆਮ। ਸਿਆਣਪ ਇਸ ਗੱਲ ਵਿਚ ਹੈ ਕਿ ਅਸੀਂ ਇਸ ਪ੍ਰਸ਼ਨ ਤੇ ਗੰਭੀਰਤਾ ਅਤੇ ਦੂਰ-ਦ੍ਰਿਸ਼ਟੀ ਨਾਲ ਵਿਚਾਰ ਕਰੀਏ।

Rajoana, who has been convicted for 1995 assassination of then Punjab CM Beant Singh, said: "In 23 years of my jail term, no khalistan supporter met me and nor did they discuss any agenda with me to carry out the struggle for khalistan. I observed that the struggle for khalistan has no reality on the ground." he said[1].

ਅਸੀਂ ਖਾਲਸੇ ਦੇ ਸੁਨਹਿਰੀ ਇਤਿਹਾਸ ਦੀਆਂ ਯਾਦਾਂ ਅਤੇ ਸਿੱਖ ਗੌਰਵ ਨੂੰ ਜੀਵਤ ਰਖ ਸਕਦੇ ਹਾਂ। ਅਸੀਂ ਸਿਰ ਉੱਚਾ ਕਰ ਕੇ ਕਹਿ ਸਕਦੇ ਹਾਂ ਕਿ ਸਿੱਖਾਂ ਨੇ ਤਲਵਾਰ ਦੇ ਜ਼ੋਰ ਨਾਲ ਪੰਜਾਬ ਵਿਚ ਖਾਲਸਾ ਰਾਜ ਕਾਇਮ ਕੀਤਾ ਸੀ। ਉਨ੍ਹਾਂ ਵਕਤਾਂ ਵਿਚ ਰਾਜ ਤਲਵਾਰ ਦੀ ਤਾਕਤ ਨਾਲ ਬਣਦੇ ਸਨ। ਵੋਟਾਂ ਦੀ ਗਿਣਤੀ ਨਾਲ ਨਹੀਂ। ਇਤਿਹਾਸ ਵਿਚ ਐਸੇ ਵਕਤ ਵੀ ਆਏ ਹਨ ਜਦੋਂ ਸਾਰੇ ਭਾਰਤ ਵਿਚ ਸਿੱਖ ਰਾਜ ਦੀ ਸਥਾਪਣਾ ਦੀ ਸੰਭਾਵਨਾ ਪੈਦਾ ਹੋ ਗਈ ਸੀ। (ਵੇਖੋ ਪੁਸਤਕ ਦੇ ਪੰਨੇ *17-20*)।

ਨਿਰਸੰਦੇਹ ਪੰਜਾਬ ਵਿਚ ਸਿੱਖ ਆਪਣੇ ਬਲ-ਬੋਤੇ ਤੇ ਸੱਤਾ ਹਾਸਲ ਕਰ ਸਕਦੇ ਹਨ ਅਤੇ ਦਿੱਲੀ ਵਿਚ ਆਪਣੀ ਸੱਤਾ ਵਿਚ ਵਾਧਾ ਕਰ ਸਕਦੇ ਹਨ। (ਵੇਖੋ ਪੁਸਤਕ ਦੇ ਪੰਨੇ *48-51*)

(ii) ਇਹ ਵੀ ਸੱਚ ਹੈ ਕਿ ਗੁਰੂ ਨਾਨਕ ਦੇ ਧਰਮ ਦੇ ਪਸਾਰੇ ਲਈ ਇਲਾਕੇ ਦੀਆਂ ਹੱਦਾਂ ਨਿਸ਼ਚਿਤ ਕਰਨ ਦੀ ਲੋੜ ਨਹੀਂ ਹੈ। ਇਹ ਕਾਰਜ ਕਰ ਸਕਦੇ ਹਨ, ਭਾਈ ਘਨਈਆ ਅਤੇ ਭਗਤ ਪੂਰਨ ਸਿੰਘ ਅੰਮ੍ਰਿਤਸਰ ਪਿੰਗਲਵਾੜੇ ਵਰਗੇ ਗੁਰਸਿੱਖ। **ਕੇਵਲ ਅਜਿਹੇ ਗੁਰਸਿੱਖ ਹੀ ਗੁਰੂ ਨਾਨਕ ਦੇਵ ਜੀ ਦੇ ਸਿੱਖ ਧਰਮ ਦਾ ਪਸਾਰਾ ਸਾਰੇ ਸੰਸਾਰ ਵਿਚ ਕਰ ਸਕਦੇ ਹਨ।**

(iii) ਸਿੱਖਾਂ ਪਾਸ ਗੁਰਦੁਆਰਾ ਫ਼ੰਡ ਹਨ। ਇਨ੍ਹਾਂ ਫ਼ੰਡਾਂ ਵਿਚੋਂ ਇੱਕ ਉਚਿਤ ਹਿੱਸਾ ਗਰੀਬ ਸਿੱਖ ਵਰਗ ਨੂੰ ਆਰਥਿਕ ਤੌਰ ਤੇ ਆਪਣੇ ਪੈਰਾਂ ਤੇ ਖੜ੍ਹੇ ਹੋ ਸਕਣ ਲਈ ਆਰਥਿਕ

1. *Times of India,* Chandigarh, August 15, 2021, p.2.

ਸਹਾਇਤਾ ਦੇ ਰੂਪ ਵਿਚ ਦਿੱਤਾ ਜਾ ਸਕਦਾ ਹੈ। ਦੂਜੀ ਗੱਲ, ਸਿੱਖ ਮਿਹਨਤੀ ਹੈ ਅਤੇ ਮਿਹਨਤ ਕਰ ਕੇ ਕਮਾ ਸਕਦਾ ਹੈ। ਇਹ ਗੱਲ ਵੀ ਯਕੀਨੀ ਬਣਾਈ ਜਾ ਸਕਦੀ ਹੈ ਕਿ ਸੰਸਾਰ ਦਾ ਕੋਈ ਵੀ ਸਿੱਖ ਭੁੱਖਾ ਨਾ ਰਹੇ। ਹਰ ਸਿੱਖ ਰਜ ਕੇ ਕਮਾਵੇ। ਆਪ ਖਾਵੇ। ਆਪਣੀ ਕਮਾਈ ਵਿਚੋਂ ਹੋਰਾਂ ਨੂੰ ਵੀ ਖਾਣ ਨੂੰ ਦੇਵੇ। **ਇਸ ਤਰ੍ਹਾਂ ਨਾਲ ਸਿੱਖ ਆਪਣੀ ਆਰਥਿਕ ਖੁਸ਼ਹਾਲੀ ਰਾਹੀਂ ਰਾਜਨੀਤਿਕ ਤਾਕਤ ਪੰਜਾਬ, ਭਾਰਤ ਦੇ ਹੋਰ ਰਾਜਾਂ ਵਿਚ ਅਤੇ ਭਾਰਤ ਤੋਂ ਬਾਹਰ ਵੀ ਹਾਸਲ ਕਰ ਸਕਦੇ ਹਨ।**

ਬਦੇਸ਼ਾਂ ਵਿਚ ਰਹਿ ਰਹੇ ਸਿੱਖ

ਬਦੇਸ਼ਾਂ ਵਿਚ ਰਹਿ ਰਹੇ ਸਿੱਖਾਂ ਨੂੰ ਪੰਜਾਬ ਨੂੰ ਆਪਣਾ ਹੋਮ ਲੈਂਡ ਸਮਝਣ ਅਤੇ ਬਣਾਉਣ ਦੇ ਨਾਲ ਨਾਲ ਉਨ੍ਹਾਂ ਨੂੰ ਪੰਜਾਬ ਨੂੰ ਖਾਲਿਸਤਾਨ ਬਣਾਉਣ ਸੰਬੰਧੀ ਠੀਕ ਸੋਚ ਸਕਣ ਅਤੇ ਫੈਸਲਾ ਕਰ ਸਕਣ ਲਈ ਭਾਰਤ ਵਿਚ ਤੇਜ਼ੀ ਨਾਲ ਬਦਲ ਰਹੇ ਹਾਲਾਤ ਦਾ ਪੂਰਾ ਪਤਾ ਹੋਣਾ ਚਾਹੀਦਾ ਹੈ।

ਕੁਝ ਹੋਰ ਵਿਚਾਰ

(iv) ਕੁਝ ਹਾਲਤਾਂ ਵਿਚ ਹਿੰਦੂਆਂ ਦੇ ਆਰਥਿਕ ਅਤੇ ਰਾਜਨੀਤਿਕ ਹਿੱਤ ਪੰਜਾਬ ਦੇ ਸਿੱਖਾਂ ਤੋਂ ਵੱਖਰੇ ਵੀ ਹੋ ਸਕਦੇ ਹਨ। ਭਾਰਤੀ ਜਨਤਾ ਪਾਰਟੀ ਹਰ ਉਸ ਮੰਗ ਦੀ ਵਿਰੋਧਤਾ ਕਰਦੀ ਆ ਰਹੀ ਹੈ ਜਿਸ ਕਰਕੇ ਪੰਜਾਬ ਵਿਚ ਸਿੱਖਾਂ ਦੀ ਆਰਥਿਕ ਜਾਂ ਰਾਜਨੀਤਿਕ ਸ਼ਕਤੀ ਵਧਣ ਦੀ ਸੰਭਾਵਨਾ ਹੋਵੇ। ਇਸ ਕਰਕੇ ਭਾਰਤੀ ਜਨਤਾ ਪਾਰਟੀ ਨੇ ਪੰਜਾਬੀ ਸੂਬਾ ਦਾ ਵਿਰੋਧ ਕੀਤਾ ਅਤੇ ਮਹਾਂ ਪੰਜਾਬ ਦਾ ਸਮਰਥਨ ਕੀਤਾ। ਭਾਰਤੀ ਜਨਤਾ ਪਾਰਟੀ ਆਲ ਇੰਡੀਆ ਸਿੱਖ ਗੁਰਦੁਆਰਾ ਐਕਟ ਪਾਸ ਕੀਤੇ ਜਾਣ ਦੇ ਵੀ ਉਲਟ ਰਹੀ ਹੈ। **ਇਸ ਲਈ ਸਾਨੂੰ ਕਾਂਗਰਸ ਪਾਰਟੀ ਅਤੇ ਭਾਰਤੀ ਜਨਤਾ ਪਾਰਟੀ ਵਿਚੋਂ ਕਿਸੇ ਵੀ ਪਾਰਟੀ ਨੂੰ ਪੱਕੇ ਤੌਰ ਤੇ ਆਪਣਾ ਦੁਸ਼ਮਣ ਨੰਬਰ ਇੱਕ ਨਹੀਂ ਬਣਾਉਣਾ ਹੋਵੇਗਾ ਅਤੇ ਦੂਰ-ਦ੍ਰਿਸ਼ਟੀ ਨਾਲ ਪੰਜਾਬ ਅਤੇ ਸਿੱਖਾਂ ਦੀਆਂ ਉਚਿਤ ਮੰਗਾਂ ਨੂੰ ਮਨਵਾਉਣਾ ਹੋਵੇਗਾ।**

(v) **ਸੰਸਾਰ ਵਿਚ ਕਿਤਨੇ ਵੀ ਵੱਧ ਤੋਂ ਵੱਧ ਖ਼ਤਰਨਾਕ ਹਥਿਆਰ ਬਣ ਜਾਣ, ਕਿਰਪਾਨ ਦੀ ਸਵੈ-ਰੱਖਿਆ ਲਈ ਮਹੱਤਤਾ ਕਦੇ ਵੀ ਘੱਟੇਗੀ ਨਹੀਂ।** ਇੰਦਰਾ ਗਾਂਧੀ ਦੀ *31* ਅਕਤੂਬਰ, *1984* ਨੂੰ ਹੋਈ ਹੱਤਿਆ ਦੇ ਤੁਰੰਤ ਬਾਅਦ ਦਿੱਲੀ ਅਤੇ ਭਾਰਤ ਦੀਆਂ ਹੋਰ ਥਾਵਾਂ ਤੇ ਨਿਰਦੋਸ਼ ਅਤੇ ਨਿਹੱਥੇ ਸਿੱਖਾਂ ਦੇ ਹੋਏ ਕਤਲੇ-ਆਮ ਨੂੰ ਵੇਖਦੇ ਹੋਏ, ਇਹ ਉਚਿਤ ਹੋਵੇਗਾ ਕਿ ਸਿੱਖਾਂ ਦੀ ਸਵੈ-ਰੱਖਿਆ ਲਈ ਹਰ ਗੁਰਦੁਆਰੇ ਵਿਚ ਉਚਿਤ ਪੱਧਰ ਤੇ ਕਿਰਪਾਨ-ਘਰ ਹੋਵੇ ਅਤੇ ਸਵੈ-ਰੱਖਿਆ ਲਈ ਕਿਰਪਾਨ ਚੱਲਾ ਸਕਣ ਦੀ ਮੁਫ਼ਤ ਸਿਖਲਾਈ ਦਾ ਪ੍ਰਬੰਧ ਹੋਵੇ। ਗਰੀਬ ਸਿੱਖ ਪਰਿਵਾਰਾਂ ਨੂੰ ਸਵੈ-ਰੱਖਿਆ ਲਈ ਕਿਰਪਾਨਾਂ ਬਿਨਾਂ ਕਿਸੇ ਭੇਟਾ ਦੇ ਦਿੱਤੀਆਂ ਜਾਣ। ਕਿਸੇ ਵੀ ਗੁਰਦੁਆਰੇ ਵਿਚ ਬਿਨਾਂ ਲਾਈਸੈਂਸ ਦੇ ਹਥਿਆਰ ਇਕੱਠੇ ਨਾ ਕੀਤੇ ਜਾਣ। ਹਰ ਅਜਿਹੇ ਸ਼ਹਿਰ ਵਿਚ ਜਿਥੇ ਸਿੱਖਾਂ ਦੀ ਗਿਣਤੀ ਕਾਫ਼ੀ ਹੋਵੇ, ਕਿਸੇ ਇੱਕ ਗੁਰਦੁਆਰੇ ਦੇ ਨੇੜੇ ਵਧੀਆ ਕਿਰਪਾਨਾਂ

ਤਿਆਰ ਕਰਨ ਦੀ ਫ਼ੈਕਟਰੀ ਹੋਵੇ।

(vi) ਪੰਜਾਬ ਵਿਚ ਆਤੰਕਵਾਦ ਦੇ ਦਿਨਾਂ ਵਿਚ ਹਿੰਦੂਆਂ ਨੇ ਸਿੱਖਾਂ ਦੇ ਉਲਟ ਨਾਹਰੇ ਲਾਏ ਸੀ, ਕੱਛ, ਕੜਾ, ਕਿਰਪਾਨ — ਭੇਜ ਦਿਆਂਗੇ ਪਾਕਿਸਤਾਨ। ਸਿੱਖਾਂ ਨੇ ਹਿੰਦੂਆਂ ਦੇ ਉਲਟ ਨਾਹਰੇ ਲਾਏ ਸੀ, ਧੋਤੀ, ਟੋਪੀ — ਭੇਜ ਦਿਆਂਗੇ ਜਮਨਾ ਪਾਰ। **ਲੋੜ ਹੈ ਕਿ ਸਿੱਖਾਂ ਅਤੇ ਹਿੰਦੂਆਂ ਵਿਚ ਪਹਿਲਾਂ ਵਾਲੇ ਚੰਗੇ ਸੰਬੰਧ ਫਿਰ ਬਹਾਲ ਕੀਤੇ ਜਾਣ।**

(vii) **ਹੁਣ ਅਸੀਂ 1984 ਵਿਚ ਦਿੱਲੀ ਵਿਚ ਨਿਰਦੋਸ਼ ਅਤੇ ਨਿਹੱਥੇ ਸਿੱਖਾਂ ਦੇ ਹੋਏ ਕਤਲੇ-ਆਮ ਦੇ ਪ੍ਰਸੰਗ ਵਿਚ ਸਿੱਖ ਪੀੜਤ ਪਰਿਵਾਰਾਂ ਅਤੇ ਦਿੱਲੀ ਦੀ ਰਾਜਨੀਤੀ ਵਿਚ ਸਿੱਖਾਂ ਦੀ ਸਿਥਿਤੀ ਦੀ ਗੱਲ ਕਰਦੇ ਹਾਂ।**

ਸਾਨੂੰ ਇਹ ਗੱਲ ਚੰਗੀ ਤਰ੍ਹਾਂ ਸਮਝ ਲੈਣੀ ਚਾਹੀਦੀ ਹੈ ਕਿ ਅੱਜ ਦੇ ਸਿਆਸੀ ਨੇਤਾਵਾਂ ਦਾ, ਕੁਝ ਨੂੰ ਛੱਡ ਕੇ, ਭਾਵੇਂ ਉਹ ਕਿਸੇ ਪਾਰਟੀ ਦੇ ਹੋਣ, ਕੋਈ ਦੀਨ, ਈਮਾਨ ਨਹੀਂ ਹੁੰਦਾ। ਉਨ੍ਹਾਂ ਦਾ ਮੁੱਖ ਨਿਸ਼ਾਨਾ ਕੇਵਲ ਕੁਰਸੀ ਹਾਸਲ ਕਰਨਾ ਅਤੇ ਫਿਰ ਆਪਣੀ ਕੁਰਸੀ ਨੂੰ ਸੁਰੱਖਿਅਤ ਰਖਣਾ ਬਣ ਗਿਆ ਹੈ। ਇਸ ਲਈ ਅੱਜ ਦੇ ਸਿਆਸੀ ਨੇਤਾ ਹਰ ਗੱਲ ਤੇ ਰਾਜਨੀਤੀ ਕਰਦੇ ਨਜ਼ਰ ਆਉਂਦੇ ਹਨ। ਇਸ ਪ੍ਰਸੰਗ ਵਿਚ ਅਸੀਂ ਅਕਤੂਬਰ 31, 1984 ਨੂੰ ਪ੍ਰਧਾਨ ਮੰਤਰੀ ਇੰਦਰਾ ਗਾਂਧੀ ਦੀ ਹੱਤਿਆ ਦੇ ਬਾਅਦ ਅਕਤੂਬਰ 31 ਤੋਂ ਨਵੰਬਰ 2,1984 ਤਕ ਦਿੱਲੀ ਅਤੇ ਭਾਰਤ ਦੀਆਂ ਹੋਰ ਥਾਵਾਂ ਤੇ ਘੱਟ ਗਿਣਤੀ ਵਿਚ ਰਹਿ ਰਹੇ ਨਿਰਦੋਸ਼ ਅਤੇ ਨਿਹੱਥੇ ਸਿੱਖਾਂ ਦੇ ਹੋਏ ਕਤਲੇ-ਆਮ ਦੇ ਪੀੜਤ ਸਿੱਖ ਪਰਿਵਾਰਾਂ ਦੀ ਦੁਖ-ਭਰੀ ਦਾਸਤਾਨ ਨੂੰ ਲੈਂਦੇ ਹਾਂ। ਜਿਥੋਂ ਤਕ ਕਾਂਗਰਸ ਸਰਕਾਰ ਅਤੇ ਕਾਂਗਰਸ ਪਾਰਟੀ ਦਾ ਸੰਬੰਧ ਹੈ, ਉਸ ਵਕਤ ਦੀ ਕੇਂਦਰ ਦੀ ਰਾਜੀਵ ਕਾਂਗਰਸ ਸਰਕਾਰ ਅਤੇ ਕਾਂਗਰਸ ਪਾਰਟੀ ਦੇ ਕੁਝ ਨਿਸ਼ਚਿਤ ਨੇਤਾਵਾਂ ਦੇ ਹੱਥ ਨਿਰਦੋਸ਼ ਅਤੇ ਨਿਹੱਥੇ ਸਿੱਖਾਂ ਦੇ ਕਤਲੇ-ਆਮ ਦੇ ਖ਼ੂਨ ਨਾਲ ਲਿਬੜੇ ਹੋਏ ਹਨ। ਗੱਲ ਏਥੇ ਨਹੀਂ ਮੁਕਦੀ। ਸਿੱਖ ਪੀੜਤ ਪਰਿਵਾਰਾਂ ਦੀ ਕੋਈ ਨਿਗਰ ਆਰਥਿਕ ਸਹਾਇਤਾ ਕਰਨ ਦੀ ਥਾਂ, ਕਾਂਗਰਸ ਦੀ ਕੇਂਦਰ ਸਰਕਾਰ ਦਾ ਸਾਰਾ ਜ਼ੋਰ ਸਿੱਖਾਂ ਦੇ ਕਾਤਲਾਂ ਨੂੰ ਸਜ਼ਾ ਦਿਵਾਉਣ ਦੀ ਥਾਂ ਉਨ੍ਹਾਂ ਨੂੰ ਬਚਾਉਣ ਤੇ ਲਗਦਾ ਰਿਹਾ ਹੈ। ਇਹ ਹੈ ਕਾਂਗਰਸ ਦੀ ਕੇਂਦਰ ਸਰਕਾਰ ਅਤੇ ਕੁਝ ਕਾਂਗਰਸੀ ਨੇਤਾਵਾਂ ਦਾ ਘਨਾਉਣਾ ਕਰਦਾਰ। ਇਹ ਹੈ ਉਸ ਵਕਤ ਦੇ ਪ੍ਰਧਾਨ ਮੰਤਰੀ ਰਾਜੀਵ ਗਾਂਧੀ ਦੀ ਲੁਕਵੀਂ ਸ਼ਹਿ ਅਤੇ ਮਿਲੀ-ਭਗਤ ਨਾਲ ਆਪਣੀ ਮਾਂ ਇੰਦਰਾ ਗਾਂਧੀ ਦੀ ਮੌਤ ਦਾ ਬਦਲਾ ਲੈਣ ਲਈ ਨਿਰਦੋਸ਼ ਅਤੇ ਨਿਹੱਥੇ ਸਿੱਖਾਂ ਦਾ ਕਤਲੇ-ਆਮ ਕਰਾ ਕੇ ਸਿੱਖਾਂ ਨੂੰ ਸਬਕ ਸਿਖਾਉਣ ਦੀ ਰਾਜਨੀਤੀ।

ਹੁਣ ਅਸੀਂ ਬਾਦਲ ਅਕਾਲੀ ਦਲ ਦੀ ਗੱਲ ਕਰਦੇ ਹਾਂ। ਸ੍ਰ. ਪ੍ਰਕਾਸ਼ ਸਿੰਘ ਬਾਦਲ ਨੇ ਮਈ 3, 2013 ਨੂੰ ਪਿੰਡ ਭੀਂਖੀਵਿੰਡ (ਪੰਜਾਬ) ਵਿਚ ਸਰਬਜੀਤ ਸਿੰਘ ਦੇ ਅੰਤਮ ਸੰਸਕਾਰ ਦੇ ਵਕਤ ਸਰਬਜੀਤ ਸਿੰਘ ਦੇ ਪਰਿਵਾਰ ਨੂੰ ਇੱਕ ਕਰੋੜ ਰੁਪਏ ਦੀ ਆਰਥਿਕ ਸਹਾਇਤਾ ਦੇਣ ਦਾ, ਸਰਬਜੀਤ ਸਿੰਘ ਦੇ ਭੋਗ ਦਾ ਸਾਰਾ ਖ਼ਰਚ ਪੰਜਾਬ ਸਰਕਾਰ ਵਲੋਂ ਦੇਣ ਦਾ, ਸਰਬਜੀਤ ਸਿੰਘ ਦੀਆਂ ਦੋ ਲੜਕੀਆਂ ਵਿਚੋਂ ਹਰ ਇੱਕ ਨੂੰ ਇੱਕ ਪੱਕੀ ਨੌਕਰੀ ਦੇਣ ਦਾ, ਸਰਬਜੀਤ ਸਿੰਘ ਦੀ ਮੌਤ ਤੇ ਪੰਜਾਬ

ਵਿਚ ਤਿੰਨ ਦਿਨ ਦਾ ਸੋਗ ਰਖਣ ਦਾ ਅਤੇ ਸਰਕਾਰੀ ਇਮਾਰਤਾਂ ਤੇ ਸਰਕਾਰੀ ਝੰਡੇ ਅੱਧੇ ਝੁਕੇ ਰਖਣ ਦਾ ਐਲਾਨ ਕੀਤਾ। ਇਸ ਦੇ ਇਲਾਵਾ, ਪੰਜਾਬ ਅਸੈਂਬਲੀ ਦਾ ਵਿਸ਼ੇਸ਼ ਇਜਲਾਸ ਬੁਲਾ ਕੇ ਸਰਬਜੀਤ ਸਿੰਘ ਨੂੰ ਅਮਰ ਸ਼ਹੀਦ ਹੋਣ ਦਾ ਰੁਤਬਾ ਦੇਣ ਦਾ ਮਤਾ ਵੀ ਪਾਸ ਕੀਤਾ। ਪ੍ਰਸ਼ਨ ਇਹ ਪੈਦਾ ਹੁੰਦਾ ਹੈ ਕਿ ਸ੍ਰ. ਪ੍ਰਕਾਸ਼ ਸਿੰਘ ਬਾਦਲ ਨੇ ਇਹ ਸਭ ਕੁਝ ਕੇਵਲ ਸਰਬਜੀਤ ਸਿੰਘ ਲਈ ਕਿਉਂ ਕੀਤਾ? ਇਸ ਦਾ ਉੱਤਰ ਹੈ ਕਿ ਸਰਬਜੀਤ ਸਿੰਘ ਦਲਿਤ ਜਾਤੀ ਦੇ ਹਨ। ਪੰਜਾਬ ਵਿਚ ਅਨੁਸੂਚਿਤ ਜਾਤੀ ਦੀ ਆਬਾਦੀ ਲਗ-ਭਗ 33 ਪ੍ਰਤਿਸ਼ਤ ਹੈ। ਆਮ ਕਰਕੇ ਅਨੁਸੂਚਿਤ ਜਾਤੀ ਦੇ ਲੋਕਾਂ ਦਾ ਝੁਕਾਉ ਕਾਂਗਰਸ ਪਾਰਟੀ ਵੱਲ ਹੁੰਦਾ ਹੈ। ਪਰ ਪ੍ਰਕਾਸ਼ ਸਿੰਘ ਬਾਦਲ ਇਹ ਸਭ ਕੁਝ ਸਰਬਜੀਤ ਸਿੰਘ ਲਈ ਕਰ ਕੇ ਪੰਜਾਬ ਦੇ ਅਨੁਸੂਚਿਤ ਜਾਤੀ ਦੇ ਲੋਕਾਂ ਨੂੰ ਆਪਣੇ ਨੇੜੇ ਲਿਆਉਣਾ ਚਾਹੁੰਦੇ ਸਨ ਅਤੇ ਉਨ੍ਹਾਂ ਨੂੰ ਕਾਂਗਰਸ ਤੋਂ ਦੂਰ ਕਰਨਾ ਚਾਹੁੰਦੇ ਸਨ। ਇਹ ਸੀ ਰਾਜਨੀਤੀ ਜਿਹੜੀ ਸ੍ਰ. ਪ੍ਰਕਾਸ਼ ਸਿੰਘ ਬਾਦਲ ਸਰਬਜੀਤ ਸਿੰਘ ਦੀ ਮੌਤ ਤੇ ਕਰ ਰਹੇ ਸਨ।

ਪਰ ਕੀ ਕੋਈ ਸ੍ਰ. ਪ੍ਰਕਾਸ਼ ਸਿੰਘ ਬਾਦਲ ਨੂੰ ਪੁੱਛ ਸਕਦਾ ਹੈ, ਕੀ ਇਹ ਸੱਚ ਹੈ ਕਿ ਜਿਹੜੀਆਂ ਗੱਲਾਂ ਆਪ ਨੇ ਸਰਬਜੀਤ ਸਿੰਘ ਦੀ ਮੌਤ ਤੇ ਉਨ੍ਹਾਂ ਦੇ ਪਰਿਵਾਰ ਲਈ ਕੀਤੀਆਂ, ਉਨ੍ਹਾਂ ਵਿਚੋਂ ਇੱਕ ਵੀ ਗੱਲ ਆਪ ਨੇ 1984 ਵਿਚ ਹੋਏ ਸਿੱਖਾਂ ਦੇ ਕਤਲੇ-ਆਮ ਦੇ ਸਿੱਖ ਪੀੜਤ ਪਰਿਵਾਰਾਂ ਲਈ ਨਹੀਂ ਕੀਤੀ? ਜੇਕਰ ਨਹੀਂ ਕੀਤੀ, ਤਾਂ ਕਿਉਂ ਨਹੀਂ ਕੀਤੀ? ਇਸ ਦਾ ਉੱਤਰ ਸਪਸ਼ਟ ਹੈ। ਸ੍ਰ. ਪ੍ਰਕਾਸ਼ ਸਿੰਘ ਬਾਦਲ ਦੀ ਸਿਆਸਤ ਦਾ ਇਕੋ-ਇੱਕ ਉਦੇਸ਼ ਕਿਹਾ ਹੈ — ਪੰਜਾਬ ਦੇ ਮੁੱਖ ਮੰਤਰੀ ਦੀ ਕੁਰਸੀ ਹਾਸਲ ਕਰਨਾ। ਸੱਚ ਇਹ ਹੈ ਕਿ ਬਾਦਲ ਸਾਹਿਬ ਕੁਰਸੀ ਦੇ ਸੁਦਾਗਰ ਹਨ। ਉਨ੍ਹਾਂ ਲਈ ਹੋਰ ਸਾਰੀਆਂ ਗੱਲਾਂ ਬਾਅਦ ਵਿਚ ਆਉਂਦੀਆਂ ਹਨ। ਪੰਜਾਬ ਤੋਂ ਬਾਹਰ ਗੁਜਰਾਤ ਰਾਜ ਵਿਚ ਰਹਿ ਰਹੇ ਸਿੱਖ ਪੰਜਾਬ ਵਿਚ ਵੋਟਰ ਨਹੀਂ ਹਨ। ਬਾਦਲ ਅਕਾਲੀ ਦਲ ਨੂੰ ਅਜਿਹੇ ਸਿੱਖਾਂ ਤੋਂ ਪੰਜਾਬ ਵਿਚ ਮੁੱਖ ਮੰਤਰੀ ਦੀ ਕੁਰਸੀ ਹਾਸਲ ਕਰਨ ਲਈ ਕੋਈ ਫ਼ਾਇਦਾ ਨਹੀਂ ਮਿਲ ਸਕਦਾ। ਇਸ ਲਈ ਸ੍ਰ. ਪ੍ਰਕਾਸ਼ ਸਿੰਘ ਬਾਦਲ ਗੁਜਰਾਤ ਵਿਚ ਮੋਦੀ ਸਰਕਾਰ ਦੇ ਹੱਥੋਂ ਜ਼ਮੀਨਾਂ ਤੋਂ ਉਜਾੜੇ ਜਾ ਰਹੇ ਸਿੱਖ ਕਿਸਾਨਾਂ ਦੀ ਕੋਈ ਨਿਗਰ ਸਹਾਇਤਾ ਨਹੀਂ ਕਰ ਸਕਦੇ।[1] ਇਸ ਨੂੰ ਕਹਿੰਦੇ ਹਨ, ਕੁਰਸੀ ਦੀ ਰਾਜਨੀਤੀ।

---

1. **Badal fails to seek justice for Gujarat Sikh farmers :**

At Sunday's Jagraon rally Parkash Singh Badal raised certain issues—Like a separate budget for agriculture and prosecution for the 1984 killers — which he said Narendra Modi should take up when he became the next Prime Minister. Badal did not highlight the issue of Gujarat Sikh farmers who have been stripped of their land holdings. This was an issue which Modi as Chief Minister could have settled then and there if he sincerely wanted to. Politicians should be judged as much by what they say as by what they don't. Badal spoke about everything under the sky but kept quiet on the issue of farmers uprooted in Gujarat.

The Tribune, Chandigarh, 25 February, 2014, p.10.

Fear is growing among Sikh farmers in Gujarat. Hounded, Sikh farmers fleeing from Gujarat by dozens.

The Times of India, Chandigarh, January 30, pp. 1&2.

ਗੱਲ ਏਥੇ ਨਹੀਂ ਮੁਕਦੀ। ਦਿੱਲੀ ਦੀਆਂ ਫ਼ਰਵਰੀ, 2015 ਵਿਚ ਅਸੈਂਬਲੀ ਦੀ ਚੋਣਾਂ ਵਿਚ ਸ੍ਰ. ਪ੍ਰਕਾਸ਼ ਸਿੰਘ ਬਾਦਲ ਨੇ ਭਾਰਤੀ ਜਨਤਾ ਪਾਰਟੀ ਨੂੰ ਖ਼ੁਸ਼ ਕਰਨ ਲਈ ਇਹ ਗੱਲ ਵੀ ਮੰਨ ਲਈ ਕਿ ਦਿੱਲੀ ਵਿਚ ਖੜ੍ਹੇ ਚਾਰ ਅਕਾਲੀ ਉਮੀਦਵਾਰਾਂ ਵਿਚੋਂ ਤਿੰਨ ਅਕਾਲੀ ਉਮੀਦਵਾਰ ਭਾਜਪਾ ਦੇ ਚੋਣ ਨਿਸ਼ਾਨ ਤੇ ਅਤੇ ਕੇਵਲ ਇੱਕ ਅਕਾਲੀ ਉਮੀਦਵਾਰ ਸ਼੍ਰੋਮਣੀ ਅਕਾਲੀ ਦਲ ਦੇ ਚੋਣ ਨਿਸ਼ਾਨ ਤੇ ਚੋਣ ਲੜੇਗਾ। ਇਸ ਤਰ੍ਹਾਂ ਨਾਲ ਸ੍ਰ. ਪ੍ਰਕਾਸ਼ ਸਿੰਘ ਬਾਦਲ ਵਕਤ ਵਕਤ ਤੇ ਦਿੱਲੀ ਦੇ ਸਿੱਖ ਵੋਟਰਾਂ ਨੂੰ ਭਾਰਤੀ ਜਨਤਾ ਪਾਰਟੀ ਦੀ ਝੋਲੀ ਵਿਚ ਪਾਉਣ ਦੀ ਕੋਸ਼ਿਸ਼ ਕਰਦੇ ਰਹੇ ਹਨ ਤਾਂ ਜੋ ਇਸ ਸੌਦੇ ਦੀ ਕੀਮਤ ਬਾਦਲ ਅਕਾਲੀ ਦਲ ਪੰਜਾਬ ਵਿਚ ਕੇਂਦਰ ਦੀ ਨਰਿੰਦਰ ਮੋਦੀ ਦੀ ਭਾਰਤੀ ਜਨਤਾ ਪਾਰਟੀ ਦੀ ਸਰਕਾਰ ਤੋਂ ਵਸੂਲ ਕਰ ਸਕੇ। ਬਾਦਲ ਅਕਾਲੀ ਦਲ ਦੀ ਦਿੱਲੀ ਦੇ ਸਿੱਖਾਂ ਨੂੰ ਕਿਸੇ ਵੀ ਪਾਰਟੀ ਦੀ ਝੋਲੀ ਵਿਚ ਪਾਉਣ ਦੀ ਇਸ ਰਾਜਨੀਤੀ ਦਾ ਦਿੱਲੀ ਦੇ ਸਿੱਖਾਂ ਨੂੰ ਕੋਈ ਫ਼ਾਇਦਾ ਨਹੀਂ ਹੋਣ ਵਾਲਾ। **ਕਈ ਹਾਲਤਾਂ ਵਿਚ ਦਿੱਲੀ ਦੇ ਸਿੱਖਾਂ ਦੇ ਰਾਜਨੀਤਿਕ ਅਤੇ ਆਰਥਿਕ ਹਿੱਤ ਪੰਜਾਬ ਦੇ ਸਿੱਖਾਂ ਤੋਂ ਵੱਖਰੇ ਵੀ ਹੋ ਸਕਦੇ ਹਨ। ਇਸ ਲਈ ਬਾਦਲ ਅਕਾਲੀ ਦਲ ਨੂੰ ਕੋਈ ਅਧਿਕਾਰ ਨਹੀਂ ਹੈ ਕਿ ਉਹ ਦਿੱਲੀ ਦੇ ਸਿੱਖ ਵੋਟਰਾਂ ਨੂੰ ਭਾਰਤੀ ਜਨਤਾ ਪਾਰਟੀ ਦੀ ਝੋਲੀ ਵਿਚ ਪਾ ਕੇ ਉਸ ਦੀ ਕੀਮਤ ਪੰਜਾਬ ਵਿਚ ਕੇਂਦਰ ਦੀ ਨਰਿੰਦਰ ਮੋਦੀ ਦੀ ਭਾਰਤੀ ਜਨਤਾ ਪਾਰਟੀ ਦੀ ਸਰਕਾਰ ਤੋਂ ਵਸੂਲ ਕਰਨ ਦੀ ਕੋਸ਼ਿਸ਼ ਕਰੇ।** ਇਹ ਕੁਝ ਵੇਖਦੇ ਹੋਏ, ਦਿੱਲੀ ਦੇ ਸਿੱਖਾਂ ਨੂੰ ਉਨ੍ਹਾਂ ਦੇ ਨਾਲ ਹੋਈ ਬੇਇਨਸਾਫ਼ੀ ਨੂੰ ਦੂਰ ਕਰਨ ਲਈ ਜੰਗ ਮੁੱਖ ਰੂਪ ਵਿਚ ਆਪਣੇ ਬਲ-ਬੋਤੇ ਤੇ ਲੜਨੀ ਹੋਵੇਗੀ। ਜੇਕਰ ਬਾਦਲ ਅਕਾਲੀ ਦਲ, ਭਾਰਤੀ ਜਨਤਾ ਪਾਰਟੀ ਜਾਂ ਕੋਈ ਹੋਰ ਪਾਰਟੀ ਦਿੱਲੀ ਦੇ ਸਿੱਖਾਂ ਦੀ ਇਸ ਜੱਦੋ-ਜਹਿਦ ਵਿਚ ਬਿਨਾਂ ਕਿਸੇ ਸ਼ਰਤ ਦੇ ਮਦਦ ਕਰਨਾ ਚਾਹੇ, ਤਾਂ ਦਿੱਲੀ ਦੇ ਸਿੱਖ ਅਜਿਹੀ ਬਿਨਾਂ ਕਿਸੇ ਸ਼ਰਤ ਦੇ ਦਿੱਤੀ ਜਾਣ ਵਾਲੀ ਮਦਦ ਨੂੰ ਸਵੀਕਾਰ ਵੀ ਕਰ ਸਕਦੇ ਹਨ।

ਹੁਣ ਅਸੀਂ ਦਿੱਲੀ ਦੀ ਰਾਜਨੀਤੀ ਵਿਚ ਸਿੱਖਾਂ ਦੀ ਸਿਥਿਤੀ ਦੀ ਗੱਲ ਕਰਦੇ ਹਾਂ। ਦਿੱਲੀ ਵਿਚ ਸਿੱਖਾਂ ਦੀ ਆਬਾਦੀ 2014 ਵਿਚ ਲਗ-ਭਗ 12 ਲੱਖ ਸੀ। ਸਿੱਖ ਵੋਟਰਾਂ ਦੀ ਗਿਣਤੀ ਲਗ-ਭਗ 8 ਲੱਖ ਸੀ। ਇਸ ਵਿਚ ਹੋਰ ਵੀ ਵਾਧਾ ਹੋਇਆ ਹੋਵੇਗਾ। ਦਿੱਲੀ ਦੀ ਅਸੈਂਬਲੀ ਦੀਆਂ ਕਈ ਸੀਟਾਂ ਤੇ ਜਿੱਤ ਦਾ ਮਾਰਜਿਨ ਬਹੁਤ ਘੱਟ ਵੀ ਹੋ ਸਕਦਾ ਹੈ। ਇਸ ਲਈ ਦਿੱਲੀ ਦੇ ਸਿੱਖ ਵੋਟਰ ਇਕੱਠੇ ਹੋ ਕੇ ਦਿੱਲੀ ਦੀ ਅਸੈਂਬਲੀ ਦੀ ਚੋਣ ਵਿਚ ਲਗ-ਭਗ 12 ਸੀਟਾਂ ਤੇ ਆਪਣੀ ਪਸੰਦ ਦੇ ਉਮੀਦਵਾਰਾਂ ਨੂੰ ਵੋਟਾਂ ਪਾ ਕੇ ਜਿੱਤਾ ਸਕਦੇ ਹਨ। ਦਿੱਲੀ ਦੇ ਸਿੱਖਾਂ ਨੂੰ ਇਸ ਬੈਲਿੰਸ ਆਫ਼ ਪਾਵਰ ਦਾ ਪੂਰਾ ਪੂਰਾ ਫ਼ਾਇਦਾ ਉਠਾਉਣ ਦੀ ਕੋਸ਼ਿਸ਼ ਕਰਨੀ ਚਾਹੀਦੀ ਹੈ। ਜੇਕਰ ਦਿੱਲੀ ਦੇ ਸਿੱਖਾਂ ਦੀ ਦਿੱਲੀ ਵਿਚ ਆਬਾਦੀ ਅਤੇ ਬੈਲਿੰਸ ਆਫ਼ ਪਾਵਰ ਹੌਲੀ ਹੌਲੀ ਅਤੇ ਲਗਾਤਾਰ ਵੱਧ ਸਕੇ, ਤਾਂ ਕੁਝ ਸਾਲਾਂ ਵਿਚ ਉਹ ਦਿਨ ਵੀ ਆ ਸਕਦਾ ਹੈ ਜਦੋਂ ਦਿੱਲੀ ਦੇ ਸਿੱਖ ਦਿੱਲੀ ਦੀ ਸਰਕਾਰ ਬਣਾਉਣ ਲਈ ਕਿੰਗ ਮੇਕਰ ਬਣ ਸਕਦੇ ਹਨ।

ਇੰਦਰਾ ਗਾਂਧੀ ਅਤੇ ਉਨ੍ਹਾਂ ਦੇ ਪੁੱਤਰ ਸੰਜੇ ਗਾਂਧੀ ਦੇ ਵਕਤ ਵਿਚ ਕਿਸੇ ਵੀ ਸਿੱਖ ਦੇ ਪ੍ਰਧਾਨ ਮੰਤਰੀ ਬਣਨ ਦਾ ਸੁਪਨਾ ਵੀ ਨਹੀਂ ਲਿਆ ਜਾ ਸਕਦਾ ਸੀ। ਇਸ ਤਰ੍ਹਾਂ ਹੀ, ਭਾਰਤੀ ਜਨਤਾ ਪਾਰਟੀ ਦੀ ਕੇਂਦਰ ਵਿਚ ਸਰਕਾਰ ਬਣਨ ਦੀ ਸਿਥਿਤੀ ਵਿਚ ਵੀ ਕਿਸੇ ਸਿੱਖ ਦਾ ਪ੍ਰਧਾਨ ਮੰਤਰੀ ਬਣਨ ਦਾ ਸੁਪਨਾ ਵੀ ਨਹੀਂ ਲਿਆ ਜਾ ਸਕਦਾ। ਪਰ ਮੈਡਮ ਸੋਨੀਆ ਦੇ ਵਕਤ ਵਿਚ ਬਹੁਤ ਕੁਝ ਬਦਲ ਗਿਆ। ਡਾ. ਮਨਮੋਹਨ ਸਿੰਘ ਨੂੰ, ਧਰਮ ਤੋਂ ਸਿੱਖ ਹੁੰਦੇ ਹੋਏ ਵੀ, ਕੇਵਲ ਮੈਡਮ ਸੋਨੀਆ ਹੀ ਦੋ ਵਾਰ ਪ੍ਰਧਾਨ ਮੰਤਰੀ ਬਣਾ ਸਕਦੀ ਹੈ। ਹੋਰ ਕੋਈ ਨਹੀਂ। ਮੈਡਮ ਸੋਨੀਆ ਆਪ ਪ੍ਰਧਾਨ ਮੰਤਰੀ ਬਣ ਸਕਦੀ ਸੀ। ਬਣੀ ਨਹੀਂ। ਉਸ ਨੇ ਕੁਝ ਹੋਰ ਗੱਲਾਂ ਦੇ ਨਾਲ ਨਾਲ ਦੇਸ਼ ਦੇ ਹਿੱਤ ਨੂੰ ਮੂਹਰੇ ਰਖਿਆ। ਇਹ ਕਮਾਲ, ਇਹ ਅਲੋਕਿਕ ਘਟਨਾ ਕਰਨ ਦਾ ਕਰੈਡਿਟ ਮੈਡਮ ਸੋਨੀਆ ਨੂੰ ਹੀ ਜਾਂਦਾ ਹੈ। ਡਾ. ਮਨਮੋਹਨ ਸਿੰਘ ਦੀ ਪ੍ਰਧਾਨ ਮੰਤਰੀ ਦੀ ਨਿਯੁਕਤੀ ਦਾ ਕ੍ਰਿਸ਼ਮਾ ਦਸਦਾ ਹੈ ਕਿ ਨਾ ਮੈਡਿਮ ਸੋਨੀਆ ਇੰਦਰਾ ਗਾਂਧੀ ਹੈ ਅਤੇ ਨਾ ਹੀ ਰਾਹੁਲ ਗਾਂਧੀ ਸੰਜੇ ਗਾਂਧੀ ਹਨ। ਇਨ੍ਹਾਂ ਦੋਹਾਂ ਦੀ ਸੋਚ ਆਪਣੀ ਅਤੇ ਵੱਖਰੀ ਹੈ। ਗਾਂਧੀ ਪਰਿਵਾਰ ਵਿਚੋਂ ਰਾਹੁਲ ਗਾਂਧੀ ਪਹਿਲਾ ਇਨਸਾਨ ਹੈ ਜਿਸ ਨੇ ਸੱਚ ਬੋਲਦੇ ਹੋਏ ਇਸ ਜੁਰਮ ਦਾ ਇਕਬਾਲ ਕੀਤਾ ਹੈ ਕਿ ਇੰਦਰਾ ਗਾਂਧੀ ਦੀ 31 ਅਕਤੂਬਰ, 1984 ਨੂੰ ਹੱਤਿਆ ਹੋਣ ਦੇ ਤੁਰੰਤ ਬਾਅਦ ਦਿੱਲੀ ਵਿਚ ਸਿੱਖਾਂ ਦੇ ਹੋਏ ਕਤਲੇ-ਆਮ ਵਿਚ ਕੁਝ ਕਾਂਗਰਸੀ ਨੇਤਾ ਵੀ ਸ਼ਾਮਲ ਸਨ।[1] ਪਰ ਰਾਹੁਲ ਗਾਂਧੀ ਨੂੰ ਇਨ੍ਹਾਂ ਕਾਂਗਰਸੀ ਨੇਤਾਵਾਂ ਦੇ ਜੁਰਮ ਲਈ ਮੁਜਰਮ ਨਹੀਂ ਠਹਿਰਾਇਆ ਜਾ ਸਕਦਾ ਕਿਉਂਕਿ ਰਾਹੁਲ ਗਾਂਧੀ ਦੀ ਸਾਲ 1984 ਵਿਚ ਉਮਰ ਕੇਵਲ 13 ਸਾਲ ਦੀ ਸੀ ਅਤੇ ਉਨ੍ਹਾਂ ਦਾ 1984 ਵਿਚ ਸਿੱਖਾਂ ਦੇ ਹੋਏ ਕਤਲੇ-ਆਮ ਵਿਚ ਉਕਾ ਹੀ ਕੋਈ ਰੋਲ ਨਹੀਂ ਸੀ।

ਦਿੱਲੀ ਦੇ ਸਿੱਖਾਂ ਨੂੰ ਵਕਤ ਵਕਤ ਤੇ ਬਦਲੀ ਹੋਈ ਸਿਥਿਤੀ ਨੂੰ ਧਿਆਨ ਵਿਚ ਰਖਣਾ ਚਾਹੀਦਾ ਹੈ। ਇਸ ਲਈ ਦਿੱਲੀ ਦੇ ਸਿੱਖਾਂ ਨੂੰ ਦਿੱਲੀ ਦੀ ਅਸੈਂਬਲੀ ਅਤੇ ਕੇਂਦਰ ਦੀ ਪਾਰਲੀਮੈਂਟ ਦੀਆਂ ਚੋਣਾਂ ਵਿਚ ਉਸ ਪਾਰਟੀ ਦਾ ਸਾਥ ਦੇਣਾ ਚਾਹੀਦਾ ਹੈ ਜਿਸ ਤੋਂ ਉਨ੍ਹਾਂ ਨੂੰ ਵੱਧ ਤੋਂ ਵੱਧ ਫ਼ਾਇਦਾ ਮਿਲ ਸਕਦਾ ਹੋਵੇ।

(viii) ਹੁਣ ਅਸੀਂ ਪ੍ਰਧਾਨ ਮੰਤਰੀ ਇੰਦਰਾ ਗਾਂਧੀ ਦੀ ਅਕਤੂਬਰ 31, 1984 ਨੂੰ ਹੋਈ ਹੱਤਿਆ ਦੇ ਬਾਅਦ ਅਕਤੂਬਰ 31 ਤੋਂ ਨਵੰਬਰ 2, 1984 ਤਕ ਦਿੱਲੀ ਵਿਚ ਨਿਰਦੋਸ਼ ਅਤੇ ਨਿਹੱਥੇ ਸਿੱਖਾਂ ਦੇ ਹੋਏ ਕਤਲੇ-ਆਮ ਦੀ ਯਾਦ ਵਿਚ **ਗੁਰਦੁਆਰਾ ਰਕਾਬ ਗੰਜ ਵਿਚ ਖੜ੍ਹੇ ਕੀਤੇ ਮੈਮੋਰੀਅਲ ਦੀ ਗੱਲ ਕਰਦੇ ਹਾਂ**। ਦਿੱਲੀ ਸਿੱਖ ਗੁਰਦੁਆਰਾ ਮੈਨਿਜਮੈਂਟ ਕਮੇਟੀ ਨੇ ਇਹ

---

1. Asked in an interview why certain congress leaders like Sajjan Kumar and Jagdish Tytler were facing cases, if the Congress Government, indeed, tried to stop the 1984 riots ? Rahul did not respond directly, but eventually acknowledged that some Congressmen were probably involved in the riots. *The Times of India,* Chandigarh, 28 January, 2014, p.1.

ਮੈਮੋਰੀਅਲ ਖੜ੍ਹਾ ਕਰ ਕੇ ਸਿੱਖ ਧਰਮ ਦੇ ਇਤਿਹਾਸ ਵਿਚ ਯਾਦਗਾਰੀ ਕੰਮ ਕੀਤਾ ਹੈ। ਹਜ਼ਾਰਾਂ ਸਾਲ ਬਾਅਦ ਵੀ ਅੱਜ ਦਿਨ ਦੇ ਵਾਂਗ ਇਹ ਮੈਮੋਰੀਅਲ ਯਾਦ ਕਰਾਉਂਦਾ ਰਹੇਗਾ ਕਿ ਦਿੱਲੀ ਅਤੇ ਭਾਰਤ ਦੇ ਹੋਰ ਸ਼ਹਿਰਾਂ ਵਿਚ ਨਿਰਦੋਸ਼ ਅਤੇ ਨਿਹੱਥੇ ਸਿੱਖਾਂ ਦੀ ਆਪਣੇ ਹੀ ਦੇਸ਼ ਦੀ ਕੇਂਦਰ ਦੀ ਕਾਂਗਰਸ ਸਰਕਾਰ ਦੀ ਮਿਲੀ-ਭਗਤ ਦੇ ਨਾਲ ਹੋਏ ਕਤਲੇ-ਆਮ ਦੀ ਦੁਖ-ਭਰੀ ਦਾਸਤਾਨ। ਹਜ਼ਾਰਾਂ ਸਾਲਾਂ ਬਾਅਦ ਵੀ ਅੱਜ ਦਿਨ ਦੇ ਵਾਂਗ ਇਹ ਮੈਮੋਰੀਅਲ ਯਾਦ ਕਰਾਉਂਦਾ ਰਹੇਗਾ ਕਿ ਕਿਵੇਂ ਕੇਂਦਰ ਦੀ ਕਾਂਗਰਸ ਸਰਕਾਰ ਦਾ ਸਾਰਾ ਜ਼ੋਰ ਲਗਦਾ ਰਿਹਾ ਸਿੱਖਾਂ ਦੇ ਕਾਤਲਾਂ ਨੂੰ ਸਜ਼ਾ ਦਿਵਾਉਣ ਦੀ ਥਾਂ, ਉਨ੍ਹਾਂ ਨੂੰ ਬਚਾਉਣ ਤੇ। ਕੇਵਲ ਇਹ ਹੀ ਨਹੀਂ। ਅਜਿਹੇ ਮੈਮੋਰੀਅਲ ਸ਼ਹੀਦ ਹੋਏ ਸਿੱਖਾਂ ਦੀ ਯਾਦ ਨੂੰ ਸਦੀਵਤਾ ਬਖ਼ਸ਼ਦੇ ਹਨ, ਸਿੱਖ ਧਰਮ ਦੀ ਸ਼ਹੀਦੀ ਦੀ ਪਰੰਪਰਾ ਨੂੰ ਸੁਰਜੀਤ ਕਰਦੇ ਅਤੇ ਅਗੋਂ ਲਈ ਜੀਵਤ ਰਖਦੇ ਹਨ ਅਤੇ ਆਉਣ ਵਾਲੀਆਂ ਸਰਕਾਰਾਂ ਨੂੰ ਸਿੱਖਾਂ ਨਾਲ ਬੇਇਨਸਾਫ਼ੀ ਕਰਨ ਤੋਂ ਰੋਕਦੇ ਹਨ।

(ix) ਲੋੜ ਹੈ ਕਿ ਸਾਡੇ ਸਿੱਖ ਨੇਤਾ ਭਾਈ ਮਨੀ ਸਿੰਘ, ਭਾਈ ਮਹਿਤਾਬ ਸਿੰਘ ਅਤੇ ਸੁੱਖਾ ਸਿੰਘ, ਭਾਈ ਤਾਰੂ ਸਿੰਘ, ਬੇਅੰਤ ਸਿੰਘ ਅਤੇ ਸਤਵੰਤ ਸਿੰਘ, ਹਰਜਿੰਦਰ ਸਿੰਘ ਜਿੰਦਾ ਅਤੇ ਸੁਖਦੇਵ ਸਿੰਘ ਸੁੱਖਾ ਵਰਗੇ ਸ਼ਹੀਦਾਂ ਅਤੇ ਹਰੀ ਸਿੰਘ ਨਲੂਆ, ਅਕਾਲੀ ਫੂਲਾ ਸਿੰਘ, ਜਸਾ ਸਿੰਘ ਆਹਲੂਵਾਲੀਆ ਅਤੇ ਭਘੇਲ ਸਿੰਘ ਵਰਗੇ ਜੇਤੂਆਂ ਦੀ ਯਾਦ ਨੂੰ ਸਦੀਵੀ ਬਣਾਉਣ ਲਈ ਦੂਰਦ੍ਰਿਸ਼ਟੀ ਤੋਂ ਕੰਮ ਲੈਂਦੇ ਹੋਏ ਉਨ੍ਹਾਂ ਦੇ ਮੈਮੋਰੀਅਲ ਉਚਿਤ ਥਾਂ ਤੇ ਉਚਿਤ ਰੂਪ/ਸਰੂਪ ਵਿਚ ਖੜ੍ਹੇ ਕਰਨ।

(x) ਲੋੜ ਹੈ ਕਿ ਸਿੱਖ ਪੰਥ ਦੇ ਵਕਾਰ ਲਈ ਹੋਏ ਸ਼ਹੀਦਾਂ ਦੇ ਪਰਿਵਾਰਾਂ ਦੀ ਸਹਾਇਤਾ ਲਈ ਇੱਕ ਵੱਡਾ ਸ਼ਹੀਦੀ ਫ਼ੰਡ ਬਣਾਇਆ ਜਾਵੇ। ਇਸ ਫ਼ੰਡ ਵਿਚੋਂ ਸ਼ਹੀਦਾਂ ਦੇ ਪਰਿਵਾਰਾਂ ਲਈ ਪੈਨਸ਼ਨ, ਸ਼ਹੀਦਾਂ ਦੇ ਬਚਿਆਂ ਦੀ ਪੜ੍ਹਾਈ ਲਈ ਸਹਾਇਤਾ ਅਤੇ ਸ਼ਹੀਦਾਂ ਦੇ ਪਰਿਵਾਰਾਂ ਦੇ ਜੀਆਂ ਨੂੰ ਰੋਜ਼ਗਾਰ ਸ਼ੁਰੂ ਕਰਨ ਅਤੇ ਨੌਕਰੀ ਦਿਵਾਉਣ ਵਿਚ ਸਹਾਇਤਾ ਕਰਨ ਦੀ ਵਿਵਸਥਾ ਹੋਵੇ। ਇਸ ਗੱਲ ਨੂੰ ਯਕੀਨੀ ਬਣਾਇਆ ਜਾਵੇ ਕਿ ਸ਼ਹੀਦਾਂ ਦੇ ਪਰਿਵਾਰਾਂ ਦੇ ਜੀਅ ਚੰਗੀ ਅਤੇ ਇਜ਼ਤ ਦੀ ਜ਼ਿੰਦਗੀ ਗੁਜ਼ਾਰ ਸਕਣ।

ਭਾਰਤ ਤੋਂ ਬਾਹਰ ਦੇ ਦੇਸ਼ਾਂ ਦੀ ਸਿੱਖ ਰਾਜਨੀਤੀ ਵਿਚ ਦਖ਼ਲ ਦੇਣ ਦਾ ਮਾਮਲਾ

ਭਾਰਤ ਤੋਂ ਬਾਹਰ ਦੇ ਦੇਸ਼ਾਂ ਅਮਰੀਕਾ, ਇੰਗਲੈਂਡ, ਕੈਨੇਡਾ ਆਦਿ ਦੀ ਰਾਜਨੀਤੀ ਦੇ ਤੌਰ-ਤਰੀਕੇ ਭਾਰਤ ਤੋਂ ਵੱਖਰੇ ਹਨ। ਇਨ੍ਹਾਂ ਬਾਹਰ ਦੇ ਦੇਸ਼ਾਂ ਦਾ ਸਭਿਆਚਾਰ ਵੀ ਸਾਡੇ ਦੇਸ਼ ਦੇ ਸਭਿਆਚਾਰ ਤੋਂ ਵੱਖਰਾ ਹੈ। ਸੱਚ ਇਹ ਹੈ ਕਿ ਕੁਝ ਸਿੱਖ ਨੇਤਾਵਾਂ ਨੂੰ ਛੱਡ ਕੇ, ਭਾਰਤ ਦੇ ਸਿੱਖ ਨੇਤਾਵਾਂ ਦਾ ਰਾਜਨੀਤਿਕ ਜੀਵਨ ਤਿੰਨ ਸ਼ਬਦਾਂ ਕੁਰਸੀ, ਪਰਿਵਾਰਵਾਦ ਅਤੇ ਭਰਿਸ਼ਟਾਚਾਰ ਤਕ ਸੀਮਿਤ ਹੋ ਕੇ

ਰਹਿ ਗਿਆ ਹੈ। ਸੱਚ ਇਹ ਵੀ ਹੈ ਕਿ ਵਕਤ ਵਕਤ ਤੇ ਬਾਦਲ ਅਕਾਲੀ ਦਲ ਹਰਿਆਣੇ ਅਤੇ ਦਿੱਲੀ ਦੇ ਗੁਰਦੁਆਰਿਆਂ ਤੇ ਆਪਣਾ ਕਬਜ਼ਾ ਚਲਦਾ ਰਖਦੇ ਹੋਏ ਆਪਣੇ ਰਾਜਨੀਤਿਕ ਹਿੱਤਾਂ ਨੂੰ ਪੂਰਾ ਕਰਨ ਲਈ ਹਰਿਆਣੇ ਦੇ ਸਿੱਖਾਂ ਨੂੰ ਭਾਰਤੀ ਲੋਕ ਦਲ (INLD) ਅਤੇ ਦਿੱਲੀ ਦੇ ਸਿੱਖਾਂ ਨੂੰ ਭਾਰਤੀ ਜਨਤਾ ਪਾਰਟੀ ਦੀ ਝੋਲੀ ਵਿਚ ਪਾਉਣ ਲਈ ਆਪਣਾ ਪੂਰਾ ਜ਼ੋਰ ਲਾਉਂਦਾ ਰਿਹਾ ਹੈ। ਇਸ ਲਈ ਭਾਰਤ ਦੀ ਕਿਸੇ ਸਿੱਖ ਜਥੇਬੰਦੀ ਜਾਂ ਕਿਸੇ ਸਿੱਖ ਨੇਤਾ ਨੂੰ ਬਾਹਰ ਦੇ ਦੇਸ਼ਾਂ ਦੀ ਸਿੱਖ ਰਾਜਨੀਤੀ ਵਿਚ ਦਖ਼ਲ ਦੇਣ ਜਾਂ ਬਾਹਰ ਦੇ ਦੇਸ਼ਾਂ ਦੇ ਗੁਰਦੁਆਰਿਆਂ ਤੇ ਆਪਣਾ ਕਬਜ਼ਾ ਕਰਨ ਦਾ ਸੁਪਨਾ ਵੀ ਨਹੀਂ ਲੈਣਾ ਚਾਹੀਦਾ। ਹਾਂ, ਬਾਹਰ ਦੇ ਦੇਸ਼ਾਂ ਦੇ ਸਿੱਖ ਨੇਤਾਵਾਂ ਨਾਲ ਮਿਲਵਰਤਨ ਕੀਤਾ ਜਾ ਸਕਦਾ ਹੈ ਅਤੇ ਕੋਈ ਚੰਗਾ ਸੁਝਾਅ ਵੀ ਦਿੱਤਾ ਜਾ ਸਕਦਾ ਹੈ।

ਆਤੰਕਵਾਦ

ਅੱਜ ਸਿੱਖਾਂ ਲਈ ਸਭ ਤੋਂ ਵੱਧ ਜ਼ਰੂਰੀ ਲੋੜਾਂ ਵਿਚੋਂ ਇੱਕ ਜ਼ਰੂਰੀ ਲੋੜ ਇਹ ਹੈ ਕਿ ਸਿੱਖ ਆਤੰਕਵਾਦ ਤੋਂ ਦੂਰ ਰਹਿਣ। ਕਾਰਣ ? ਸ੍ਰੀ ਗੁਰੂ ਨਾਨਕ ਦੇਵ ਜੀ ਦਾ ਸਿੱਖ ਧਰਮ ਆਤੰਕਵਾਦ ਨਹੀਂ ਸਿਖਾਉਂਦਾ। ਨਾ ਹੀ ਆਤੰਕਵਾਦ ਰਾਹੀਂ ਸਿੱਖਾਂ ਨੂੰ ਅੱਜ ਤਕ ਕੁਝ ਮਿਲਿਆ ਹੈ, ਨਾ ਹੀ ਅਗੋਂ ਕੁਝ ਮਿਲਣ ਵਾਲਾ ਹੈ। ਸਿੱਖ ਭਾਵੇਂ ਭਾਰਤ ਵਿਚ ਜਾਂ ਕਿਸੇ ਹੋਰ ਬਾਹਰ ਦੇ ਦੇਸ਼ ਵਿਚ ਰਹਿੰਦੇ ਹੋਣ, ਇਹ ਜ਼ਰੂਰੀ ਹੈ ਕਿ ਉਹ ਉਸ ਦੇਸ਼ ਦੇ ਅਮਨ-ਪਸੰਦ ਨਾਗਰਿਕ ਬਣ ਕੇ ਰਹਿਣ ਅਤੇ ਆਪਣੇ ਬਲ-ਬੋਤੇ ਅਤੇ ਸਦ-ਭਾਵਨਾ ਰਾਹੀਂ ਉਸ ਦੇਸ਼ ਵਿਚ ਆਰਥਿਕ ਅਤੇ ਰਾਜਨੀਤਿਕ ਸੱਤਾ ਹਾਸਲ ਕਰਨ ਦਾ ਯਤਨ ਕਰਨ। ਕੈਨੇਡਾ ਦੇ ਮੰਤਰੀ-ਮੰਡਲ ਵਿਚ 2016 ਵਿਚ ਚਾਰ ਸਿੱਖ ਮੰਤਰੀ ਸ਼ਾਮਲ ਸਨ ; ਜਦੋਂ ਕਿ 2016 ਵਿਚ ਭਾਰਤ ਦੇ ਕੇਂਦਰ ਵਿਚ ਮੋਦੀ ਭਾਜਪਾ ਸਰਕਾਰ ਦੇ ਮੰਤਰੀ-ਮੰਡਲ ਵਿਚ ਕੇਵਲ ਇੱਕ ਸਿੱਖ ਮੰਤਰੀ ਹਰਸਿਮਰਤ ਕੌਰ ਸ਼ਾਮਲ ਸਨ। ਕੀ ਸ੍ਰ. ਪ੍ਰਕਾਸ਼ ਸਿੰਘ ਬਾਦਲ, ਜਿਹੜੇ ਕਿ 2016 ਵਿਚ ਪੰਜਾਬ ਦੇ ਮੁੱਖ ਮੰਤਰੀ ਸਨ, ਇਸ ਤੋਂ ਕੁਝ ਸਿਖਣਗੇ ? ਜਾਪਦਾ ਹੈ ; ਨਹੀਂ।

ਅੱਜ ਦੀ ਸਿੱਖ ਲੀਡਰਸ਼ਿਪ

ਅੱਜ ਦੀ ਸਿੱਖ ਲੀਡਰਸ਼ਿਪ ਦੀ ਰਾਜਨੀਤੀ ਹੈ - ਮੇਰੀ ਕੁਰਸੀ, ਮੇਰਾ ਪਰਿਵਾਰ। ਭ੍ਰਿਸ਼ਟਾਚਾਰ ਵੀ ਜ਼ੋਰਾਂ ਤੇ ਹੈ। ਕੀ ਬਣੇਗਾ ਸਿੱਖ ਪੰਥ ਦਾ ? ਕੀ ਬਣੇਗਾ ਸਿੱਖਾਂ ਦਾ। ਉਨ੍ਹਾਂ ਦਾ ਵਾਹਿਗੁਰੂ ਰਾਖਾ। ਲੋੜ ਹੈ ਇਸ ਪ੍ਰਸ਼ਨ ਤੇ ਗੰਭੀਰਤਾ ਨਾਲ ਸੋਚਣ ਅਤੇ ਕੁਝ ਕਰਨ ਦੀ।

—

(19) ਅੱਜ ਦੇ ਸਮੇਂ ਵਿਚ ਸਿੱਖ ਧਰਮ ਦੀਆਂ ਕੁਝ ਸਮੱਸਿਆਵਾਂ

ਹੁਣ ਅਸੀਂ ਅੱਜ ਦੇ ਸਮੇਂ ਵਿਚ ਸਿੱਖ ਧਰਮ ਦੀਆਂ ਕੁਝ ਸਮੱਸਿਆਵਾਂ ਤੇ ਵਿਚਾਰ ਕਰਾਂਗੇ :-

1. ਸਹਿਜਧਾਰੀ ਸਿੱਖ

ਗੁਰੂਆਂ ਦੇ ਸਮੇਂ ਦਾ ਇਤਿਹਾਸ ਇਸ ਗੱਲ ਦਾ ਗਵਾਹ ਹੈ ਕਿ ਸਹਿਜਧਾਰੀ ਸਿੱਖ ਧਰਮ ਤੋਂ ਸਿੱਖ ਹਨ। ਸਹਿਜਧਾਰੀ ਸਿੱਖਾਂ ਦੀ ਸਿੱਖ ਧਰਮ ਲਈ ਕੁਰਬਾਨੀ ਕਿਸੇ ਨਾਲੋਂ ਘੱਟ ਨਹੀਂ ਹੈ। ਪਰ ਅੱਜ ਧਰਮ ਰਾਜਨੀਤੀ ਦੇ ਅਧੀਨ ਹੋ ਗਿਆ ਹੈ। ਇਸ ਲਈ ਸਹਿਜਧਾਰੀ ਸਿੱਖਾਂ ਸੰਬੰਧੀ ਸਿੱਖ ਗੁਰੂਆਂ ਦੇ ਸਮੇਂ ਦੇ ਸਿੱਖ ਇਤਿਹਾਸ ਨੂੰ ਬਦਲਿਆ ਜਾ ਰਿਹਾ ਹੈ।

ਸਿੱਖ ਗੁਰੂਆਂ ਦੇ ਸਮੇਂ ਦੇ ਇਤਿਹਾਸ ਦੇ ਪ੍ਰਸੰਗ ਵਿਚ ਜਨਮ ਤੋਂ ਨਾਨ-ਕੇਸਾਧਾਰੀ ਸਹਿਜਧਾਰੀ ਸਿੱਖ ਨਿਰਸੰਦੇਹ ਧਰਮ ਤੋਂ ਸਿੱਖ ਹਨ। ਸਿੱਖ ਇਤਿਹਾਸ ਲਖੀ ਸ਼ਾਹ ਅਤੇ ਭਾਈ ਜੈਤਾ ਜੀ ਦੀ ਇਸ ਬੇਨਜ਼ੀਰ ਕੁਰਬਾਨੀ ਦੀ ਦਾਸਤਾਨ ਦਾ ਗਵਾਹ ਹੈ ਕਿ ਗੁਰੂ ਤੇਗ ਬਹਾਦਰ ਸਾਹਿਬ ਜੀ ਦੀ ਦਿੱਲੀ ਵਿਚ ਸ਼ਹੀਦੀ ਦੇ ਬਾਅਦ ਲਖੀ ਸ਼ਾਹ ਨੇ ਗੁਰੂ ਸਾਹਿਬ ਦੇ ਮਿਰਤਕ ਸਰੀਰ ਦੇ ਧੜ ਨੂੰ ਆਪਣੇ ਗਡਿਆਂ ਦੀ ਕਤਾਰ ਵਿਚ ਇੱਕ ਗਡੇ ਵਿਚ ਰਖ ਕੇ ਦਿੱਲੀ ਲਾਗੇ ਆਪਣੇ ਪਿੰਡ ਵਿਚ ਸਸਕਾਰ ਕਰ ਦਿੱਤਾ ਸੀ ਜਿਥੇ ਅੱਜ ਗੁਰਦੁਆਰਾ ਰਕਾਬ ਗੰਜ ਖੜ੍ਹਾ ਹੈ ਅਤੇ ਭਾਈ ਜੈਤਾ ਜੀ ਨੇ ਗੁਰੂ ਸਾਹਿਬ ਦੇ ਮਿਰਤਕ ਸੀਸ ਨੂੰ ਗੁਰੂ ਗੋਬਿੰਦ ਸਿੰਘ ਜੀ ਪਾਸ ਕੀਰਤਪੁਰ ਪਹੁੰਚਾ ਦਿੱਤਾ। ਇਸ ਤੇ ਗੁਰੂ ਸਾਹਿਬ ਦੇ ਮਿਰਤਕ ਸੀਸ ਦਾ ਸਸਕਾਰ ਅਗਲੇ ਦਿਨ ਅਨੰਦਪੁਰ ਸਾਹਿਬ ਵਿਖੇ ਕਰ ਦਿੱਤਾ ਗਿਆ ਜਿਥੇ ਅੱਜ ਗੁਰਦੁਆਰਾ ਸੀਸ ਗੰਜ ਖੜ੍ਹਾ ਹੈ। ਗੁਰੂ ਗੋਬਿੰਦ ਸਿੰਘ ਜੀ ਨੇ ਭਾਈ ਜੈਤਾ ਜੀ ਨੂੰ ਆਪਣੀ ਗਲਵਕੜੀ ਵਿਚ ਲੈਂਦੇ ਹੋਏ ਕਿਹਾ ਸੀ, 'ਰੰਘਰੇਟਾ! ਗੁਰੂ ਕਾ ਬੇਟਾ'। ਸ੍ਰੀ ਗੁਰੂ ਗੋਬਿੰਦ ਸਿੰਘ ਜੀ ਦੇ ਜੀਵਨ ਕਾਲ ਵਿਚ ਖਾਲਸੇ ਦੀ ਸਿਰਜਣਾ ਦੇ ਬਾਅਦ ਵੀ ਭਾਈ ਨੰਦ ਲਾਲ ਜੀ ਅਤੇ ਗੁਰੂ ਗੋਬਿੰਦ ਸਿੰਘ ਜੀ ਦੇ ਮਾਮਾ ਕ੍ਰਿਪਾਲ ਚੰਦ ਜੀ ਪਹਿਲਾਂ ਵਾਂਗ ਸਹਿਜਧਾਰੀ ਸਿੱਖ ਹੀ ਚਲਦੇ ਰਹੇ। ਉਹ ਅੰਮ੍ਰਿਤਧਾਰੀ ਸਿੱਖ ਨਹੀਂ ਬਣੇ ਸਨ। ਪਰ ਸਿੱਖ ਇਤਿਹਾਸ ਵਿਚ ਅੱਜ ਦਿਨ ਤਕ ਕਿਸੇ ਨੇ ਇਹ ਨਹੀਂ ਕਿਹਾ ਕਿ ਭਾਈ ਨੰਦ ਲਾਲ ਜੀ ਅਤੇ ਮਾਮਾ ਕ੍ਰਿਪਾਲ ਚੰਦ ਜੀ ਧਰਮ ਤੋਂ ਸਿੱਖ ਨਹੀਂ ਸਨ ਕਿਉਂਕਿ ਉਹ ਅੰਮ੍ਰਿਤਧਾਰੀ ਸਿੱਖ ਨਹੀਂ ਬਣੇ ਸਨ ਅਤੇ ਪਹਿਲਾਂ ਵਾਂਗ ਸਹਿਜਧਾਰੀ ਸਿੱਖ ਚਲਦੇ ਰਹੇ। ਨਾ ਹੀ ਸਿੱਖ ਇਤਿਹਾਸ ਵਿਚ ਕਿਸੇ ਨੇ ਇਹ ਕਿਹਾ ਹੈ ਕਿ ਭਾਈ ਨੰਦ ਲਾਲ ਜੀ ਅਤੇ ਮਾਮਾ ਕ੍ਰਿਪਾਲ ਚੰਦ ਜੀ ਹੇਠਲੇ ਦਰਜੇ ਦੇ ਸਿੱਖ ਹਨ। ਸਗੋਂ ਸਿੱਖ ਇਤਿਹਾਸ ਇਸ ਗੱਲ ਦਾ ਗਵਾਹ ਹੈ ਕਿ ਭਾਈ ਨੰਦ ਲਾਲ ਜੀ ਅਤੇ ਮਾਮਾ ਕ੍ਰਿਪਾਲ ਚੰਦ ਜੀ ਅੰਮ੍ਰਿਤਧਾਰੀ ਸਿੱਖਾਂ ਵਾਂਗ ਸਮਾਨ

ਰੂਪ ਵਿਚ ਸਿੱਖ ਸਮਝੇ ਜਾਂਦੇ ਰਹੇ ਸਨ ਅਤੇ ਅੱਜ ਦਿਨ ਤਕ ਅਜਿਹੇ ਹੀ ਸਮਝੇ ਜਾ ਰਹੇ ਹਨ। ਸਿੱਖ ਧਰਮ ਦੇ ਇਤਿਹਾਸ ਵਿਚ ਇੱਕ ਹੋਰ ਇਤਿਹਾਸਿਕ ਘਟਨਾ ਆਉਂਦੀ ਹੈ। ਸ੍ਰੀ ਗੁਰੂ ਗੋਬਿੰਦ ਸਿੰਘ ਜੀ ਦੇ ਦੋ ਛੋਟੇ ਸਾਹਿਬਜ਼ਾਦਿਆਂ ਜ਼ੋਰਾਵਰ ਸਿੰਘ (ਉਮਰ 8 ਸਾਲ) ਅਤੇ ਫ਼ਤਹਿ ਸਿੰਘ (ਉਮਰ 5 ਸਾਲ) ਨੂੰ ਮੁਸਲਮਾਨ ਬਣਨ ਤੋਂ ਇਨਕਾਰ ਕਰਨ ਤੇ ਮੁਗ਼ਲਾਂ ਨੇ ਜੀਊਂਦੇ ਦਿਵਾਰ ਵਿਚ ਚਿਣਵਾ ਦਿੱਤਾ ਸੀ। ਮਾਤਾ ਗੁਜਰੀ ਜੀ ਦੀ ਇਸ ਸਦਮੇ ਦੀ ਸੂਚਨਾ ਮਿਲਣ ਤੇ ਹੀ ਮੌਤ ਹੋ ਗਈ ਸੀ। ਇਸ ਦੁਖਦਾਈ ਵਕਤ ਵਿਚ ਦਿਵਾਨ ਟੋਡਰ ਮਲ ਜੀ ਨੇ ਇਨ੍ਹਾਂ ਦੋ ਛੋਟੇ ਸਾਹਿਬਜ਼ਾਦਿਆਂ ਦਾ ਅੰਤਮ ਸਸਕਾਰ ਕੀਤਾ ਸੀ। ਉਸ ਵਕਤ ਦੀ ਹਕੂਮਤ ਤੋਂ ਛੋਟੇ ਸਾਹਿਬਜ਼ਾਦਿਆਂ ਦੇ ਅੰਤਮ ਸਸਕਾਰ ਲਈ ਲੋੜੀਂਦੀ ਥੋੜੀ ਜਿਹੀ ਥਾਂ ਲੈਣ ਲਈ ਦਿਵਾਨ ਟੋਡਰ ਮਲ ਨੂੰ ਉਸ ਥੋੜੀ ਜਿਹੀ ਥਾਂ ਨੂੰ 78000 ਅਸ਼ਰਫ਼ੀਆਂ (ਸੋਨੇ ਦੇ ਸਿਕੇ) ਖੜ੍ਹੇ ਰਖ ਕੇ ਢਕਣਾ ਪਿਆ ਸੀ। ਅੱਜ ਉਸ ਥਾਂ ਤੇ ਗੁਰਦੁਆਰਾ ਜੋਤੀ ਸਰੂਪ ਖੜ੍ਹਾ ਹੈ। ਅੱਜ ਹਰ ਸਿੱਖ ਦਾ ਸਿਰ ਦਿਵਾਨ ਟੋਡਰ ਮਲ ਜੀ ਦੇ ਸਤਿਕਾਰ ਵਿਚ ਝੁਕ ਜਾਂਦਾ ਹੈ। ਇਹ ਘਟਨਾ ਦਰਸਾਉਂਦੀ ਹੈ ਕਿ ਸਹਿਜਧਾਰੀ ਸਿੱਖਾਂ ਦਾ ਸਿੱਖ ਧਰਮ ਵਿਚ ਨਿਸ਼ਚਾ ਅਤੇ ਸਿੱਖ ਧਰਮ ਲਈ ਕੁਰਬਾਨੀ ਕਿਸੇ ਨਾਲੋਂ ਘੱਟ ਨਹੀਂ ਹੈ। ਦਿਵਾਨ ਟੋਡਰ ਮਲ ਜੀ ਦੀ ਬੇਮਿਸਾਲ ਕੁਰਬਾਨੀ ਨੂੰ ਵੇਖਦੇ ਹੋਏ ਪ੍ਰਸ਼ਨ ਇਹ ਪੈਦਾ ਹੁੰਦਾ ਹੈ ਕਿ ਅੱਜ ਅਸੀਂ ਕੌਣ ਹੁੰਦੇ ਹਾਂ ਇਹ ਕਹਿਣ ਵਾਲੇ ਕਿ ਸਹਿਜਧਾਰੀ ਸਿੱਖ ਧਰਮ ਤੋਂ ਸਿੱਖ ਨਹੀਂ ਹਨ?

ਕੀ ਸ੍ਰੀ ਗੁਰੂ ਗ੍ਰੰਥ ਸਾਹਿਬ, ਜਿਨ੍ਹਾਂ ਨੂੰ ਸਾਰੇ ਸਿੱਖ ਆਪਣਾ ਗੁਰੂ ਮੰਨਦੇ ਹਨ, ਵਿਚ ਦਰਜ ਗੁਰੂ ਸ਼ਬਦ ਸਾਡੇ ਅੱਜ ਦੇ ਸਿੱਖ ਨੇਤਾਵਾਂ ਨੂੰ ਸਹਿਜਧਾਰੀ ਸਿੱਖਾਂ ਨੂੰ ਸਿੱਖੀ ਤੋਂ ਖ਼ਾਰਜ ਕਰਨ ਦੀ ਇਜਾਜ਼ਤ ਦਿੰਦਾ ਹੈ? ਨਹੀਂ। ਲੋੜ ਹੈ ਕਿ ਇਸ ਸਮੱਸਿਆ ਤੇ ਵਿਚਾਰ ਕੀਤੀ ਜਾਵੇ ਅਤੇ ਸਿੱਖਾਂ ਨੂੰ ਠੀਕ ਸੇਧ ਦਿੱਤੀ ਜਾਵੇ। (ਸਿੱਖ ਗੁਰਦੁਆਰਾ (Amendment) ਐਕਟ, 2016 ਲਈ ਵੇਖੋ ਪੁਸਤਕ ਦੇ ਪੰਨੇ 121-125) ਆਲੋਚਕ ਕੀ ਕਹਿੰਦੇ ਹਨ, ਪੰਨੇ 124-125.

2. ਕੇਸਾਂ ਦੀ ਰਹਿਤ ਦੀ ਉਲੰਘਣਾ ਕਰਨ ਵਾਲਾ ਪਤਿਤ ਸਿੱਖ

ਸਿੱਖ ਗੁਰਦੁਆਰਾ ਐਕਟ, 1925 ਦੀ ਧਾਰਾ 2(11) ਅਨੁਸਾਰ ਅੰਮ੍ਰਿਤਧਾਰੀ ਸਿੱਖ ਚਾਰ ਕੁਰਹਿਤਾਂ ਵਿਚੋਂ ਕੋਈ ਇੱਕ ਜਾਂ ਇੱਕ ਤੋਂ ਵੱਧ ਕੁਰਹਿਤ ਕਰਦਾ ਹੈ ਜਾਂ ਕੇਸਾਧਾਰੀ ਸਿੱਖ ਦਾਹੜੀ ਜਾਂ ਕੇਸਾਂ ਦੀ ਛਾਂਗਾਟੀ ਜਾਂ ਕਟਾਈ ਕਰਦਾ ਹੈ, ਤਾਂ ਅਜਿਹਾ ਵਿਅਕਤੀ ਪਤਿਤ ਹੋਵੇਗਾ। ਇਹ ਚਾਰ ਕੁਰਹਿਤਾਂ ਹਨ :-

(1) ਕੇਸਾਂ ਦੀ ਬੇਅਦਬੀ।
(2) ਕੁੱਠਾ ਖਾਣਾ ਅਰਥਾਤ ਜੋ ਮੁਸਲਮਾਨੀ ਤਰੀਕੇ ਨਾਲ ਤਿਆਰ ਕੀਤਾ ਗਿਆ ਹੋਵੇ।
(3) ਪਰ-ਇਸਤਰੀ ਜਾਂ ਪਰ-ਪੁਰਸ਼ ਨਾਲ ਗਮਨ ਭੋਗਣਾ।
(4) ਤਮਾਕੂ ਦਾ ਵਰਤਣਾ।

ਪੰਜਾਬ ਦੇ ਸਿੱਖ ਭਾਰੀ ਗਿਣਤੀ ਵਿਚ ਬਦੇਸ਼ਾਂ ਵਿਚ ਜਾ ਰਹੇ ਹਨ। ਆਉਣ ਵਾਲੇ ਵਕਤ ਵਿਚ ਇਹ ਗਿਣਤੀ ਹੋਰ ਵੀ ਵੱਧੇਗੀ। ਬਦੇਸ਼ੀ ਸਭਿਆਚਾਰ ਦੇ ਪ੍ਰਭਾਵ ਅਧੀਨ ਬਦੇਸ਼ਾਂ ਵਿਚ ਸਿੱਖਾਂ

ਦੀ ਬਹੁਤ ਵੱਡੀ ਗਿਣਤੀ ਕੇਸਾਂ ਦੀ ਸਾਬਤ ਸੂਰਤ ਦੇ ਪਹਿਰਾਵੇ ਤੋਂ ਦੂਰ ਹੁੰਦੀ ਜਾ ਰਹੀ ਹੈ। ਇਸ ਦੇ ਨਾਲ ਨਾਲ ਇਹ ਵੀ ਸੱਚ ਹੈ ਕਿ ਕੇਸਾਂ ਦੀ ਸਿੱਖੀ ਤੋਂ ਦੂਰ ਜਾਣ ਵਾਲੇ ਅਜਿਹੇ ਸਿੱਖ ਅੱਜ ਵੀ ਆਪਣੇ ਆਪ ਨੂੰ ਸਿੱਖ ਕਹਿੰਦੇ ਅਤੇ ਸਮਝਦੇ ਹਨ। ਉਹ ਕੇਵਲ ਸ੍ਰੀ ਗੁਰੂ ਗ੍ਰੰਥ ਸਾਹਿਬ ਨੂੰ ਆਪਣਾ ਗੁਰੂ ਮੰਨਦੇ ਹਨ। ਉਹ ਸਿੱਖ ਧਰਮ ਵਿਚ ਸ਼ਰਧਾ ਅਤੇ ਵਿਸ਼ਵਾਸ ਰਖਦੇ ਹਨ। ਉਹ ਅੱਜ ਵੀ ਆਪਣੇ ਨਾਵਾਂ ਨਾਲ ਸਿੰਘ ਅਤੇ ਕੌਰ ਜੋੜਦੇ ਹਨ।

ਅਸੀਂ ਇਸ ਅਸਲੀਅਤ ਤੋਂ ਵੀ ਅੱਖਾਂ ਬੰਦ ਨਹੀਂ ਕਰ ਸਕਦੇ ਕਿ ਬਦੇਸ਼ਾਂ ਵਿਚ ਰਹਿ ਰਹੇ ਸਿੱਖਾਂ ਅਤੇ ਉਨ੍ਹਾਂ ਦੇ ਬੱਚਿਆਂ ਤੇ ਬਦੇਸ਼ੀ ਸਭਿਆਚਾਰ ਦਾ ਸੱਚ ਪੈਣਾ ਸੁਭਾਵਕ ਹੈ। ਇਹ ਪ੍ਰਭਾਵ ਪਹਿਲਾਂ ਹੀ ਸ਼ਕਤੀਸ਼ਾਲੀ ਹੈ। ਇਹ ਹੋਰ ਵਧੇਗਾ ਜ਼ਰੂਰ। ਘੱਟ ਨਹੀਂ ਸਕਦਾ। ਅਜਿਹੀ ਸਿਥਿਤੀ ਵਿਚ ਬਦੇਸ਼ਾਂ ਵਿਚ ਰਹਿ ਰਹੇ ਸਿੱਖਾਂ ਅਤੇ ਉਨ੍ਹਾਂ ਦੇ ਬੱਚਿਆਂ ਨੂੰ ਕੇਵਲ ਉਨ੍ਹਾਂ ਥਾਵਾਂ ਤੇ ਬਣੇ ਹੋਏ ਸਿੱਖ ਗੁਰਦੁਆਰੇ ਸਿੱਖ ਪੰਥ ਤੋਂ ਟੁਟਣ ਤੋਂ ਬਚਾ ਸਕਦੇ ਹਨ, ਜੇਕਰ ਅਤੇ ਜਦੋਂ ਤਕ ਇਨ੍ਹਾਂ ਦੀ ਸਿੱਖ ਗੁਰਦੁਆਰੇ ਨਾਲ, ਜਿਥੇ ਸ੍ਰੀ ਗੁਰੂ ਗ੍ਰੰਥ ਸਾਹਿਬ ਦਾ ਪ੍ਰਕਾਸ਼ ਹੁੰਦਾ ਹੈ, ਕੀਰਤਨ ਹੁੰਦਾ ਹੈ, ਕੜਾਹ ਪ੍ਰਸ਼ਾਦ ਵਰਤਦਾ ਹੈ, ਲੰਗਰ ਦੀ ਸੇਵਾ ਹੁੰਦੀ ਹੈ, ਲੰਗਰ ਵਰਤਦਾ ਹੈ, ਸਾਂਝ ਬਣੀ ਰਹੇਗੀ।

ਇਸ ਹਕੀਕਤ ਤੋਂ ਵੀ ਇਨਕਾਰ ਨਹੀਂ ਕੀਤਾ ਜਾ ਸਕਦਾ ਕਿ ਅੱਜ ਭਾਰਤ ਅਤੇ ਬਦੇਸ਼ਾਂ ਵਿਚ ਕੇਸਾਂ ਦੀ ਸਾਬਤ ਸੂਰਤ ਨਾ ਰਖਣ ਵਾਲੇ ਸਿੱਖਾਂ ਦੀ ਗਿਣਤੀ ਵੱਧ ਰਹੀ ਹੈ। ਹਰਿਮੰਦਰ ਸਾਹਿਬ ਦੇ ਹੈਡ ਗ੍ਰੰਥੀ ਭਾਈ ਜਸਵਿੰਦਰ ਸਿੰਘ ਜੀ ਦਾ ਕਹਿਣਾ ਹੈ ਕਿ ਅੱਜ ਪੰਜਾਬ ਵਿਚ *90* ਤੋਂ *95* ਪ੍ਰਤਿਸ਼ਤ ਸਿਖ ਪਤਿਤ ਹਨ।[1] ਭਵਿੱਖ ਵਿਚ ਇਹ ਗਿਣਤੀ ਹੋਰ ਵੀ ਵਧੇਗੀ। ਘਟੇਗੀ ਨਹੀਂ। ਪਰ ਇਹ ਵੀ ਸੱਚ ਹੈ ਕਿ ਕੇਸਾਂ ਦੀ ਸਾਬਤ ਸੂਰਤ ਨਾ ਰਖਣ ਵਾਲੇ ਸਿੱਖ ਵੀ ਆਪਣੀ ਵੱਖਰੀ ਸਿੱਖ ਹਸਤੀ ਨੂੰ ਦਰਸਾਉਣ ਲਈ ਆਪਣੇ ਹੱਥ ਵਿਚ ਕੜਾ ਪਾਉਣ ਦੀ ਰਹਿਤ ਦੀ ਪਾਲਣਾ ਕਰਦੇ ਹਨ।

ਅੱਜ ਦੇ ਸਮੇਂ ਦੀ ਸਿਥਿਤੀ ਦੇ ਪ੍ਰਸੰਗ ਵਿਚ ਸਾਡੇ ਸਾਹਮਣੇ ਇੱਕ ਹੋਰ ਪ੍ਰਸ਼ਨ ਉਠ ਖੜ੍ਹਾ ਹੁੰਦਾ ਹੈ। ਕੀ ਕੇਸਾਂ ਦੀ ਸਾਬਤ ਸੂਰਤ ਨਾ ਰਖਣ ਵਾਲੇ ਸਿੱਖ ਆਪਣੇ ਆਪ ਨੂੰ ਨਾਨਕ ਨਾਮ-ਲੇਵਾ ਸਿੱਖ ਕਹਿ ਸਕਦੇ ਹਨ? ਅਜਿਹੇ ਸਿੱਖ ਆਪਣੇ ਪੱਖ ਵਿਚ ਕਹਿ ਸਕਦੇ ਹਨ ਕਿ ਸਿੱਖ ਧਰਮ ਦਾ ਇਤਿਹਾਸ ਦਸਦਾ ਹੈ ਕਿ ਕੇਸਾਂ ਦੀ ਸਾਬਤ ਸੂਰਤ ਰਖਣ ਦੀ ਲਾਜ਼ਮੀ ਰਹਿਤ ਸ੍ਰੀ ਗੁਰੂ ਗੋਬਿੰਦ ਸਿੰਘ ਜੀ ਦੁਆਰਾ ਖਾਲਸੇ ਦੀ ਸਿਰਜਣਾ ਦੇ ਸਮੇਂ ਤੋਂ ਸ਼ੁਰੂ ਹੋਈ ਹੈ। ਇਸ ਤੋਂ ਪਹਿਲਾਂ ਨਹੀਂ। ਸ੍ਰੀ ਗੁਰੂ ਨਾਨਕ ਦੇਵ ਜੀ ਦੇ ਸਮੇਂ ਵਿਚ ਅਤੇ ਉਸ ਦੇ ਬਾਅਦ, ਖਾਲਸੇ ਦੀ ਸਿਰਜਣਾ ਤੋਂ ਪਹਿਲਾਂ, ਸਿੱਖ ਧਰਮ ਦੇ ਕੇਸਾਧਾਰੀ ਅਤੇ ਨਾਨ-ਕੇਸਾਧਾਰੀ ਅਨੁਆਈਆਂ ਨੂੰ ਸਮਾਨ ਰੂਪ ਵਿਚ, ਬਿਨਾਂ ਕਿਸੇ ਭੇਦ-ਭਾਵ ਦੇ, ਨਾਨਕ-ਪੰਥੀ ਜਾਂ ਨਾਨਕ ਨਾਮ-ਲੇਵਾ ਸਿੱਖ ਕਿਹਾ ਜਾਂਦਾ ਸੀ। ਖਾਲਸੇ ਦੀ ਸਿਰਜਣਾ ਤੋਂ ਪਹਿਲਾਂ ਸ੍ਰੀ ਗੁਰੂ ਗੋਬਿੰਦ ਸਿੰਘ ਜੀ ਦਾ ਨਾਂ ਵੀ ਗੋਬਿੰਦ ਰਾਏ ਸੀ, ਸਿੰਘ ਨਹੀਂ ਸੀ। ਏਥੋਂ ਤਕ ਕਿ ਅਠਾਰਵੀਂ ਸਦੀ ਵਿਚ ਲਿਖੇ ਗਏ ਰਹਿਤਨਾਮਿਆਂ ਵਿਚ ਵੀ ਸਿੱਖ ਰਹਿਤ ਮਰਯਾਦਾ ਦੀ ਉਲੰਘਣਾ ਕਰਨ ਵਾਲੇ ਸਿੱਖ ਨੂੰ ਤਨਖਾਹੀਆ ਕਿਹਾ ਗਿਆ ਹੈ। ਇਨ੍ਹਾਂ ਰਹਿਤਨਾਮਿਆਂ ਵਿਚ ਸ਼ਬਦ ਪਤਿਤ ਦੀ ਵਰਤੋਂ ਨਹੀਂ ਕੀਤੀ ਗਈ ਹੈ। ਸ਼ਬਦ ਪਤਿਤ ਸਿੱਖ ਦੀ ਅੱਜ ਦੇ ਸਮੇਂ ਵਿਚ ਸਮਝੇ ਜਾਣ ਵਾਲੇ ਅਰਥਾਂ ਵਿਚ ਪਹਿਲੀ ਵਾਰ ਵਰਤੋਂ

---

1. *The Tribune,* Chandigarh, Sunday, November 27, 2011, p.5.

ਭਾਈ ਸੰਤੋਖ ਸਿੰਘ ਜੀ ਨੇ ਸ੍ਰੀ ਗੁਰ ਪ੍ਰਤਾਪ ਸੂਰਜ ਗ੍ਰੰਥ (1787-1843) ਵਿਚ ਕੀਤੀ ਹੈ। ਸਿੰਘ ਸਭਾ, ਜਿਸ ਦੀ ਸਥਾਪਨਾ 1893 ਵਿਚ ਹੋਈ, ਦੁਆਰਾ ਪਤਿਤ ਸਿੱਖ ਅਜਿਹੇ ਵਿਅਕਤੀ ਲਈ ਵਰਤਿਆ ਜਾਂਦਾ ਰਿਹਾ ਹੈ ਜਿਸ ਨੇ ਸਿੱਖ ਧਰਮ ਛੱਡ ਕੇ ਮੁਸਲਮਾਨ, ਹਿੰਦੂ, ਈਸਾਈ ਜਾਂ ਕੋਈ ਹੋਰ ਧਰਮ ਗ੍ਰਹਿਣ ਕਰ ਲਿਆ ਹੋਵੇ। ਸਿੰਘ ਸਭਾ ਦੇ ਧਾਰਮਕ ਕਾਰਜਾਂ ਵਿਚ ਇੱਕ ਧਾਰਮਕ ਕਾਰਜ ਅਜਿਹੇ ਪਤਿਤ ਸਿੱਖ ਨੂੰ ਸਿੱਖ ਧਰਮ ਵਿਚ ਵਾਪਸ ਲਿਆਉਣਾ ਹੁੰਦਾ ਸੀ।

ਅਕਾਲ ਤਖ਼ਤ ਸਾਹਿਬ ਦੇ ਪੂਰਵ ਜਥੇਦਾਰ ਭਾਈ ਰਣਜੀਤ ਸਿੰਘ ਜੀ ਦੇ ਵਿਚਾਰ ਅਨੁਸਾਰ ਜੇਕਰ ਕੋਈ ਵਿਅਕਤੀ ਸਿੱਖ ਪਰਿਵਾਰ ਵਿਚ ਜਨਮ ਲੈਂਦਾ ਹੈ, ਪਰ ਕੇਸਾਂ ਦੀ ਸਾਬਤ ਸੂਰਤ ਨਹੀਂ ਰਖਦਾ ਹੈ, ਤਾਂ ਉਹ ਆਪਣੇ ਆਪ ਨੂੰ ਨਾਨਕ ਨਾਮ-ਲੇਵਾ ਸਿੱਖ ਕਹਿ ਸਕਦਾ ਹੈ। ਅਜਿਹੇ ਵਿਅਕਤੀ ਨੂੰ ਪਤਿਤ ਸਿੱਖ ਕਹਿਣਾ ਠੀਕ ਨਹੀਂ ਹੋਵੇਗਾ।[1]

ਲੋੜ ਹੈ ਇਸ ਸਮੱਸਿਆ ਤੇ ਇੱਕ ਹੋਰ ਪੱਖ ਤੋਂ ਵੀ ਵਿਚਾਰ ਕਰਨ ਦੀ। ਸਿੱਖ ਇਤਿਹਾਸ ਇਸ ਗੱਲ ਦਾ ਗਵਾਹ ਹੈ ਕਿ ਕੇਸਾਂ ਦੀ ਸਾਬਤ ਸੂਰਤ ਨਾ ਰਖਣ ਵਾਲੇ ਸਿੱਖਾਂ ਨੇ ਸਿੱਖਾਂ ਦੇ ਵਕਾਰ ਨੂੰ ਬਣਾਏ ਰਖਣ ਲਈ ਆਪਣੀਆਂ ਜਾਨਾਂ ਤਕ ਕੁਰਬਾਨ ਕੀਤੀਆਂ ਹਨ। ਇਸ ਦਾ ਕਾਰਣ ਇਹ ਹੈ ਕਿ ਕੇਸਾਂ ਦੀ ਸਾਬਤ ਸੂਰਤ ਨਾ ਰਖਣ ਵਾਲੇ ਸਿੱਖ ਵੀ ਆਪਣੇ ਆਪ ਨੂੰ ਧਰਮ ਤੋਂ ਸਿੱਖ ਕਹਿੰਦੇ, ਸਮਝਦੇ ਅਤੇ ਮੰਨਦੇ ਹਨ। ਇਸ ਦੀ ਪੁਸ਼ਟੀ ਇਸ ਗੱਲ ਤੋਂ ਹੋ ਜਾਂਦੀ ਹੈ ਕਿ ਭਾਰਤ ਦੀ ਪ੍ਰਧਾਨ ਮੰਤਰੀ ਇੰਦਰਾ ਗਾਂਧੀ ਜਿਨ੍ਹਾਂ ਦੇ ਆਦੇਸ਼ ਤੇ ਅਤੇ ਭਾਰਤ ਦੀਆਂ ਹਥਿਆਰਬੰਦ ਫ਼ੌਜਾਂ ਦੇ ਮੁੱਖੀ ਜਨਰਲ ਵੈਦਿਆ ਜਿਨ੍ਹਾਂ ਦੀ ਸੁਪਰੀਮ ਕਮਾਂਡ ਹੇਠਾਂ ਹਰਿਮੰਦਰ ਸਾਹਿਬ ਅਤੇ ਅਕਾਲ ਤਖ਼ਤ ਸਾਹਿਬ ਤੇ ਮਿਤੀ 4 ਜੂਨ, 1984 ਨੂੰ ਫ਼ੌਜੀ ਐਕਸ਼ਨ ਹੋਇਆ, ਦੋਹਾਂ ਦੀ ਹੱਤਿਆ ਕਰਨ ਵਾਲੇ ਇੱਕ ਵਕਤ ਕੇਸਾਂ ਦੀ ਸਾਬਤ ਸੂਰਤ ਨਹੀਂ ਰਖਦੇ ਸਨ। ਮਿਤੀ 31 ਅਕਤੂਬਰ, 1984 ਨੂੰ ਇੰਦਰਾ ਗਾਂਧੀ ਦੇ ਦੋ ਬਾਡੀ ਗਾਰਡਾਂ ਬੇਅੰਤ ਸਿੰਘ ਅਤੇ ਸਤਵੰਤ ਸਿੰਘ ਨੇ ਇੰਦਰਾ ਗਾਂਧੀ ਤੇ ਗੋਲੀਆਂ ਚਲਾ ਕੇ ਉਨ੍ਹਾਂ ਦੀ ਹੱਤਿਆ ਕਰ ਦਿੱਤੀ ਸੀ। ਮਿਤੀ 10 ਅਗਸਤ, 1986 ਨੂੰ ਹਰਜਿੰਦਰ ਸਿੰਘ ਜਿੰਦਾ ਅਤੇ ਸੁਖਦੇਵ ਸਿੰਘ ਸੁੱਖਾ ਨੇ ਜਨਰਲ ਵੈਦਿਆ ਤੇ ਗੋਲੀਆਂ ਚਲਾ ਕੇ ਉਨ੍ਹਾਂ ਦੀ ਹੱਤਿਆ ਕਰ ਦਿੱਤੀ ਸੀ।

ਸ੍ਰ. ਬੇਅੰਤ ਸਿੰਘ ਪਹਿਲਾਂ ਦਾੜ੍ਹੀ ਕਟਦੇ ਸਨ, ਪਰ ਉਨ੍ਹਾਂ ਨੇ 14 ਅਕਤੂਬਰ, 1984 ਨੂੰ ਸੈਕਟਰ 6, ਆਰ.ਕੇ.ਪੁਰਮ ਦੇ ਗੁਰਦੁਆਰੇ ਵਿਚ ਜਾ ਕੇ ਸ੍ਰ. ਕਿਹਰ ਸਿੰਘ ਦੀ ਪ੍ਰੇਰਨਾ ਨਾਲ ਅੰਮ੍ਰਿਤ ਛੱਕ ਲਿਆ ਸੀ।[2] ਸ੍ਰ. ਸਤਵੰਤ ਸਿੰਘ ਵੀ ਦਿੱਲੀ ਦੀ ਪੁਲਸ ਫ਼ੋਰਸ ਵਿਚ ਭਰਤੀ ਹੋਣ ਦੇ ਸਮੇਂ ਦਾੜ੍ਹੀ ਦੀ ਕਟਾਈ ਕਰਦੇ ਸਨ।[3] ਪਰ ਸ੍ਰ. ਸਤਵੰਤ ਸਿੰਘ ਨੇ ਵੀ 24 ਅਕਤੂਬਰ, 1984 ਨੂੰ ਛੁੱਟੀ ਤੋਂ ਵਾਪਸ ਆਉਣ ਦੇ ਬਾਅਦ, ਸ੍ਰ. ਬੇਅੰਤ ਸਿੰਘ ਦੀ ਪ੍ਰੇਰਨਾ ਤੇ ਸੈਕਟਰ 6, ਆਰ.ਕੇ.ਪੁਰਮ ਦੇ ਗੁਰਦੁਆਰੇ ਵਿਚ ਅੰਮ੍ਰਿਤ ਛੱਕ ਲਿਆ ਸੀ।[4] ਸ੍ਰ. ਹਰਜਿੰਦਰ ਸਿੰਘ ਜਿੰਦਾ ਅਤੇ ਸ੍ਰ. ਸੁਖਦੇਵ ਸਿੰਘ ਸੁੱਖਾ ਮਿਤੀ 10 ਅਗਸਤ, 1986 ਨੂੰ ਜਨਰਲ ਵੈਦਿਆ ਦੀ ਹੱਤਿਆ ਕਰਨ ਵਾਲੇ ਦਿਨ ਨਾਨ-ਕੇਸਾਧਾਰੀ

---

1. *Hindustan Times,* Chandigarh, Jan. 20, 2009, p.2.
2. ਅਜੀਤ ਰਾਹੀ, ਨਾਦਰ ਸ਼ਾਹ ਦੀ ਵਾਪਸੀ, ਪੰਨਾ 50.
3. *The Tribune,* Chandigarh, November 2, 1984, p.8.
4. ਅਜੀਤ ਰਾਹੀ, ਨਾਦਰ ਸ਼ਾਹ ਦੀ ਵਾਪਸੀ, ਪੰਨਾ 51.

(clean shaven) ਸਿੱਖ ਸਨ। ਪਰ ਇਹ ਦੋਵੇਂ ਉਨ੍ਹਾਂ ਦੇ ਵਿਰੁੱਧ ਜਨਰਲ ਵੈਦਿਆ ਦੀ ਹੱਤਿਆ ਕਰਨ ਦੇ ਕੇਸ ਦੇ ਚਲਣ ਦੇ ਦੌਰਾਨ ਕੇਸਾਧਾਰੀ ਸਿੱਖੀ ਸਰੂਪ ਵਿਚ ਆ ਗਏ ਸਨ।[1]

ਸ੍ਰ. ਬੇਅੰਤ ਸਿੰਘ ਨੇ ਅਕਾਲ ਤਖ਼ਤ ਦੇ ਸਾਹਮਣੇ ਖੜ੍ਹੇ ਹੋ ਕੇ ਕਸਮ ਚੁੱਕੀ ਸੀ ਕਿ ਉਹ ਅਕਾਲ ਤਖ਼ਤ ਸਾਹਿਬ ਨੂੰ ਢਾਹ-ਢੇਰੀ ਕਰਨ ਵਾਲੀ ਇੰਦਰਾ ਗਾਂਧੀ ਤੋਂ ਬਦਲਾ ਲਵੇਗਾ। ਮਿਤੀ *31.10.1984* ਨੂੰ ਇੰਦਰਾ ਗਾਂਧੀ ਤੇ ਗੋਲੀਆਂ ਚਲਾਉਣ ਤੋਂ ਦੱਸ ਮਿੰਟ ਬਾਅਦ ਹੀ ਇੰਡੋ-ਤਿਬਤੀਅਨ ਪੁਲਸ ਦੇ ਇੱਕ ਜੁਆਨ ਨੇ ਸ੍ਰ. ਬੇਅੰਤ ਸਿੰਘ ਤੇ ਗੋਲੀਆਂ ਚਲਾ ਕੇ ਉਨ੍ਹਾਂ ਨੂੰ ਥਾਂ ਤੇ ਹੀ ਮਾਰ ਦਿੱਤਾ ਸੀ ਅਤੇ ਸ੍ਰ. ਸਤਵੰਤ ਸਿੰਘ ਤੇ ਗੋਲੀਆਂ ਚਲਾ ਕੇ ਉਨ੍ਹਾਂ ਨੂੰ ਜ਼ਖ਼ਮੀ ਕਰ ਦਿੱਤਾ ਸੀ। ਪਰ ਸ੍ਰ. ਸਤਵੰਤ ਸਿੰਘ ਬਚ ਗਏ ਸਨ। ਇੰਦਰਾ ਗਾਂਧੀ ਦੀ ਹੱਤਿਆ ਦੇ ਕੇਸ ਵਿਚ ਸ੍ਰ. ਸਤਵੰਤ ਸਿੰਘ ਨੂੰ ਫਾਂਸੀ ਦੀ ਸਜ਼ਾ ਹੋ ਗਈ ਸੀ। ਮਿਤੀ *6.1.1989* ਨੂੰ ਫਾਂਸੀ ਚੜ੍ਹ ਜਾਣ ਤੋਂ ਪਹਿਲਾਂ ਸ੍ਰ. ਸਤਵੰਤ ਸਿੰਘ ਨੇ ਕਿਹਾ ਸੀ – ਇੱਕ ਸਿੱਖ ਲਈ ਇਸ ਤੋਂ ਵੱਡੀ ਹੋਰ ਕੋਈ ਵੀ ਖ਼ੁਸ਼ਕਿਸਮਤੀ ਨਹੀਂ ਹੋ ਸਕਦੀ ਕਿ ਉਹ ਹਰਿਮੰਦਰ ਸਾਹਿਬ ਅਤੇ ਅਕਾਲ ਤਖ਼ਤ ਸਾਹਿਬ ਦੀ ਸੁਰੱਖਿਆ ਲਈ ਆਪਣੀ ਜ਼ਿੰਦਗੀ ਕੁਰਬਾਨ ਕਰ ਸਕੇ। ਮੇਰੀ ਇੱਛਾ ਹੈ ਕਿ ਮੈਂ ਬਾਰ ਬਾਰ ਜਨਮ ਲਵਾਂ ਅਤੇ ਇੱਕ ਸਿੱਖ ਦੇ ਰੂਪ ਵਿਚ ਬਾਰ ਬਾਰ ਹਰਿਮੰਦਰ ਸਾਹਿਬ ਅਤੇ ਅਕਾਲ ਤਖ਼ਤ ਸਾਹਿਬ ਦੀ ਸੁਰੱਖਿਆ ਲਈ ਆਪਣੀ ਜ਼ਿੰਦਗੀ ਕੁਰਬਾਨ ਕਰ ਸਕਾਂ। ਸ੍ਰ. ਬਿਅੰਤ ਸਿੰਘ ਅਤੇ ਸ੍ਰ. ਸਤਵੰਤ ਸਿੰਘ ਦੀ ਕੁਰਬਾਨੀ ਨੂੰ ਵੇਖਦੇ ਹੋਏ ਅਕਾਲ ਤਖ਼ਤ ਦੇ ਜਥੇਦਾਰ ਸਾਹਿਬ ਨੇ ਸ੍ਰ. ਬਿਅੰਤ ਸਿੰਘ ਅਤੇ ਸ੍ਰ. ਸਤਵੰਤ ਸਿੰਘ ਨੂੰ ਪੰਥ ਦਾ ਸ਼ਹੀਦ ਹੋਣ ਦੀ ਪਦਵੀ ਪ੍ਰਦਾਨ ਕੀਤੀ ਹੈ।

ਜਨਰਲ ਵੈਦਿਆ ਦੀ ਹੱਤਿਆ ਦੇ ਕੇਸ ਵਿਚ ਸ੍ਰ. ਹਰਜਿੰਦਰ ਸਿੰਘ ਜਿੰਦਾ ਅਤੇ ਸ੍ਰ. ਸੁਖਦੇਵ ਸਿੰਘ ਸੁੱਖਾ ਨੇ ਅਦਾਲਤ ਵਿਚ ਬਿਆਨ[2] ਦਿੰਦੇ ਹੋਏ ਕਿਹਾ ਸੀ ਕਿ ਜਨਰਲ ਵੈਦਿਆ ਨੇ ਅਕਾਲ ਤਖ਼ਤ ਸਾਹਿਬ ਨੂੰ ਢਾਹ-ਢੇਰੀ ਕਰ ਕੇ ਅਕਾਲ ਤਖ਼ਤ ਸਾਹਿਬ ਦੀ ਪਵਿੱਤਰਤਾ ਨੂੰ ਭੰਗ ਕੀਤਾ ਸੀ। ਇਸ ਲਈ ਉਹ ਸਿੱਖ ਹੋਣ ਕਰਕੇ ਫ਼ਖ਼ਰ ਮਹਿਸੂਸ ਕਰਦੇ ਹਨ ਕਿ ਉਨ੍ਹਾਂ ਨੇ ਜਨਰਲ ਵੈਦਿਆ ਦੀ ਹੱਤਿਆ ਕੀਤੀ। ਇਨ੍ਹਾਂ ਦੋਹਾਂ ਨੂੰ ਜਨਰਲ ਵੈਦਿਆ ਦੀ ਹੱਤਿਆ ਕਰਨ ਦੇ ਅਪਰਾਧ ਵਿਚ ਫਾਂਸੀ ਦੀ ਸਜ਼ਾ ਹੋ ਗਈ ਸੀ ਅਤੇ ਮਿਤੀ *9.10.92* ਨੂੰ ਇਹ ਦੋਵੇਂ ਪੂਨਾ ਦੀ ਜੇਲ ਵਿਚ ਫਾਂਸੀ ਚੜ੍ਹ ਗਏ। ਇਨ੍ਹਾਂ ਦੇ ਅੰਤਮ ਸਸਕਾਰ ਦੇ ਵਕਤ ਇਨ੍ਹਾਂ ਦੇ ਨਜ਼ਦੀਕੀ ਰਿਸ਼ਤੇਦਾਰ ਮੌਜੂਦ ਸਨ। ਪਰ ਉਹ ਰੋਏ ਨਹੀਂ ਸੀ। ਕਿਸੇ ਨੇ ਸਚ ਕਿਹਾ ਹੈ ਕਿ ਸ਼ਹੀਦਾਂ ਦੀ ਚਿਤਾ ਤੇ ਰੋਣਾ ਮਨ੍ਹਾ ਹੈ। ਅਖ਼ਬਾਰ ਅਜੀਤ (ਪੰਜਾਬੀ) ਨੇ ਆਪਣੇ ਸੰਪਾਦਕੀ ਲੇਖ ਵਿਚ ਕਿਹਾ ਸੀ ਕਿ ਸ੍ਰ. ਹਰਜਿੰਦਰ ਸਿੰਘ ਜਿੰਦਾ ਅਤੇ ਸ੍ਰ. ਸੁਖਦੇਵ ਸਿੰਘ ਸੁੱਖਾ ਨੇ ਆਪਣੀ ਜ਼ਿੰਦਗੀ ਦੀ ਕੁਰਬਾਨੀ ਦੇ ਕੇ ਸਿੱਖ ਧਰਮ ਦੇ ਇਤਿਹਾਸ ਵਿਚ ਉਹ ਰੁਤਬਾ ਹਾਸਲ ਕਰ ਲਿਆ ਹੈ ਜਿਹੜਾ ਕਿ ਸਿੱਖ ਧਰਮ ਦੇ ਇਤਿਹਾਸ ਵਿਚ ਭਾਈ ਮਹਿਤਾਬ ਸਿੰਘ ਅਤੇ ਭਾਈ ਸੁੱਖਾ ਸਿੰਘ ਜੀ ਨੂੰ ਹਾਸਲ ਹੈ। ਸ੍ਰ. ਹਰਜਿੰਦਰ ਸਿੰਘ ਜਿੰਦਾ ਅਤੇ ਸ੍ਰ. ਸੁਖਦੇਵ ਸਿੰਘ ਸੁੱਖਾ ਦੀ ਕੁਰਬਾਨੀ ਨੂੰ ਵੇਖਦੇ ਹੋਏ ਅਕਾਲ ਤਖ਼ਤ ਦੇ ਜਥੇਦਾਰ ਸਾਹਿਬ ਨੇ ਇਨ੍ਹਾਂ ਦੋਹਾਂ ਨੂੰ ਪੰਥ ਦਾ ਸ਼ਹੀਦ ਹੋਣ ਦੀ ਪਦਵੀ ਪ੍ਰਦਾਨ ਕੀਤੀ ਹੈ।

---

1. Judgment of Supreme Court of India dated 15.7.1992, Para 14.
2. Judgment of Supreme Court of India dated 15.7.1992, Para 46.

ਜਦੋਂ ਕੇਸਾਂ ਦੀ ਸਾਬਤ ਸੂਰਤ ਨਾ ਰਖਣ ਵਾਲੇ ਸਿੱਖ ਦਸਾਂ ਗੁਰੂ ਸਾਹਿਬਾਨ ਅਤੇ ਸ੍ਰੀ ਗੁਰੂ ਗ੍ਰੰਥ ਸਾਹਿਬ ਨੂੰ ਆਪਣਾ ਗੁਰੂ ਮੰਨਦੇ ਹਨ, ਕੇਵਲ ਸਿੱਖ ਧਰਮ ਨੂੰ ਆਪਣਾ ਧਰਮ ਮੰਨਦੇ ਹਨ, ਤਾਂ ਕੀ ਇਹ ਠੀਕ ਨਹੀਂ ਹੋਵੇਗਾ ਕਿ ਉਹ ਸਿੱਖ ਧਰਮ ਵਿਚ ਸ਼ਾਮਲ ਰਹਿਣ ਅਤੇ ਚਲਦੇ ਰਹਿਣ ? ਸਾਡੇ ਵਿਚਾਰ ਅਨੁਸਾਰ ਸਿੱਖੀ ਸ੍ਰੀ ਗੁਰੂ ਗ੍ਰੰਥ ਸਾਹਿਬ ਜੀ ਦੇ ਗੁਰੂ ਸ਼ਬਦ ਵਿਚ ਸ਼ਰਧਾ ਹੈ, ਵਿਸ਼ਵਾਸ ਹੈ, ਨਿਸ਼ਚਾ ਹੈ, ਅਕੀਦਾ ਹੈ। ਸੋਚਣ ਵਾਲੀ ਗੱਲ ਇਹ ਹੈ, ਕੀ ਕੋਈ ਵਿਅਕਤੀ ਇਤਨਾ ਉੱਚਾ ਹੋ ਗਿਆ ਹੈ ਕਿ ਉਹ ਦੂਜੇ ਨੂੰ ਸਿੱਖੀ ਤੋਂ ਖ਼ਾਰਜ ਕਰਨ ਦਾ ਫ਼ਤਵਾ ਦੇ ਸਕੇ ? ਸੋਚਣ ਵਾਲੀ ਗੱਲ ਇਹ ਵੀ ਹੈ ਕਿ ਸਿੱਖੀ ਸਤਿਗੁਰੂ ਦੀ ਬਖ਼ਸ਼ਿਸ਼ ਹੈ। ਸਿੱਖੀ ਤੋਂ ਖ਼ਾਰਜ ਕਰਨ ਵਾਲੇ ਵਿਅਕਤੀ ਦੀ ਦਿੱਤੀ ਸਿੱਖੀ ਨਹੀਂ ਜਿਸ ਨੂੰ ਵਾਪਸ ਲੈਣ ਦਾ ਉਹ ਫ਼ਤਵਾ ਦੇ ਰਿਹਾ ਹੈ। ਅੰਤ ਵਿਚ ਅਸੀਂ ਇਹ ਕਹਾਂਗੇ ਕਿ ਇਹ ਪੰਥ ਦੇ ਸਮੁੱਚੇ ਹਿੱਤ ਵਿਚ ਹੋਵੇਗਾ ਕਿ ਜਦ ਤਕ ਪਤਿਤ ਸਿੱਖ ਕੇਵਲ ਸਿੱਖ ਧਰਮ ਨੂੰ ਆਪਣਾ ਧਰਮ ਮੰਨਦਾ ਹੈ, ਕਿਸੇ ਹੋਰ ਧਰਮ ਨੂੰ ਆਪਣਾ ਧਰਮ ਨਹੀਂ ਮੰਨਦਾ ਹੈ, ਉਸ ਨੂੰ ਸਿੱਖ ਧਰਮ ਵਿਚ ਸ਼ਾਮਲ ਅਤੇ ਚਲਦਾ ਰਹਿਣ ਦਿੱਤਾ ਜਾਵੇ।

3. ਸਿੱਖ ਕੌਣ ਹੈ ?

> ਅੱਜ ਦੀ ਰਾਜਨੀਤੀ ਵਿਚ ਸ਼ਬਦ ਸਿੱਖ ਦੀ ਅਤਿ ਵਿਸ਼ਾਲ ਪਰਿਭਾਸ਼ਾ ਦੀ ਲੋੜ ਹੈ। ਇਸ ਲਈ ਸਿੱਖ ਧਰਮ ਦੇ ਦਰਵਾਜ਼ੇ ਸਿੱਖ ਧਰਮ ਦੀਆਂ ਵੱਖ ਵੱਖ ਸੰਪ੍ਰਦਾਵਾਂ ਦੇ ਅਨੁਆਈਆਂ ਅਤੇ ਕੇਸਾਂ ਦੀ ਸਾਬਤ ਸੂਰਤ ਨਾ ਰਖਣ ਵਾਲੇ ਸਿੱਖਾਂ ਤੇ ਬੰਦ ਕਰਨੇ ਠੀਕ ਨਹੀਂ ਹੋਵੇਗਾ।

ਸਿੱਖ ਕੌਣ ਹੈ ? ਇਸ ਦਾ ਅੰਤਮ ਨਿਰਣਾ ਕਰਦੇ ਹੋਏ ਸਾਨੂੰ ਇਸ ਗੱਲ ਦਾ ਧਿਆਨ ਰਖਣਾ ਹੋਵੇਗਾ ਕਿ ਸ੍ਰੀ ਗੁਰੂ ਗੋਬਿੰਦ ਸਿੰਘ ਜੀ ਦੇ ਵਕਤ ਵਿਚ ਅਤੇ ਅੱਜ ਦੇ ਵਕਤ ਵਿਚ ਭਾਰਤ ਦੀ ਰਾਜਨੀਤਿਕ ਸਿਥਿਤੀ ਵਿਚ ਇੱਕ ਬੁਨਿਆਦੀ ਤਬਦੀਲੀ ਆ ਚੁੱਕੀ ਹੈ। ਗੁਰੂ ਗੋਬਿੰਦ ਸਿੰਘ ਜੀ ਦੇ ਵਕਤ ਵਿਚ ਹਕੂਮਤ ਤਲਵਾਰ ਦੀ ਤਾਕਤ ਨਾਲ ਕਾਇਮ ਹੁੰਦੀ ਸੀ। ਪਰ ਅੱਜ ਭਾਰਤ ਵਿਚ ਹਕੂਮਤ ਵੋਟਾਂ ਰਾਹੀਂ ਚੋਣ ਜਿੱਤ ਕੇ ਕਾਇਮ ਹੁੰਦੀ ਹੈ। ਗੁਰੂ ਤੇਗ ਬਹਾਦਰ ਜੀ ਦੇ ਵਕਤ ਵਿਚ ਤਲਵਾਰ ਦੀ ਨੋਕ ਤੇ ਹਿੰਦੂਆਂ ਨੂੰ ਮੁਸਲਮਾਨ ਬਣਾਇਆ ਜਾ ਰਿਹਾ ਸੀ ਅਤੇ ਹਿੰਦੂਆਂ ਦੇ ਮੰਦਰਾਂ ਨੂੰ ਮਸਜਦਾਂ ਵਿਚ ਬਦਲਿਆ ਜਾ ਰਿਹਾ ਸੀ। ਪਰ ਅੱਜ ਦੇ ਭਾਰਤ ਵਿਚ ਇਹ ਕੁਝ ਨਹੀਂ ਹੋ ਰਿਹਾ। ਕਿਉਂ ? ਅੱਜ ਭਾਰਤ ਵਿਚ ਹਿੰਦੂ ਬਹੁ-ਗਿਣਤੀ ਵਿਚ ਹਨ। ਇਸ ਲਈ ਅੱਜ ਦੇ ਭਾਰਤ ਵਿਚ ਹਿੰਦੂ ਜਾਤੀ ਦੀ ਰਾਜਨੀਤਿਕ ਸ਼ਕਤੀ ਸਭ ਤੋਂ ਵੱਧ ਹੈ। ਇਸ ਰਾਜਨੀਤਿਕ ਸ਼ਕਤੀ ਦੇ ਬਲ-ਬੋਤੇ ਤੇ ਕਟੜ ਵਿਚਾਰਧਾਰਾ ਰਖਣ ਵਾਲੇ ਹਿੰਦੂਆਂ ਨੇ 6 ਦਸੰਬਰ, 1992 ਵਿਚ ਉੱਤਰ ਪ੍ਰਦੇਸ਼

ਵਿਚ ਬਾਬਰੀ ਮਸਜਦ ਇਹ ਕਹਿ ਕੇ ਗਿਰਾ ਦਿੱਤੀ ਸੀ ਕਿ ਉਸ ਥਾਂ ਤੇ ਪਹਿਲਾਂ ਰਾਮ ਮੰਦਰ ਹੁੰਦਾ ਸੀ। ਇੰਦਰਾ ਗਾਂਧੀ ਦੀ ਮਿਤੀ 31 ਅਕਤੂਬਰ, 1984 ਨੂੰ ਹੋਈ ਹੱਤਿਆ ਦੇ ਬਾਅਦ ਦਿੱਲੀ ਅਤੇ ਭਾਰਤ ਦੇ ਹੋਰ ਕਈ ਵੱਡੇ ਸ਼ਹਿਰਾਂ ਵਿਚ ਕਾਂਗਰਸੀ ਹਿੰਦੂ ਆਗੂਆਂ ਅਤੇ ਉਨ੍ਹਾਂ ਦੁਆਰਾ ਭੜਕਾਈ ਹਿੰਦੂ ਭੀੜ ਹੱਥੋਂ ਹਜ਼ਾਰਾਂ ਦੀ ਗਿਣਤੀ ਵਿਚ ਨਿਰਦੋਸ਼ ਅਤੇ ਨਿਹੱਥੇ ਸਿੱਖਾਂ ਦਾ ਕਤਲੇ-ਆਮ ਹੋਇਆ। ਸਾਲ 2002 ਵਿਚ ਕੱਟੜ ਹਿੰਦੂਆਂ ਦੇ ਹੱਥੋਂ ਹਜ਼ਾਰਾਂ ਦੀ ਗਿਣਤੀ ਵਿਚ ਨਿਰਦੋਸ਼ ਅਤੇ ਨਿਹੱਥੇ ਮੁਸਲਮਾਨਾਂ ਦਾ ਗੁਜਰਾਤ ਵਿਚ ਕਤਲੇ-ਆਮ ਹੋਇਆ। ਉਪਰੋਕਤ ਤੋਂ ਸਪਸ਼ਟ ਹੋ ਜਾਂਦਾ ਹੈ ਕਿ ਅੱਜ ਦੀ ਦੁਨੀਆਂ ਵਿਚ ਵਿਚ ਜਿਤਨੀ ਕਿਸੇ ਧਰਮ ਦੇ ਅਨੁਆਈਆਂ ਦੀ ਆਬਾਦੀ ਵੱਧ ਹੋਵੇਗੀ, ਉਤਨੀਆਂ ਹੀ ਉਨ੍ਹਾਂ ਦੀਆਂ ਵੋਟਾਂ ਵੱਧ ਹੋਣਗੀਆਂ। ਜਿਤਨੀਆਂ ਕਿਸੇ ਦੀਆਂ ਵੋਟਾਂ ਵੱਧ ਹੋਣਗੀਆਂ, ਉਤਨੀ ਹੀ ਉਸ ਦੀ ਰਾਜਨੀਤਿਕ ਸ਼ਕਤੀ ਵੱਧ ਹੋਵੇਗੀ। **ਇਸ ਪ੍ਰਸੰਗ (context) ਵਿਚ ਇਹ ਪੰਥ ਦੇ ਸਮੁੱਚੇ ਹਿੱਤ ਵਿਚ ਹੈ ਕਿ ਅਸੀਂ ਸਿੱਖ ਧਰਮ ਦੇ ਦਰਵਾਜ਼ੇ ਸਿੱਖ ਧਰਮ ਦੀਆਂ ਵੱਖ ਵੱਖ ਸੰਪ੍ਰਦਾਵਾਂ ਦੇ ਅਨੁਆਈਆਂ ਅਤੇ ਕੇਸਾਂ ਦੀ ਸਾਬਤ ਸੂਰਤ ਨਾ ਰਖਣ ਵਾਲੇ ਸਿੱਖਾਂ ਤੇ ਬੰਦ ਕਰਨ ਦੀ ਥਾਂ ਇਨ੍ਹਾਂ ਨੂੰ ਸਿੱਖ ਧਰਮ ਦੇ ਨੇੜੇ ਲਿਆਈਏ ਅਤੇ ਸਿੱਖ ਧਰਮ ਵਿਚ ਸ਼ਾਮਲ ਰਖੀਏ, ਜੇਕਰ ਅਤੇ ਜਦ ਤਕ ਇਹ ਸਿੱਖ ਧਰਮ ਵਿਚ ਨਿਸ਼ਚਾ ਰਖਦੇ ਹਨ, ਸਿੱਖ ਧਰਮ ਨੂੰ ਆਪਣਾ ਧਰਮ ਮੰਨਦੇ ਹਨ ਅਤੇ ਕਿਸੇ ਹੋਰ ਧਰਮ ਨੂੰ ਆਪਣਾ ਧਰਮ ਨਹੀਂ ਮੰਨਦੇ। ਇਸ ਲਈ ਅੱਜ ਲੋਕ ਰਾਜ ਦੇ ਸਮੇਂ ਵਿਚ ਰਾਜਨੀਤੀ ਦੇ ਖੇਤਰ ਵਿਚ ਸ਼ਬਦ ਸਿੱਖ ਦੀ ਪਰਿਭਾਸ਼ਾ ਅਤਿ ਵਿਸ਼ਾਲ ਹੋਣੀ ਚਾਹੀਦੀ ਹੈ।**

4. ਸਿੱਖ ਧਰਮ ਦੀ ਵੱਖਰੀ ਹਸਤੀ ਨੂੰ ਚੁਣੌਤੀ : ਆਰੀਆ ਸਮਾਜ, ਆਰ. ਐਸ. ਐਸ. ਅਤੇ ਬਜਰੰਗ ਦਲ ਵਰਗੇ ਹਿੰਦੂ ਸੰਗਠਨਾਂ ਦਾ ਸੋਚਣਾ ਅਤੇ ਕਹਿਣਾ ਹੈ ਕਿ ਸਿੱਖ ਆਪਣਾ ਵੱਖਰਾ ਸਿੱਖ ਧਰਮ ਛੱਡ ਕਿ ਫਿਰ ਹਿੰਦੂ ਧਰਮ ਵਿਚ ਵਾਪਸ ਆ ਜਾਣ ਅਤੇ ਹਿੰਦੂ ਧਰਮ ਵਿਚ ਸ਼ਾਮਲ ਹੋ ਜਾਣ।

A.S.Narang ਅਨੁਸਾਰ ਆਰੀਆ ਸਮਾਜ ਦਾ ਸੋਚਣਾ ਅਤੇ ਕਹਿਣਾ ਹੈ ਕਿ ਗੁਰੂ ਗੋਬਿੰਦ ਸਿੰਘ ਦੁਆਰਾ ਖਾਲਸੇ ਦੀ ਸਿਰਜਣਾ ਦਾ ਉਦੇਸ਼ ਉਸ ਵਕਤ ਦੀ ਮੁਗ਼ਲ ਹਕੂਮਤ ਦੇ ਹਿੰਦੂਆਂ ਤੇ ਹੋ ਰਹੇ ਆਕਰਮਣ ਤੋਂ ਹਿੰਦੂਆਂ ਨੂੰ ਬਚਾਉਣਾ ਸੀ। ਪਰ ਅੱਜ ਭਾਰਤ ਵਿਚ ਸਿਥਿਤੀ ਬਦਲ ਚੁੱਕੀ ਹੈ। ਅੱਜ ਹਿੰਦੂਆਂ ਨੂੰ ਭਾਰਤ ਵਿਚ ਆਪਣੀ ਸੁਰੱਖਿਆ ਲਈ ਖਾਲਸੇ ਦੀ ਮਦਦ ਦੀ ਲੋੜ ਨਹੀਂ ਰਹੀ। ਇਸ ਲਈ ਖਾਲਸੇ ਨੂੰ ਆਪਣੀ ਵੱਖਰੀ ਹਸਤੀ ਖ਼ਤਮ ਕਰ ਕੇ ਹਿੰਦੂ ਸਮਾਜ ਵਿਚ ਵਾਪਸ ਆ ਕੇ ਹਿੰਦੂ ਸਮਾਜ ਵਿਚ ਹੀ ਸ਼ਾਮਲ ਹੋ ਜਾਣਾ ਚਾਹੀਦਾ ਹੈ।[1]

---

1. A.S. Narang says that Arya Samaj holds the view, '....the objective for which Guru Gobind Singh created the Khalsa was for the protection of Hindu society against Moghal aggression. Now that the problem had been solved by the partition of the country and the eviction of the Muslims, the existence of the 'Khalsa' as such was not necessary and the Sikhs should come back to the Hindu society and be absorbed by it.' *Storm Over The Sutlej*, 1983, p.96.

ਆਰੀਆ ਸਮਾਜ ਦੇ ਪ੍ਰਮੁੱਖ ਸਵਾਮੀ ਦਿਆਨੰਦ ਸਰਸਵੱਤੀ ਆਪਣੀ ਪੁਸਤਕ ਸਤਿਆਰਥ ਪ੍ਰਕਾਸ਼ (ਅੰਗਰੇਜ਼ੀ ਅਨੁਵਾਦ) (1970) ਪੰਨੇ 355-358[1] ਤੇ ਲਿਖਦੇ ਹਨ ਕਿ ਗੁਰੂ ਨਾਨਕ ਦੇਵ ਜੀ ਨੂੰ ਸੰਸਕ੍ਰਿਤ ਦੀ ਜਾਣਕਾਰੀ ਨਹੀਂ ਸੀ, ਉਹ ਵੇਦਾਂ ਤੋਂ ਅਣਜਾਣ ਸਨ ਅਤੇ ਉਹ ਪ੍ਰਸਿੱਧਤਾ ਹਾਸਲ

---

1. St. Nanak's Religion

Q. — In the country of the Punjab St. Nanak taught a religion. He condemned idol-worship and saved the Hindus from conversion to Mahomedanism. He did not turn a monk but remained a family man. He taught the following formula of his creed, which shows that his object was good :—

ओं सत्यनाम कर्त्ता पुरुष निर्भो निर्वेर अकालमूर्त
अजोनि सहर्भ गुरु प्रसाद जप आदि सच जुगादि
सच है भी सच नानक होसी भी सच। – Japji Pourhi 1.

— Om. He whose name is true, is the Creator, all pervading being, free from fear and hatred, of deathless form, who is not bound by time or birth, self-glorious. Repeat His name by the favour of the Teacher. He existed from all beginning of eons, exists in the present, and, O Nanak, will exist in the future.

A. — St. Nanak's motive was righteous, but he had no scholastic knowledge at all. However, he certainly knew the language of the country which prevails in villages. He did not at all know the Vedas and other scriptures and Sanscrit. Had he known the Sanscrit language, how could he write the word nirbhaya as nirbho ? Another instance of his unacquaintance with Sanscrit is a Sanscrit prayer composed by him. He wanted to make an attempt at Sanscrit composition. But can Sanscrit be known without study ? However, he might have passed as a Sanscrit scholar by making those Sanscrit verses among the villagers who had never heard a word of Sanscrit before. He would never have done it but for his desire for popularity, honour, and fame. He must have had a desire of honour, for else he should have preached in the language which he knew. He should have said that he never studied Sanscrit. Since he had some pride, he wished to commit arrogance for the sake of honour and esteem. It is on this account that the calumniation and praise of the Vedas are found here and there in his book; for, had he not done so, some one would have asked the meaning of the Vedas, and had he not been able to tell it, he would have lost his respect. So he would sometimes speak from the first against the Vedas before his disciples. In some places he spoke in favour of the Vedas in his book, for if he had not said well of them, the people would have set him down for an atheist. Thus :—

ਕਰਨ ਦੇ ਚਾਹਵਾਨ ਸਨ, ਆਦਿ । ਇਧਰ ਉਧਰ ਦੀਆਂ ਉਸ ਵਕਤ ਦੀਆਂ ਉਪਲਬਧ ਬਾਣੀਆਂ ਇਕੱਠੀਆਂ ਕਰ ਕੇ ਸਿੱਖਾਂ ਦਾ ਧਾਰਮਿਕ ਗ੍ਰੰਥ ਸ੍ਰੀ ਗੁਰੂ ਗ੍ਰੰਥ ਸਾਹਿਬ ਤਿਆਰ ਕਰ ਲਿਆ ਗਿਆ ਸੀ । ਬਦਲੇ ਹਾਲਾਤ ਕਰਕੇ, ਗੁਰੂ ਗੋਬਿੰਦ ਸਿੰਘ ਦੁਆਰਾ ਖਾਲਸੇ ਲਈ ਪੰਜ ਕਕਾਰਾਂ ਅਰਥਾਤ ਕੇਸ, ਕਿਰਪਾਨ, ਕਛਹਿਰੇ, ਕੰਘੇ ਅਤੇ ਕੜੇ ਦੀ ਰਹਿਤ ਦੀ ਲਾਜ਼ਮੀ ਪਾਲਣਾ ਕਰਨੀ ਅੱਜ ਬੇਲੋੜੀ

वेद पढ़त ब्रह्मा मरे चारों वेद कहानि।
सन्त (साध) की महिमा वेद न जाने॥

- Sukhamani, Porhi 7, Chowk 8.

नानक ब्रह्मज्ञानी आप परमेश्वर ॥ - Ib. 8, 6.

It means that Brahma died though versed in the Vedas, all the four Vedas are tales. O Nanak, the Veda does not know the greatness of a saint. The knower of the Brahman is himself the Great God.

Were the scholars of the Vedas no more and dead ? Did Nanak and others consider themselves to be immortal ? Are they not dead ? The Veda is the treasury of all knowledge, but all his chatterings who calls the four Vedas tales, are myths themselves. Since ignorant men are called saints, they cannot know the worth of the Vedas. If St. Nanak had revered the Vedas only, his sect would not have come into existence, nor would he have become a teacher; for, he did not study Sanscrit, and how could he then teach it to others and make them his pupils ? It is true that when St. Nanak lived in the Punjab, the country was destitute of the knowledge of Sanscrit and was oppressed by the Mahomedans. He saved some people from Mahomedanism at the time. There were not many followers of Nanak in his time; for, it is a rule with the ignorant that they make their teacher saint after his death, and then magnifying his greatness apotheosise him. No doubt, St. Nanak was not a rich or noble man. But his disciples describe him to be a great saint and a very opulent man in the Nanak-chandrodaya, Janam-sakhi and other books. It is also written there that St. Nanak met Brahma and other gods, and had a long talk with them, who all honoured him. There was no counting of the number of his horses, chariots, elephants, and things studded with gold, silver, pearls, rubies, and other precious stones. Now, what are these things but pure fiction ? In this matter it is the disciples to blame, and not St. Nanak.

Sects of Sikhism

Then the Udasi sect sprung from his son, the Nirmala sect following Ram Das and other teachers, and other sects established themselves as distinct churches. They composed verses and included them in the Granth (Bible of the Sikhs). No insertion of anybody's verses took place after

ਹੋ ਗਈ ਹੈ। ਸਵਾਮੀ ਦਿਆਨੰਦ ਕਹਿੰਦੇ ਹਨ, ਜੇਕਰ ਸਿੱਖ ਅਹੰਕਾਰ ਤਿਆਗ ਕੇ ਵੈਦਿਕ ਧਰਮ ਨੂੰ ਗ੍ਰਹਿਣ ਕਰ ਲੈਣ, ਤਾਂ ਇਹ ਬਹੁਤ ਚੰਗੀ ਗੱਲ ਹੋਵੇਗੀ। ਉਨ੍ਹਾਂ ਦੇ ਇਹ ਕੁਝ ਕਹਿਣ ਤੋਂ ਹੀ ਇਹ ਗੱਲ ਨਿਰਵਿਵਾਦ ਸਿੱਧ ਹੋ ਜਾਂਦੀ ਹੈ ਕਿ ਆਰੀਆ ਸਮਾਜ ਦੀ ਇਹ ਸੋਚ ਸਿੱਖ ਧਰਮ ਦੀ ਵੱਖਰੀ ਹਸਤੀ ਲਈ ਚਣੌਤੀ ਹੈ।

2014 ਵਿਚ ਕੇਂਦਰ ਵਿਚ ਨਰਿੰਦਰ ਮੋਦੀ ਦੀ ਭਾਰਤੀ ਜਨਤਾ ਪਾਰਟੀ ਦੀ ਸਰਕਾਰ ਬਣ ਜਾਣ ਤੇ ਬਾਅਦ ਦਸੰਬਰ, 2014 ਵਿਚ ਆਰ.ਐਸ.ਐਸ. ਅਤੇ ਬਜਰੰਗ ਦਲ ਹਿੰਦੂ ਆਕਰਮਣਸ਼ੀਲ ਸੰਗਠਨਾਂ ਨੇ 'ਪੁਰਖੋਂ ਕੇ ਘਰ ਵਾਪਸੀ' ਦੇ ਨਾਂ ਤੇ ਮੁਸਲਮਾਨਾਂ ਆਦਿ ਨੂੰ ਹਿੰਦੂ ਧਰਮ ਵਿਚ ਵਾਪਸ ਲਿਆਉਣ ਦਾ ਅਖੌਤੀ ਧਰਮ ਕਾਰਜ ਸ਼ੁਰੂ ਕੀਤਾ ਹੈ, ਜਿਹੜੇ ਕਿਸੇ ਵਕਤ ਹਿੰਦੂ ਧਰਮ ਛੱਡ ਕੇ ਮੁਸਲਮਾਨ ਬਣ ਗਏ ਸਨ ਜਾਂ ਕਿਸੇ ਹੋਰ ਧਰਮ ਵਿਚ ਸ਼ਾਮਲ ਹੋ ਗਏ ਸਨ। ਇਹ ਸਭ ਕੁਝ ਮੋਦੀ ਸਰਕਾਰ ਦੀ ਅੰਦਰ-ਖ਼ਾਨੇ ਮਿਲੀ-ਭਗਤ ਅਤੇ ਲੁਕਵੀਂ ਸ਼ਹਿ ਤੇ ਹੋ ਰਿਹਾ ਹੈ। ਇਹ ਸ਼ੁਰੂ ਹੋਈ ਅੱਗ ਕਿਸੇ ਵਕਤ ਖ਼ਤਰਨਾਕ ਰੂਪ ਵੀ ਧਾਰਨ ਕਰ ਸਕਦੀ ਹੈ ਅਤੇ ਇਸ ਦਾ ਸੇਕ ਸਿੱਖਾਂ ਨੂੰ ਵੀ ਲਗ ਸਕਣ ਦੀ ਸੰਭਾਵਨਾ ਨੂੰ ਰੱਦ ਨਹੀਂ ਕੀਤਾ ਜਾ ਸਕਦਾ। ਕਾਰਣ ? ਆਰੀਆ ਸਮਾਜ ਅਤੇ ਹੋਰ ਆਕਰਮਣਸ਼ੀਲ ਹਿੰਦੂ ਸੰਗਠਨਾਂ ਦਾ ਸੋਚਣਾ ਹੈ ਕਿ ਅੱਜ ਭਾਰਤ ਵਿਚ ਹਿੰਦੂ ਬਹੁ-ਗਿਣਤੀ ਵਿਚ ਹੋ ਜਾਣ ਕਰਕੇ ਭਾਰਤ ਵਿਚ ਲੋਕ ਰਾਜ ਹੁੰਦੇ ਹੋਏ ਹਿੰਦੂਆਂ ਨੂੰ ਆਪਣੀ ਸੁਰੱਖਿਆ ਲਈ ਹੁਣ ਸਿੱਖਾਂ ਦੀ ਲੋੜ ਨਹੀਂ ਰਹੀ। ਸਿੱਖ ਹਿੰਦੂਆਂ ਵਿਚੋਂ ਨਿਕਲੇ ਹਨ। ਇਸ ਲਈ ਸਿੱਖਾਂ ਨੂੰ ਆਪਣੇ ਪੁਰਖਾਂ ਦੇ ਹਿੰਦੂ ਧਰਮ ਵਿਚ ਵਾਪਸ ਆ ਜਾਣਾ ਚਾਹੀਦਾ ਹੈ। ਇਸ ਲਈ ਲੋੜ ਹੈ ਕਿ ਇਸ ਸਮੱਸਿਆ ਤੇ ਗੰਭੀਰਤਾ ਨਾਲ ਵਿਚਾਰ ਕੀਤਾ ਜਾਵੇ ਅਤੇ ਲੋੜੀਂਦੇ ਉਚਿਤ ਉਪਾਅ ਕੀਤੇ ਜਾਣ। ਪਰ ਕੀ ਸਾਡੇ ਸਿੱਖ ਨੇਤਾ ਇਸ ਸਮੱਸਿਆ ਵੱਲ ਧਿਆਨ ਦੇ ਸਕਣ ਲਈ ਆਪਣੀ ਕੁਰਸੀ ਦੀ ਰਾਜਨੀਤੀ ਤੋਂ ਵਕਤ ਕੱਢ ਸਕਣਗੇ ? ਇਸ ਗੱਲ ਦਾ ਜੁਆਬ ਆਉਣ ਵਾਲਾ ਵਕਤ ਹੀ ਦੇ ਸਕੇਗਾ। ਪਰ ਜੇਕਰ ਸਾਡੇ ਸਿੱਖ ਨੇਤਾਵਾਂ ਨੇ ਠੀਕ ਵਕਤ ਤੇ ਲੋੜੀਂਦੇ ਉਚਿਤ ਉਪਾਅ ਨਾ ਕੀਤੇ, ਤਾਂ ਸਿੱਖ ਪੰਥ ਉਨ੍ਹਾਂ ਨੂੰ

Guru Gobind Singh, their tenth teacher. But all the small books then extant were collected and bound in one volume. They wrote many verses after St. Nanak, and several of them made various kinds of mythical tales like those of Puranas. They set themselves up as in possession of the knowledge of God and so claiming to be God gave up doing good works and saying prayer, a Vedantic doctrine, to which their followers, the common Sikhs, were more and more attracted, and which brought on much deterioration. On the other hand, had they practised the teachings of St. Nanak who wrote much of devotion to and adoration of God, they would have fared well. Now, as they are, the Udasis[1] say that they are superior to all the rest, the Nirmalas[2] claim the same right, the Akalis[3] and Sutrasayis[4] assert their superiority over others.

---

1. Recluses. 2. The Pure. 3. Immortals. 4. Thread-wearers.

ਕਦੇ ਮਾਫ ਨਹੀਂ ਕਰੇਗਾ । (ਭਾਜਪਾ ਦੀ ਸੰਪ੍ਰਦਾਇਕਤਾ ਲਈ ਵੇਖੋ ਪੰਨੇ 112-117.)

Guru Gobind Singh

Of these successors of St. Nanak, Guru Gobind Singh was the bravest and most valorous. He wanted to avenge the pain and torture the Mahomedans had inflicted on his ancestors. But he had no means to achieve his end, and the Mahomedan power was at its height. He held a religious ceremony and gave out that he was given a boon and a sword by the Goddess who ordered him to wage war against the Mahomedans in which he was to gain victory. Whereupon many men followed him. He appointed five essentials, each beginning with K, to be always observed after the manner of the Wam Marg sect, which keeps five things beginning with M, and of the Chakrankit sect which observes five Sanscars or ceremonies. But his five k's were useful in war. They are —1. the kesh or hair, which afford some protection against the blows of the sword or club in a battle; 2. the kangan or quoit, which the Sikhs keep on the head round the turbans, the karha, a bracelet worn on the wrist, protecting both the hand and the head; 3. the kachh or a pair of breeches, which protects and covers the buttocks and which is very convenient in running and jumping, as in the case of athletes in wrestling in the arena and the acrobats in their gymnastic exercises, guarding their vitals and offering no impediment; 4. the kanga or comb, which dresses the hair; 5. the kachoo or knife, which is used in a hand-to-hand fight with the enemy. Thus, this custom was instituted by Guru Gobind Singh out of his great wisdom in consideration of those times. Now, the keeping of them in these days is of no use. But the Sikhs regard these things, which were useful for the purpose of war, as part and parcel of their religion.

Bibliolatry in Sikhism

Though they perform no idol-worship, yet they worship their Granth (Holy Writ) more idolatrously. Is it not idolatry ? Idolatry is bowing to or worshipping any material object. They have done exactly the same thing as the idolaters, who have made idolatry a very lucrative business. Just as the idolaters, like so many shop-keepers exposing their things on the stall, exhibit their idols to the people at large and receive presents to their gods; so do the followers of the religion of St. Nanak worship the Granth, allow it to be worshipped, and receive presents to it. These people, who follow the Granth, do not respect the Vedas as much as the idolaters. It is not improper to say that they have neither heard the Vedas, nor read them. What else can they do ? When the wise men who are not begots and perverts, hear or read the Vedas, they adopt the Vedic religion, in whatever sect they may be. However, the Sikhs have cast off many absurdities in the matter of eating. In the same manner, as they have done here, if they give up sensuousness and wicked pride and promote the Vedic religion, they will do a world of good.

An English Translation of *Satyarth Prakash,* 1970, by Late Shri Durga Prasad, Jan Gyan Prakashan, New Delhi. pp. 355-358.

ਭਾਗ ਦੂਜਾ

(20) ਸਾਡੇ ਸਿੱਖ ਨੇਤਾ

(1) ਧਰਮ ਅਤੇ ਰਾਜਨੀਤੀ

ਅੱਜ ਧਰਮ ਰਾਜਨੀਤੀ ਦੇ ਅਧੀਨ ਹੋ ਗਿਆ ਜਾਪਦਾ ਹੈ

ਕੁਝ ਨੂੰ ਛੱਡ ਕੇ, ਅੱਜ ਲੀਡਰਾਂ ਦਾ ਦੀਨ ਅਤੇ ਈਮਾਨ ਕੁਰਸੀ,
ਪਰਿਵਾਰਵਾਦ ਅਤੇ ਪੈਸਾ ਹਥਿਆਉਣਾ ਬਣ ਚੁੱਕਾ ਹੈ।

ਸਰਮੁ ਧਰਮੁ ਦੁਇ ਛਪਿ ਖਲੋਏ
ਕੂੜੁ ਫਿਰੈ ਪਰਧਾਨੁ ਵੇ ਲਾਲੋ ॥ (ਪੰ. ੭੨੨)

ਕੀ ਅੱਜ ਗੁਰੂ ਗੋਬਿੰਦ ਸਿੰਘ ਜੀ ਦੇ ਪੁੱਤਰਾਂ ਅਤੇ
ਹਜ਼ਾਰਾਂ ਸਿੰਘਾਂ ਅਤੇ ਸਿੰਘਣੀਆਂ ਦੀਆਂ ਸ਼ਹੀਦੀਆਂ
ਦੀ ਵਿਰਾਸਤ ਨੂੰ ਸੰਭਾਲਣ ਵਾਲਾ ਕੋਈ ਹੈ ?

ਸਿੱਖ ਇਤਿਹਾਸ ਦਸਦਾ ਹੈ ਕਿ ਦਸਾਂ ਗੁਰੂਆਂ ਦੇ ਸਮੇਂ ਵਿਚ ਗੁਰ-ਗੱਦੀ ਸਿੱਖੀ ਦੀ ਉੱਚਿਆਈ ਅਤੇ ਕੁਰਬਾਨੀ ਦੀ ਪ੍ਰਤੀਕ ਸੀ। ਗੁਰੂ ਗੋਬਿੰਦ ਸਿੰਘ ਜੀ ਦੇ ਬਾਅਦ ਵਿਚ ਕੁਝ ਸਮੇਂ ਤਕ ਕਿਸੇ ਵਿਸ਼ੇਸ਼ ਕਾਰਜ ਲਈ ਪੰਥ ਦੀ ਸੁਪਰੀਮ ਜਥੇਦਾਰੀ ਕਿਸੇ ਇੱਕ ਬਹਾਦਰ ਸਿੱਖ ਜਥੇਦਾਰ ਨੂੰ ਅਕਾਲ ਤਖ਼ਤ ਤੇ ਇਕੱਠੇ ਹੋ ਕੇ ਪਰਸਪਰ ਸਹਿਮਤੀ ਨਾਲ ਦੇ ਦਿੱਤੀ ਜਾਂਦੀ ਸੀ। ਪੁਰਾਤਨ ਸਮੇਂ ਵਿਚ ਇਸ ਸਭ ਕੁਝ ਲਈ ਨਾ ਵੋਟਾਂ ਪੈਂਦੀਆਂ ਸਨ, ਨਾ ਚੋਣ ਹੁੰਦੀ ਸੀ। ਉਸ ਸਮੇਂ ਦਾ ਪੰਥ ਦਾ ਜੱਥੇਦਾਰ ਖਾਲਸਾ ਅਰਥਾਤ ਖਾਲਸ ਅਤੇ ਬੇਦਾਗ਼ ਹੁੰਦਾ ਸੀ। ਉਸ ਨੂੰ ਪਦਵੀ, ਪਰਿਵਾਰਵਾਦ ਅਤੇ ਪੈਸੇ ਦੀ ਭੁੱਖ ਨਹੀਂ ਹੁੰਦੀ ਸੀ। ਸਗੋਂ ਪੰਥ ਦਾ ਇਹ ਸੁਪਰੀਮ ਜਥੇਦਾਰ ਪੰਥ ਲਈ ਜਾਨ ਕੁਰਬਾਨ ਕਰ ਦੇਣਾ ਵੀ ਆਪਣਾ ਸੁਭਾਗ ਸਮਝਦਾ ਸੀ।

ਪਰ ਸਮਾਂ ਬਦਲ ਗਿਆ ਹੈ। ਅੱਜ ਪੰਥ ਦੇ ਸੁਪਰੀਮ ਸਿੱਖ ਨੇਤਾ ਦੀ ਪਦਵੀ ਸਿੱਖੀ ਦੀ ਉਚਿਆਈ ਅਤੇ ਕੁਰਬਾਨੀ ਦੇ ਆਧਾਰ ਤੇ ਪਰਸਪਰ ਸਹਿਮਤੀ ਰਾਹੀਂ ਨਹੀਂ ਮਿਲਦੀ। ਇਹ ਪਦਵੀ ਚੋਣ ਜਿੱਤ ਕੇ ਹਾਸਲ ਕੀਤੀ ਜਾਂਦੀ ਹੈ। ਕੋਈ ਸਿੱਖ ਨੇਤਾ ਪੰਥ ਦੇ ਨਾਂ ਤੇ ਵੋਟਾਂ ਲੈ ਕੇ ਪੰਜਾਬ ਦਾ ਚੀਫ਼ ਮਨਿਸਟਰ ਬਣ ਸਕਦਾ ਹੈ। ਫਿਰ ਆਪਣੀ ਰਾਜਸੀ ਤਾਕਤ ਦਾ ਲਾਭ ਉਠਾ ਕੇ ਸ਼੍ਰੋਮਣੀ ਅਕਾਲੀ ਦਲ ਦੇ ਇਲਾਵਾ ਗੁਰਦੁਆਰਾ ਪ੍ਰਬੰਧਕ ਕਮੇਟੀ ਤੇ ਵੀ ਆਪਣਾ ਕੰਟਰੋਲ ਪੂਰੀ ਤਰ੍ਹਾਂ ਨਾਲ ਸਥਾਪਿਤ ਕਰ ਸਕਦਾ ਹੈ। ਇਸ ਨਾਲ ਸਾਰੀ ਰਾਜਸੀ ਤਾਕਤ ਇੱਕ ਸਿੱਖ ਨੇਤਾ ਦੇ ਹੱਥ ਵਿਚ ਆ ਜਾਵੇਗੀ ਅਤੇ ਉਹ ਪੰਥ ਦਾ ਸੁਪਰੀਮ ਨੇਤਾ ਬਣ ਜਾਵੇਗਾ। ਸੁਪਰੀਮ ਸਿੱਖ ਨੇਤਾ ਦੀ ਵਿਚਾਰਧਾਰਾ ਦੇ ਸਮਰਥਕ ਕਹਿ ਸਕਦੇ ਹਨ ਕਿ ਇਸ ਨਾਲ ਪੰਥ ਵਿਚ ਏਕਤਾ ਵਧੇਗੀ ਅਤੇ ਪੰਥਕ ਵਿਕਾਸ ਤੇਜ਼ੀ ਨਾਲ ਹੋਵੇਗਾ। ਐਪਰ ਇਸ ਵਿਚਾਰਧਾਰਾ ਦੇ ਆਲੋਚਕ ਇਸ ਨੂੰ ਠੀਕ ਨਹੀਂ ਮੰਨਦੇ। ਇਨ੍ਹਾਂ ਆਲੋਚਕਾਂ ਦਾ ਕਹਿਣਾ ਹੈ ਕਿ ਅੱਜ ਧਰਮ ਰਾਜਨੀਤੀ ਦੇ ਅਧੀਨ ਹੋ ਗਿਆ ਜਾਪਦਾ ਹੈ। ਇਸ ਲਈ ਇੱਕ ਸੁਪਰੀਮ ਸਿੱਖ ਨੇਤਾ ਦੇ ਹੱਥ ਵਿਚ ਸਾਰੀ ਰਾਜਸੀ ਅਤੇ ਧਾਰਮਕ ਤਾਕਤ ਆ ਜਾਣ ਤੇ ਇਸ ਸੰਭਾਵਨਾ ਨੂੰ ਰੱਦ ਨਹੀਂ ਕੀਤਾ ਜਾ ਸਕਦਾ ਕਿ ਇਸ ਦੇ ਬਾਅਦ ਭ੍ਰਿਸ਼ਟਾਚਾਰ ਅਤੇ ਪਰਿਵਾਰਵਾਦ (ਅਰਥਾਤ ਪਰਿਵਾਰ ਦੇ ਜੀਆਂ ਨੂੰ ਅਨੁਚਿਤ ਤੌਰ ਤੇ ਉਪਰ ਚੁਕਣਾ) ਵਿਚ ਵਾਧਾ ਹੋਵੇ।

ਪਰਿਵਾਰਵਾਦ ਦੇ ਕੀ ਅਰਥ ਹਨ ? ਜਦੋਂ ਕੋਈ ਨੇਤਾ ਵਧੇਰੇ ਯੋਗ ਵਿਅਕਤੀਆਂ ਦੀ ਯੋਗਤਾ ਨੂੰ ਅਣਡਿੱਠ ਕਰ ਕੇ ਆਪਣੇ ਪੁੱਤਰ ਜਾਂ ਆਪਣੇ ਪਰਿਵਾਰ ਦੇ ਕਿਸੇ ਜੀਅ ਨੂੰ, ਰਿਸ਼ਤੇ ਨੂੰ ਮੁੱਖ ਰਖਦੇ ਹੋਏ, ਸਿੱਧੇ ਜਾਂ ਅਸਿੱਧੇ ਅਨੁਚਿਤ ਤਰੀਕੇ ਨਾਲ ਕੋਈ ਫ਼ਾਇਦਾ ਜਾਂ ਪਦਵੀ ਦਿੰਦਾ ਹੈ ਜਾਂ ਆਪਣੀ ਕੁਰਸੀ ਤੇ ਆਪਣੇ ਜੀਊਂਦੇ ਜੀਊਂਦੇ ਬਿਠਾ ਦਿੰਦਾ ਹੈ ਜਾਂ ਯਤਨ ਕਰਦਾ ਹੈ ਕਿ ਉਹ ਉਸ ਦੀ ਮੌਤ ਦੇ ਬਾਅਦ ਉਸ ਦੀ ਕੁਰਸੀ ਤੇ ਬੈਠ ਸਕੇ, ਤਾਂ ਇਹ ਪਰਿਵਾਰਵਾਦ ਹੋਵੇਗਾ । ਇਸ ਦੇ ਉਲਟ, ਜੇਕਰ ਕਿਸੇ ਨੇਤਾ ਦਾ ਪੁੱਤਰ ਜਾਂ ਰਿਸ਼ਤੇਦਾਰ ਆਪਣੀ ਯੋਗਤਾ ਦੇ ਆਧਾਰ ਤੇ ਕਿਸੇ ਵੀ ਥਾਂ ਤੇ ਕੋਈ ਪਦਵੀ ਜਾਂ ਕੁਝ ਹੋਰ ਹਾਸਲ ਕਰਦਾ ਹੈ, ਤਾਂ ਇਹ ਪਰਿਵਾਰਵਾਦ ਨਹੀਂ ਕਿਹਾ ਜਾ ਸਕੇਗਾ ।

ਸਿੱਖ ਰਾਜਨੀਤੀ ਵਿਚ ਪਰਿਵਾਰਵਾਦ ਵਿਚ ਵਾਧਾ ਹੋਣ ਦਾ ਇੱਕ ਮੁੱਖ ਕਾਰਣ ਇਹ ਵੀ ਹੋ ਸਕਦਾ ਹੈ ਕਿ ਭਾਰਤ ਦੀ ਰਾਜਨੀਤੀ ਵਿਚ ਪਰਿਵਾਰਵਾਦ ਕਾਫ਼ੀ ਫੈਲ ਚੁੱਕਾ ਹੈ । ਘਟਣ ਦੀ ਥਾਂ ਇਹ ਹੋਰ ਵੀ ਵਧਦਾ ਹੀ ਜਾ ਰਿਹਾ ਹੈ । ਭਾਰਤ ਦਾ ਲਗ-ਭਗ ਹਰ ਵੱਡਾ ਰਾਜਸੀ ਨੇਤਾ ਸਿੱਧੇ ਜਾ ਅਸਿੱਧੇ ਅਨੁਚਿਤ ਤਰੀਕੇ ਨਾਲ ਯਤਨ ਕਰ ਰਿਹਾ ਹੈ ਕਿ ਉਸ ਦੇ ਪਰਿਵਾਰ ਦਾ ਕੋਈ ਜੀਅ, ਵਿਸ਼ੇਸ਼ ਕਰ ਕੇ ਉਸ ਦਾ ਪੁੱਤਰ, ਵਕਤ ਆਉਣ ਤੇ ਉਸ ਦੀ ਥਾਂ ਲੈ ਸਕੇ । ਇਸ ਸਭ ਕੁਝ ਦਾ ਪ੍ਰਭਾਵ ਸਿੱਖ ਰਾਜਨੀਤੀ ਤੇ ਪੈਣਾ ਸੁਭਾਵਕ ਹੈ ।

2007 ਵਿਚ ਸ੍ਰ. ਸੁਖਬੀਰ ਸਿੰਘ ਬਾਦਲ ਸ਼੍ਰੋਮਣੀ ਅਕਾਲੀ ਦਲ ਦੇ ਐਕਟਿੰਗ ਪ੍ਰਧਾਨ ਨਿਯੁਕਤ ਕੀਤੇ ਗਏ । ਇਸ ਤੇ ਟ੍ਰਿਬਿਊਨ[1] ਅਖ਼ਬਾਰ ਵਿਚ ਛਪਿਆ ਪ੍ਰਤਿਕਰਮ ਹੇਠ ਅਨੁਸਾਰ ਹੈ ।

---

1. **Family rule :** It is strange that even those who pour venom on the Nehru-Gandhi dynasty for perpetuating itself think nothing of replicating the family rule in their own turf. The big-ticket entry from Punjab is Mr Sukhbir Badal, whose appointment as the acting president of the Shiromani Akali Dal is being seen as a precursor to his stepping into the shoes of his father, Chief Minister Parkash Singh Badal. In the Indian political arena, even a single precedent is a good enough excuse for doing anything. Mr Badal can quote any number of them. Right next door, Mr Bhajan Lal, the late Devi Lal and his son Om Prakash Chautala have groomed their sons assiduously. Mr Lalu Prasad Yadav handed over the reins of Bihar to wife Rabri Devi when the fodder fire got too hot for him. Stalin has Karunanidhi and Omar Abdullah has Farooq and Sheikh Abdullah to thank. The family rule has often blurred the line between the party and the government.

The question of handing over too many top positions to his family members was posed to Jawaharlal Nehru also. His retort reportedly was : “What can I do if some of the most suitable persons happen to be my blood relations?” Perhaps even today, some of the second or third-generation leaders are storehouses of perceived talent and qualities.

Positioning Mr Sukhbir Badal as the heir-apparent has not come as a surprise to anyone in Punjab, but his choice may not be quite popular with old timers in the SAD. Murmurs can grow louder if he does not deliver the way as he is expected to do.What may also complicate matters further is the fact that Mr Parkash Singh Badal has handed over some of the most cherished ministries to his relatives. Theirs is not the only family which wants to have a monopoly over leadership. Many more are waiting in the wings and would rather promote their

Contd.

2008 ਵਿਚ ਸੂ. ਸੁਖਬੀਰ ਸਿੰਘ ਬਾਦਲ ਸਰਬ-ਸੰਮਤੀ ਨਾਲ ਸ਼੍ਰੋਮਣੀ ਅਕਾਲੀ ਦਲ ਦੇ ਪਰਧਾਨ ਚੁਣੇ ਗਏ । ਇਸ ਤੇ ਟ੍ਰਿਬਿਊਨ ਅਤੇ ਹਿੰਦੁਸਤਾਨ ਟਾਈਮਜ਼[1] ਵਿਚ ਛਪਿਆ ਪ੍ਰਤਿਕਰਮ ਹੇਠ ਅਨੁਸਾਰ ਹੈ ।

own sons and daughters instead of going along with the Badal tag for all times to come. *The Tribune, March 13, 2007,* p.12.

1.   **Son also rises in Akali Dal :**The ruling Shiromani Akali Dal (SAD) today elected 46-year-old Sukhbir Singh Badal, son of Punjab Chief Minister Parkash Singh Badal, as president of the party in the historical Teja Singh Samundri Hall in the SGPC complex.

He was elected by over 400 delegates with a voice vote, amidst slogans of "Bole So Nihal". He has become the youngest ever president of the 88-year-old party which was formed on December 13, 1920 after the formation of SGPC.

Sukhbir succeeds his father who had been undisputed leader of the party for 14 years for three terms. The term of SAD president has also increased from three years to five years. Party sources said the elevation of Sukhbir as president has cleared decks for him succeeding his father as Chief Minister also.

In the beginning, Parkash Singh Badal, while addressing the delegates announced that he could not justify two posts (Chief Minister and SAD chief) and hence his successor be elected in a democratic way.

In 1999, the then SGPC chief, Gurcharan Singh Tohra, had earned the wrath of Badal for suggesting him to appoint a working president of SAD since he could not justify both posts. The suggestion of Tohra resulted in the split of the Shiromani Akali Dal. Later, Sarb Hind Shiromani Akali Dal, led by Tohra had merged into SAD in 2003.

Badal is the first person to step down voluntarily as SAD chief, though he has done it in favour of his son. It is also for the first time in the history of SAD that a son has succeeded his father as party chief.

The delegates nominated the Chief Minister as life time patron of Shiromani Akali Dal, keeping in view his "great contribution" to the party. Veteran Akali leaders, including Jagdev Singh Talwandi, Gurdev Singh Badal, Dhindsa and Balwinder Singh Bhunder accepted him their leader.

Immediately after his election. Junior Badal announced that SAD was not a party of the Sikhs of Punjab, but an organisation of the entire Punjabi community all over the world. On this, SGPC's executive member said after electing a non-baptised president, the Shiromani Akali Dal should stop interfering in religious affairs.

Sukhbir Singh Badal is perhaps the first SAD president who is non-baptised. It is mandatory for office-bearers of the Shiromani Akali Dal to be "amritdhari" (baptised). Interestingly, Ranjit Singh Brahmpura, vice-president of the party who had once suggested that Sukhbir should get himself baptised after becoming working president of Akali Dal last year was the first to propose his name for the party presidentship. Former union minister Sukhdev Singh Dhindsa and Capt Kanwaljit Singh, general secretaries, endorsed the proposal of Brahmpura.

The Tribune, February 1, 2008, p.1.

Contd.

21 ਜਨਵਰੀ, 2009 ਨੂੰ ਸ੍ਰ: ਪ੍ਰਕਾਸ਼ ਸਿੰਘ ਬਾਦਲ ਮੁੱਖ ਮੰਤਰੀ, ਪੰਜਾਬ ਨੇ ਆਪਣੇ ਪੁੱਤਰ ਸ੍ਰ: ਸੁਖਬੀਰ ਸਿੰਘ ਬਾਦਲ ਨੂੰ ਪੰਜਾਬ ਦਾ ਉਪ ਮੁੱਖ ਮੰਤਰੀ ਬਣਾ ਦਿੱਤਾ । ਇਸ ਸੰਬੰਧ ਵਿਚ ਇਸ ਨਿਯੁਕਤੀ ਤੋਂ ਪਹਿਲਾਂ ਇਸ ਤੇ ਟ੍ਰਿਬਿਊਨ[1] ਵਿਚ ਛਪਿਆ ਪ੍ਰਤਿਕਰਮ ਹੇਠ ਅਨੁਸਾਰ ਹੈ ।

Sukhbir Chief, dad Patron : Taking a step closer to becoming chief minister, 45 year old Sukhbir Singh Badal was today unanimously chosen as president of the Shiromani Akali Dal, a post his father and Chief Minister Parkash Singh Badal relinquished after a 13 year stint.

With party leaders toeing his line, Badal, who was appointed as the patron of SAD, also got the tenure of party president extended from three to five years.

In the city since last evening, Badal ensured that the passing of the dynastic baton to his son, who had been named the party's working president last year, was smooth.

All prominent leaders like Sukhdev Singh Dhindsa, Capt Kanwaljit Singh, Ranjit Singh Brahmpura, Jagdev Singh Talwandi, Balwinder Singh Bhunder and Gurdev Singh Badal were involved in the process of nominating Sukhbir's name for the top slot and honouring him with a "siropa" (robe of honour) after the election process.

Since his elevation as working president, rumours were rife that Sukhbir, Lok Sabha MP from Faridkot, would re-place his father as chief minister. With his elevation today, the talk of a change in leadership will only intensify.

Delegates at the historic Teja Singh Samundari Hall in the SGPC complex, where the election took place, saw the senior Badal at his rhetoric best before choosing to step down as party chief, pleading that he could not continue with the dual responsibility.

He appealed to the delegates to elect anyone of their choice as his successor. Except Cabinet Ministers Manpreet Badal and Adesh Partap Singh Kairon, both close relatives of the Badals, all other prominent party leaders participated in the election.

Electing Sukhbir unanimously amidst slogans of "Jo Bole So Nihal", the party delegates also accorded him the right to make party appointments.

Sukhbir, who immediately assumed office by paying obeisance at Harmandar Sahib, is the youngest president of SAD since its inception in December 1920. *Hindustan Times,* February 1,2008,p.1.

1. **Son rises, as expected :** Politics in India has become a family concern. Also in Punjab with Mr Sukhbir Singh Badal's proposed elevation as the Deputy Chief Minister in his father's government. For the past some years Mr Parkash Singh Badal had been grooming his son for the top post, sidelining senior leaders who could pose a hurdle. By handing over party affairs to Sukhbir, he let him bring in his faithfuls to key posts. On his part, Mr Sukhbir Badal successfully proved his organisational skills in the last assembly elections. No one in Punjab is surprised at what is clearly a part of the family's succession plan.

The Tribune, Chandigarh, Tuesday, January 20, 2009, p.8.

ਬਾਅਦ ਵਿਚ ਸ੍ਰ. ਸੁਖਬੀਰ ਸਿੰਘ ਨੂੰ ਉਪ ਮੁੱਖ ਮੰਤਰੀ ਦੇ ਪਦ ਤੋਂ ਅਸਤੀਫ਼ਾ ਦੇਣਾ ਪਿਆ ਕਿਉਂਕਿ ਉਹ ਨਿਯਤ ਲੋੜੀਂਦੇ ਸਮੇਂ ਵਿਚ ਚੋਣ ਲੜ ਕੇ ਪੰਜਾਬ ਅਸੈਂਬਲੀ ਦੇ ਐਮ.ਐਲ.ਏ. ਨਹੀਂ ਬਣ ਸਕੇ ਸਨ। ਪਰ ਅਗਸਤ 6,2009 ਨੂੰ ਸ੍ਰ. ਸੁਖਬੀਰ ਸਿੰਘ ਜਲਾਲਾਬਾਦ ਦੇ ਹਲਕੇ ਤੋਂ 80000 ਵੱਧ ਵੋਟਾਂ ਲੈ ਕੇ ਪੰਜਾਬ ਅਸੈਂਬਲੀ ਦੀ ਚੋਣ ਜਿੱਤ ਗਏ ਅਤੇ ਐਮ.ਐਲ.ਏ. ਬਣ ਗਏ। ਇਸ ਤੇ ਸ੍ਰ. ਪ੍ਰਕਾਸ਼ ਸਿੰਘ ਬਾਦਲ ਨੇ ਆਪਣੇ ਪੁੱਤਰ ਨੂੰ ਦੂਜੀ ਵਾਰ ਅਗਸਤ 10, 2009 ਨੂੰ ਫਿਰ ਪੰਜਾਬ ਦਾ ਉਪ ਮੁੱਖ ਮੰਤਰੀ ਬਣਾ ਦਿੱਤਾ।

ਪਰਿਵਾਰਵਾਦ ਦੇ ਹਮਾਇਤੀ ਕਹਿ ਸਕਦੇ ਹਨ ਕਿ ਪਰਿਵਾਰਵਾਦ ਮਨੁੱਖ ਦੇ ਸੁਭਾਉ ਵਿਚ ਹੈ। ਹਰ ਮਨੁੱਖ ਚਾਹੁੰਦਾ ਹੈ ਕਿ ਉਸ ਦਾ ਪਰਿਵਾਰ ਉੱਚਾ ਉੱਠੇ। ਇਸ ਲਈ ਜੇਕਰ ਕੋਈ ਰਾਜਸੀ ਨੇਤਾ ਚਾਹੁੰਦਾ ਹੈ ਕਿ ਉਸ ਦਾ ਪੁੱਤਰ ਵਕਤ ਆਉਣ ਤੇ ਉਸ ਦੀ ਥਾਂ ਲੈ ਸਕੇ, ਤਾਂ ਇਸ ਨੂੰ ਮਨੁੱਖੀ ਸੁਭਾ ਦੀ ਸੁਭਾਵਕ ਰੁਚੀ ਸਮਝਿਆ ਜਾਣਾ ਚਾਹੀਦਾ ਹੈ। ਇਸ ਤੋਂ ਵੱਧ ਕੁਝ ਨਹੀਂ। ਇਸ ਦੇ ਇਲਾਵਾ, ਪਰਿਵਾਰਵਾਦ ਦੇ ਪੱਖ ਵਿਚ ਇਹ ਵੀ ਕਿਹਾ ਜਾ ਸਕਦਾ ਹੈ ਕਿ ਰਾਜਸੀ ਨੇਤਾਵਾਂ ਦੇ ਪਰਿਵਾਰ ਦੇ ਜੀਅ ਜਾਂ ਪੁੱਤਰ ਕਾਫ਼ੀ ਸਮੇਂ ਤਕ ਲੋਕਾਂ ਦੀ ਸੇਵਾ ਕਰਨ ਅਤੇ ਲੋਕਾਂ ਦੁਆਰਾ ਚੁਣੇ ਹੋਏ ਪ੍ਰਤਿਨਿਧਾਂ ਦੀ ਸਹਿਮਤੀ ਹਾਸਲ ਕਰਨ ਦੇ ਬਾਅਦ ਉਨ੍ਹਾਂ ਦੀ ਥਾਂ ਲੈ ਸਕਣ ਦੇ ਯੋਗ ਬਣ ਸਕਦੇ ਹਨ। ਇਸ ਵਿਚ ਕਿਹੜੀ ਬੁਰਾਈ ਹੈ ਜਿਸ ਕਰਕੇ ਪਰਿਵਾਰਵਾਦ ਦਾ ਨਾਂ ਲੈ ਲੈ ਕੇ ਰਾਜਸੀ ਨੇਤਾਵਾਂ ਦੀ ਆਲੋਚਨਾ ਕੀਤੀ ਜਾ ਰਹੀ ਹੈ। ਇਹ ਵੀ ਕਿਹਾ ਜਾ ਸਕਦਾ ਹੈ ਕਿ ਇਹ ਠੀਕ ਨਹੀਂ ਹੈ ਕਿ ਅਸੀਂ ਸਿੱਖ ਨੇਤਾਵਾਂ ਦੁਆਰਾ ਪੰਥ ਲਈ ਕੀਤੇ ਚੰਗੇ ਕੰਮਾਂ ਵੱਲ ਆਪਣੀਆਂ ਅੱਖਾਂ ਪੂਰੀ ਤਰ੍ਹਾਂ ਬੰਦ ਕਰ ਲਈਏ ਅਤੇ ਕੇਵਲ ਪਰਿਵਾਰਵਾਦ ਨੂੰ ਸਿੰਗਲ ਇਸ਼ੂ ਬਣਾ ਕੇ ਸਿੱਖ ਨੇਤਾਵਾਂ ਦੀ ਭੰਡੀ ਕਰਦੇ ਰਹੀਏ। ਪਰਿਵਾਰਵਾਦ ਦੇ ਹਮਾਇਤੀ ਕਹਿੰਦੇ ਹਨ ਕਿ ਸ੍ਰ. ਪ੍ਰਕਾਸ਼ ਸਿੰਘ ਬਾਦਲ ਵਰਗਾ ਰੱਬ ਦਾ ਬੰਦਾ ਇਸ ਧਰਤੀ ਤੇ ਕਦੇ ਕਦੇ ਆਉਂਦਾ ਹੈ। ਅੱਜ ਦੇ ਅਕਾਲੀ ਨੇਤਾਵਾਂ ਵਿਚੋਂ ਪੰਥ ਦੀ ਸੇਵਾ ਕਰਦੇ ਹੋਏ ਸਭ ਤੋਂ ਵੱਧ ਜੇਲ ਕਟਣ ਵਾਲਾ ਬਾਦਲ ਹੈ। ਬਾਦਲ ਲੋਕਾਂ ਵਿਚ ਆਪ ਜਾਂਦਾ ਹੈ। ਉਨ੍ਹਾਂ ਦੇ ਦੁਖ ਸੁਣਦਾ ਹੈ। ਦੁਖ ਦੂਰ ਕਰਦਾ ਹੈ। ਫਿਰ ਬਾਦਲ ਅਗੇ ਟੁਰ ਪੈਂਦਾ ਹੈ ਜਿਥੇ ਹੋਰ ਲੋਕ ਬਾਦਲ ਦੀ ਉਡੀਕ ਵਿਚ ਖੜ੍ਹੇ ਹੁੰਦੇ ਹਨ। ਇਸ ਲਈ ਜੇਕਰ ਕਿਸੇ ਸਿੱਖ ਨੇਤਾ ਅਤੇ ਉਸ ਦੇ ਪਰਿਵਾਰ ਨੇ ਸਿੱਖ ਪੰਥ ਲਈ ਵੱਡੀਆਂ ਕੁਰਬਾਨੀਆਂ ਕੀਤੀਆਂ ਹੋਣ, ਤਾਂ ਕੀ ਹਰਜ ਹੈ ਜੇਕਰ ਅਜਿਹੇ ਸਿੱਖ ਨੇਤਾ ਦਾ ਪੁੱਤਰ, ਜੇਕਰ ਉਹ ਯੋਗ ਹੋਵੇ ਅਤੇ ਲੋਕਾਂ ਦੁਆਰਾ ਚੁਣੇ ਹੋਏ ਪ੍ਰਤਿਨਿਧਾਂ ਦੀ ਸਹਿਮਤੀ ਹੋਵੇ, ਆਪਣੇ ਪਿਤਾ ਦੀ ਥਾਂ ਲੈ ਲਵੇ। ਐਪਰ ਇਸ ਦੇ ਉਲਟ ਇਹ ਕਿਹਾ ਜਾ ਸਕਦਾ ਹੈ ਕਿ ਅੱਜ ਦੀ ਰਾਜਨੀਤੀ ਵਿਚ ਸੁਪਰੀਮ ਨੇਤਾ ਦੇ ਪੁੱਤਰ ਨੂੰ ਪਿਤਾ ਦੀ ਕੁਰਸੀ ਤੇ ਬਠਾਉਣ ਦਾ ਕਾਰਜ ਕੇਵਲ ਵਿਉਂਤ ਅਨੁਸਾਰ ਸਟੇਜ ਤੇ ਕੀਤਾ ਗਿਆ ਨਾਟਕ ਹੁੰਦਾ ਹੈ। ਪਾਰਟੀ ਦੀ ਸਾਰੀ ਤਾਕਤ ਸੁਪਰੀਮ ਨੇਤਾ ਵਿਚ ਕੇਂਦਰਿਤ ਹੋਣ ਕਰਕੇ ਪਾਰਟੀ ਦੇ ਦੂਜੇ ਰੈਂਕ ਦੇ ਲੀਡਰ ਸੁਪਰੀਮ ਨੇਤਾ ਦੀ ਮਰਜ਼ੀ ਦੇ ਉਲਟ ਚਲ ਨਹੀਂ ਸਕਦੇ। ਇਸ ਪਿਛੋਕੜ ਵਿਚ ਸਰਬ-ਸੰਮਤੀ ਨਾਲ ਛਡੇ ਗਏ ਜੈਕਾਰੇ ਉਨ੍ਹਾਂ ਦੀ ਮਜਬੂਰੀ ਦੀ ਕੇਵਲ ਮੂੰਹ ਬੋਲਦੀ ਤਸਵੀਰ ਹੁੰਦੀ ਹੈ।

ਪਰਿਵਾਰਵਾਦ ਦੇ ਆਲੋਚਕ ਸ੍ਰ. ਪ੍ਰਕਾਸ਼ ਸਿੰਘ ਬਾਦਲ ਦੇ ਵਿਰੁੱਧ ਇਹ ਦੋਸ਼ ਲਾਉਂਦੇ ਹਨ ਕਿ ਉਨ੍ਹਾਂ ਨੇ ਆਪਣੇ ਪੁੱਤਰ ਸ੍ਰ. ਸੁਖਬੀਰ ਸਿੰਘ ਨੂੰ ਉਪ ਮੁੱਖ ਮੰਤਰੀ ਦਾ ਅਹੁਦਾ ਵਿਰਾਸਤ ਵਿਚ ਦਿੱਤਾ ਹੈ। ਮੈਰਿਟ ਦੇ ਆਧਾਰ ਤੇ ਨਹੀਂ।[1] ਆਲੋਚਕ ਇਹ ਵੀ ਦੋਸ਼ ਲਾਉਂਦੇ ਹਨ ਕਿ ਸ੍ਰ. ਸੁਖਬੀਰ ਸਿੰਘ ਦੇ ਰਾਜਨੀਤੀ ਵਿਚ ਸੋਚਣ ਅਤੇ ਕੰਮ ਕਰਨ ਦੇ ਢੰਗ ਵਿਚ ਅਹੰਕਾਰ ਬੋਲਦਾ ਹੈ ਕਿਉਂਕਿ ਉਹ ਪੰਜਾਬ ਦੇ ਮੁੱਖ ਮੰਤਰੀ ਸ੍ਰ. ਪ੍ਰਕਾਸ਼ ਸਿੰਘ ਦੇ ਪੁੱਤਰ ਹੋਣ ਦੇ ਨਾਤੇ ਆਪਣੇ ਆਪ ਨੂੰ ਹੋਰਾਂ ਨਾਲੋਂ ਵੱਖਰਾ ਅਤੇ ਉਚੇਰਾ ਸਮਝਦੇ ਹਨ। ਪਰ ਬਾਦਲ ਧੜੇ ਦੇ ਸਮਰਥਕ ਕਹਿ ਸਕਦੇ ਹਨ ਕਿ ਸ੍ਰ. ਸੁਖਬੀਰ ਸਿੰਘ ਬਾਦਲ 2012 ਵਿਚ ਪੰਜਾਬ ਅਸੈਂਬਲੀ, 2013 ਵਿਚ ਦਿੱਲੀ ਗੁਰਦੁਆਰਾ ਪ੍ਰਬੰਧਕ ਕਮੇਟੀ ਦੀਆਂ ਚੋਣਾਂ ਅਤੇ ਫਿਰ ਮੋਗਾ ਹਲਕੇ ਦੀ ਜ਼ਿਮਨੀ ਚੋਣ ਵਿਚ SAD ਦੀਆਂ ਸ਼ਾਨਦਾਰ ਜਿੱਤਾਂ ਹਾਸਲ ਕਰ ਕੇ ਆਪਣੀ ਬੇਮਿਸਾਲ ਰਾਜਨੀਤਿਕ ਮੈਰਿਟ ਦਾ ਸਬੂਤ ਦੇ ਚੁੱਕੇ ਹਨ। ਬਾਦਲ ਧੜੇ ਦੇ ਸਮਰਥਕ ਇਹ ਵੀ ਕਹਿ ਸਕਦੇ ਹਨ ਕਿ ਸ੍ਰ. ਸੁਖਬੀਰ ਸਿੰਘ ਦੇ ਸੋਚਣ ਅਤੇ ਕੰਮ ਕਰਨ ਦੇ ਢੰਗ ਵਿਚ ਦੂਰਦ੍ਰਿਸ਼ਟੀ ਹੈ। ਉਹ ਪੰਜਾਬ ਦੇ ਸਿੱਖਾਂ ਦੀ ਭਲਾਈ ਦੇ ਨਾਲ ਨਾਲ ਸਾਰੇ ਸੰਸਾਰ ਦੇ ਸਿੱਖਾਂ ਦੀ ਭਲਾਈ ਲਈ ਕੰਮ ਕਰਨਾ ਚਾਹੁੰਦੇ ਹਨ। ਪਰ ਉਹ ਇਹ ਕੰਮ ਤੇਜ਼ ਰਫ਼ਤਾਰ ਨਾਲ ਕਰਨਾ ਚਾਹੁੰਦੇ ਹਨ। ਇਸ ਲਈ ਉਹ ਆਪਣੇ ਕੰਮ ਵਿਚ ਕਿਸੇ ਤੋਂ ਨਾਂਹ ਸੁਣਨ ਦੇ ਆਦੀ ਨਹੀਂ ਹਨ। ਪਰ ਕਈ ਲੋਕ ਕਈ ਵਾਰੀ ਇਹ ਗ਼ਲਤ ਸਮਝ ਲੈਂਦੇ ਹਨ ਕਿ ਸ੍ਰ. ਸੁਖਬੀਰ ਸਿੰਘ ਦੇ ਸੋਚਣ ਅਤੇ ਕੰਮ ਕਰਨ ਦੇ ਢੰਗ ਵਿਚ ਅਹੰਕਾਰ ਹੈ। ਇਸ ਦੇ ਇਲਾਵਾ, ਬਾਦਲ ਧੜੇ ਦੇ ਸਮਰਥਕ ਇਹ ਵੀ ਕਹਿ ਸਕਦੇ ਹਨ ਕਿ ਪੰਜਾਬ ਵਿਚ ਉਹ ਕੁਝ ਹੀ ਹੋ ਰਿਹਾ ਹੈ ਜੋ ਕੁਝ ਅੱਜ ਬਾਕੀ ਦੇ ਭਾਰਤ ਵਿਚ ਹੋ ਰਿਹਾ ਹੈ। ਇਹ ਲੋਕ ਇਹ ਵੀ ਕਹਿ ਸਕਦੇ ਹਨ ਕਿ ਬਾਦਲ ਪਰਿਵਾਰ ਦੇ ਸਾਰੇ ਜੀਅ ਆਮ ਲੋਕਾਂ ਦੀ ਸੇਵਾ ਕਰਦੇ ਹਨ, ਰਾਜ ਨਹੀਂ ਮੰਗਦੇ। ਇਹ ਤਾਂ ਆਮ ਲੋਕ ਹੀ ਹਨ ਜਿਹੜੇ ਇਨ੍ਹਾਂ ਦੀ ਲੋਕ ਸੇਵਾ ਤੋਂ ਖ਼ੁਸ਼ ਹੋ ਕੇ ਉਸ ਦੇ ਬਦਲੇ ਵਿਚ ਉਨ੍ਹਾਂ ਨੂੰ ਰਾਜ ਬਖ਼ਸ਼ਦੇ ਹਨ। ਇਸ ਲਈ ਉਨ੍ਹਾਂ ਦੇ ਪਰਿਵਾਰ ਦਾ ਨਾਂ ਲੈ ਕੇ ਉਨ੍ਹਾਂ ਦੇ ਉਲਟ ਇਤਰਾਜ਼ ਕਰਨ ਵਾਲੀ ਗੱਲ ਕੋਈ ਜਚਦੀ ਨਹੀਂ ਹੈ। ਕੌਣ ਸੱਚਾ ਹੈ ? ਕੀ ਠੀਕ ਹੈ ? ਇਸ ਦਾ ਫੈਸਲਾ ਅਸੀਂ ਆਮ ਲੋਕਾਂ ਅਤੇ ਇਤਿਹਾਸਕਾਰਾਂ ਤੇ ਹੀ ਛਡਦੇ ਹਾਂ।

---

1. **State politics : It's all in the family —**

Though Akalis quote examples of Pt Jawahar lal Nehru and Indira Gandhi, Indira Gandhi and Sanjay Gandhi, Lalu Prasad Yadav and Rabri Devi, Devi Lal and Om Parkash Chautala, Bhajan Lal, Chander Mohan and Kuldip Bishnoi, Shamsher Singh Surjewala and Randeep Surjewala and Farooq Abdullah and Omar Abdullah, besides numerous others, they could not cite an example where five members of an extended family are part of the Council of Ministers in a government.

Once the formality of inducting Sukhbir as Deputy Chief Minister is completed, the council will have Chief Minister Parkash Singh Badal, Deputy Chief Minister Sukhbir Singh Badal (son), Finance Minister Manpreet Singh Badal (nephew), Food Supplies Minister Adesh Partap Singh (son-in-law) and Public Relations and Public Health Minister Bikram Singh Majithia (brother-in-law of Sukhbir) who has now offered to step down in favour of his brother-in-law and vacate the Vidhan Sabha seat for him.

The Tribune, Chandigarh, Saturday, Jan. 17, 2009, p. 4.

Contd.

ਅਕਾਲੀ ਨੇਤਾ ਲਗਾਤਾਰ ਇਹ ਕਹਿੰਦੇ ਆਏ ਹਨ ਕਿ ਕਾਂਗਰਸ ਪਾਰਟੀ ਕਦੇ ਵੀ ਨਹਿਰੂ-ਗਾਂਧੀ ਪਰਿਵਾਰਵਾਦ ਤੋਂ ਬਾਹਰ ਨਹੀਂ ਨਿਕਲ ਸਕੀ। ਇਸ ਪਿਛੋਕੜ ਵਿਚ ਇਹ ਗੱਲ ਅਕਾਲੀ ਨੇਤਾਵਾਂ ਦੇ ਆਪਣੇ ਹਿੱਤ ਵਿਚ ਹੈ ਕਿ ਘੱਟ ਤੋਂ ਘੱਟ ਉਨ੍ਹਾਂ ਨੂੰ ਪਤਾ ਹੋਵੇ ਕਿ ਟ੍ਰਿਬਿਊਨ ਅਖ਼ਬਾਰ ਅਤੇ ਉਨ੍ਹਾਂ ਦੇ ਆਲੋਚਕ[1] ਅਕਾਲੀ ਪਾਰਟੀ ਵਿਚ ਵੱਧ ਰਹੇ ਪਰਿਵਾਰਵਾਦ ਸੰਬੰਧੀ ਕੀ ਕਹਿੰਦੇ ਹਨ।

ਸ੍ਰ. ਪ੍ਰਕਾਸ਼ ਸਿੰਘ ਬਾਦਲ ਦੇ ਛੋਟੇ ਭਰਾ ਗੁਰਦਾਸ ਬਾਦਲ ਦਾ ਕਹਿਣਾ ਹੈ ਕਿ ਉਸ ਦੇ ਵੱਡੇ ਭਰਾ ਸ੍ਰ. ਪ੍ਰਕਾਸ਼ ਸਿੰਘ ਬਾਦਲ ਦੀ ਅੱਜ ਦੀ ਸਿਥਿਤੀ ਮਹਾਭਾਰਤ ਵਿਚ ਧ੍ਰਿਤਰਾਸ਼ਟਰ ਵਰਗੀ ਹੋ ਗਈ ਹੈ। ਸ੍ਰ. ਪ੍ਰਕਾਸ਼ ਸਿੰਘ ਬਾਦਲ ਨੇ ਆਪਣੇ ਪੁੱਤਰ ਸੁਖਬੀਰ ਦੇ ਮੋਹ ਵਿਚ ਬੇਵੱਸ ਹੋ ਕੇ ਆਪਣੀਆਂ ਅੱਖਾਂ ਤੇ ਪੱਟੀ ਬੰਨ੍ਹ ਰਖੀ ਹੈ। ਹੁਣ ਉਸ ਦਾ ਵੱਡਾ ਭਰਾ ਸ੍ਰ. ਪ੍ਰਕਾਸ਼ ਸਿੰਘ ਬਾਦਲ ਠੀਕ ਸੋਚ ਹੀ ਨਹੀਂ ਸਕਦਾ। ਮਹਾਭਾਰਤ ਵਿਚ ਧ੍ਰਿਤਰਾਸ਼ਟਰ ਆਪਣੇ ਪੁੱਤਰ

Punjab has become personal fiefdom of Parkash Singh Badal.... Like any patriarch, he looks after his brood. The Pan-Panthic Shiromani Akali Dal has turned into a family-run 'business.'

The Tribune, May 1, 2010, p.24.

1. **Sukhbir above party : Congress.**

Khaira questions junior Badal's contribution to SAD : Congress senior leader and party MLA Sukhpal Singh Khaira has posed some questions to Parkash Singh Badal with regard to the Manpreet-Sukhbir issue. In a question posed to Badal, Khaira asked : "During the previous Akali government in 1997, when Jathedar Gurcharan Singh Tohra raised the issue of one-man one-post and urged that the presidentship of the Akali Dal should be handed over to any experienced man like Gurdev Badal, why you did not appoint an old guard; instead you parted ways with Jathedar Tohra ? Was there no capable leader to become president then ?

Khaira further posed "What were the reasons and what contribution had Sukhbir Badal made to the Akali Dal ? Did he ever participate in any 'morcha' or any other struggle ? Did he go to jail on any issue related to the state ?

Khaira further said : "While appointing Sukhbir Badal as president of SAD, did you ever consider the claim of senior Akali leaders like Jathedar Kuldip Singh Wadala, Ranjit Singh Brahmpura, Sukhdev Singh Dhindsa, Gurdev Singh Badal or any other Jathedar who had suffered during emergency, 'Dharam Yudh' morcha etc. ?

"Why did you directly appoint Sukhbir Badal as Deputy Chief Minister over persons like Ranjit Singh Brahmpura, Balbir Singh Bath, Manpreet Singh Badal and other Akalis who had been elected MLAs for over four terms ? He has further asked Parkash Singh Badal, "Why Sukhbir Badal was inducted into the Vajpayee-led NDA government as minister in 1999, ignoring claims of other Akali MPs who had been elected many times ?

Khaira said for a nephew, Badal could have a different yardstick, but he must not mislead the people for the hidden agenda to make Sukhbir Badal Chief Minister. He should not hide the love that he has for his son and how he promoted him out of turn and without merit.

The Tribune, October 21, 2010, p.5.

ਦੁਰਯੋਧਨ ਦੇ ਮੋਹ ਵਿਚ ਬੇਵੱਸ ਹੋ ਕੇ ਪਾਂਡਵ ਨਾਲ ਇਨਸਾਫ਼ ਨਹੀਂ ਕਰ ਸਕਿਆ ਸੀ। ਇਵੇਂ ਹੀ ਸ੍ਰ. ਪ੍ਰਕਾਸ਼ ਸਿੰਘ ਬਾਦਲ ਆਪਣੇ ਪੁੱਤਰ ਸੁਖਬੀਰ ਦੇ ਮੋਹ ਵਿਚ ਬੇਵੱਸ ਹੋ ਕੇ ਆਪਣੇ ਭਤੀਜੇ ਮਨਪ੍ਰੀਤ ਬਾਦਲ ਨਾਲ ਇਨਸਾਫ਼ ਨਹੀਂ ਕਰ ਸਕਿਆ।[1] ਸ੍ਰ. ਪ੍ਰਕਾਸ਼ ਸਿੰਘ ਬਾਦਲ ਆਪ ਕਹਿੰਦੇ ਹਨ ਕਿ ਵਕਤ ਬਦਲ ਗਿਆ ਹੈ। ਪਹਿਲਾਂ ਪੁੱਤ ਜੰਮਦੇ ਸੀ। ਪਰ ਹੁਣ ਪਿਉ ਜੰਮਦੇ ਨੇ।[2] ਕੀ ਇਸ ਦਾ ਮਤਲਬ ਇਹ ਨਹੀਂ ਨਿਕਲਦਾ ਕਿ ਪੁੱਤਰ ਸੁਖਬੀਰ ਆਪਣੇ ਪਿਉ ਸ੍ਰ. ਪ੍ਰਕਾਸ਼ ਸਿੰਘ ਬਾਦਲ ਦੀ ਨਹੀਂ ਸੁਣਦਾ ?

ਸੁਖਬੀਰ ਬਾਦਲ ਦੇ ਚਚੇਰੇ ਭਰਾ ਮਨਪ੍ਰੀਤ ਬਾਦਲ ਕਹਿੰਦੇ ਹਨ ਕਿ ਇੱਕ ਬਿਜ਼ਨਿਸਮੈਨ ਨੂੰ ਪੰਜਾਬ ਸਰਕਾਰ ਵਿਚ ਸ਼ਾਮਲ ਨਹੀਂ ਹੋਣਾ ਚਾਹੀਦਾ। ਮਨਪ੍ਰੀਤ ਬਾਦਲ ਦੇ ਕਹਿਣ ਅਨੁਸਾਰ ਸੁਖਬੀਰ ਬਾਦਲ ਇੱਕ ਬਿਜ਼ਨਿਸਮੈਨ ਹੈ। ਇਸ ਲਈ ਸੁਖਬੀਰ ਬਾਦਲ ਪੰਜਾਬ ਸਰਕਾਰ ਵਿਚ ਰਹਿੰਦੇ ਹੋਏ ਆਪਣੇ ਬਿਜ਼ਨਿਸ ਦੇ ਫ਼ਾਇਦੇ ਦੀ ਗੱਲ ਸੋਚੇਗਾ, ਪੰਜਾਬ ਦੇ ਆਮ ਲੋਕਾਂ ਦੇ ਫ਼ਾਇਦੇ ਦੀ ਗੱਲ ਨਹੀਂ ਸੋਚੇਗਾ[3]।

ਬਾਦਲ ਸਾਹਿਬ ਦੇ ਆਲੋਚਕ ਕਹਿੰਦੇ ਹਨ ਕਿ ਬਾਦਲ ਸਾਹਿਬ ਦੀ ਪੰਥਕ ਸੇਵਾ ਕੇਵਲ ਇੱਕ ਦਿਖਾਵਾ ਹੈ, ਛਲਾਵਾ ਹੈ, ਨਾਟਕ ਹੈ। ਹੋਰ ਕੁਝ ਵੀ ਨਹੀਂ। ਨਾ ਤਾਂ ਉਨ੍ਹਾਂ ਦੀ ਪੰਥਕ ਸੇਵਾ ਵਿਚ ਕੋਈ ਅਸਲੀਅਤ ਹੈ, ਨਾ ਕੋਈ ਸਚਾਈ। ਬਾਦਲ ਸਾਹਿਬ ਦੇ ਆਲੋਚਕ ਕਹਿੰਦੇ ਹਨ ਕਿ ਬਾਦਲ ਸਾਹਿਬ ਦੇ ਜੀਵਨ ਦੇ ਆਖ਼ਰੀ ਦਿਨਾਂ ਦਾ ਕੇਵਲ ਇੱਕ ਉਦੇਸ਼ ਹੈ, ਕੇਵਲ ਇੱਕ ਸੁਪਨਾ ਹੈ ਕਿ ਉਹ ਕਿਸੇ ਨਾ ਕਿਸੇ ਤਰ੍ਹਾਂ ਆਪਣੇ ਇੱਕੋ ਇੱਕ ਪੁੱਤਰ ਸੁਖਬੀਰ ਨੂੰ ਪੰਜਾਬ ਦੇ ਮੁੱਖ ਮੰਤਰੀ ਦੀ ਕੁਰਸੀ ਤੇ ਬੈਠਿਆ ਵੇਖ ਸਕਣ। ਗੱਲ ਏਥੇ ਨਹੀਂ ਮੁਕਦੀ। ਬਾਦਲ ਸਾਹਿਬ ਦੇ ਆਲੋਚਕ ਇਸ ਤੋਂ ਵੀ ਅਗੇ ਜਾਂਦੇ ਹਨ। ਆਲੋਚਕ ਕਹਿੰਦੇ ਹਨ ਕਿ ਜੇਕਰ ਧਿਆਨ ਨਾਲ ਵੇਖੀਏ, ਤਾਂ ਬਾਦਲ ਸਾਹਿਬ ਦਾ ਸਾਰਾ ਰਾਜਨੀਤਿਕ ਜੀਵਨ ਕੇਵਲ ਤਿੰਨ ਸ਼ਬਦਾਂ ਕੁਰਸੀ, ਪਰਿਵਾਰਵਾਦ ਅਤੇ ਭ੍ਰਿਸ਼ਟਾਚਾਰ ਤਕ ਸੀਮਿਤ ਹੋ ਕੇ ਇਨ੍ਹਾਂ ਤਿੰਨ ਸ਼ਬਦਾਂ ਵਿਚ ਹੀ ਸਿਮਟ ਕੇ ਰਹਿ ਜਾਂਦਾ ਹੈ।

ਸਿੱਖ ਇਤਿਹਾਸ ਗੁਰੂ ਅਰਜਨ ਦੇਵ ਜੀ ਦੀ ਸ਼ਹੀਦੀ ਅਤੇ ਗੁਰੂ ਗੋਬਿੰਦ ਸਿੰਘ ਜੀ ਦੇ ਆਪਣੇ ਸਾਰੇ ਪਰਿਵਾਰ ਦੀ ਸ਼ਹੀਦੀ ਦਾ ਇਤਿਹਾਸ ਹੈ। ਗੁਰਸਿੱਖ ਪੁਰਸ਼ਾਂ ਅਤੇ ਇਸਤਰੀਆਂ ਦੀ ਸ਼ਹੀਦੀ ਦਾ ਇਤਿਹਾਸ ਹੈ। ਆਪਣੇ ਸਾਰੇ ਪਰਿਵਾਰ ਦੀ ਸ਼ਹੀਦੀ ਦੇਣ ਦੇ ਬਾਅਦ ਸ੍ਰੀ ਗੁਰੂ ਗੋਬਿੰਦ ਸਿੰਘ ਜੀ ਨੇ ਉਸ ਵਕਤ ਦੀ ਹਾਲਤ ਵੇਖਦੇ ਹੋਏ ਆਪਣੇ ਕਿਸੇ ਰਿਸ਼ਤੇਦਾਰ ਨੂੰ ਗੁਰੂ-ਗੱਦੀ ਨਹੀਂ ਦਿੱਤੀ ਸੀ। ਸਗੋਂ ਗੁਰੂ ਸਾਹਿਬ ਨੇ ਸਿੱਖਾਂ ਨੂੰ ਉਨ੍ਹਾਂ ਦੇ ਬਾਅਦ ਸ੍ਰੀ ਗੁਰੂ ਗ੍ਰੰਥ ਸਾਹਿਬ ਨੂੰ ਆਪਣਾ ਗੁਰੂ ਮੰਨਣ ਦਾ ਹੁਕਮ ਦਿੱਤਾ ਸੀ। ਇਸ ਲਈ ਨਿਰਸੰਦੇਹ ਸਿੱਖ ਧਰਮ ਵਿਚ ਅਨੁਚਿਤ ਪਰਿਵਾਰਵਾਦ ਲਈ ਕੋਈ ਥਾਂ ਨਹੀਂ ਹੋ ਸਕਦੀ।

---

1. "It is a leadership derailment at a big level and my brother's feeble justification was his love for his son. I think my brother was facing a Dhritrashtra-like situation from the Mahabharata and has fallen into the sinister designs of his son Sukhbir Badal along with Bikram Majithia," says Gurdas Badal,using Dhritrashtra's blindness as a metaphor.
   The Times of India, Monday,November 14, 2011, p.1.
2. *The Tribune,* Thursday, November 24, 2011, p.4.
3. Manpreet Badal says, "I believe a businessman should not be a part of the government. Sukhbir Badal is a businessman. He thinks of personal profit, not that of the people of the state."
   The Tribune, Chandigarh, Thursday, August 9, 2012, p.4.

ਗੰਭੀਰਤਾ ਨਾਲ ਸੋਚਣ ਵਾਲੀ ਗੱਲ ਇਹ ਹੈ ਕਿ ਅੱਜ ਇੱਕ ਸਾਧਾਰਨ ਗਰੀਬ ਸਿੱਖ, ਜਿਸ ਦੀ ਕਿਧਰੇ ਪੁੱਛ ਪਰਤੀਤ ਨਹੀਂ ਹੈ, ਕੀ ਕਹਿੰਦਾ ਹੈ ? ਇਸ ਸਿੱਖ ਦੇ ਕਹੇ ਹੋਏ ਸ਼ਬਦ ਕੁਝ ਕੌੜੇ ਹੋ ਸਕਦੇ ਹਨ। ਪਰ ਉਨ੍ਹਾਂ ਸ਼ਬਦਾਂ ਵਿਚ ਸਚਾਈ ਜਾਪਦੀ ਹੈ। **ਇਹ ਸਾਧਾਰਨ ਗਰੀਬ ਸਿੱਖ ਕਹਿੰਦਾ ਹੈ ਕਿ ਸਾਡੇ ਅੱਜ ਦੇ ਲੀਡਰਾਂ ਦਾ, ਕੁਝ ਨੂੰ ਛੱਡ ਕੇ, ਕੋਈ ਦੀਨ ਈਮਾਨ ਨਹੀਂ ਹੈ। ਬਸ ਇਨ੍ਹਾਂ ਦਾ ਮੁੱਖ ਨਿਸ਼ਾਨਾ ਕੇਵਲ ਇੱਕ ਹੁੰਦਾ ਹੈ। ਉਹ ਹੈ ਕੁਰਸੀ ਹਾਸਲ ਕਰਨਾ। ਇਸ ਲਈ ਉਹ ਕੁਝ ਵੀ ਕਰ ਸਕਦੇ ਹਨ। ਚਿੰਤਾ ਵਾਲੀ ਗੱਲ ਇਹ ਹੈ ਕਿ ਅੱਜ ਸਿੱਖ ਰਾਜਨੀਤੀ, ਕੁਝ ਸਿੱਖ ਨੇਤਾਵਾਂ ਨੂੰ ਛੱਡ ਕੇ, ਆਪਣੇ ਅਤੇ ਆਪਣੇ ਪਰਿਵਾਰ ਲਈ ਤਾਕਤ ਹਾਸਲ ਕਰਨ ਅਤੇ ਪੈਸਾ ਬਣਾਉਣ ਦਾ ਇੱਕ ਸਾਧਨ ਬਣ ਗਈ ਹੈ।**

ਸੁਪਰੀਮ ਕੋਰਟ ਨੇ ਦੇਸ਼ ਵਿਚ ਰਾਜਸੀ ਨੇਤਾਵਾਂ ਦੁਆਰਾ ਫੈਲਾਏ ਭ੍ਰਿਸ਼ਟਾਚਾਰ ਦੇ ਪ੍ਰਸੰਗ ਵਿਚ ਟਿਪਣੀ ਕਰਦੇ ਹੋਏ ਕਿਹਾ ਹੈ ਕਿ ਦੇਸ਼ ਵਿਚ ਅੱਜ ਸਿਥਿਤੀ ਇਤਨੀ ਮਾੜੀ ਹੋ ਗਈ ਹੈ ਕਿ ਜੇਕਰ ਵਾਹਿਗੁਰੂ ਅਰਥਾਤ ਪਰਮਾਤਮਾ ਆਪ ਸਾਡੇ ਦੇਸ਼ ਵਿਚ ਆ ਜਾਵੇ, ਤਾਂ ਉਹ ਵੀ ਇਸ ਦੇਸ਼ ਦਾ ਸੁਧਾਰ ਨਹੀਂ ਕਰ ਸਕੇਗਾ। ਅੱਜ ਸਾਡਾ ਆਚਰਣ ਇਤਨਾ ਨੀਵਾਂ ਹੋ ਗਿਆ ਹੈ ਕਿ ਕੋਈ ਵੀ ਸਾਡੀ ਸਹਾਇਤਾ ਨਹੀਂ ਕਰ ਸਕਦਾ।[1]

ਜਾਪਦਾ ਹੈ ਕਿ ਅੱਜ ਸਾਰੇ ਭਾਰਤ ਵਿਚ ਰਾਜਨੀਤੀ ਦਾ ਉਦੇਸ਼ ਕੇਵਲ ਕੁਰਸੀ ਹਾਸਲ ਕਰਨਾ, ਪਰਿਵਾਰਵਾਦ ਅਤੇ ਪੈਸਾ ਹਥਿਆਉਣਾ ਬਣ ਗਿਆ ਹੈ। ਇਹ ਕੁਝ ਹਾਸਲ ਕਰਨ ਲਈ, ਕੁਝ ਨੂੰ ਛੱਡ ਕੇ, ਤੁਸੀ ਅੱਜ ਦੇ ਸਿਆਸੀ ਲੀਡਰਾਂ ਦੇ, ਜਿਥੇ ਵੀ ਚਾਹੋ, ਹੱਥਾਂ ਪੈਰਾਂ ਦੇ ਅੰਗੂਠੇ ਵੀ ਲਵਾ ਲਵੋ।

ਇਸ ਦਾ ਪੰਜਾਬ ਦੀ ਸਿੱਖ ਰਾਜਨੀਤੀ ਤੇ ਪ੍ਰਭਾਵ ਪੈਣਾ ਸੁਭਾਵਕ ਹੈ। ਸ੍ਰ. ਪ੍ਰਕਾਸ਼ ਸਿੰਘ ਬਾਦਲ ਨੇ ਆਪਣੇ ਪੁੱਤਰ ਸ੍ਰ. ਸੁਖਬੀਰ ਸਿੰਘ ਨੂੰ, ਸ੍ਰ. ਸੁਰਜੀਤ ਸਿੰਘ ਬਰਨਾਲਾ ਨੇ ਆਪਣੇ ਪੁੱਤਰ ਸ੍ਰ. ਗਗਨਜੀਤ ਸਿੰਘ ਨੂੰ ਅਤੇ ਕੈਪਟਨ ਅਮਰਿੰਦਰ ਸਿੰਘ ਨੇ ਆਪਣੇ ਪੁੱਤਰ ਰਣਇੰਦਰ ਸਿੰਘ ਨੂੰ ਪੰਜਾਬ ਦੀ ਸਿਆਸਤ ਵਿਚ ਅਗੇ ਲਿਆਉਣ ਲਈ ਕੀ ਕੁਝ ਨਹੀਂ ਕੀਤਾ ? ਸਚ ਇਹ ਹੈ ਕਿ ਅੱਜ ਸਿੱਖ ਧਰਮ ਸਿੱਖ ਰਾਜਨੀਤੀ ਦੇ ਅਧੀਨ ਹੋ ਕੇ ਰਹਿ ਗਿਆ ਹੈ। ਕੁਝ ਨੂੰ ਛੱਡ ਕੇ, ਅੱਜ ਲੀਡਰਾਂ ਦਾ ਦੀਨ ਅਤੇ ਈਮਾਨ ਕੁਰਸੀ, ਪਰਿਵਾਰਵਾਦ ਅਤੇ ਪੈਸਾ ਹਥਿਆਉਣਾ ਬਣ ਚੁੱਕਾ ਹੈ। ਅੱਜ ਸਿਥਿਤੀ ਕੁਝ ਇਸ ਵਰਗੀ ਹੋ ਗਈ ਹੈ - ਸਰਮੁ ਧਰਮੁ ਦੁਇ ਛਪਿ ਖਲੋਏ ਕੂੜੁ ਫਿਰੈ ਪਰਧਾਨੁ ਵੇ ਲਾਲੋ॥ (ਪੰਨਾ ੭੨੨) ਕੀ ਅੱਜ ਗੁਰੂ ਗੋਬਿੰਦ ਸਿੰਘ ਜੀ ਦੇ ਪੁੱਤਰਾਂ ਅਤੇ ਹਜ਼ਾਰਾਂ ਸਿੱਘਾਂ ਅਤੇ ਸਿੰਘਣੀਆਂ ਦੀਆਂ ਸ਼ਹੀਦੀਆਂ ਦੀ ਵਿਰਾਸਤ ਨੂੰ ਸੰਭਾਲਣ ਵਾਲਾ ਕੋਈ ਹੈ ? ਇਸ ਤੇ ਗੰਭੀਰਤਾ ਨਾਲ ਵਿਚਾਰ ਕਰਨ ਦੀ ਲੋੜ ਹੈ।

ਇਸ ਰਾਜਨੀਤਿਕ ਸਿਥਿਤੀ ਵਿਚ ਲੋੜ ਹੈ ਕਿ ਸਾਡੇ ਸਿੱਖ ਨੇਤਾ ਇਸ ਗੱਲ ਨੂੰ ਚੰਗੀ ਤਰ੍ਹਾਂ ਸਮਝ ਲੈਣ ਕਿ ਸਿੱਖ ਧਰਮ ਅਨੁਸਾਰ ਅੰਤਮ ਨਿਬੇੜਾ ਵਾਹਿਗੁਰੂ ਦੇ ਦਰਬਾਰ ਵਿਚ ਕਰਮਾਂ ਦੇ ਆਧਾਰ ਤੇ ਹੋ ਕੇ ਹੀ ਰਹੇਗਾ ਕਿ ਸਾਡੇ ਵਿਚੋਂ ਕਿਹੜੇ ਗੁਰਸਿੱਖ ਹਨ ਜਾਂ ਮਨਮੁਖ, ਕਿਹੜੇ ਪੁੰਨੀ ਹਨ ਜਾਂ ਪਾਪੀ। ਇਸ ਲਈ ਲੋੜ ਹੈ ਕਿ ਸਿੱਖ ਧਰਮ ਅਤੇ ਰਾਜਨੀਤੀ ਦੇ ਅੱਜ ਦੇ ਸੰਬੰਧਾਂ ਤੇ ਗੰਭੀਰਤਾ ਨਾਲ ਵਿਚਾਰ ਕਰ ਕੇ ਇਨ੍ਹਾਂ ਸੰਬੰਧਾਂ ਨੂੰ ਠੀਕ ਲੀਹਾਂ ਤੇ ਤੋਰਿਆ ਜਾਵੇ।

---

1. **Even God cannot save this country. SC :** "Even God will not be able to save this country. In India even if God comes down He cannot change our country. Our country's character has gone. We are helpless," a bench of Justice B.N. Aggrawal and G. S. Singhvi observed. *The Tribune,* August 6, 2008, p.1.

—

(2) ਕੀ ਸਾਡੇ ਅਮੀਰ ਸਿਆਸੀ ਸਿੱਖ ਨੇਤਾ ਰਾਜਨੀਤੀ ਵਿਚ ਆਉਣ ਦੇ ਬਾਅਦ ਦੀ ਕਮਾਈ ਦੌਲਤ ਅਤੇ ਜਾਇਦਾਦ ਦਾ ਦਸਵਾਂ ਹਿੱਸਾ ਲੋੜਵੰਦ ਗਰੀਬ ਸਿੱਖਾਂ ਦੀ ਆਰਥਿਕ ਸਹਾਇਤਾ ਦੇ ਰੂਪ ਵਿਚ ਦੇਣਗੇ ?

ਇਨਿ ਮਾਇਆ ਜਗੁ ਮੋਹਿਆ ਵਿਰਲਾ
ਬੂਝੈ ਕੋਇ ॥ ਰਹਾਉ ॥ (ਪੰ.੫੯੫)

ਗੁਰੂ ਗੋਬਿੰਦ ਸਿੰਘ ਜੀ ਦੇ ਵਕਤ ਅਤੇ ਅੱਜ ਦੇ ਵਕਤ ਵਿਚ ਸਿੱਖ ਸਮਾਜ ਵਿਚ ਇੱਕ ਬੁਨਿਆਦੀ ਤਬਦੀਲੀ ਆ ਗਈ ਹੈ । ਗੁਰੂ ਤੇਗ ਬਹਾਦਰ ਜੀ ਦੀ ਸ਼ਹੀਦੀ ਦੇ ਬਾਅਦ ਜਦੋਂ ਗੁਰੂ ਗੋਬਿੰਦ ਸਿੰਘ ਜੀ ਨੇ ਖਾਲਸੇ ਦੀ ਸਿਰਜਣਾ ਕੀਤੀ ਸੀ, ਤਾਂ ਸਿੱਖ ਸਮਾਜ ਆਰਥਿਕ ਪੱਖੋਂ ਅਮੀਰ, ਮੱਧ (middle) ਅਤੇ ਗਰੀਬ ਵਰਗਾਂ ਵਿਚ ਵੰਡਿਆ ਹੋਇਆ ਨਹੀਂ ਸੀ । ਅੰਮ੍ਰਿਤ ਛਕ ਕੇ ਖਾਲਸਾ ਬਣਨ ਵਾਲੇ ਸਿੱਖਾਂ ਪਾਸ ਕੋਈ ਜਾਇਦਾਦ ਨਹੀਂ ਸੀ । ਇਸ ਲਈ ਉਨ੍ਹਾਂ ਨੂੰ ਇਹ ਡਰ ਨਹੀਂ ਸੀ ਕਿ ਉਨ੍ਹਾਂ ਦੀ ਜਾਇਦਾਦ ਮੁਸਲਮਾਨ ਹਕੂਮਤ ਖੋਹ ਲਵੇਗੀ । ਬਹੁਤ ਸਾਰੇ ਸਿੱਖਾਂ ਕੋਲ ਸਿਰ ਲੁਕਾਉਣ ਨੂੰ ਮਕਾਨ ਵੀ ਨਹੀਂ ਸੀ । ਉਨ੍ਹਾਂ ਪਾਸ ਇੱਕ ਚੀਜ਼ ਸੀ । ਉਹ ਸੀ ਉਨ੍ਹਾਂ ਦੀ ਆਪਣੀ ਜਾਨ । ਉਹ ਇਸ ਨੂੰ ਮੁਸਲਮਾਨ ਹਕੂਮਤ ਦੇ ਜਬਰ ਨਾਲ ਟਕਰਾ ਕੇ ਹਰ ਵਕਤ ਦੇਣ ਨੂੰ ਤਿਆਰ ਸਨ । ਪਰ ਅੱਜ ਹਾਲਤ ਬਿਲਕੁਲ ਬਦਲ ਚੁੱਕੀ ਹੈ । ਅੱਜ ਦਾ ਸਿੱਖ ਸਮਾਜ ਆਰਥਿਕ ਪੱਖੋਂ ਅਮੀਰ, ਮੱਧ ਅਤੇ ਗਰੀਬ ਵਰਗਾਂ ਵਿਚ ਵੰਡਿਆ ਹੋਇਆ ਹੈ । ਇਨ੍ਹਾਂ ਤਿੰਨ ਵਰਗਾਂ ਦੇ ਸਿੱਖਾਂ ਦੀ ਆਪਣੀ ਆਪਣੀ ਵੱਖਰੀ ਦੁਨੀਆਂ ਹੈ । ਇਉਂ ਕਹਿ ਲਵੋ, ਗਰੀਬ ਵਰਗ ਧਰਤੀ ਦੇ ਹੇਠਾਂ ਹੈ । ਮੱਧ ਵਰਗ ਧਰਤੀ ਦੇ ਉਪਰ ਹੈ । ਅਮੀਰ ਵਰਗ ਅਕਾਸ਼ ਵਿਚ ਉਡ ਰਿਹਾ ਹੈ ।

ਰਾਜਨੀਤੀ ਵਿਚ ਵੀ ਇੱਕ ਬੁਨਿਆਦੀ ਤਬਦੀਲੀ ਆ ਚੁੱਕੀ ਹੈ । ਹੁਣ ਰਾਜ ਤਲਵਾਰ ਦੇ ਜ਼ੋਰ ਦੇ ਨਾਲ ਨਹੀਂ ਬਣਦੇ ਹਨ । ਹੁਣ ਰਾਜ ਵੋਟਾਂ ਦੀ ਬਹੁ-ਗਿਣਤੀ ਨਾਲ ਬਣਦੇ ਹਨ । ਸਿੱਖ ਸਮਾਜ ਦਾ ਅਮੀਰ ਸਿਆਸੀ ਵਰਗ ਇਸ ਤਬਦੀਲੀ ਦਾ ਪੂਰਾ ਫ਼ਾਇਦਾ ਉਠਾ ਰਿਹਾ ਹੈ । ਇਹ ਸਿੱਖ ਸਮਾਜ ਦੇ ਮੱਧ ਅਤੇ ਗਰੀਬ ਵਰਗ ਦੇ ਸਿੱਖਾਂ ਨੂੰ ਸਿੱਖ ਧਰਮ ਦੇ ਨਾਂ ਤੇ ਲਾਰੇ ਲਪੇ ਲਾ ਕੇ ਆਪਣੇ ਨਾਲ ਲੈ ਕੇ ਚੋਣ ਜਿੱਤ ਕੇ ਪੰਜਾਬ ਰਾਜ ਵਿਚ ਤਾਕਤ ਹਾਸਲ ਕਰਨ ਅਤੇ ਆਪਣੀ ਸਰਕਾਰ ਬਣਾਉਣ ਵਿਚ ਸਫਲ ਹੋ ਰਿਹਾ ਹੈ । ਪੰਜਾਬ ਰਾਜ ਵਿਚ ਸਿਆਸੀ ਤਾਕਤ ਹਾਸਲ ਕਰਨ ਦੀ ਇਸ ਲੜਾਈ ਵਿਚ ਅਕਾਲੀ ਸਿੱਖ ਨੇਤਾ ਅਤੇ ਕਾਂਗਰਸੀ ਸਿੱਖ ਨੇਤਾ ਇੱਕ ਦੂਜੇ ਦੇ ਵਿਰੁੱਧ ਭ੍ਰਿਸ਼ਟਾਚਾਰ ਰਾਹੀਂ ਪੈਸਾ ਇਕੱਠਾ ਕਰਨ ਅਤੇ ਅਮੀਰ ਬਣਨ ਦੇ ਆਰੋਪ ਲਾ ਰਹੇ ਹਨ । ਪਰ ਆਮ ਸਿੱਖ ਨੂੰ ਆਮ ਕਰ ਕੇ ਨਾ ਤਾਂ ਅਮੀਰ ਸਿੱਖ ਸਿਆਸੀ ਵਰਗ ਦੀ ਅਮੀਰੀ ਤੇ ਅਤੇ ਨਾ ਹੀ ਉਨ੍ਹਾਂ ਦੇ ਮੱਧ ਅਤੇ ਗਰੀਬ ਵਰਗ ਦੇ ਸਿੱਖਾਂ ਦੀਆਂ ਵੋਟਾਂ ਨਾਲ ਰਾਜ ਵਿਚ ਤਾਕਤ ਹਾਸਲ ਕਰਨ ਤੇ ਕੋਈ ਇਤਰਾਜ਼ ਹੈ । ਪਰ ਸਿੱਖ ਧਰਮ ਅਨੁਸਾਰ ਇਹ ਜ਼ਰੂਰੀ ਹੈ ਕਿ ਹਰ ਸਿੱਖ, ਭਾਵੇਂ ਉਹ ਗਰੀਬ ਹੋਵੇ ਜਾਂ ਅਮੀਰ, ਜਿਸ ਵਿਚ ਅਮੀਰ ਅਕਾਲੀ ਅਤੇ ਕਾਂਗਰਸੀ ਸਿੱਖ ਨੇਤਾ ਵੀ ਆਉਂਦੇ ਹਨ, ਦੀ ਕਮਾਈ, ਸੱਚੀ ਕਮਾਈ, ਮਿਹਨਤ ਦੀ ਕਮਾਈ, ਸੂਝ-ਬੂਝ ਦੀ ਕਮਾਈ ਹੋਵੇ, ਕਿਸੇ ਵੀ ਹਾਲਤ ਵਿਚ

ਭ੍ਰਿਸ਼ਟਾਚਾਰ ਦੀ ਕਮਾਈ ਨਾ ਹੋਵੇ। ਅਜਿਹੀ ਸੱਚੀ ਕਮਾਈ ਵਿਚੋਂ ਮੱਧ ਅਤੇ ਗਰੀਬ ਸਿੱਖ ਵਰਗ ਘੱਟ ਤੋਂ ਘੱਟ ਇਹ ਜ਼ਰੂਰ ਚਾਹੁੰਦਾ ਹੈ ਕਿ ਅਮੀਰ ਸਿੱਖ ਸਿਆਸੀ ਵਰਗ, ਜਿਨ੍ਹਾਂ ਪਾਸ ਅੱਜ ਹਕੂਮਤ ਹੈ, ਉਨ੍ਹਾਂ ਦੀ ਆਰਥਿਕ ਸਹਾਇਤਾ ਲਈ ਅਗੇ ਆਏ। ਸਿੱਖ ਧਰਮ ਵਿਚ ਚਿਰਕਾਲ ਤੋਂ ਵੰਡ ਛਕਣ ਅਤੇ ਦੇਗ ਚਲਾਉਣ (ਲੰਗਰ ਕਰਨ) ਦੀ ਮਰਯਾਦਾ ਚਲੀ ਆ ਰਹੀ ਹੈ। ਇਸ ਮਰਯਾਦਾ ਨੂੰ ਧਿਆਨ ਵਿਚ ਰਖਦੇ ਹੋਏ ਅਮੀਰ ਸਿੱਖ ਸਿਆਸੀ ਵਰਗ ਦਾ ਇਹ ਕਰਤੱਵ ਬਣਦਾ ਹੈ ਕਿ ਉਹ ਰਾਜਨੀਤੀ ਵਿਚ ਆਉਣ ਦੇ ਬਾਅਦ ਦੀ ਆਪਣੀ ਕਮਾਈ, ਦੌਲਤ ਅਤੇ ਜਾਇਦਾਦ ਦਾ ਦਸਵਾਂ ਹਿੱਸਾ ਲੋੜਵੰਦ ਗਰੀਬ ਸਿੱਖਾਂ ਦੀ ਆਰਥਿਕ ਸਹਾਇਤਾ ਦੇ ਰੂਪ ਵਿਚ ਦੇਵੇ।

ਅੱਜ ਮੱਧ ਅਤੇ ਗਰੀਬ ਲੋੜਵੰਦ ਵਰਗ ਦੇ ਸਿੱਖ ਵੇਖ ਰਹੇ ਹਨ, ਕੀ ਉਨ੍ਹਾਂ ਦੇ ਅਮੀਰ ਸਿਆਸੀ ਸਿੱਖ ਨੇਤਾ ਉਨ੍ਹਾਂ ਦੀ ਆਰਥਿਕ ਸਹਾਇਤਾ ਲਈ ਰਾਜਨੀਤੀ ਵਿਚ ਆਉਣ ਦੇ ਬਾਅਦ ਦੀ ਆਪਣੀ ਕਮਾਈ, ਦੌਲਤ ਅਤੇ ਜਾਇਦਾਦ ਦਾ ਦਸਵਾਂ ਹਿੱਸਾ ਦਿੰਦੇ ਹਨ ? ਜੇਕਰ ਉਹ ਅਜਿਹਾ ਕਰਨਗੇ, ਤਾਂ ਕੇਵਲ ਉਸ ਹਾਲਤ ਵਿਚ ਉਹ ਪੰਜਾਬ ਦੇ ਵੱਡੇ ਵੱਡੇ ਸ਼ਹਿਰਾਂ ਦੇ ਚੌਰਾਹਿਆਂ ਤੇ ਆਪਣੀ ਪਬਲੀਸਿਟੀ ਦੇ 'ਲੱਖ ਲੱਖ ਵਧਾਈ' ਦੇ ਵੱਡੇ ਵੱਡੇ ਪੋਸਟਰ ਲਗਵਾਉਣ ਦੇ ਹੱਕਦਾਰ ਹੋਣਗੇ। ਵਰਨਾ ਨਹੀਂ।

ਗੁਰੂ ਗੋਬਿੰਦ ਸਿੰਘ ਜੀ ਦੇ ਵਕਤ ਵਿਚ ਸਿੱਖਾਂ ਨੇ ਪੰਥ ਲਈ ਆਪਣੀਆਂ ਜਾਨਾਂ ਤਕ ਕੁਰਬਾਨ ਕਰ ਕੇ ਸ਼ਹੀਦੀਆਂ ਦਿੱਤੀਆਂ ਸਨ। ਪਰ ਅੱਜ ਕੋਈ ਵੀ ਅਮੀਰ ਸਿਆਸੀ ਸਿੱਖ ਨੇਤਾਵਾਂ ਨੂੰ ਸਿੱਖ ਪੰਥ ਲਈ ਜਾਨ ਦੇਣ ਲਈ ਨਹੀਂ ਕਹਿ ਰਿਹਾ ਹੈ। ਅੱਜ ਮੱਧ ਅਤੇ ਗਰੀਬ ਸਿੱਖ ਵਰਗ ਕੇਵਲ ਉਨ੍ਹਾਂ ਤੋਂ ਇਹ ਆਸ ਕਰ ਰਿਹਾ ਹੈ — ਕੀ ਉਹ ਰਾਜਨੀਤੀ ਵਿਚ ਆਉਣ ਤੋਂ ਬਾਅਦ ਦੀ ਆਪਣੀ ਕਮਾਈ ਦੌਲਤ ਅਤੇ ਜਾਇਦਾਦ ਦਾ ਦਸਵਾਂ ਹਿੱਸਾ ਲੋੜਵੰਦ ਗਰੀਬ ਸਿੱਖਾਂ ਦੀ ਆਰਥਿਕ ਸਹਾਇਤਾ ਲਈ ਦੇਣਗੇ ?

(3) ਜਿਥੇ ਸਾਡੇ ਲੀਡਰਾਂ ਦਾ ਦੀਨ ਅਤੇ ਈਮਾਨ ਕੇਵਲ ਕੁਰਸੀ ਅਤੇ ਪੈਸਾ ਹੋਵੇ, ਉਥੇ ਗਰੀਬ ਸਿੱਖਾਂ ਅਤੇ ਦਿਆਨਤਦਾਰ ਵਿਦਵਾਨ (scholars) ਸਿੱਖਾਂ ਦਾ ਵਾਹਿਗੁਰੂ ਰਾਖਾ

ਅੱਜ ਪੰਜਾਬ ਵਿਚ ਰਾਜਨੀਤੀ ਗੰਦੇ ਨਾਲੇ ਵਾਂਗ ਗੰਦੀ ਹੋ ਚੁੱਕੀ ਹੈ। ਪੰਜਾਬ ਵਿਚ ਹਕੂਮਤ ਕਾਂਗਰਸ ਪਾਰਟੀ ਦੀ ਹੋਵੇ ਜਾਂ ਅਕਾਲੀ ਪਾਰਟੀ ਦੀ, ਇਸ ਦੇ ਨਾਲ ਭ੍ਰਿਸ਼ਟਾਚਾਰ ਦੀ ਮਾਰਕਿਟ ਵਿਚ ਕੋਈ ਕਮੀ ਨਹੀਂ ਆਉਂਦੀ। ਪਰ ਅਕਾਲੀ ਪਾਰਟੀ ਆਪਣੇ ਆਪ ਨੂੰ ਸਿੱਖ ਹਿੱਤਾਂ ਦੀ ਰਾਖੀ ਕਰਨ ਵਾਲੀ ਪਾਰਟੀ ਕਹਿੰਦੀ ਹੈ। ਇਸ ਲਈ ਸਾਡੇ ਸਾਹਮਣੇ ਪ੍ਰਸ਼ਨ ਇਹ ਪੈਦਾ ਹੁੰਦਾ ਹੈ ਕਿ ਜਦੋਂ ਜਦੋਂ ਅਕਾਲੀ ਪਾਰਟੀ ਦੀ ਪੰਜਾਬ ਵਿਚ ਹਕੂਮਤ ਬਣੀ ਹੈ, ਤਾਂ ਉਸ ਨੇ ਗਰੀਬ ਸਿੱਖ ਵੋਟਰਾਂ ਦੀ ਆਰਥਿਕ ਤੌਰ ਤੇ ਸਹਾਇਤਾ ਕਰਨ ਲਈ ਕੀ ਕੁਝ ਕੀਤਾ ਹੈ? ਆਮ ਗਰੀਬ ਸਿੱਖ ਵੋਟਰਾਂ ਦਾ ਇਹ ਕਹਿਣਾ ਹੈ ਕਿ ਅਕਾਲੀ ਪਾਰਟੀ ਉਨ੍ਹਾਂ ਦੀਆਂ ਵੋਟਾਂ ਨਾਲ ਚੋਣ ਜਿਤਣ ਦੇ ਬਾਅਦ ਉਨ੍ਹਾਂ ਨੂੰ ਭੁੱਲ ਜਾਂਦੀ ਹੈ। ਚੋਣ ਦੇ ਵਕਤ ਅਕਾਲੀ ਨੇਤਾਵਾਂ ਦੀ ਜ਼ਬਾਨ ਤੇ 'ਰਾਜ ਨਹੀਂ, ਸੇਵਾ' ਅਤੇ ਕਾਂਗਰਸੀ ਨੇਤਾਵਾਂ ਦੀ ਜ਼ਬਾਨ ਤੇ 'ਕੰਮ ਕੀਤਾ ਹੈ, ਅਗੋਂ ਹੋਰ ਕੰਮ ਕਰਾਂਗੇ' ਦੇ ਮਿਠੇ ਮਿਠੇ ਭਰਮਾਉਣ ਵਾਲੇ ਬੋਲ ਹੁੰਦੇ ਹਨ। ਪਰ ਹਕੂਮਤ ਬਣ ਜਾਣ ਦੇ ਬਾਅਦ ਪਰਦਿਆਂ ਦੇ ਪਿਛੇ ਕਰੋੜਾਂ ਰੁਪਿਆਂ ਦੇ ਘਪਲਿਆਂ ਦੇ ਸੌਦੇ ਹੁੰਦੇ ਹਨ। ਅਜਿਹੀਆਂ ਥਾਵਾਂ ਤੇ ਗਰੀਬ ਸਿੱਖ ਵੋਟਰਾਂ ਦਾ ਪਰਛਾਵਾਂ ਵੀ ਨਹੀਂ ਪੈ ਸਕਦਾ। ਚੋਣਾਂ ਖ਼ਤਮ ਹੋਣ ਦੇ ਬਾਅਦ ਅਤੇ ਅਗਲੀਆਂ ਚੋਣਾਂ ਹੋਣ ਤਕ ਪੰਜ ਸਾਲਾਂ ਲਈ ਗਰੀਬ ਸਿੱਖ ਵੋਟਰਾਂ ਦਾ ਵਾਹਿਗੁਰੂ ਹੀ ਰਾਖਾ ਹੁੰਦਾ ਹੈ।

ਹਕੂਮਤ ਕਿਸੇ ਪਾਰਟੀ ਦੀ ਵੀ ਹੋਵੇ, ਭ੍ਰਿਸ਼ਟਾਚਾਰ ਨੂੰ ਰੋਕਣ ਦੇ ਫੈਸਲੇ ਕਰਨ ਵਾਲੇ ਆਪ ਹੀ ਭ੍ਰਿਸ਼ਟਾਚਾਰ ਕਰਨ ਵਾਲੇ ਹੁੰਦੇ ਹਨ। ਅਜਿਹੀ ਸਿਥਿਤੀ ਵਿਚ ਭ੍ਰਿਸ਼ਟਾਚਾਰ ਰੁਕੇਗਾ ਕਿਵੇਂ? ਗਰੀਬ ਸਿੱਖਾਂ ਦੀ ਆਰਥਿਕ ਸਹਾਇਤਾ ਹੋਵੇਗੀ ਕਿਵੇਂ? ਹਕੂਮਤ ਕਿਸੇ ਪਾਰਟੀ ਦੀ ਹੋਵੇ, ਕਾਂਗਰਸ ਪਾਰਟੀ ਦੀ ਜਾਂ ਅਕਾਲੀ ਪਾਰਟੀ ਦੀ। ਜੇਕਰ ਕਿਸੇ ਨੇ ਵੀ ਭ੍ਰਿਸ਼ਟਾਚਾਰ ਦੇ ਉਲਟ ਸੀਟੀ ਮਾਰੀ, ਤਾਂ ਉਸ ਦੀ ਖ਼ੈਰ ਨਹੀਂ।

ਸਿੱਖਾਂ ਵਿਚੋਂ ਪਹਿਲੀ ਕਤਾਰ ਵਿਚ ਗਿਣੇ ਜਾਣ ਵਾਲੇ ਅੰਤਰਰਾਸ਼ਟਰੀ ਪੱਧਰ ਦੇ ਅਰਥ-ਵਿਗਿਆਨੀ ਮਿਲ ਸਕਦੇ ਹਨ। ਇਸ ਤਰ੍ਹਾਂ ਹੀ ਹੋਰ ਖੇਤਰਾਂ ਵਿਚ ਵੀ ਉੱਚੀ ਪੱਧਰ ਦੇ ਵਿਦਵਾਨ ਮਿਲ ਸਕਦੇ ਹਨ। ਪਰ ਸਰਕਾਰ ਦੀ ਜੀ ਹਜ਼ੂਰੀ ਕਰਨਾ ਅਜਿਹੇ ਦਿਆਨਤਦਾਰ ਵਿਦਵਾਨ ਵਿਅਕਤੀਆਂ ਦੇ ਸੁਭਾਅ ਵਿਚ ਨਹੀਂ ਹੁੰਦਾ। ਨਾ ਹੀ ਇਹ ਵਿਅਕਤੀ ਧੜੇਬੰਦੀ ਦੀ ਦਲਦਲ ਵਿਚ ਫਸਣਾ ਚਾਹੁੰਦੇ ਹਨ। **ਇਸ ਲਈ ਇਹ ਪੰਜਾਬ ਦੇ ਹਿੱਤ ਵਿਚ ਹੈ, ਭਾਵੇਂ ਪੰਜਾਬ ਵਿਚ ਸਰਕਾਰ ਕਿਸੇ ਪਾਰਟੀ ਦੀ ਹੋਵੇ, ਕਿ ਪੰਜਾਬ ਸਰਕਾਰ ਪੰਜਾਬ ਦੇ ਦਿਆਨਤਦਾਰ ਅਤੇ ਉੱਚੀ ਪੱਧਰ ਦੇ ਵਿਦਵਾਨਾਂ ਦੀ ਵਿਦਵਤਾ ਦਾ ਫ਼ਾਇਦਾ ਉਠਾਵੇ।** ਪਰ ਅਸਲ ਵਿਚ ਇਉਂ ਹੁੰਦਾ ਨਹੀਂ। ਸਗੋਂ ਵੇਖਿਆ ਗਿਆ ਹੈ ਕਿ ਕਈ ਵਾਰ ਉੱਚੇ ਅਹੁਦੇ ਆਪਣੇ ਧੜੇ ਦੇ ਇਖ਼ਲਾਕ ਤੋਂ ਗਿਰੇ ਹੋਏ ਜਾਂ ਨਾਲਾਇਕ ਬੰਦਿਆਂ ਨੂੰ ਹੀ ਵੰਡ ਦਿੱਤੇ ਜਾਂਦੇ ਹਨ। ਕਈ ਵਾਰ ਉੱਚੇ ਅਹੁਦੇ ਭ੍ਰਿਸ਼ਟਾਚਾਰ ਵਿਚ ਲਿਬੜੇ ਹੋਏ ਬੰਦਿਆਂ ਨੂੰ ਵੀ ਦੇ ਦਿੱਤੇ ਜਾਂਦੇ ਹਨ ਕਿਉਂਕਿ ਉਨ੍ਹਾਂ ਪਾਸ ਉੱਚੇ ਅਹੁਦੇ ਨੂੰ ਖ਼ਰੀਦ ਸਕਣ ਲਈ ਕੀਮਤ ਦੇਣ ਦੀ ਸਮਰਥਾ ਹੁੰਦੀ ਹੈ।

ਕਹਿਣ ਨੂੰ ਪੰਜਾਬ ਵਿਚ ਲੋਕ ਰਾਜ ਹੈ। ਪਰ ਸੱਚ ਇਹ ਹੈ ਕਿ ਆਮ ਲੋਕਾਂ ਦੀ ਇਸ ਲੋਕ ਰਾਜ ਵਿਚ ਪੁੱਛ ਘੱਟ ਹੀ ਹੁੰਦੀ ਹੈ। ਪੰਜਾਬ ਵਿਚ ਸਰਕਾਰ ਕਿਸੇ ਪਾਰਟੀ ਦੀ ਵੀ ਹੋਵੇ, ਹਕੂਮਤ ਅੰਦਰ ਉੱਚੇ ਉੱਚੇ ਅਹੁਦਿਆਂ ਤੇ ਬੈਠੇ ਹੋਏ ਵੱਡੇ ਵੱਡੇ ਅਫ਼ਸਰਾਂ ਤਕ ਅਤੇ ਹਕੂਮਤ ਦੇ ਅੰਦਰ ਅਤੇ ਬਾਹਰ ਹਾਕਮਾਂ ਤਕ ਅੱਜ ਕੇਵਲ ਸ਼ਕਤੀਸ਼ਾਲੀ ਨੇਤਾਵਾਂ ਅਤੇ ਵੱਡੇ ਵੱਡੇ ਅਮੀਰ ਲੋਕਾਂ ਦੀ ਚਲਦੀ ਹੈ। ਇਹ ਸ਼ਕਤੀਸ਼ਾਲੀ ਨੇਤਾ ਅਤੇ ਵੱਡੇ ਵੱਡੇ ਅਮੀਰ ਲੋਕ ਕੁਝ ਵੀ ਕਰਨ। ਇਨ੍ਹਾਂ ਪਾਸ ਕਾਨੂੰਨ ਤੋਂ ਬਚ ਨਿਕਲਣ ਦੇ ਵਸੀਲੇ ਹਨ ਅਤੇ ਇਨ੍ਹਾਂ ਨੂੰ ਢੰਗ ਵੀ ਆਉਂਦੇ ਹਨ। ਇਸ ਲਈ ਇਨ੍ਹਾਂ ਨੂੰ ਸਜ਼ਾ ਹੋਣ ਦੀ ਸੰਭਾਵਨਾ ਵੀ ਬਹੁਤ ਘੱਟ ਹੁੰਦੀ ਹੈ। ਅਜਿਹੀ ਸਿਥਿਤੀ ਵਿਚ ਗਰੀਬ ਸਿੱਖਾਂ ਅਤੇ ਦਿਆਨਤਦਾਰ ਵਿਦਵਾਨ (scholars) ਸਿੱਖਾਂ ਦਾ ਵਾਹਿਗੁਰੂ ਰਾਖਾ।

ਆਲੋਚਕ ਦੋਸ਼ ਲਾਉਂਦੇ ਹਨ ਕਿ ਅਕਾਲੀ ਨੇਤਾ ਸ੍ਰ. ਪ੍ਰਕਾਸ਼ ਸਿੰਘ ਬਾਦਲ ਨੇ ਸ਼੍ਰੋਮਣੀ ਗੁਰਦੁਆਰਾ ਪ੍ਰਬੰਧਕ ਕਮੇਟੀ ਅਤੇ ਸ਼੍ਰੋਮਣੀ ਅਕਾਲੀ ਦਲ, ਜਿਹੜੀਆਂ ਕਿ ਪੰਥਕ ਇੰਸਟੀਚੂਸ਼ਨ ਹਨ, ਤੇ ਆਪਣਾ ਪੂਰਾ ਕੰਟਰੋਲ ਕਰਨ ਦੇ ਬਾਅਦ, ਇੱਕ ਹੱਦ ਤਕ ਇਨ੍ਹਾਂ ਨੂੰ ਆਪਣੀਆਂ ਫ਼ੈਮਲੀ ਕਨਸਰਨ ਬਣਾ ਕੇ ਰਖ ਦਿੱਤਾ ਹੈ। ਕੈਪਟਿਨ ਅਮਰਿੰਦਰ ਸਿੰਘ ਦੇ ਸ਼ਬਦਾਂ ਵਿਚ ਜੇਕਰ ਕੋਈ ਸਿੱਖ ਨੇਤਾ ਸ੍ਰ. ਪ੍ਰਕਾਸ਼ ਸਿੰਘ ਬਾਦਲ ਦੀ ਲੀਡਰਸ਼ਿਪ ਨੂੰ ਨਹੀਂ ਮੰਨਦਾ, ਤਾਂ ਬਾਦਲ ਸਾਹਿਬ ਉਸ ਬਾਰੇ ਫ਼ਤਵਾ ਦੇ ਦਿੰਦੇ ਹਨ ਕਿ ਉਹ ਸੱਚਾ ਸਿੱਖ ਨਹੀਂ ਹੈ।[1] ਆਲੋਚਕ ਦੂਜਾ ਦੋਸ਼ ਇਹ ਲਾਉਂਦੇ ਹਨ ਕਿ ਅਕਾਲੀ ਲੀਡਰਸ਼ਿਪ ਨੇ ਅਕਾਲ ਤਖ਼ਤ ਅਤੇ ਹੋਰ ਤਖ਼ਤਾਂ ਦੇ ਜਥੇਦਾਰ ਸਾਹਿਬਾਨ ਨੂੰ ਸ਼੍ਰੋਮਣੀ ਗੁਰਦੁਆਰਾ ਪ੍ਰਬੰਧਕ ਕਮੇਟੀ ਦਾ ਇੱਕ ਕਰਮਚਾਰੀ ਬਣਾ ਕੇ ਰਖ ਦਿੱਤਾ ਹੈ। ਜਦੋਂ ਵੀ ਅਕਾਲੀ ਲੀਡਰਸ਼ਿਪ ਨੂੰ ਲਗਦਾ ਹੈ ਕਿ ਅਕਾਲ ਤਖ਼ਤ ਦੇ ਜਥੇਦਾਰ ਸਾਹਿਬ ਜਾਂ ਕਿਸੇ ਹੋਰ ਤਖ਼ਤ ਦੇ ਜਥੇਦਾਰ ਸਾਹਿਬ ਉਸ ਲਈ ਕੋਈ ਮੁਸ਼ਕਲ ਪੈਦਾ ਕਰ ਰਹੇ ਹਨ, ਤਾਂ ਅਕਾਲੀ ਲੀਡਰਸ਼ਿਪ ਜਥੇਦਾਰ ਸਾਹਿਬ ਦੀ ਛੁੱਟੀ ਕਰ ਦਿੰਦੀ ਹੈ। ਆਲੋਚਕ ਤੀਜਾ ਦੋਸ਼ ਇਹ ਲਾਉਂਦੇ ਹਨ ਕਿ ਸਾਡੇ ਅਕਾਲੀ ਨੇਤਾ ਕਹਿੰਦੇ ਹਨ — 'ਰਾਜ ਨਹੀਂ, ਸੇਵਾ'। ਪਰ ਅਸਲ ਵਿਚ ਇਹ ਅਕਾਲੀ ਨੇਤਾ *10* ਪ੍ਰਤਿਸ਼ਤ ਆਮ ਲੋਕਾਂ ਦੀ ਸੇਵਾ ਕਰਦੇ ਹਨ ਅਤੇ *90* ਪ੍ਰਤਿਸ਼ਤ ਆਪਣੇ ਅਤੇ ਆਪਣੇ ਪਰਿਵਾਰ ਦੇ ਫ਼ਾਇਦੇ ਲਈ ਸਿਆਸਤ ਕਰਦੇ ਹਨ। ਆਲੋਚਕ ਚੌਥਾ ਦੋਸ਼ ਇਹ ਲਾਉਂਦੇ ਹਨ ਕਿ ਸਾਡੇ ਸਿੱਖ ਨੇਤਾ, ਭਾਵੇਂ ਉਹ ਕਿਸੇ ਪਾਰਟੀ ਵਿਚ ਹੋਣ, ਜੇਕਰ ਉਹ ਬਿਜ਼ਨਿਸ ਮੈਨ ਹਨ, ਤਾਂ ਉਹ ਰਾਜਨੀਤੀ ਵਿਚ ਅਤੇ ਸਰਕਾਰ ਵਿਚ ਰਹਿੰਦੇ ਹੋਏ ਪਹਿਲਾਂ ਆਪਣੇ ਬਿਜ਼ਨਿਸ ਦੇ ਫ਼ਾਇਦੇ ਦੀ ਗੱਲ ਸੋਚਣਗੇ ਅਤੇ ਕਰਨਗੇ। ਇਸ ਲਈ ਅਜਿਹੇ ਸਿੱਖ ਨੇਤਾ ਸਿੱਖ ਪੰਥ ਦਾ ਕੁਝ ਨਹੀਂ ਸੰਵਾਰ ਸਕਣਗੇ। ਆਲੋਚਕ ਪੰਜਵਾਂ ਦੋਸ਼ ਇਹ ਲਾਉਂਦੇ ਹਨ ਕਿ ਸਾਡੇ ਸਿੱਖ ਨੇਤਾ ਵੱਖ ਵੱਖ ਦਲ ਬਣਾ ਕੇ ਵੱਖ ਵੱਖ ਮੰਜੀਆਂ ਲਾਈ ਬੈਠੇ ਹਨ। ਅਜਿਹੀ ਸਿਥਿਤੀ ਵਿਚ ਆਮ ਅਤੇ ਗਰੀਬ ਸਿੱਖਾਂ ਦਾ ਵਾਹਿਗੁਰੂ ਰਾਖਾ। ਪਹਿਲੀ ਨਜ਼ਰੇ ਇਨ੍ਹਾਂ ਦੋਸ਼ਾਂ ਵਿਚ ਵਜ਼ਨ ਜਾਪਦਾ ਹੈ। ਪਰ ਫਿਰ ਵੀ ਅਸੀਂ ਇਨ੍ਹਾਂ ਦੋਸ਼ਾਂ ਤੇ ਅੰਤਮ ਫੈਸਲਾ ਸਿੱਖ ਵਿਦਵਾਨਾਂ ਅਤੇ ਇਤਿਹਾਸਕਾਰਾਂ ਤੇ ਛਡਦੇ ਹਾਂ।

1. *The Times of India,* April 28, 2015, p.3

—

(4) ਸਿੱਖ ਨੇਤਾ ਕਦੋਂ ਗੁਰਸਿੱਖ ਕਹੇ ਜਾ ਸਕਦੇ ਹਨ ?

ਫਰੀਦਾ ਕੋਠੇ ਮੰਡਪ ਮਾੜੀਆ ਉਸਾਰੇਦੇ ਭੀ ਗਏ ॥
ਕੂੜਾ ਸਉਦਾ ਕਰਿ ਗਏ ਗੋਰੀ ਆਇ ਪਏ ॥੪੬॥
(ਪੰ. ੧੩੮੦)

ਅੱਜ ਸਾਰੇ ਦੇਸ਼ ਵਿਚ ਆਮ ਕਰ ਕੇ ਨੇਤਾਵਾਂ ਦੀ ਰਾਜਨੀਤੀ ਦਾ ਉਦੇਸ਼, ਭਾਵੇਂ ਉਹ ਕਿਸੇ ਪਾਰਟੀ ਦੇ ਹੋਣ, ਕੁਰਸੀ, ਪਰਿਵਾਰਵਾਦ ਅਤੇ ਪੈਸਾ ਹਥਿਆਉਣਾ ਹੈ । ਇਸ ਲਈ ਪ੍ਰਸ਼ਨ ਇਹ ਪੈਦਾ ਹੁੰਦਾ ਹੈ ਕਿ ਅੱਜ ਦੀ ਸਿਥਿਤੀ ਵਿਚ ਸਿੱਖ ਨੇਤਾਵਾਂ ਵਿਚੋਂ ਕਿਤਨੇ ਹਨ ਜਿਹੜੇ ਪੰਥ ਦੇ ਨਾਂ ਤੇ ਵੋਟਾਂ ਲੈਣ ਦੇ ਬਾਅਦ ਗੁਰੂ ਨਾਨਕ ਦੇਵ ਜੀ ਦੀ ਨੀਤੀ 'ਤੇਰਾ, ਤੇਰਾ' ਅਪਣਾਉਂਦੇ ਹਨ ?

ਇਹ ਉਚਿਤ ਹੋਵੇਗਾ ਕਿ ਏਥੇ ਅਸੀਂ ਇਹ ਵੇਖੀਏ ਕਿ ਗੁਰਬਾਣੀ ਵਿਚ ਸੰਸਾਰਕ ਪਦਾਰਥਾਂ ਦੀ ਪ੍ਰਾਪਤੀ ਲਈ ਲਗੀ ਹੋੜ ਸੰਬੰਧੀ ਕੀ ਕਿਹਾ ਗਿਆ ਹੈ ?

ਭਗਤ ਰਵਿਦਾਸ ਜੀ ਕਹਿੰਦੇ ਹਨ —

ਪ੍ਰਾਨੀ ਕਿਆ ਮੇਰਾ ਕਿਆ ਤੇਰਾ ॥ ਜੈਸੇ ਤਰਵਰ ਪੰਖਿ ਬਸੇਰਾ ॥ ੧ ॥ ਰਹਾਉ ॥
ਰਾਖਹੁ ਕੰਧ ਉਸਾਰਹੁ ਨੀਵਾਂ ॥ ਸਾਢੇ ਤੀਨਿ ਹਾਥ ਤੇਰੀ ਸੀਵਾਂ ॥੨॥ (ਪੰ. ੬੫੯)

ਪਦ ਅਰਥ : ਤਰਵਰ - ਰੁੱਖਾਂ (ਉਤੇ) । ਨੀਵਾਂ - ਨੀਹਾਂ । ਸੀਵਾਂ - ਸੀਮਾ, ਹੱਦ, ਵੱਧ ਤੋਂ ਵੱਧ ਥਾਂ ।

ਭਗਤ ਰਵਿਦਾਸ ਜੀ ਕਹਿੰਦੇ ਹਨ ਕਿ ਬੰਦਾ ਭੁੱਲ ਜਾਂਦਾ ਹੈ ਕਿ ਉਸ ਦਾ ਸੰਸਾਰ ਵਿਚ ਜੀਵਨ ਉਨ੍ਹਾਂ ਪੰਛੀਆਂ ਵਾਂਗ ਹੈ ਜਿਹੜੇ ਕਿ ਕੇਵਲ ਇੱਕ ਰਾਤ ਲਈ ਰੁੱਖਾਂ ਤੇ ਡੇਰਾ ਲਾਉਂਦੇ ਹਨ ਅਤੇ ਸਵੇਰ ਹੋਣ ਤੇ ਉਡ ਜਾਂਦੇ ਹਨ । ਇਸ ਦੇ ਉਲਟ, ਬੰਦਾ ਸੰਸਾਰ ਵਿਚ ਆ ਕੇ ਉੱਚੇ ਉੱਚੇ ਮਹਲ ਉਸਾਰਨ ਲਈ ਨੀਹਾਂ ਪੁਟਦਾ ਹੈ, ਇਨ੍ਹਾਂ ਨੀਹਾਂ ਤੇ ਕੰਧਾਂ ਉਸਾਰਦਾ ਹੈ ਅਤੇ ਇਨ੍ਹਾਂ ਤੇ ਉੱਚੇ ਉੱਚੇ ਮਹਲ ਖੜ੍ਹੇ ਕਰਦਾ ਹੈ । ਪਰ ਬੰਦੇ ਨੂੰ ਅਸਲੀਅਤ ਦਾ ਉਦੋਂ ਪਤਾ ਲਗਦਾ ਹੈ ਜਦੋਂ ਉਸ ਦੀ ਮੌਤ ਆ ਜਾਂਦੀ ਹੈ । ਉਦੋਂ ਉਸ ਦੇ ਮਿਰਤਕ ਸਰੀਰ ਦੇ ਅੰਤਮ ਸੰਸਕਾਰ ਲਈ ਉਸ ਨੂੰ ਵੱਧ ਤੋਂ ਵੱਧ ਕੇਵਲ ਸਾਢੇ ਤਿੰਨ ਹੱਥ ਥਾਂ ਦੀ ਲੋੜ ਹੁੰਦੀ ਹੈ ।

ਭਗਤ ਕਬੀਰ ਜੀ ਕਹਿੰਦੇ ਹਨ —

ਰੇ ਬਉਰੇ ਤੁਹਿ ਘਰੀ ਨ ਰਾਖੈ ਕੋਈ ॥

....

ਘਟ ਫੂਟੇ ਕੋਊ ਬਾਤ ਨ ਪੂਛੈ ਕਾਢਹੁ ਕਾਢਹੁ ਹੋਈ ॥੨॥ (ਪੰ. ੪੭੮)

ਪਦ ਅਰਥ : ਘਟ - ਸਰੀਰ

ਭਗਤ ਕਬੀਰ ਜੀ ਕਹਿੰਦੇ ਹਨ ਕਿ ਜਦੋਂ ਬੰਦੇ ਨੂੰ ਮੌਤ ਆਉਂਦੀ ਹੈ, ਤਾਂ ਉਸ ਦੇ ਪਰਿਵਾਰ ਦੇ ਜੀਅ, ਜਿਨ੍ਹਾਂ ਲਈ ਉਸ ਨੇ ਕੀ ਕੁਝ ਨਹੀਂ ਕੀਤਾ ਹੁੰਦਾ, ਉਸ ਦੇ ਮਿਰਤਕ ਸਰੀਰ ਨੂੰ ਇੱਕ ਘੜੀ ਵੀ ਘਰ ਵਿਚ ਰਖਣਾ ਨਹੀਂ ਚਾਹੁੰਦੇ । ਉਹ ਉਸ ਦੇ ਮਿਰਤਕ ਸਰੀਰ ਨੂੰ ਛੇਤੀ ਤੋਂ ਛੇਤੀ ਘਰ ਤੋਂ ਕਢ ਕੇ ਉਸ ਦਾ ਅੰਤਮ ਸੰਸਕਾਰ ਕਰ ਕੇ ਵਿਹਲੇ ਹੋਣਾ ਚਾਹੁੰਦੇ ਹਨ ।

ਗੁਰੂ ਤੇਗ ਬਹਾਦਰ ਜੀ ਕਹਿੰਦੇ ਹਨ —

ਰਾਮੁ ਗਇਓ ਰਾਵਨੁ ਗਇਓ ਜਾ ਕਉ ਬਹੁ ਪਰਵਾਰੁ ॥

ਕਹੁ ਨਾਨਕ ਥਿਰੁ ਕਛੁ ਨਹੀ ਸੁਪਨੇ ਜਿਉ ਸੰਸਾਰੁ ॥ ੫੦ ॥ (ਪੰ. ੧੪੨੮)

ਗੁਰਬਾਣੀ ਵਿਚ ਕਿਹਾ ਗਿਆ ਹੈ —

ਘਾਲਿ ਖਾਇ ਕਿਛੁ ਹਥਹੁ ਦੇਇ ॥

ਨਾਨਕ ਰਾਹੁ ਪਛਾਣਹਿ ਸੇਇ ॥੧॥

(ਰਾਗੁ ਸਾਰਗ ਕੀ ਵਾਰ, ਸਲੋਕ ਮ. ੧, ਪੰ. ੧੨੪੫)

ਗੁਰਬਾਣੀ ਵਿਚ ਕਿਹਾ ਗਿਆ ਹੈ —

ਇਸੁ ਜਰ ਕਾਰਣਿ ਘਣੀ ਵਿਗੁਤੀ ਇਨਿ ਜਰ ਘਣੀ ਖੁਆਈ ॥

ਪਾਪਾ ਬਾਝਹੁ ਹੋਵੈ ਨਾਹੀ ਮੁਇਆ ਸਾਥਿ ਨ ਜਾਈ ॥

(ਰਾਗੁ ਆਸਾ ਮ. ੧, ਪੰ. ੪੧੭)

ਪਦ ਅਰਥ : ਜਰ ਕਾਰਣਿ - ਧਨ ਦੀ ਖਾਤਰ । ਘਣੀ - ਬਹੁਤ ਲੋਕ । ਵਿਗੁਤੀ - ਖੁਆਰ ਹੋ ਰਹੇ ਹਨ । ਇਨਿ ਜਰ - ਇਸ ਧਨ ਨੇ । ਖੁਆਈ - ਖੁਆਰ ਕੀਤਾ ਹੈ ।

ਅਰਥ : ਇਸ ਧਨ ਖਾਤਰ ਬਹੁਤ ਲੋਕ ਖੁਆਰ ਹੁੰਦੇ ਹਨ । ਇਸ ਧਨ ਨੇ ਬਹੁਤ ਲੋਕਾਂ ਨੂੰ ਖੁਆਰ ਕੀਤਾ ਹੈ । ਇਹ ਦੌਲਤ ਪਾਪਾਂ ਤੋਂ ਬਿਨਾਂ ਇਕੱਠੀ ਨਹੀਂ ਹੁੰਦੀ । ਪਰ ਜਦੋਂ ਮਨੁੱਖ ਨੂੰ ਮੌਤ ਆਉਂਦੀ ਹੈ, ਤਾਂ ਪਾਪਾਂ ਨਾਲ ਇਕੱਠੀ ਕੀਤੀ ਉਸ ਦੀ ਕਮਾਈ ਉਸ ਦੇ ਨਾਲ ਨਹੀਂ ਜਾਂਦੀ । ਇਹ ਏਥੇ ਹੀ ਰਹਿ ਜਾਂਦੀ ਹੈ ।

ਗੁਰਬਾਣੀ ਵਿਚ ਫਿਰ ਕਿਹਾ ਗਿਆ ਹੈ —

ਬਾਬਾ ਮਾਇਆ ਸਾਥਿ ਨ ਹੋਇ ॥

ਇਨਿ ਮਾਇਆ ਜਗੁ ਮੋਹਿਆ ਵਿਰਲਾ ਬੂਝੈ ਕੋਇ ॥ ਰਹਾਉ ॥

(ਰਾਗੁ ਸੋਰਠਿ ਮ. ੧, ਪੰ. ੫੯੫)

ਅਰਥ : ਹੇ ਭਾਈ ! ਇਸ ਸੰਸਾਰ ਤੋਂ ਜਾਣ ਦੇ ਵਕਤ ਮਾਇਆ ਮਨੁੱਖ ਦੇ ਨਾਲ ਨਹੀਂ ਜਾਂਦੀ । (ਇਹ ਗੱਲ ਹਰ ਮਨੁੱਖ ਨੂੰ ਪਤਾ ਹੈ) ਫਿਰ ਵੀ ਇਸ ਮਾਇਆ ਨੇ ਸਾਰੇ ਜਗਤ ਨੂੰ ਆਪਣੇ ਵਸ ਵਿਚ ਕਰ ਰਖਿਆ ਹੈ । ਕੋਈ ਵਿਰਲਾ ਮਨੁੱਖ ਹੀ ਇਸ ਸਚਾਈ ਨੂੰ ਸਮਝਦਾ ਹੈ ।

ਪ੍ਰਿੰਸੀਪਲ ਤੇਜਾ ਸਿੰਘ ਨੇ ਆਪਣੀ ਪੁਸਤਕ *Essays in Sikhism* (1988), ਪੰਨੇ 89 ਤੇ ਕਿਹਾ ਹੈ - 'After Maharaja Ranjit Singh, when kingship became a thing of jewels and clothes, Sikhism too, with the higher classes, became a mere fashion of the turban and the beard, ...'

ਅੱਜ ਸਾਡੇ ਸਾਹਮਣੇ ਪ੍ਰਸ਼ਨ ਇਹ ਪੈਦਾ ਹੁੰਦਾ ਹੈ ਕਿ ਅੱਜ ਦੇ ਸਾਡੇ ਧਨਵਾਨ ਰਾਜਸੀ ਸਿੱਖ

ਨੇਤਾਵਾਂ ਵਿਚੋਂ ਕਿਤਨੇ ਹਨ ਜਿਨ੍ਹਾਂ ਦੀ ਸਿਥਿਤੀ ਗੁਰਸਿੱਖ ਹੋਣ ਦੇ ਪੱਖ ਤੋਂ ਮਹਾਰਾਜਾ ਰਣਜੀਤ ਸਿੰਘ ਦੀ ਮੌਤ ਦੇ ਬਾਅਦ ਪੈਦਾ ਹੋਈ ਸਿਥਿਤੀ ਨਾਲ ਮਿਲਦੀ ਜੁਲਦੀ ਹੈ ? ਅੱਜ ਦੇ ਸਾਡੇ ਧਨਵਾਨ ਰਾਜਸੀ ਸਿੱਖ ਨੇਤਾਵਾਂ ਵਿਚੋਂ ਕਿਤਨੇ ਹਨ ਜਿਹੜੇ ਆਪਣੇ ਪਰਿਵਾਰ ਦੇ ਕਿਸੇ ਜੀਅ ਦੇ ਵਿਆਹ ਤੇ ਕਰੋੜਾਂ ਰੁਪਏ ਖ਼ਰਚ ਕੇ ਆਪਣੀ ਦੌਲਤ ਦੀ ਨੁਮਾਇਸ਼ ਕਰਨਾ ਜ਼ਰੂਰੀ ਸਮਝਦੇ ਹਨ? ਅਜਿਹੇ ਧਨਵਾਨ ਰਾਜਸੀ ਸਿੱਖ ਨੇਤਾਵਾਂ ਦੀ ਭਾਈ ਲਾਲੋ ਵਰਗੇ ਗਰੀਬ ਸਿੱਖਾਂ ਨਾਲ ਕੋਈ ਸਾਂਝ ਨਹੀਂ ਹੋ ਸਕਦੀ। ਇਸ ਤੇ ਗੰਭੀਰਤਾ ਨਾਲ ਵਿਚਾਰ ਕਰਨ ਦੀ ਲੋੜ ਹੈ।

ਸਿੱਖ ਰਹਿਤ ਮਰਯਾਦਾ, ਪ੍ਰਕਾਸ਼ਕ ਧਰਮ ਪ੍ਰਚਾਰ ਕਮੇਟੀ, ਸ਼੍ਰੋਮਣੀ ਗੁਰਦੁਆਰਾ ਪ੍ਰਬੰਧਕ ਕਮੇਟੀ, ਅੰਮ੍ਰਿਤਸਰ (੨੦੦੫) ਦੇ ਪੰਨੇ ੨੦ ਤੇ ਕਿਹਾ ਗਿਆ ਹੈ — (ਙ) ਸਿੱਖ ਭੰਗ, ਅਫੀਮ, ਸ਼ਰਾਬ, ਤਮਾਕੂ ਆਦਿ ਨਸ਼ੇ ਨਾ ਵਰਤੇ। ਅਮਲ ਪ੍ਰਸ਼ਾਦੇ ਦਾ ਹੀ ਰੱਖੇ। ਸਿੱਖ ਰਹਿਤ ਮਰਯਾਦਾ ਦੇ ਪੰਨਾ ੩੧ ਤੇ ਕਿਹਾ ਗਿਆ ਹੈ ਕਿ ਕੋਈ ਨਸ਼ਾ (ਭੰਗ, ਅਫ਼ੀਮ, ਸ਼ਰਾਬ, ਪੋਸਤ, ਕੁਕੀਨ, ਆਦਿ) ਵਰਤਣ ਵਾਲਾ ਤਨਖਾਹੀਆ ਸਮਝਿਆ ਜਾਵੇਗਾ। ਇਸ ਰਹਿਤ ਮਰਯਾਦਾ ਦੀ ਰੋਸ਼ਨੀ ਵਿਚ ਪ੍ਰਸ਼ਨ ਇਹ ਪੈਦਾ ਹੁੰਦਾ ਹੈ ਕਿ ਸਾਡੇ ਅੱਜ ਦੇ ਸਿਆਸੀ ਸਿੱਖ ਨੇਤਾਵਾਂ ਵਿਚੋਂ ਕਿਤਨੇ ਹਨ ਜਿਹੜੇ ਸ਼ਰਾਬ ਆਦਿ ਦਾ ਨਸ਼ਾ ਨਹੀਂ ਕਰਦੇ ? ਜੁਲਾਈ, 2010 ਦੀ ਗੱਲ ਹੈ। ਪੰਜਾਬ ਵਿਚ ਬਾਰਸ਼ਾਂ ਕਰਕੇ ਆਏ ਹੜ੍ਹਾਂ ਨਾਲ ਕਈ ਪਿੰਡ ਪਾਣੀ ਵਿਚ ਡੁੱਬੇ ਹੋਏ ਸਨ। ਹੜ੍ਹਾਂ ਦੀ ਮਾਰ ਵਿਚ ਆਏ ਇਨ੍ਹਾਂ ਪਿੰਡਾਂ ਵਿਚ ਹਾ-ਹਾ-ਕਾਰ ਮਚੀ ਹੋਈ ਸੀ। ਪਰ ਪੰਜਾਬ ਦੇ ਸਾਡੇ ਕੁਝ ਐਮ.ਐਲ.ਏ. ਅਜਿਹੇ ਵੀ ਸਨ ਜਿਨ੍ਹਾਂ ਨੂੰ ਪੰਜਾਬ ਵਿਚ ਹੜ੍ਹਾਂ ਵਿਚ ਫਸੇ ਪੇਂਡੂ ਲੋਕਾਂ ਦੀ ਕੋਈ ਚਿੰਤਾ ਨਹੀਂ ਸੀ। ਸਗੋਂ ਪੰਜਾਬ ਦੇ ਕੁਝ ਐਮ.ਐਲ.ਏਜ਼. ਦੀ ਇੱਕ ਕਮੇਟੀ, ਜਿਸ ਦੇ ਚੇਅਰਮੈਨ ਪੰਜਾਬ ਵਿਧਾਨ ਸਭਾ ਦੇ ਸਪੀਕਰ (ਅਕਾਲੀ ਨੇਤਾ) ਸ੍ਰ. ਨਿਰਮਲ ਸਿੰਘ ਕਾਹਲੋਂ ਸਨ, ਜੁਲਾਈ 2010 ਵਿਚ ਸਕਾਟਲੈਂਡ ਦੇ ਦੌਰੇ ਤੇ ਸਰਕਾਰੀ ਖ਼ਰਚ ਤੇ ਇਹ ਵੇਖਣ ਲਈ ਚਲੀ ਗਈ ਕਿ ਸਕਾਟਲੈਂਡ ਵਿਚ ਸਕਾਚ (scotch) ਵਿਸਕੀ ਕਿਸ ਤਰ੍ਹਾਂ ਬਣਦੀ ਅਤੇ ਤਿਆਰ ਹੁੰਦੀ ਹੈ। ਉਸ ਵਕਤ ਪੰਜਾਬ ਦੇ ਮੁੱਖ ਮੰਤਰੀ ਸ੍ਰ. ਪ੍ਰਕਾਸ਼ ਸਿੰਘ ਬਾਦਲ ਸਨ। ਸ੍ਰ. ਸੁਖਬੀਰ ਸਿੰਘ ਬਾਦਲ ਪੰਜਾਬ ਦੇ ਉਪ ਮੁੱਖ ਮੰਤਰੀ ਸਨ। ਨਿਸ਼ਚੇ ਹੀ ਇਨ੍ਹਾਂ ਦੋਹਾਂ ਵਿਚੋਂ ਘੱਟੋ ਘੱਟ ਇੱਕ ਦੀ ਸਰਪ੍ਰਸਤੀ ਜਾਂ ਰਜ਼ਾਮੰਦੀ ਤੋਂ ਬਿਨਾਂ ਸ੍ਰ. ਨਿਰਮਲ ਸਿੰਘ ਕਾਹਲੋਂ ਦੀ ਕਮੇਟੀ ਦੀ ਸਕਾਟਲੈਂਡ ਦੀ ਸਰਕਾਰੀ ਖ਼ਰਚੇ ਤੇ ਯਾਤਰਾ ਸੰਭਵ ਨਹੀਂ ਸੀ। ਇਹ ਹੋ ਸਕਦਾ ਹੈ ਕਿ ਸ੍ਰ. ਨਿਰਮਲ ਸਿੰਘ ਕਾਹਲੋਂ ਦੀ ਕਮੇਟੀ ਨੂੰ ਸਕਾਟਲੈਂਡ ਵਿਚ ਸਕਾਚ ਵਿਸਕੀ ਤਿਆਰ ਕਰਨ ਸੰਬੰਧੀ ਮਿਲੀ ਜਾਣਕਾਰੀ ਤੋਂ ਬਾਦਲ ਸਰਕਾਰ ਪੰਜਾਬ ਵਿਚ ਸਕਾਚ ਵਿਸਕੀ ਤਿਆਰ ਕਰਨ ਦੀ ਗੱਲ ਸੋਚਦੀ ਹੋਵੇ ਜਿਸ ਨਾਲ ਪੰਜਾਬ ਦੀ ਆਮਦਨੀ ਵਿਚ ਵਾਧਾ ਹੋ ਸਕਦਾ ਹੋਵੇ। ਸ਼ਾਇਦ ਬਾਦਲ ਸਰਕਾਰ ਕਿਸੇ ਵਕਤ ਇਹ ਵੀ ਕਹੇ ਕਿ ਪੰਜਾਬ ਵਿਚ ਸਕਾਚ ਵਰਗੀ ਵਧੀਆ ਸ਼ਰਾਬ ਤਿਆਰ ਕਰਨ ਦਾ ਮਾਮਲਾ ਪੰਜਾਬ ਦੇ ਆਰਥਿਕ ਫ਼ਾਇਦੇ ਦਾ ਮਾਮਲਾ ਹੈ। ਇਸ ਮਾਮਲੇ ਦਾ ਸਿੱਖ ਧਰਮ ਨਾਲ ਕੋਈ ਸੰਬੰਧ ਨਹੀਂ ਹੋ ਸਕਦਾ। ਕੀ ਸਕਾਚ ਵਿਸਕੀ ਦੀ ਸਪਲਾਈ ਪੰਜਾਬ ਦੇ ਜੁਆਨ ਸਿੱਖ ਵਰਗ ਦਾ ਹੋਰ ਨੁਕਸਾਨ ਨਹੀਂ ਕਰੇਗੀ ਜਿਹੜਾ ਪਹਿਲਾਂ ਹੀ ਨਸ਼ਿਆਂ ਦਾ ਸ਼ਿਕਾਰ ਹੋ ਰਿਹਾ ਹੈ ? ਕੀ ਇਹ ਕੁਝ ਸਿੱਖ ਮਰਯਾਦਾ ਦੀ ਉਲੰਘਣਾ ਨਹੀਂ ਜਿਸ ਵਿਚ ਨਸ਼ਿਆਂ ਦੀ ਵਰਤੋਂ ਕਰਨ ਦੀ ਮਨਾਹੀ ਕੀਤੀ ਗਈ ਹੈ ?

ਪੰਜਾਬ ਦੀ ਟ੍ਰਿਬਿਊਨ ਅਖ਼ਬਾਰ ਨੇ ਵੀ ਸ੍ਰ. ਨਿਰਮਲ ਸਿੰਘ ਕਾਹਲੋਂ ਕਮੇਟੀ ਦੀ ਸਕਾਟਲੈਂਡ ਯਾਤਰਾ ਦੀ ਆਲੋਚਨਾ ਕੀਤੀ ਹੈ ।[1]

AIIMS ਦੁਆਰਾ ਕੀਤੀ ਗਈ ਸਟੱਡੀ ਦੇ ਬਾਅਦ 2016 ਵਿਚ ਦਿੱਤੀ ਗਈ ਰਿਪੋਰਟ ਅਨੁਸਾਰ ਪੰਜਾਬ ਵਿਚ ਹਰ ਸਾਲ 7,5000 ਕਰੋੜ ਰੁਪਿਆਂ ਦੇ ਮੁੱਲ ਦੇ ਨਸ਼ਿਆਂ ਦੀ ਖਪਤ ਹੋ ਰਹੀ ਹੈ ।[2] ਜੇਕਰ ਇਹ ਸਚ ਹੈ, ਤਾਂ 2016 ਵਿਚ ਪੰਜਾਬ ਵਿਚ ਸ੍ਰ. ਪ੍ਰਕਾਸ਼ ਸਿੰਘ ਬਾਦਲ ਦੀ ਸਰਕਾਰ ਹੋਣ ਕਰਕੇ ਬਾਦਲ ਸਾਹਿਬ ਪੰਜਾਬ ਦੇ ਸਿੱਖਾਂ ਨੂੰ ਨਸ਼ਿਆਂ ਤੋਂ ਬੱਚਾ ਨਾ ਸਕਣ ਦੀ ਜ਼ਿੰਮੇਵਾਰੀ ਤੋਂ ਬਚ ਨਹੀਂ ਸਕਦੇ ।

ਜਸਵੰਤ ਸਿੰਘ ਕੰਵਲ ਆਪਣੀ ਪੁਸਤਕ, ਪੰਜਾਬੀਓ ! ਜੀਣਾ ਹੈ ਕਿ ਮਰਨਾ (2008) ਦੇ ਪੰਨੇ 14 ਤੇ ਕਹਿੰਦੇ ਹਨ, 'ਇਹ ਤਾਰੀਖੀ ਸੱਚ ਐ, ਰਾਜਸੀ ਲੀਡਰਾਂ ਦਾ ਕੋਈ ਦੀਨ ਈਮਾਨ ਨਹੀਂ ਹੁੰਦਾ । ਬਸ ਰਾਜ ਗੱਦੀਆਂ ਹੀ ਮੁਖ ਨਿਸ਼ਾਨਾ ਹੁੰਦਾ ਏ ; ਭਾਵੇਂ ਜਿੰਨੀਆਂ ਮਰਜ਼ੀ ਗਦਾਰੀਆਂ ਤੇ ਅੰਗੂਠੇ ਲਵਾ ਲਵੋ ।'

—

1.   **Irresponsible outing : Punjab MLAs off to Scotland :**
        At a time when large parts of Punjab are under flood waters and the victims need urgent relief, a team of MLAs has left for Scotland — ostensibly to study the process of Scotch making. It would have been understandable had they gone to Delhi to press the Centre for compensation for the flood damage in the state, estimated at Rs 480 crore. Their foreign trip rather weakens the state's case for relief. If the state wastes public money on such activities as sending MLAs abroad to help them escape the sultry weather here, why should the Centre come to the rescue of the state ?
        Reports say the Finance Department has refused to give them advance money to fund the trip. But if they have the blessings of the Punjab Chief Minister or the Deputy Chief Minister, which is quite likely, then the Finance Department would have to foot the bill even if Mr Manpreet Singh Badal has any reservations. He falls in line when required........
                        The Tribune, Chandigarh, July 3, 2010, p.8.
2.   A new study by AIIMS, Delhi, has found that apioids worth Rs. 7.5000 crore are consumed in Punjab every year. Of these, heroin's share is a massive Rs. 6,500 Crore.
                        The Time of India, Chandigarh, January 15,2016, p.1.

(5) ਅਕਾਲ ਤਖ਼ਤ ਦੇ ਜਥੇਦਾਰ ਸਾਹਿਬ ਦੁਆਰਾ ਸ੍ਰ. ਪ੍ਰਕਾਸ਼ ਸਿੰਘ ਬਾਦਲ ਨੂੰ ਪੰਥ ਰਤਨ ਫ਼ਖ਼ਰੇ ਕੌਮ ਦੀ ਪਦਵੀ ਪ੍ਰਦਾਨ ਕਰਨ ਦੀ ਉਚਿਤਤਾ

ਸੋਮਵਾਰ, ਦਸੰਬਰ 5, 2011 ਨੂੰ ਅਕਾਲ ਤਖ਼ਤ ਸਾਹਿਬ ਦੇ ਜਥੇਦਾਰ ਸਿੰਘ ਸਾਹਿਬ ਗਿਆਨੀ ਗੁਰਬਚਨ ਸਿੰਘ ਜੀ ਨੇ ਸ੍ਰ. ਪ੍ਰਕਾਸ਼ ਸਿੰਘ ਬਾਦਲ ਨੂੰ ਪੰਥ ਰਤਨ ਫ਼ਖ਼ਰੇ ਕੌਮ ਦੀ ਪਦਵੀ ਪ੍ਰਦਾਨ ਕੀਤੀ। ਇਸ ਸੰਬੰਧ ਵਿਚ ਸ੍ਰ. ਪ੍ਰਕਾਸ਼ ਸਿੰਘ ਬਾਦਲ ਸਾਹਿਬ ਦੇ ਸਮਰਥਕ ਅਤੇ ਆਲੋਚਕ ਕੀ ਕਹਿੰਦੇ ਹਨ ? ਇਸ ਤੇ ਵਿਚਾਰ ਕਰਨਾ ਉਚਿਤ ਹੋਵੇਗਾ।

1. ਬਾਦਲ ਸਾਹਿਬ ਦੇ ਸਮਰਥਕ ਇਸ ਕਾਰਜ ਨੂੰ ਉਚਿਤ ਠਹਿਰਾਉਂਦੇ ਹਨ। ਸਮਰਥਕ ਕਹਿੰਦੇ ਹਨ ਕਿ ਸ੍ਰ. ਪ੍ਰਕਾਸ਼ ਸਿੰਘ ਬਾਦਲ ਸੋਮਵਾਰ, ਦਸੰਬਰ 5, 2011 ਨੂੰ, ਜਿਸ ਦਿਨ ਉਨ੍ਹਾਂ ਨੂੰ ਪੰਥ ਰਤਨ ਫ਼ਖ਼ਰੇ ਕੌਮ ਦੀ ਪਦਵੀ ਪ੍ਰਦਾਨ ਕੀਤੀ ਗਈ ਸੀ, ਪੰਜਾਬ ਦੇ ਮੁੱਖ ਮੰਤਰੀ ਸਨ। ਕੇਵਲ ਇਹ ਹੀ ਨਹੀਂ। ਉਸ ਦਿਨ ਸ਼੍ਰੋਮਣੀ ਗੁਰਦੁਆਰਾ ਪ੍ਰਬੰਧਕ ਕਮੇਟੀ ਅਤੇ ਸ਼੍ਰੋਮਣੀ ਅਕਾਲੀ ਦਲ ਪੂਰੀ ਤਰ੍ਹਾਂ ਨਾਲ ਸ੍ਰ. ਪ੍ਰਕਾਸ਼ ਸਿੰਘ ਬਾਦਲ ਦੇ ਹੱਥ ਵਿਚ ਸਨ, ਕੰਟਰੋਲ ਵਿਚ ਸਨ, ਅਧੀਨ ਸਨ। **ਅਜਿਹੀ ਸਿਥਿਤੀ ਵਿਚ ਸ੍ਰ. ਪ੍ਰਕਾਸ਼ ਸਿੰਘ ਬਾਦਲ ਪੰਥ ਦੇ ਨਿਰਵਿਵਾਦ ਸੁਪਰੀਮ ਸਿੱਖ ਨੇਤਾ ਕਹੇ ਜਾ ਸਕਦੇ ਸਨ।** ਇਸ ਲਈ ਅਕਾਲ ਤਖ਼ਤ ਦੇ ਜਥੇਦਾਰ ਸਾਹਿਬ ਦੁਆਰਾ ਪੰਥ ਦੇ ਨਿਰਵਿਵਾਦ ਸੁਪਰੀਮ ਸਿੱਖ ਨੇਤਾ ਸ੍ਰ. ਪ੍ਰਕਾਸ਼ ਸਿੰਘ ਬਾਦਲ ਨੂੰ ਪੰਥ ਰਤਨ ਫ਼ਖ਼ਰੇ ਕੌਮ ਦੀ ਪਦਵੀ ਪ੍ਰਦਾਨ ਕਰਨੀ ਉਚਿਤ ਸੀ। ਪਰ ਬਾਦਲ ਸਾਹਿਬ ਦੇ ਆਲੋਚਕ ਕਹਿੰਦੇ ਹਨ ਕਿ ਸੋਮਵਾਰ, ਦਸੰਬਰ 5, 2011 ਵਾਲੇ ਦਿਨ, ਜਦੋਂ ਉਨ੍ਹਾਂ ਨੂੰ ਪੰਥ ਰਤਨ ਫ਼ਖ਼ਰੇ ਕੌਮ ਦੀ ਪਦਵੀ ਪ੍ਰਦਾਨ ਕੀਤੀ ਗਈ ਸੀ, ਬਾਦਲ ਸਾਹਿਬ ਚੋਣ ਜਿੱਤ ਕੇ ਚੌਥੀ ਵਾਰ ਪੰਜਾਬ ਦੇ ਮੁੱਖ ਮੰਤਰੀ ਦੀ ਕੁਰਸੀ ਤੇ ਬੈਠੇ ਹੋਏ ਸਨ। ਉਨ੍ਹਾਂ ਨੇ ਚਾਰ ਵਾਰ ਮੁੱਖ ਮੰਤਰੀ ਬਣਨ ਦਾ ਅਨੁਚਿਤ ਫ਼ਾਇਦਾ ਉਠਾਉਂਦੇ ਹੋਏ ਸ਼੍ਰੋਮਣੀ ਗੁਰਦੁਆਰਾ ਪ੍ਰਬੰਧਕ ਕਮੇਟੀ ਅਤੇ ਸ਼੍ਰੋਮਣੀ ਅਕਾਲੀ ਦਲ ਤੇ ਆਪਣਾ ਪੂਰਾ ਕਬਜ਼ਾ ਕਰ ਲਿਆ ਸੀ। ਆਲੋਚਕ ਕਹਿੰਦੇ ਹਨ ਕਿ ਸਾਰੇ ਭਾਰਤ ਵਿਚ ਚੋਣਾਂ ਭ੍ਰਿਸ਼ਟਾਚਾਰ ਦਾ ਅਖਾੜਾ ਬਣ ਚੁੱਕੀਆਂ ਹਨ। ਅੱਜ ਚੋਣਾਂ ਪੈਸੇ ਦੀ ਖੇਡ ਹਨ। ਵੋਟਰਾਂ ਦੇ ਸਾਹਮਣੇ ਕਿਸੇ ਜਜ਼ਬਾਤੀ ਮੁੱਦੇ ਨੂੰ ਉਛਾਲ ਕੇ ਉਨ੍ਹਾਂ ਦੀਆਂ ਵੋਟਾਂ ਹਾਸਲ ਕਰਨ ਦੀ ਹੁਸ਼ਿਆਰੀ ਦੀ ਲੋੜ ਹੈ। ਇਸ ਤਰ੍ਹਾਂ ਹੀ ਬਾਦਲ ਸਾਹਿਬ ਵੀ ਪੰਥ ਦਾ ਨਾਂ ਲੈ ਲੈ ਕੇ ਸਿੱਖ ਵੋਟਰਾਂ ਦੀਆਂ ਵੋਟਾਂ ਹਾਸਲ ਕਰ ਕੇ ਪੰਜਾਬ ਦੇ ਚੌਥੀ ਵਾਰ ਮੁੱਖ ਮੰਤਰੀ ਬਣ ਗਏ ਅਤੇ ਸ਼੍ਰੋਮਣੀ ਗੁਰਦੁਆਰਾ ਪ੍ਰਬੰਧਕ ਕਮੇਟੀ ਅਤੇ ਸ਼੍ਰੋਮਣੀ ਅਕਾਲੀ ਦਲ ਤੇ ਆਪਣਾ ਪੂਰਾ ਕਬਜ਼ਾ ਕਰ ਲਿਆ। ਇਹ ਕੁਝ ਕਰਨ ਵਿਚ ਬਾਦਲ ਸਾਹਿਬ ਨੇ ਅਤੇ ਉਨ੍ਹਾਂ ਦੇ ਪਰਿਵਾਰ ਨੇ ਨਾ ਤਾਂ ਪੰਥ ਦੀ ਖ਼ਾਤਰ ਕੋਈ ਸ਼ਹੀਦੀ ਦਿੱਤੀ ਹੈ ਅਤੇ ਨਾ ਹੀ ਕੋਈ ਕੁਰਬਾਨੀ ਦਿੱਤੀ ਹੈ।

ਇਸ ਲਈ ਸਿੱਖ ਧਰਮ ਦੇ ਕਿਸੇ ਵੀ ਮਾਪ-ਦੰਡ ਨਾਲ ਸ੍ਰ. ਪ੍ਰਕਾਸ਼ ਸਿੰਘ ਬਾਦਲ ਨੂੰ ਸਿੱਖ ਪੰਥ ਦਾ ਨਿਰਵਿਵਾਦ ਸੁਪਰੀਮ ਸਿੱਖ ਨੇਤਾ ਕਹਿਣਾ ਉਚਿਤ ਨਹੀਂ ਹੋਵੇਗਾ। ਇਸ ਕਰਕੇ ਸ੍ਰ. ਪ੍ਰਕਾਸ਼ ਸਿੰਘ ਬਾਦਲ ਦੇ ਆਲੋਚਕ ਉਨ੍ਹਾਂ ਦੇ ਵਿਰੁੱਧ ਆਰੋਪ ਲਾਉਂਦੇ ਹਨ ਕਿ ਉਨ੍ਹਾਂ ਦੇ ਰਾਜਨੀਤਿਕ ਜੀਵਨ ਦਾ ਉਦੇਸ਼ ਪੰਜਾਬ ਦੇ ਮੁੱਖ ਮੰਤਰੀ ਦੀ ਕੁਰਸੀ ਹਾਸਲ ਕਰਨਾ ਹੀ ਰਿਹਾ ਹੈ। ਇਸ ਦੇ ਉਲਟ, ਬਾਦਲ ਸਾਹਿਬ ਦੇ ਸਮਰਥਕ ਕਹਿੰਦੇ ਹਨ ਕਿ ਭਾਰਤ ਵਿਚ ਅੱਜ ਦੇ ਦਿਨ ਲਗ-ਭਗ ਹਰ ਸਿਆਸਤਦਾਨ ਦੇ ਜੀਵਨ ਦਾ ਉਦੇਸ਼, ਕੁਝ ਨੂੰ ਛੱਡ ਕੇ, ਹਰ ਕੀਮਤ ਤੇ ਕੁਰਸੀ ਹਾਸਲ ਕਰਨਾ ਹੈ। ਇਸ ਲਈ ਬਾਦਲ ਸਾਹਿਬ ਨੂੰ ਇਸ ਮਾਮਲੇ ਵਿਚ ਦੋਸ਼ੀ ਨਹੀਂ ਠਹਿਰਾਇਆ ਜਾ ਸਕਦਾ।

2. ਬਾਦਲ ਸਾਹਿਬ ਦੇ ਸਮਰਥਕ ਕਹਿੰਦੇ ਹਨ ਕਿ **ਬਾਦਲ ਸਾਹਿਬ ਨੇ ਪੰਥ ਦੀ ਸੇਵਾ ਕਰਦੇ ਹੋਏ ਸਭ ਤੋਂ ਵੱਧ ਜੇਲ ਕਟੀ ਹੈ।** ਪਰ ਬਾਦਲ ਸਾਹਿਬ ਦੇ ਆਲੋਚਕ ਕਹਿੰਦੇ ਹਨ ਕਿ ਬਾਦਲ ਸਾਹਿਬ ਨੂੰ ਜੇਲ ਵਿਚ ਉਹ ਸਹੂਲਤਾਂ ਮਿਲਦੀਆਂ ਰਹੀਆਂ ਹਨ ਜਿਹੜੀਆਂ ਕਿ ਇੱਕ ਆਮ ਸਾਧਾਰਨ ਸਿੱਖ ਨੂੰ ਜੇਲ ਤੋਂ ਬਾਹਰ ਰਹਿ ਕੇ ਵੀ ਨਹੀਂ ਮਿਲਦੀਆਂ। ਆਲੋਚਕ ਇਹ ਵੀ ਕਹਿੰਦੇ ਹਨ ਕਿ ਅੱਜ ਦੀ ਸਿੱਖ ਰਾਜਨੀਤੀ ਵਿਚ ਪੰਥ ਲਈ ਜਾਨਾਂ ਕੁਰਬਾਨ ਕਰਨ ਵਾਲਿਆਂ ਦੀ ਕਿਧਰੇ ਵੀ ਕੋਈ ਪੁੱਛ-ਪ੍ਰਤੀਤ ਨਹੀਂ, ਜਦੋਂ ਕਿ ਬਾਦਲ ਸਾਹਿਬ ਨੇ ਆਪਣੇ ਸਾਰੇ ਰਾਜਨੀਤਿਕ ਜੀਵਨ ਵਿਚ **ਕਿਸੇ ਵੀ ਅਜਿਹੀ ਥਾਂ ਤੇ ਪੈਰ ਨਹੀਂ ਰਖਿਆ ਜਿਥੇ ਉਨ੍ਹਾਂ ਦੀ ਜਾਨ ਨੂੰ ਖ਼ਤਰਾ ਹੋਵੇ।**

3. ਆਲੋਚਕ ਕਹਿੰਦੇ ਹਨ ਕਿ ਇਹ ਉਚਿਤ ਸੀ ਕਿ ਅਕਾਲ ਤਖ਼ਤ ਦੇ ਜਥੇਦਾਰ ਸਾਹਿਬ ਬਾਦਲ ਸਾਹਿਬ ਨੂੰ ਪੰਥ ਰਤਨ ਫ਼ਖ਼ਰੇ ਕੌਮ ਦੀ ਪਦਵੀ ਪ੍ਰਦਾਨ ਕਰਨ ਤੋਂ **ਪਹਿਲਾਂ ਇਸ ਸੰਬੰਧੀ ਲੋੜੀਂਦੇ ਨਿਯਮ ਬਣਾਉਂਦੇ। ਇਨ੍ਹਾਂ ਨਿਯਮਾਂ ਨੂੰ ਬਣਾਉਣ ਲਈ ਸਿੱਖ ਧਰਮ ਦੇ ਉੱਚੇ ਅਤੇ ਸੁੱਚੇ ਵਿਦਵਾਨਾਂ ਦੀ ਕਮੇਟੀ ਬਣਾਉਂਦੇ। ਸਰਬਤ ਖਾਲਸੇ ਦੀ ਵੀ ਰਾਏ ਕਿਸੇ ਨਾ ਕਿਸੇ ਰੂਪ ਵਿਚ ਲੈਣਾ ਉਚਿਤ ਸੀ ਅਤੇ ਉਸ ਰਾਏ ਦਾ ਵੀ ਨਿਯਮ ਬਣਾਉਂਦੇ ਸਮੇਂ ਪੂਰਾ ਸਤਿਕਾਰ ਅਤੇ ਧਿਆਨ ਰਖਿਆ ਜਾ ਸਕਦਾ ਸੀ। ਪਰ ਅਜਿਹਾ ਕੁਝ ਨਹੀਂ ਕੀਤਾ ਗਿਆ।** ਇਸ ਦੇ ਉੱਤਰ ਵਿਚ ਬਾਦਲ ਸਾਹਿਬ ਦੇ ਸਮਰਥਕ ਕਹਿੰਦੇ ਹਨ ਕਿ ਬਾਦਲ ਸਾਹਿਬ ਪੰਥ ਦੇ ਨਿਰਵਿਵਾਦ ਸੁਪਰੀਮ ਸਿੱਖ ਨੇਤਾ ਹਨ। ਸਾਰਾ ਪੰਥ ਉਨ੍ਹਾਂ ਦੇ ਨਾਲ ਹੈ। ਬਾਦਲ ਸਾਹਿਬ ਦਾ ਕੇਸ ਕਿਸੇ ਵੀ ਨਿਯਮਾਂ ਦਾ ਮੁਥਾਜ ਨਹੀਂ ਹੈ। ਇਸ ਕਰਕੇ ਬਾਦਲ ਸਾਹਿਬ ਨੂੰ ਪੰਥ ਰਤਨ ਫ਼ਖ਼ਰੇ ਕੌਮ ਦੀ ਪਦਵੀ ਪ੍ਰਦਾਨ ਕਰਨ ਤੋਂ ਪਹਿਲਾਂ ਇਹ ਲਾਜ਼ਮੀ ਨਹੀਂ ਸੀ ਕਿ ਇਸ ਸੰਬੰਧੀ ਨਿਯਮ ਬਣਾਏ ਜਾਂਦੇ। ਜਿਥੋਂ ਤਕ ਸਰਬਤ ਖਾਲਸੇ ਦੀ ਰਾਏ ਲੈਣ ਦੀ ਗੱਲ ਹੈ, ਸਮਰਥਕ ਕਹਿੰਦੇ ਹਨ ਕਿ ਸਾਰਾ ਪੰਥ ਹੀ ਬਾਦਲ ਸਾਹਿਬ ਦੇ ਨਾਲ ਹੈ ਜਿਸ ਕਰਕੇ ਇਹ ਅਰਥਾਵੇਂ ਤੌਰ ਤੇ (impliedly) ਸਮਝ ਲਿਆ ਜਾਣਾ ਚਾਹੀਦਾ ਹੈ ਕਿ ਬਾਦਲ ਸਾਹਿਬ ਨੂੰ ਪੰਥ ਰਤਨ ਫ਼ਖ਼ਰੇ ਕੌਮ ਦੀ ਪਦਵੀ ਪ੍ਰਦਾਨ ਕਰਨ ਦੇ ਕਾਰਜ ਵਿਚ ਸਰਬਤ ਖਾਲਸੇ ਦੀ ਸਹਿਮਤੀ ਅਤੇ ਪ੍ਰਵਾਨਗੀ ਮੌਜੂਦ ਅਤੇ ਸ਼ਾਮਲ ਸੀ।

4. ਆਲੋਚਕ ਕਹਿੰਦੇ ਹਨ ਕਿ ਕਿਸੇ ਵੀ ਸਿੱਖ ਨੇਤਾ ਨੂੰ ਉਸ ਦੇ **ਜੀਵਨ ਕਾਲ ਵਿਚ ਪੰਥ ਰਤਨ ਫ਼ਖ਼ਰੇ ਕੌਮ ਦੀ ਪਦਵੀ ਪ੍ਰਦਾਨ ਕਰਨਾ ਉਚਿਤ ਨਹੀਂ ਹੈ।** ਵੱਡੇ ਤੋਂ ਵੱਡਾ ਸਿੱਖ ਨੇਤਾ ਵੀ ਹੈ ਤਾਂ ਇਨਸਾਨ ਹੀ। ਹਰ ਇਨਸਾਨ ਭੁੱਲਣਹਾਰ ਹੈ। ਕੀ ਪਤਾ, ਵੱਡੇ ਤੋਂ ਵੱਡੇ ਸਿੱਖ ਨੇਤਾ ਤੋਂ ਵੀ ਉਸ ਦੀ ਮੌਤ ਤੋਂ ਕੁਝ ਚਿਰ ਪਹਿਲਾਂ ਕੋਈ ਵੱਡੀ ਭੁੱਲ ਹੋ ਜਾਵੇ। ਸਿੱਖ ਧਰਮ ਦਾ ਇਤਿਹਾਸ ਇਸ ਗੱਲ ਦਾ ਗਵਾਹ ਹੈ ਕਿ ਅੱਜ ਦਿਨ ਤਕ ਇਸ ਤੋਂ ਪਹਿਲਾਂ ਕਿਸੇ ਵੀ ਸਿੱਖ ਨੇਤਾ ਨੂੰ ਉਸ ਦੇ ਜੀਵਨ ਕਾਲ ਵਿਚ ਪੰਥ ਰਤਨ ਫ਼ਖ਼ਰੇ ਕੌਮ ਦੀ ਪਦਵੀ ਪ੍ਰਦਾਨ ਨਹੀਂ ਕੀਤੀ ਗਈ। **ਮਾਸਟਰ**

ਤਾਰਾ ਸਿੰਘ ਜੀ ਆਪਣੇ ਵਕਤ ਵਿਚ ਸਭ ਤੋਂ ਵੱਡੇ ਅਕਾਲੀ ਸਿੱਖ ਨੇਤਾ ਰਹੇ ਹਨ। ਉਨ੍ਹਾਂ ਦੇ ਰਾਜਨੀਤਿਕ ਜੀਵਨ ਵਿਚ ਕੁਰਸੀ, ਭ੍ਰਿਸ਼ਟਾਚਾਰ ਅਤੇ ਪਰਿਵਾਰਵਾਦ ਲਈ ਕੋਈ ਥਾਂ ਨਹੀਂ ਸੀ। ਇਸ ਲਈ ਮਾਸਟਰ ਤਾਰਾ ਸਿੰਘ ਜੀ ਨੂੰ ਸਿੱਖ ਸਤਿਕਾਰ ਅਤੇ ਪਿਆਰ ਵਜੋਂ ਪੰਥ ਰਤਨ ਕਹਿਣ ਲਗ ਗਏ ਸਨ। ਪਰ ਉਨ੍ਹਾਂ ਨੂੰ ਅਕਾਲ ਤਖ਼ਤ ਸਾਹਿਬ ਦੇ ਜਥੇਦਾਰ ਸਾਹਿਬ ਦੁਆਰਾ ਨਾ ਤਾਂ ਉਨ੍ਹਾਂ ਦੇ ਜੀਵਨ ਕਾਲ ਵਿਚ ਅਤੇ ਨਾ ਹੀ ਉਨ੍ਹਾਂ ਦੀ ਮੌਤ ਦੇ ਬਾਅਦ ਪੰਥ ਰਤਨ ਫ਼ਖ਼ਰੇ ਕੌਮ ਦੀ ਪਦਵੀ ਪ੍ਰਦਾਨ ਕੀਤੀ ਗਈ ਹੈ। ਪਰ ਬਾਦਲ ਸਾਹਿਬ ਦੇ ਸਮਰਥਕ ਕਹਿੰਦੇ ਹਨ ਕਿ ਕਿਸੇ ਵੀ ਸਿੱਖ ਨੇਤਾ ਨੂੰ ਉਸ ਦੀਆਂ ਪੰਥ ਲਈ ਕੀਤੀਆਂ ਸੇਵਾਵਾਂ ਨੂੰ ਧਿਆਨ ਵਿਚ ਰਖਦੇ ਹੋਏ ਉਸ ਦੇ ਜੀਵਨ ਕਾਲ ਵਿਚ ਉਸ ਨੂੰ ਪੰਥ ਰਤਨ ਫ਼ਖ਼ਰੇ ਕੌਮ ਦੀ ਪਦਵੀ ਪ੍ਰਦਾਨ ਕਰਨਾ ਸਿਧਾਂਤਿਕ ਤੌਰ ਤੇ ਗ਼ਲਤ ਨਹੀਂ ਹੈ। ਕੇਵਲ ਇਸ ਸੰਭਾਵਨਾ ਨੂੰ ਧਿਆਨ ਵਿਚ ਰਖਦੇ ਹੋਏ ਕਿ ਭਵਿੱਖ ਵਿਚ ਸਿੱਖ ਨੇਤਾ ਤੋਂ ਕੋਈ ਵੱਡੀ ਭੁੱਲ ਹੋ ਸਕਦੀ ਹੈ, ਅੱਜ ਦੇ ਦਿਨ ਤਕ ਉਸ ਦੁਆਰਾ ਪੰਥ ਲਈ ਕੀਤੀਆਂ ਸੇਵਾਵਾਂ ਵੱਲ ਅੱਖਾਂ ਬੰਦ ਨਹੀਂ ਕੀਤੀਆਂ ਜਾ ਸਕਦੀਆਂ। ਜੇਕਰ ਇਹ ਮੰਨ ਵੀ ਲਿਆ ਜਾਵੇ ਕਿ ਪੰਥ ਦੇ ਅਜਿਹੇ ਸਿੱਖ ਨੇਤਾ ਤੋਂ, ਉਸ ਨੂੰ ਪੰਥ ਰਤਨ ਫ਼ਖ਼ਰੇ ਕੌਮ ਦੀ ਪਦਵੀ ਪ੍ਰਦਾਨ ਕੀਤੇ ਜਾਣ ਦੇ ਬਾਅਦ, ਕੋਈ ਵੱਡੀ ਭੁੱਲ ਹੋ ਜਾਂਦੀ ਹੈ, ਤਾਂ ਅਕਾਲ ਤਖ਼ਤ ਦੇ ਜਥੇਦਾਰ ਸਾਹਿਬ ਅਜਿਹੇ ਸਿੱਖ ਨੇਤਾ ਨੂੰ ਉਸ ਦੀ ਵੱਡੀ ਭੁੱਲ ਲਈ ਦੰਡ ਵੀ ਦੇ ਸਕਦੇ ਹਨ। ਇਹ ਦੰਡ ਉਸ ਨੇਤਾ ਦੁਆਰਾ ਕੀਤੀ ਭੁੱਲ ਦੇ ਮੁਤਾਬਿਕ ਕੁਝ ਵੀ ਹੋ ਸਕਦਾ ਹੈ। ਇਸ ਦੰਡ ਤੇ ਕਿਸੇ ਪ੍ਰਕਾਰ ਦੀ ਕੋਈ ਸੀਮਾ, ਰੋਕ ਜਾਂ ਬੰਦਸ਼ ਨਹੀਂ ਹੈ।

ਬਾਦਲ ਸਾਹਿਬ ਦੇ ਸਮਰਥਕ ਇਹ ਵੀ ਕਹਿੰਦੇ ਹਨ ਕਿ ਅਕਾਲ ਤਖ਼ਤ ਦੇ ਜਥੇਦਾਰ ਸਾਹਿਬ ਸ੍ਰ. ਪ੍ਰਕਾਸ਼ ਸਿੰਘ ਬਾਦਲ ਨੂੰ ਪੰਥ ਰਤਨ ਦੀ ਪਦਵੀ ਪ੍ਰਦਾਨ ਕਰਨ ਤੋਂ ਪਹਿਲਾਂ ਸ਼੍ਰੋਮਣੀ ਗੁਰਦੁਆਰਾ ਪ੍ਰਬੰਧਕ ਕਮੇਟੀ ਦੇ ਪੂਰਵ ਪ੍ਰਧਾਨ ਸ੍ਰ. ਗੁਰਚਰਨ ਸਿੰਘ ਟੌਹੜਾ, ਗਿਆਨੀ ਸੰਤ ਸਿੰਘ ਮਸਕੀਨ, ਭਾਈ ਜਸਬੀਰ ਸਿੰਘ ਖਾਲਸਾ, ਭਾਈ ਮਹਿੰਦਰ ਸਿੰਘ (U.K.) ਅਤੇ ਬਾਦਲ ਸਾਹਿਬ ਦੇ ਬਾਅਦ ਬਾਬਾ ਹਰਬੰਸ ਸਿੰਘ ਦਿੱਲੀ ਵਾਲੇ ਨੂੰ ਪੰਥ ਰਤਨ ਅਤੇ ਸ੍ਰ. ਬਲਵੰਤ ਸਿੰਘ ਰਾਜੋਆਣਾ ਨੂੰ ਜ਼ਿੰਦਾ ਸ਼ਹੀਦ ਦੀ ਪਦਵੀ ਪ੍ਰਦਾਨ ਕਰ ਚੁੱਕੇ ਹਨ।

5. ਬਾਦਲ ਸਾਹਿਬ ਦੇ ਸਮਰਥਕ ਕਹਿੰਦੇ ਹਨ ਕਿ ਬਾਦਲ ਸਾਹਿਬ ਨੇ ਪੰਥ ਰਤਨ ਫ਼ਖ਼ਰੇ ਕੌਮ ਦੀ ਪਦਵੀ ਮੰਗ ਕੇ ਨਹੀਂ ਲਈ। **ਅਕਾਲ ਤਖ਼ਤ ਦੇ ਜਥੇਦਾਰ ਸਾਹਿਬ ਦੇ ਕਥਨ ਅਨੁਸਾਰ ਬਾਦਲ ਸਾਹਿਬ ਨੂੰ ਪੰਥ ਰਤਨ ਫ਼ਖ਼ਰੇ ਕੌਮ ਦੀ ਪਦਵੀ ਸ਼੍ਰੋਮਣੀ ਗੁਰਦੁਆਰਾ ਪ੍ਰਬੰਧਕ ਕਮੇਟੀ ਦੀ ਸਿਫ਼ਾਰਸ਼ ਤੇ ਦਿੱਤੀ ਗਈ ਹੈ।** ਇਸ ਦੇ ਉੱਤਰ ਵਿਚ ਬਾਦਲ ਸਾਹਿਬ ਦੇ ਆਲੋਚਕ ਕਹਿੰਦੇ ਹਨ ਕਿ ਬਾਦਲ ਸਾਹਿਬ ਦਾ ਸ਼੍ਰੋਮਣੀ ਗੁਰਦੁਆਰਾ ਪ੍ਰਬੰਧਕ ਕਮੇਟੀ ਤੇ ਪੂਰਾ ਕਬਜ਼ਾ ਹੈ। ਇਸ ਲਈ ਸ਼੍ਰੋਮਣੀ ਗੁਰਦੁਆਰਾ ਪ੍ਰਬੰਧਕ ਕਮੇਟੀ ਦੁਅਰਾ ਬਾਦਲ ਸਾਹਿਬ ਨੂੰ ਪੰਥ ਰਤਨ ਫ਼ਖ਼ਰੇ ਕੌਮ ਦੀ ਪਦਵੀ ਦਿੱਤੇ ਜਾਣ ਦੀ ਸਿਫ਼ਾਰਸ਼ ਦੀ ਗੱਲ ਜਚਦੀ ਨਹੀਂ। ਆਲੋਚਕ ਕਹਿੰਦੇ ਹਨ ਕਿ ਬਾਦਲ ਸਾਹਿਬ ਦੁਆਰਾ ਆਪ ਹੀ ਬਣਾਈ ਵਿਉਂਤ ਅਨੁਸਾਰ ਸ਼੍ਰੋਮਣੀ ਗੁਰਦੁਆਰਾ ਪ੍ਰਬੰਧਕ ਕਮੇਟੀ ਦੀ ਸਿਫ਼ਾਰਸ਼ ਕੇਵਲ ਉਨ੍ਹਾਂ ਦਾ ਆਪਣਾ ਰਚਿਆ ਹੋਇਆ ਇੱਕ ਨਾਟਕ ਹੈ। ਹੋਰ ਕੁਝ ਨਹੀਂ। ਬਾਦਲ ਸਾਹਿਬ ਦੇ ਆਲੋਚਕ ਕਹਿੰਦੇ ਹਨ ਕਿ ਬਾਦਲ ਸਾਹਿਬ ਨੇ 2012 ਵਿਚ ਪੰਜਾਬ ਦੀਆਂ ਆਮ ਚੋਣਾਂ ਤੋਂ ਕੁਝ ਸਮਾਂ ਪਹਿਲਾਂ ਆਪਣੀ ਬਣਾਈ ਵਿਉਂਤ ਅਨੁਸਾਰ ਸ਼੍ਰੋਮਣੀ ਗੁਰਦੁਆਰਾ ਪ੍ਰਬੰਧਕ ਕਮੇਟੀ ਦੀ ਸਿਫ਼ਾਰਸ਼ ਦਾ ਨਾਟਕ ਰਚ ਕੇ ਪੰਥ ਰਤਨ ਫ਼ਖ਼ਰੇ ਕੌਮ ਦੀ ਪਦਵੀ ਇਸ ਲਈ ਹਾਸਲ ਕੀਤੀ ਹੈ ਤਾਂ ਜੋ ਇਸ ਸ੍ਰਵਉੱਚ ਪਦਵੀ ਦੀ ਅਨੁਚਿਤ ਵਰਤੋਂ ਕਰ ਕੇ ਉਹ ਸਿੱਖ ਵੋਟਰਾਂ ਦੀਆਂ ਵੋਟਾਂ ਹਾਸਲ ਕਰ ਸਕਣ ਅਤੇ ਪੰਜਵੀਂ ਵਾਰ ਪੰਜਾਬ ਦਾ ਮੁੱਖ ਮੰਤਰੀ ਬਣਨ ਦਾ ਸੁਪਨਾ ਪੂਰਾ ਕਰ ਸਕਣ।

6. ਅਕਾਲ ਤਖ਼ਤ ਦੇ ਜਥੇਦਾਰ ਸਾਹਿਬ ਨੇ ਸ੍ਰ. ਪ੍ਰਕਾਸ਼ ਸਿੰਘ ਬਾਦਲ ਨੂੰ ਪੰਥ ਰਤਨ ਫ਼ਖ਼ਰੇ ਕੌਮ ਦੀ ਪਦਵੀ ਪ੍ਰਦਾਨ ਕਰਦੇ ਹੋਏ ਕਿਹਾ ਹੈ ਕਿ ਇਹ ਪਦਵੀ ਬਾਦਲ ਸਾਹਿਬ ਦੀ ਉਸ ਸੇਵਾ ਨੂੰ ਧਿਆਨ ਵਿਚ ਰਖਦੇ ਹੋਏ ਦਿੱਤੀ ਗਈ ਹੈ ਜਿਹੜੀ **ਬਾਦਲ ਸਾਹਿਬ ਨੇ ਸਿੱਖ ਇਤਿਹਾਸ ਨਾਲ ਜੁੜੇ ਮੈਮੋਰੀਅਲ ਅਰਥਾਤ ਬੰਦਾ ਸਿੰਘ ਬਹਾਦਰ ਮੈਮੋਰੀਅਲ, ਦਿਵਾਨ ਟੋਡਰ ਮਲ ਮੈਮੋਰੀਅਲ ਅਤੇ ਭਾਈ ਮਤੀ ਦਾਸ, ਭਾਈ ਸਤੀ ਦਾਸ, ਭਾਈ ਦਿਆਲ ਦਾਸ ਮੈਮੋਰੀਅਲ ਜਿਨ੍ਹਾਂ ਤਿੰਨਾਂ ਨੂੰ ਗੁਰੂ ਤੇਗ ਬਹਾਦਰ ਸਾਹਿਬ ਦੇ ਨਾਲ ਮੁਗ਼ਲ ਹਕੂਮਤ ਨੇ ਦਿੱਲੀ ਦੇ ਚਾਂਦਨੀ ਚੌਂਕ ਵਿਚ ਸ਼ਹੀਦ ਕਰ ਦਿੱਤਾ ਸੀ, ਖੜ੍ਹੇ ਕੀਤੇ ਹਨ ਜਿਸ ਨਾਲ ਸਿੱਖ ਇਤਿਹਾਸ ਨੂੰ ਸਦੀਵਤਾ ਮਿਲੀ ਹੈ।** ਇਸ ਦੇ ਉਲਟ, ਬਾਦਲ ਸਾਹਿਬ ਦੇ ਆਲੋਚਕ ਕਹਿੰਦੇ ਹਨ ਕਿ ਬਾਦਲ ਸਾਹਿਬ ਨੇ ਸਿੱਖ ਇਤਿਹਾਸ ਨਾਲ ਜੁੜੇ ਕੁਝ ਨਵੇਂ ਮੈਮੋਰੀਅਲ ਖੜ੍ਹੇ ਕਰਨ ਦਾ ਕੰਮ ਕੇਵਲ 2012 ਵਿਚ ਪੰਜਾਬ ਰਾਜ ਦੀਆਂ ਆਮ ਚੋਣਾਂ ਦੇ ਵਕਤ ਨੂੰ ਧਿਆਨ ਵਿਚ ਰਖਦੇ ਹੋਏ ਕੀਤਾ ਹੈ ਤਾਂ ਜੋ ਬਾਦਲ ਸਾਹਿਬ ਇਨ੍ਹਾਂ ਨਵੇਂ ਖੜ੍ਹੇ ਕੀਤੇ ਮੈਮੋਰੀਅਲਾਂ ਦੇ ਨਾਂ ਤੇ ਸਿੱਖ ਵੋਟਰਾਂ ਦੀਆਂ ਵੋਟਾਂ ਹਾਸਲ ਕਰ ਕੇ ਪੰਜਵੀਂ ਵਾਰ ਪੰਜਾਬ ਦਾ ਮੁੱਖ ਮੰਤਰੀ ਬਣਨ ਦਾ ਸੁਪਨਾ ਪੂਰਾ ਕਰ ਸਕਣ। ਇਹ ਗੱਲ ਇਸ ਤੋਂ ਵੀ ਪੂਰੀ ਤਰ੍ਹਾਂ ਸਾਬਤ ਹੋ ਜਾਂਦੀ ਹੈ ਕਿ ਇਨ੍ਹਾਂ ਨਵੇਂ ਬਣੇ ਮੈਮੋਰੀਅਲਾਂ ਤੋਂ ਪਹਿਲਾਂ ਬਣਾਏ ਗਏ ਮੈਮੋਰੀਅਲਾਂ ਵੱਲ ਸ੍ਰ. ਪ੍ਰਕਾਸ਼ ਸਿੰਘ ਬਾਦਲ ਸਰਕਾਰ ਪੂਰੀ ਤਰ੍ਹਾਂ ਅਣਗਹਿਲੀ ਵਰਤ ਰਹੀ ਹੈ।[1] ਇਹ ਅਣਗਹਿਲੀ

---

1. Building new memorials but ignoring the old ones

While the ruling SAD combine in Punjab lists as its achievements a slew of museums promoting the Khalsa heritage, the existing ones are in a sad state of neglect.

The Guru Teg Bahadur Museum is located less than 1 km from the monumental Virasat-e-Khalsa and just 50 metre from Takht Sri Kesgarh Sahib in this holy town, but its condition is very different from the Rs 300-crore monument inaugurated by Chief Minister Parkash Singh Badal on November 25.

The museum was shut for renovation some 18 months ago and is yet to be opened to the public though work was "completed" some time in June-July at a cost of Rs 1 crore. The reason : Official apathy and an unending wait for some exhibits that were taken to Patiala and Chandigarh for restoration soon after renovation began in the first half of 2010.

Located across the road from one of the five Sikh Takhts, Takht Sri Kesgarh Sahib, the museum's main door was found locked earlier this month. A woman employee, one of the nine working at the museum, revealed that due to renovation "it had been closed to the public for over 18 months. Some of the artifacts were yet to arrive and only once they did, could the museum be formally reopened to the general public," she told The Tribune team.

A little later, a member of the museum security staff opened the side door to allow the team to have a look at the paintings on display in the exhibition hall. The paintings had been taken to Chandigarh and Patiala for retouching and for new mounts.

ਗੰਭੀਰ ਹੈ। ਮਾਫ਼ ਨਹੀਂ ਕੀਤੀ ਜਾ ਸਕਦੀ। ਆਲੋਚਕ ਕਹਿੰਦੇ ਹਨ ਕਿ ਲੋੜ ਹੈ ਕਿ ਅਕਾਲ ਤਖ਼ਤ ਦੇ ਜਥੇਦਾਰ ਸਾਹਿਬ ਸ੍ਰ. ਪ੍ਰਕਾਸ਼ ਸਿੰਘ ਬਾਦਲ ਨੂੰ ਇਸ ਗੰਭੀਰ ਅਣਗਹਿਲੀ ਲਈ ਉਚਿਤ ਦੰਡ ਦੇਣ।

A cannon belonging to Guru Gobind Singh lay wrapped up in a piece of cloth in a corner as its mount was yet to be assembled. Empty display cases waited for Guru Teg Bahadur's robe and Guru Gobind Singh's sword.

Though polished granite and glossy imported tiles have been used in the renovated exhibition hall, a thick dust cover could be seen on paintings of the Sikh Gurus. The museum does not have a cleaner.

The Guru Teg Bahadur Museum is dedicated to the ninth guru's sacrifice but not many in the holy city that primarily owes its eminence to ninth sikh Guru, Guru Teg Bahadur, and tenth Sikh Guru, Guru Gobind Singh, were aware that it had been closed for almost two years.

The SGPC employees at Takht Sri Kesgarh Sahib did-n't know.The Director of Cultural Affairs, mandated to look after all museums in the state, is not even aware of its existence.

"To be honest, I am not aware of this museum. I was given charge of this department recently. I was brought in as the Chief Executive Officer of the Anandpur Sahib Foundation to get the Virasat-e-Khalsa completed. That task has been accomplished. Now I will focus on other heritage buildings, museums and war memorials in the state," says Karamjit Singh Sra, Director of Cultural Affairs. He had no explanation for the state of neglect.

The new-look museum boasts of close circuit cameras, neon lights and other state-of-the-art fittings.The original plaque tracing the museum's origin lay stacked outside along the boundary wall with broken pieces of furniture and old fittings.

The plaque says that the museum was developed under the guidance of Dr MS Randhawa. Architect Surjit Singh, artists Kirpal Singh, Jaswant Singh and Devinder Singh and engineers SS Virdi, TN Gupta, Surjit Singh and Sarup Singh Rattan were associated with its design, construction and exhibits. Also associated with the museum were the then Director of Punjab Public Relations Tej Singh and Additional Director, Cultural Affairs, Tarlochan Singh.

The museum was completed in the early 80s. In 2010, because of years of neglect, it was shut for renovation. There is still a lot of wet paint around and it is likely to be a while before the museum is re-opened to the public.

The Tribune, Chandigarh, Thursday, December 29, 2011, p.1.

Contd.

Anglo-Sikh War Memorial in a battle for survival :

It is not only Guru Teg Bahadur Memorial Museum in the holy city of Sri Anandpur Sahib that is in a state of neglect, the only Anglo-Sikh War Museum at Ferozeshah, 30 km from here, also seems to have been confined to history.

The iron tripod bearing plaques that announce the mute testimony to the Anglo-Sikh wars fought at Ferozeshah, Sabraon, Misriwala and Mudki has rusted beyond recognition. Written in Punjabi, Hindi and English, it is a dedication of the museum to the nation by the late Congress leader Sanjay Gandhi "in the presence of Punjab Chief Minister Giani Zail Singh" on April 1, 1976.

The state of neglect is despite of Rs 85 lakh spent last year by the Punjab Heritage Tourism Promotion Board (PHTPB) on its renovation under a Centrally-funded scheme for "revitalisation" of Anglo-Sikh battle sites in the state. The work was undertaken by Lime Centre, New Delhi.

Both Guru Teg Bahadur Museum and Anglo-Sikh War Museum are under the administrative contorl of the Department of Cultural Affairs. Inadequacy of maintenance funds, shortage of staff, and lack of basic amenities at the sprawling complex are cited among the reasons for its neglect. This is in contrast to the SAD-BJP government having spent lavishly on raising new memorials to Baba Banda Singh Bahadur, Chhotta Ghallughara and Wada Ghallughara, inviting charges of adopting a "religious agenda" on the eve of Assembly elections.

Broken glass panes have turned the artistically designed double-storey memorial into a convenient nesting site not only for birds but also nasty brown wasps. The foundation stone too tells the tale of official apathy towards the building located on the Ludhiana-Ferozepur highway.

Some rare artefacts, including weapons, were stolen from the museum a few years ago. These have not been recovered thus far, though a police case was registered.

Till last year, the museum bore the look of a haunted place, with thick vegetative growth blocking not only its entrance but nearly the entire building. Fountains on the 4.5 acre complex had become dysfunctional. Cannons on display at the entrance rested on decaying wooden mounts and broken wheels. A visit by the then Deputy Commissioner of Fereozepur had led to the repair of cannon mounts as well as the sanction of a tubewell connection.

A new kitchen and dining hall were constructed on the premises six months ago, but the facility to serve visitors has yet to be put to use.

Contd.

Sources said the department had not been able to decide who would run the canteen.While the new structure has been built at a huge cost, no money has still been spared for the maintenance and upkeep of the main museum.

Paintings of Maharani Jinda, Sham Singh Attariwala, Faquir Azizudin, Dewan Mool Chand, Lord Hardinge, Lord Gough and Lord Dalhousie - main characters related to the two sides of the war — besides battle scenes, adorn the walls of the museum. However, the display would hardly enthuse a visitor, for the dilapidated or broken pieces of furniture lying in the exhibition hall hit the eye the first. Almost all paintings on display have been done by Kirpal Singh and Devinder Singh. The artefacts on display, including some weapons of historical importance, too are crying for attention.

Director of Cultural Affairs and Tourism Karamjit Singh Sra says there is a need for a "composite plan" for the upkeep of museums and memorials, without which some museums, including one at Sangrur, may be headed for closure.

"But we are working out plans to attract more visitors, by ensuring they get an informative glimpse of the history and rich heritage of the state in general, and Sikhs in particular," he says. Guided tours and arranging connectivity of the museum with nearby towns is among the proposals.

The Tribune, Chandigarh,Friday, December 30, 2011, p.20.

All five battle sites offend Anglo-Sikh War memory :

Surrounded by heaps of garbage, cow dung and vegetative growth stands a memorial commemorating one of the Anglo-Sikh Wars fought in this area. Located in Misriwal village, it was recently renovated under a Central government-funded scheme for restoring dignity to all Anglo-Sikh War Memorials in the state.

There are five such memorials. Ferozeshah, Mudki, Saragarhi, Sabraon, Misriwal and none is in any better shape. Central funds, however, helped raise new boundary walls, besides some urgent renovation work. The debris from the repairs, however, has not been cleared.

The Misriwal War Memorial is a classic case of neglect.There is no approach road to the site that is 20 m off the main road. Unless one knows the way, it is impossible to locate the complex, as there is no indicator on the main road. A neon-lit signboard that greets visitors is blank, awaiting a brief write-up on the history. Other memorials too do not have such information.

The 10-foot-high brick-lime structure, even after renovation, is in a shambles in the absence of any attendant. A storm water gulley lies uncovered.

Further down the road is the famous Mudki War Memorial, which

Contd.

again is undergoing renovation. In the absence of any literature, and the information board being blank, a visitor is at a loss here too regarding the significance of the monument.

Unlike the other memorials, the Mudki memorial has been provided with accommodation for a full-time attendant. The huge triangular minar that symbolises triumph of the British over the Sikhs in the historic Anglo-Sikh War is often ignored by the Sikhs, says the attendant, Sukhdev Singh, for "Sikhs believe it symbolises their defeat at the hands of the British." The monument was raised in 1870, almost 25 years after the war.

He adds : "Sikhs think the memorial was in fact built by the British to remind them of their defeat. They, thus, pay tributes to the Sikh soldiers at a gurdwara in Mudki raised in their memory. Outside the gurdwara, the history of the war is written, where the treachery of some Sikh generals that led to the defeat is highlighted. The gurdwara memorial also pays tributes to the valour and courage of the Sikh army that fought gallantly despite being outnumbered."

Sukhdev suggests the government should post the complete history even at the memorial raised by the British and organise visits for students to all war memorials.

The Mudki memorial, however, does not have connectivity problems. It is situated on the main road and the tall monument is visible from a distance.

The Mudki gurdwara memorial had come up on a piece of land donated by a tehsildar, Bachittar Singh, in 1930. The "Nishan Sahib" that was initially 51 ft, is today 111 ft high. A mela is organised there in the Bikrami month of Poh. The gurdwara now also houses a degree college for girls and an English-medium school.

The Ferozeshah War Memorial too looks dilapidated despite the renovation. Located on a piece of land adjoining the village gurdwara, it now has a boundary wall and a gate. But in the absence of an attendant or information on the memorial, there is hardly any visitor.

The triangular memorial minar here too is as high as Mudki, but the limestone bearing the name and year of the Ferozeshah battle lies shattered.

The war memorial at Sabraon too is in similar shape.

At Saragrahi, there is only a gurdwara to commemorate the valour and sacrifice of the Sikh soldiers.

Director, Cultural Affairs, Karamjit Singh Sra said : "We are trying to work out a plan so that tourists and those interested in Sikh history could get a complete package of all war memorials and war museums in the state. Since I have also been named Director, Tourism, we will soon do something to address the problem."

The Tribune, Chandigarh, Saturday, December 31, 2011, p.22.

Muktsar memorial faces neglect. Mukt-e-Minar, a memorial dedicated to 40" muktas" (liberated ones), built in 2005 here has been lying in a state of neglect. The memorial having the tallest "khanda" (81-ft) in the world is

Contd.

located along the District Administrative Complex here. It was opened with much fanfare, but now the monument is gathering dust for want of proper upkeep.

In sharp contrast, the government recently inaugurated a number of monuments dedicated to Sikh history at various places in the state.

Hardly any visitor can be seen here these days and the slow pace of construction of a road connecting to it is proving to be a major hurdle. Heaps of clay lying in front of the monument have blocked the entrance. The rings girdled with khanda are now covered with rust and some of the lights installed there are also missing.

The minar is crying for immediate attention of the authorities, which spent nearly Rs 5 crore to build it in February 2005 on the 301st martyrdom day of the "muktas".

Hardeep Singh, a local resident, alleged that the monument was facing neglect because it was built by the then Congress government. "Neither the Akali government nor the SGPC authorities gave due respect. No wonder, no one pays any heed towards the upkeep of this monument, which is gradually turning into a safe haven for drug addicts," he said. Gurmeet Singh, another resident, said, "Before inaugurating a number of historical monuments, the government should have first asked the authorities to look after all of the existing memorials."

Hira Lal, SDO, Mandi Board, said, "The road construction work is in full swing and we will complete it in a short period". SGPC chief Avtar Singh Makkar feigned ignorance about the poor upkeep of the monument, but assured to do the needful at the earliest. "I will ask the officials concerned to visit the monument and restore the things," Makkar added.

The Tribune, Chandigarh, Monday, March 26, 2012, p.4.

Memorials dedicated to 'muktas' cry for care : The Shiromani Gurdwara Parbandhak Committee (SGPC) did not forget to commemorate the 307th martyrdom day of 40 'muktas' (liberated ones). It organised a three-day event that concluded at Gurdwara Shaheedganj today. But, what the top Sikh body failed to remember is initiating projects for revamping the memorials dedicated to muktas.

Both the SGPC and the state government have not been paying any attention towards the memorials. When The Tribune team visited the memorials, it found them lying in a state of neglect.

MUKT-E-MINAR

Built in 2005 near the District Administrative Complex in Muktsar, the Mukt-e-Minar is one of the memorials dedicated to the 40 muktas. It boasts of having the tallest 'khanda' (81-ft) in the world. The monument, built at a cost of Rs 5 crore, has been gathering dust for want of proper upkeep. As a result, hardly any visitor can be seen here these days. The slow pace of construction on the road connecting to it is also proving to be a major

Contd.

7. ਬਾਦਲ ਸਾਹਿਬ ਦੇ ਸਮਰਥਕ ਕਹਿੰਦੇ ਹਨ ਕਿ ਬਾਦਲ ਸਾਹਿਬ ਸਿੱਖ ਧਰਮ ਵਿਚ ਪੂਰੀ ਸ਼ਰਧਾ ਰਖਦੇ ਹਨ। ਗੁਰਸਿੱਖ ਹਨ। **ਅੰਮ੍ਰਿਤਧਾਰੀ ਹਨ। ਗੁਰਸਿੱਖ ਹੋਣ ਕਰਕੇ ਬਾਦਲ ਸਾਹਿਬ ਸਿੱਖ ਧਰਮ ਦੇ ਮੁਢਲੇ ਸਿਧਾਂਤ ਸੇਵਾ ਵਿਚ ਪੂਰਾ ਨਿਸ਼ਚਾ ਰਖਦੇ ਹਨ।** ਗੁਰਸਿੱਖ ਵਾਂਗ ਸਵੇਰੇ ਸਵੇਰੇ ਹੀ ਉਠ ਕੇ ਅਤੇ ਤਿਆਰ ਹੋ ਕੇ ਬਾਦਲ ਸਾਹਿਬ ਲੋਕਾਂ ਦੇ ਦੁਖ ਦੂਰ ਕਰਨ ਲਈ ਖੜ੍ਹੇ ਹੋ ਜਾਂਦੇ ਹਨ। ਫਿਰ ਬਾਦਲ ਸਾਹਿਬ ਉਸ ਥਾਂ ਤੇ ਪਹੁੰਚ ਜਾਂਦੇ ਹਨ ਜਿਥੇ ਲੋਕ ਬਾਦਲ ਸਾਹਿਬ ਦੀ ਉਡੀਕ ਕਰ ਰਹੇ ਹੁੰਦੇ ਹਨ। ਬਾਦਲ ਸਾਹਿਬ ਉਨ੍ਹਾਂ ਦੇ ਦੁਖ ਸੁਣਦੇ ਹਨ। ਉਨ੍ਹਾਂ ਦੇ ਦੁਖ ਦੂਰ ਕਰਦੇ ਹਨ। ਇਸ ਦੇ ਬਾਅਦ ਬਾਦਲ ਸਾਹਿਬ ਉਸ ਥਾਂ ਤੋਂ ਅਗੇ ਤੁਰ ਪੈਂਦੇ ਹਨ ਜਿਥੇ

---

hurdle in attracting visitors. In the lack of cleanliness, the rings girdled with the 'khanda' are now getting covered with rust.

MEMORIAL GATES

The prestigious four gates of the city, got constructed in 2004-05 by the state government through Markfed on all entry points, named after Sikh martyrs Bhai Daan Singh, Bhai Maha Singh, Mata Bhag Kaur and Bhai Langar Singh are also in dire need of immediate repair.

Stones of the gates have fallen. Still, no attention has been paid towards the issue even though all notice them while entering or leaving the city.

MAI BHAGO PARK

The construction of this heritage park, an initiative of the local Municipal Council, was first scheduled to be completed before March 31, 2011. It was later deferred to this year's Maghi Mela. But, the park has not been completed even after a delay of more than a year. Though a huge statue of Mai Bhago sitting on a horse has been installed in the centre of the park to be built at an estimated cost of Rs 90 lakh and a war like scene has also been created after installing a number of statues of muktas in a corner, the dilly-dallying attitude of the authorities concerned has been creating hurdles in its progress further.

MARTYRS' MEMORIAL

The foundation stone of the martyrs' memorial, dedicated to Mai Bhago and 40 muktas, was laid by the then Shiromani Akali Dal president Parkash Singh Badal and former SGPC chief Bibi Jagir Kaur on May 4, 2005, on the Tibbi Sahib road. But even after seven years, nothing has come up here.

During his recent visit to Muktsar on the occasion of Maghi, SGPC president Avtar Singh Makkar had said that the construction of the martyrs' memorial would be completed before next Maghi. However, a committee, headed by Punjabi University Vice-Chancellor Dr Jaspal Singh, formed for the purpose has so far met only once.

The Tribune, Chandigarh, Friday, May 4, 2012, p.4.

ਹੋਰ ਬੰਦੇ ਆਪਣੇ ਦੁਖ ਬਾਦਲ ਸਾਹਿਬ ਨੂੰ ਦੱਸਣ ਲਈ ਖੜ੍ਹੇ ਹੁੰਦੇ ਹਨ। ਇਸ ਤਰ੍ਹਾਂ ਨਾਲ ਲੋਕਾਂ ਦੇ ਦੁਖ ਸੁਣਦਿਆਂ ਅਤੇ ਦੂਰ ਕਰਦਿਆਂ ਰਾਤ ਪੈ ਜਾਂਦੀ ਹੈ ਅਤੇ ਬਾਦਲ ਸਾਹਿਬ ਦੇਰ ਰਾਤ ਦੇ ਬਾਅਦ ਥੱਕ ਕੇ ਘਰ ਵਾਪਸ ਆ ਜਾਂਦੇ ਹਨ। ਇਹ ਹੈ ਬਾਦਲ ਸਾਹਿਬ ਦੇ ਜੀਵਨ ਦੇ ਇੱਕ ਦਿਨ ਦੀ ਕਥਾ। ਬਾਦਲ ਸਾਹਿਬ ਦੇ ਸਮਰਥਕ ਇਹ ਵੀ ਕਹਿੰਦੇ ਹਨ ਕਿ ਬਾਦਲ ਸਾਹਿਬ ਇੱਕ ਸੁਲਝੇ ਹੋਏ ਅਤੇ ਸਾਊ ਸੁਭਾ ਦੇ ਸਿਆਸਤਦਾਨ ਹਨ। ਇਸ ਲਈ ਇੱਕ ਆਮ ਆਦਮੀ ਵੀ ਬਾਦਲ ਸਾਹਿਬ ਨੂੰ ਕਿਸੇ ਵਿਚੋਲੇ ਦੇ ਬਿਨਾਂ ਵੀ ਮਿਲ ਸਕਦਾ ਹੈ। ਬਾਦਲ ਸਾਹਿਬ ਦੇ ਸਮਰਥਕ ਕਹਿੰਦੇ ਹਨ ਕਿ **ਬਾਦਲ ਸਾਹਿਬ ਵਰਗਾ ਰੱਬ ਦਾ ਬੰਦਾ ਇਸ ਧਰਤੀ ਤੇ ਕਦੇ ਕਦੇ ਹੀ ਆਉਂਦਾ ਹੈ। ਉਨ੍ਹਾਂ ਦੇ ਸਾਰੇ ਰਾਜਨੀਤਿਕ ਜੀਵਨ ਦਾ ਉਦੇਸ਼ ਰਿਹਾ ਹੈ - ਸੇਵਾ, ਰਾਜ ਨਹੀਂ। ਰਾਜ ਤਾਂ ਸਿੱਖਾਂ ਨੇ ਆਪ ਬਾਦਲ ਸਾਹਿਬ ਦੀ ਪੰਥ ਸੇਵਾ ਤੋਂ ਖ਼ੁਸ਼ ਹੋ ਕੇ ਉਨ੍ਹਾਂ ਨੂੰ ਅਤੇ ਉਨ੍ਹਾਂ ਦੇ ਪਰਿਵਾਰ ਨੂੰ ਦਿੱਤਾ ਹੈ।** ਇਸ ਦੇ ਉਲਟ, ਬਾਦਲ ਸਾਹਿਬ ਦੇ ਆਲੋਚਕ ਕਹਿੰਦੇ ਹਨ ਕਿ ਬਾਦਲ ਸਾਹਿਬ ਬਾਹਰ ਤੋਂ ਵੇਖਣ ਤੇ ਇੱਕ ਸਿੱਧੇ-ਸਾਦੇ, ਭੋਲੇ-ਭਾਲੇ ਭਗਤ ਲਗਦੇ ਹਨ। ਪਰ ਬਾਦਲ ਸਾਹਿਬ ਅੰਦਰ ਤੋਂ ਕੁਝ ਹੋਰ ਹੀ ਹਨ। **ਅੱਜ ਬਾਦਲ ਸਾਹਿਬ ਪੰਜਾਬ ਦੇ ਸਭ ਤੋਂ ਵੱਡੇ ਸਫ਼ਲ ਸ਼ਾਤਰ ਸਿਆਸਤਦਾਨ ਹਨ। ਅੱਜ ਦੀ ਸਿਆਸਤ ਵਿਚ ਕੀਤੇ ਵਾਹਦੇ ਪੂਰੇ ਕਰਨਾ ਜ਼ਰੂਰੀ ਨਹੀਂ ਸਮਝਿਆ ਜਾਂਦਾ। ਕੇਵਲ ਜਿੱਤ, ਕਿਸੇ ਵੀ ਕੀਮਤ ਤੇ, ਹਾਸਲ ਕਰਨਾ ਜ਼ਰੂਰੀ ਸਮਝਿਆ ਜਾਂਦਾ ਹੈ। ਇਸ ਕਰਕੇ ਬਾਦਲ ਸਾਹਿਬ ਜੋ ਬਾਹਰ ਤੋਂ ਨਜ਼ਰ ਆਉਂਦੇ ਹਨ, ਉਹ ਅੰਦਰ ਤੋਂ ਨਹੀਂ ਹਨ ਅਤੇ ਬਾਦਲ ਸਾਹਿਬ ਜੋ ਅੰਦਰ ਤੋਂ ਹਨ, ਉਹ ਬਾਹਰ ਤੋਂ ਨਜ਼ਰ ਨਹੀਂ ਆਉਂਦੇ। ਬਾਦਲ ਸਾਹਿਬ ਦੇ ਆਲੋਚਕ ਬਾਦਲ ਸਾਹਿਬ ਦੀ ਪੰਥ ਸੇਵਾ ਦਾ ਕੱਚਾ ਚਿੱਠਾ ਖੋਲ੍ਹਦੇ ਹੋਏ ਕਹਿੰਦੇ ਹਨ** ਕਿ ਅਕਾਲ ਤਖ਼ਤ ਤੋਂ ਜੂਨ 10, 1978 ਨੂੰ ਹੁਕਮਨਾਮਾ ਜਾਰੀ ਹੋਣ ਦੇ ਬਾਅਦ ਵੀ ਕਿ ਕੋਈ ਵੀ ਗੁਰੂ ਦਾ ਸਿੱਖ ਸੰਤ ਨਿਰੰਕਾਰੀਆਂ ਨਾਲ ਕਿਸੇ ਪ੍ਰਕਾਰ ਦਾ ਸੰਬੰਧ ਨਹੀਂ ਰਖੇਗਾ, ਬਾਦਲ ਸਾਹਿਬ ਨੇ ਨਿਰੰਕਾਰੀਆਂ ਨਾਲ ਆਪਣਾ ਸੰਪਰਕ ਤੋੜਿਆ ਨਹੀਂ। ਇਸ ਦੇ ਬਾਅਦ ਅਕਾਲ ਤਖ਼ਤ ਤੋਂ ਮਈ 20, 2007 ਨੂੰ ਹੁਕਮਨਾਮਾ ਜਾਰੀ ਹੋਣ ਤੇ ਵੀ ਕਿ ਕੋਈ ਵੀ ਗੁਰੂ ਦਾ ਸਿੱਖ ਸੱਚਾ ਸੌਦੇ ਵਾਲਿਆਂ ਨਾਲ ਕਿਸੇ ਪ੍ਰਕਾਰ ਦਾ ਸੰਬੰਧ ਨਹੀਂ ਰਖੇਗਾ, ਬਾਦਲ ਸਾਹਿਬ ਨੇ ਸੱਚਾ ਸੌਦੇ ਵਾਲਿਆਂ ਨਾਲ ਆਪਣਾ ਸੰਪਰਕ ਤੋੜਿਆ ਨਹੀਂ। ਬਾਦਲ ਸਾਹਿਬ ਦੀ ਆਵਾਜ਼ ਤੇ 1984 ਵਿਚ ਭਾਰਤੀ ਫ਼ੌਜ ਦੇ ਹਜ਼ਾਰਾਂ ਸਿੱਖ ਫ਼ੌਜੀ ਫ਼ੌਜ ਨੂੰ ਛੱਡ ਕੇ ਬਾਹਰ ਆ ਗਏ। ਪਰ ਬਾਦਲ ਸਾਹਿਬ ਨੇ ਮੁਸ਼ਕਲ ਵਿਚ ਫਸੇ ਇਨ੍ਹਾਂ ਹਜ਼ਾਰਾਂ ਸਿੱਖ ਫ਼ੌਜੀਆਂ ਲਈ ਕੁਝ ਨਹੀਂ ਕੀਤਾ। ਬਾਦਲ ਸਾਹਿਬ ਹਮੇਸ਼ਾ ਹੀ ਚੋਣਾਂ ਦੇ ਸਮੇਂ 1984 ਦੇ ਸਿੱਖ ਵਿਰੋਧੀ ਦੰਗਿਆਂ ਦੇ ਸਿੱਖ ਪੀੜਤਾਂ ਦਾ ਨਾਂ ਲੈ ਕੇ ਸਿੱਖ ਵੋਟਾਂ ਹਾਸਲ ਕਰਨ ਲਈ ਰਾਜਨੀਤਿਕ ਫ਼ਾਇਦਾ ਉਠਾਉਂਦੇ ਰਹੇ ਹਨ। ਪਰ ਇਨ੍ਹਾਂ ਪੀੜਤਾਂ ਦੀ ਸਹਾਇਤਾ ਕਰਨ ਦੀ ਥਾਂ ਸਹਾਇਤਾ ਦਾ ਦਿਖਾਵਾ ਬਹੁਤ ਵੱਧ ਕੀਤਾ ਹੈ। ਸਾਲ 1997 ਦੀਆਂ ਪੰਜਾਬ ਦੀਆਂ ਆਮ ਚੋਣਾਂ ਦੇ ਸਮੇਂ ਬਾਦਲ ਸਾਹਿਬ ਨੇ ਇਹ ਭਰੋਸਾ ਦਿਵਾਇਆ ਸੀ ਕਿ ਬਾਦਲ ਸਾਹਿਬ ਉਨ੍ਹਾਂ ਪੁਲਸ ਅਫ਼ਸਰਾਂ ਦੇ ਉਲਟ ਕਾਰਵਾਈ ਕਰਨਗੇ ਜਿਹੜੇ 1984-1997 ਦੇ ਸਮੇਂ ਵਿਚ ਨਿਰਦੋਸ਼ ਸਿੱਖਾਂ ਦੇ ਮਾਰਨ ਲਈ ਅਪਰਾਧੀ ਹਨ। ਪਰ ਬਾਦਲ ਸਾਹਿਬ ਨੇ ਇਨ੍ਹਾਂ

ਅਪਰਾਧੀਆਂ ਦੇ ਉਲਟ ਕੋਈ ਕਾਰਵਾਈ ਨਾ ਕਰ ਕੇ ਆਪਣਾ ਭਰੋਸਾ ਤੋੜਿਆ ਹੈ ।[1]

1. Summon Sarbat Khalsa, AISSF tells Takht chief. The AISSF (Peermohammad) has submitted a memorandum to Akal Takht Jathedar Giani Gurbachan Singh asking him to call Sarbat Khalsa to determine if Chief Minister Parkash Singh Badal deserved to be given the Panth Ratan award. The federation said only a non-controversial personality deserved the award.

The federation alleged that Badal had patronised the Nirankaris in the 70s and Dera Sacha Sauda later. It said in 1984, thousands of Sikh Soldiers had deserted the Army on a call given by Badal and several hundred were killed. These Sikh soldiers were later abandoned. They were not rehabilitated though Badal had been CM twice since then.

In 1997 Badal had won the elections on the promise of prosecuting police officials responsible for killing Sikhs during 1984-1997. However, he did not keep his promise, the federation said. It also said that recently Badal had welcomed BJP leader L.K. Advani who had supported the military action on Harmandar Sahib in June, 1984.

The Tribune, Chandigarh, Thursday, December 8, 2011, p.4.

Mass cremation case — Make the police accountable :

It has taken the judicial process 18 years to award some compensation to the families of 1,513 youths who died in "extra-judicial executions" during the height of militancy in Punjab. No amount of money can compensate a family that has lost a loved one to police brutality. The amount of Rs 1.75 lakh is meagre, no doubt, but it is just a token of some justice done at the end of a 16 year-long investigation by the National Human Rights Commission in what is known as the mass cremation case. The case is bound to revive memories of the dark chapter in Punjab's history.

The Tribune, Chandigarh, Thursday, April 5, 2012, p.8.

Case filed against Badal in US court : The Chief Minister has been issued summons by a US court on charges of "overseeing the torture of Sikhs in Punjab". A human rights group, Sikhs for Justice, in a law suit filed in the district court, Eastern district of Wisconsin, has claimed that the Chief Minister is responsible for shielding police officials responsible for custodial torture. The law suit has appealed for a jury trial. The Chief Minister has 21 days to answer the charges.

The NGO has taken up the case to generate awareness throughout the world on the "extra-judicial killings of Sikhs" in Punjab at the hands of security personnel, its attorney Gurpatwant Pannu claimed.

"The law suit is aimed to send a message to political leaders that they would be answerable to international law and courts in case they indulged in human rights violations." he said.

Meanwhile, the Chief Minister's office claimed that marginalised elements looking for publicity and owing allegiance to SAD (Amritsar) chief Simranjit Singh Mann were behind the "civil suit".

The Tribune, Chandigarh, Friday, August 10, 2012, p.5.

8. ਬਾਦਲ ਸਾਹਿਬ ਦੇ ਆਲੋਚਕ ਕਹਿੰਦੇ ਹਨ ਕਿ **ਭਵਿੱਖ ਵਿਚ ਸਿੱਖ ਇਤਿਹਾਸਕਾਰ ਅਤੇ ਸਿੱਖ ਧਰਮ ਦੇ ਵਿਦਵਾਨ ਹੀ ਬਾਦਲ ਸਾਹਿਬ ਦੇ ਕੀਤੇ ਕੰਮਾਂ ਦਾ ਲੇਖਾ-ਜੋਖਾ ਕਰ ਸਕਣਗੇ,** ਕੀ ਬਾਦਲ ਸਾਹਿਬ ਗੁਰੂਆਂ ਦੇ ਸਮੇਂ ਦੇ ਸਿੱਖ ਇਤਿਹਾਸ ਨੂੰ ਬਦਲਣ ਅਤੇ ਖ਼ਤਮ ਕਰਨ ਦੇ ਦੋਸ਼ੀ ਹਨ, ਕੀ ਬਾਦਲ ਸਾਹਿਬ ਸ਼ਬਦ ਸਿੱਖ ਦੀ ਪਰਿਭਾਸ਼ਾ ਬਦਲ ਕੇ ਪੰਥ ਦੇ ਟੁਕੜੇ ਟੁਕੜੇ ਕਰ ਕੇ ਪੰਥ ਏਕਤਾ ਬਖੇੜਣ ਅਤੇ ਖ਼ਤਮ ਕਰਨ ਦੇ ਦੋਸ਼ੀ ਹਨ, ਕੀ ਬਾਦਲ ਸਾਹਿਬ ਗੁਰੂਆਂ ਦੇ ਸਮੇਂ ਦੇ ਧਰਮ ਅਤੇ ਰਾਜਨੀਤੀ ਦੇ ਪਰਸਪਰ ਸੰਬੰਧ ਨੂੰ ਬਦਲ ਕੇ ਧਰਮ ਨੂੰ ਰਾਜਨੀਤੀ ਦੇ ਅਧੀਨ ਕਰ ਕੇ ਧਰਮ ਨੂੰ ਆਪਣੇ ਰਾਜਨੀਤਿਕ ਹਿੱਤਾਂ ਅਤੇ ਉਦੇਸ਼ਾਂ ਨੂੰ ਪੂਰਾ ਕਰਨ ਲਈ ਵਰਤਣ ਦੇ ਦੋਸ਼ੀ ਹਨ ਅਤੇ ਕੀ ਬਾਦਲ ਸਾਹਿਬ ਪੰਜਾਬ ਵਿਚ ਸਿੱਖ ਮੁੰਡਿਆਂ ਨੂੰ ਨਸ਼ਿਆਂ ਵਿਚ ਡੋਬਣ ਅਤੇ ਸਿੱਖ ਰਹਿਤ ਦੀ ਪਾਲਣਾ ਕਰਨ ਸੰਬੰਧੀ ਆਈ ਗਿਰਾਵਟ ਲਈ ਜ਼ਿੰਮੇਵਾਰ ਅਤੇ ਦੋਸ਼ੀ ਹਨ ? ਆਲੋਚਕ ਇਨ੍ਹਾਂ ਦੋਸ਼ਾਂ ਦੇ ਸਬੂਤ ਵਿਚ ਕਹਿੰਦੇ ਹਨ ਕਿ ਸਹਿਜਧਾਰੀ ਸਿੱਖ ਗੁਰੂਆਂ ਦੇ ਸਮੇਂ ਵਿਚ ਸਿੱਖ ਧਰਮ ਦਾ ਇੱਕ ਅਟੁਟ ਅਤੇ ਅਣਨਿਖੜਵਾਂ ਅੰਗ ਅਤੇ ਧਰਮ ਤੋਂ ਸਿੱਖ ਸਮਝੇ ਜਾਂਦੇ ਸਨ। ਪਰ ਬਾਦਲ ਸਾਹਿਬ ਦਾ ਪੂਰਾ ਜ਼ੋਰ ਇਸ ਗੱਲ ਤੇ ਲਗਦਾ ਰਿਹਾ ਹੈ ਕਿ ਸਹਿਜਧਾਰੀ ਧਰਮ ਤੋਂ ਸਿੱਖ ਨਹੀਂ ਹਨ। ਇਹ ਕੁਝ ਬਾਦਲ ਸਾਹਿਬ ਗੁਰਦੁਆਰਿਆਂ ਤੇ ਆਪਣਾ ਕਬਜ਼ਾ ਬਣਾਏ ਰਖਣ ਲਈ ਕਰਦੇ ਰਹੇ ਹਨ। ਗੱਲ ਏਥੇ ਨਹੀਂ ਮੁਕਦੀ। ਬਾਦਲ ਸਾਹਿਬ ਅਨੁਸਾਰ ਕਿਸੇ ਵੀ ਸਿੱਖ ਸੰਪ੍ਰਦਾਇ (sect), ਜਿਵੇਂ ਕਿ ਉਦਾਸੀ, ਨਿਰਮਲ, ਨਾਮਧਾਰੀ, ਬਾਬਾ ਦਿਆਲ ਜੀ ਦੀ ਨਿਰੰਕਾਰੀ ਸੰਪ੍ਰਦਾਇ ਆਦਿ ਦੇ ਅਨੁਆਈ ਧਰਮ ਤੋਂ ਸਿੱਖ ਨਹੀਂ ਮੰਨੇ ਜਾਣਗੇ। **ਇਸ ਤਰ੍ਹਾਂ ਨਾਲ ਬਾਦਲ ਸਾਹਿਬ ਨੇ ਸਹਿਜਧਾਰੀ ਸਿੱਖਾਂ ਅਤੇ ਵੱਖ ਵੱਖ ਸਿੱਖ ਸੰਪ੍ਰਦਾਵਾਂ ਦੇ ਅਨੁਆਈਆਂ ਨੂੰ ਸਿੱਖ ਧਰਮ ਦੇ ਨੇੜੇ ਲਿਆਉਣ ਅਤੇ ਸਿੱਖ ਧਰਮ ਦੇ ਨਾਲ ਜੋੜੀ ਰਖਣ ਦੀ ਥਾਂ ਉਨ੍ਹਾਂ ਤੇ ਸਿੱਖ ਧਰਮ ਦੇ ਦਰਵਾਜ਼ੇ ਬੰਦ ਕਰਦੇ ਰਹੇ ਹਨ। ਇਹ ਕੁਝ ਕਰ ਕੇ ਬਾਦਲ ਸਾਹਿਬ ਨੇ ਸਿੱਖ ਪੰਥ ਨੂੰ ਬਹੁਤ ਹੀ ਵੱਡਾ ਨੁਕਸਾਨ ਪਹੁੰਚਾਇਆ ਹੈ।** ਅੱਜ ਭਾਰਤ ਵਿਚ ਲੋਕ ਰਾਜ ਹੈ। ਸਰਕਾਰਾਂ ਵੋਟਾਂ ਰਾਹੀਂ ਬਣਦੀਆਂ ਅਤੇ ਟੁਟਦੀਆਂ ਹਨ। ਇਸ ਲਈ ਰਾਜਨੀਤੀ ਦੇ ਖੇਤਰ ਵਿਚ ਸ਼ਬਦ ਸਿੱਖ ਦੀ ਪਰਿਭਾਸ਼ਾ ਅਤਿ ਵਿਸ਼ਾਲ ਹੋਣੀ ਚਾਹੀਦੀ ਹੈ। ਜੇਕਰ ਰਾਜਾਂ ਦੀਆਂ ਅਸੈਂਬਲੀ ਅਤੇ ਕੇਂਦਰ ਦੀ ਪਾਰਲੀਮੈਂਟ ਦੀਆਂ ਚੋਣਾਂ ਲਈ ਵੋਟਰ ਬਣਨ ਵਾਲਾ ਕੋਈ ਵੀ ਨਾਨ-ਕੇਸਾਧਾਰੀ ਵਿਅਕਤੀ (ਕੇਸਾਂ ਦੀ ਸਾਬਤ ਸੂਰਤ ਨਾ ਰਖਣ ਵਾਲਾ ਵਿਅਕਤੀ) ਕਹਿੰਦਾ ਹੈ ਅਤੇ ਮੰਨਦਾ ਹੈ ਕਿ ਉਹ ਧਰਮ ਤੋਂ ਸਿੱਖ ਹੈ ਅਤੇ ਉਹ ਸਿਵਾਏ ਸਿੱਖ ਧਰਮ ਤੋਂ ਹੋਰ ਕਿਸੇ ਧਰਮ ਨੂੰ ਆਪਣਾ ਧਰਮ ਨਹੀਂ ਮੰਨਦਾ, ਤਾਂ ਪੰਥ ਦਾ ਫ਼ਾਇਦਾ ਇਸ ਵਿਚ ਹੈ ਕਿ ਅਜਿਹੇ ਨਾਨ-ਕੇਸਾਧਾਰੀ ਵਿਅਕਤੀ ਨੂੰ ਧਰਮ ਤੋਂ ਸਿੱਖ ਮੰਨ ਲਿਆ ਜਾਵੇ। ਰਾਜਨੀਤੀ ਦੇ ਖੇਤਰ ਵਿਚ ਸ਼ਬਦ ਸਿੱਖ ਦੀ ਇਸ ਵਿਸ਼ਾਲ ਪਰਿਭਾਸ਼ਾ ਨੂੰ ਮੰਨ ਲੈਣ ਦਾ ਫ਼ਾਇਦਾ ਸਹਿਜਧਾਰੀ ਸਿੱਖ, ਸਿਖ ਧਰਮ ਦੇ ਸਿੰਧੀ ਅਨੁਆਈ, ਕਬੀਰ ਪੰਥੀ, ਪਤਿਤ ਸਿੱਖ ਆਦਿ ਉਠਾ ਸਕਣਗੇ। ਇਸ ਦੇ ਫਲਸਰੂਪ ਸਿੱਖ ਆਬਾਦੀ ਵੱਧੇਗੀ। ਸਿੱਖ ਵੋਟਰਾਂ ਦੀ ਗਿਣਤੀ ਵੱਧੇਗੀ। ਸਿੱਖਾਂ ਦੀ ਰਾਜਨੀਤਿਕ ਸ਼ਕਤੀ ਵੱਧੇਗੀ। ਅੱਜ ਲੋਕ ਰਾਜ ਦੇ ਸਮੇਂ ਵਿਚ ਜਿਤਨੀ ਕਿਸੇ ਦੀ

ਆਬਾਦੀ ਵੱਧ ਹੋਵੇਗੀ, ਉਤਨੀ ਹੀ ਉਸ ਦੀ ਰਾਜਨੀਤਿਕ ਸ਼ਕਤੀ ਵੱਧੇਗੀ। ਇਸ ਲਈ ਰਾਜਨੀਤੀ ਦੇ ਖੇਤਰ ਵਿਚ ਸ਼ਬਦ ਸਿੱਖ ਦੀ ਪਰਿਭਾਸ਼ਾ ਅਤਿ ਵਿਸ਼ਾਲ ਹੋਣੀ ਚਾਹੀਦੀ ਹੈ। ਪਰ ਬਾਦਲ ਸਾਹਿਬ ਕੀ ਕਰ ਰਹੇ ਹਨ ? ਉਹ ਗੁਰਦੁਆਰਿਆਂ ਤੇ ਕੇਵਲ ਆਪਣਾ ਕਬਜ਼ਾ ਬਣਾਏ ਰਖਣ ਦੇ ਉਦੇਸ਼ ਨੂੰ ਪੂਰਾ ਕਰਨ ਲਈ ਸ਼ਬਦ ਸਿੱਖ ਦੀ ਪਰਿਭਾਸ਼ਾ ਅਤਿ ਸੀਮਿਤ ਕਰੀ ਜਾ ਰਹੇ ਹਨ। ਇੱਕ ਗੱਲ ਹੋਰ ਵੀ। ਹਰਿਮੰਦਰ ਸਾਹਿਬ ਦੇ ਹੈਡ ਗ੍ਰੰਥੀ ਭਾਈ ਜਸਵਿੰਦਰ ਸਿੰਘ ਜੀ ਦਾ ਅਖ਼ਬਾਰ ਟ੍ਰਿਬਿਊਨ ਮਿਤੀ ਨਵੰਬਰ 27, 2011 ਵਿਚ ਛਪੇ ਬਿਆਨ ਦਾ ਹਵਾਲਾ ਦਿੰਦੇ ਹੋਏ ਆਲੋਚਕ ਕਹਿੰਦੇ ਹਨ ਕਿ **ਭਾਈ ਜਸਵਿੰਦਰ ਸਿੰਘ ਜੀ ਹਰਿਮੰਦਰ ਸਾਹਿਬ ਦੇ ਹੈਡ ਗ੍ਰੰਥੀ ਸਾਹਿਬ ਦੇ ਅਨੁਮਾਨ ਅਨੁਸਾਰ ਅੱਜ ਪੰਜਾਬ ਵਿਚ 90 ਪ੍ਰਤਿਸ਼ਤ ਤੋਂ 95 ਪ੍ਰਤਿਸ਼ਤ ਸਿੱਖ ਪਤਿਤ ਸਿੱਖ ਹੋ ਗਏ ਹਨ।**[1] ਜੇਕਰ ਇਹ ਠੀਕ ਹੈ, ਤਾਂ ਇਸ ਤੋਂ ਸਾਬਤ ਹੋ ਜਾਂਦਾ ਹੈ ਕਿ ਸ਼੍ਰੋਮਣੀ ਗੁਰਦੁਆਰਾ ਪ੍ਰਬੰਧਕ ਕਮੇਟੀ, ਜਿਸ ਤੇ 2011 ਵਿਚ ਬਾਦਲ ਸਾਹਿਬ ਦਾ ਪੂਰੀ ਤਰ੍ਹਾਂ ਨਾਲ ਕਬਜ਼ਾ ਸੀ, ਸਿੱਖ ਧਰਮ ਦੇ ਪ੍ਰਚਾਰ ਲਈ ਪੰਜਾਬ ਵਿਚ ਕੁਝ ਨਹੀਂ ਕਰ ਰਹੀ ਸੀ। **ਇਸ ਲਈ ਬਾਦਲ ਸਾਹਿਬ ਦੇ ਆਲੋਚਕ ਕਹਿੰਦੇ ਹਨ ਕਿ ਬਾਦਲ ਸਾਹਿਬ ਦੀ ਪੰਥ ਸੇਵਾ ਕੇਵਲ ਇੱਕ ਦਿਖਾਵਾ ਹੈ, ਛਲਾਵਾ ਹੈ, ਨਾਟਕ ਹੈ। ਹੋਰ ਕੁਝ ਵੀ ਨਹੀਂ**। ਨਾ ਤਾਂ ਉਨ੍ਹਾਂ ਦੀ ਪੰਥ ਸੇਵਾ ਵਿਚ ਕੋਈ ਅਸਲੀਅਤ ਹੈ, ਨਾ ਕੋਈ ਸਚਾਈ।

9. ਅਕਾਲ ਤਖ਼ਤ ਦੇ ਜਥੇਦਾਰ ਸਾਹਿਬ ਨੇ ਸ੍ਰ. ਬਲਵੰਤ ਸਿੰਘ ਰਾਜੋਆਣਾ ਨੂੰ ਜ਼ਿੰਦਾ ਸ਼ਹੀਦ ਦੀ ਪਦਵੀ ਪ੍ਰਦਾਨ ਕੀਤੀ ਹੈ। ਬਲਵੰਤ ਸਿੰਘ ਰਾਜੋਆਣਾ ਨੂੰ ਪੰਜਾਬ ਦੇ ਪੂਰਵ ਮੁੱਖ ਮੰਤਰੀ ਸ੍ਰ. ਬਿਅੰਤ ਸਿੰਘ ਦੀ ਹੱਤਿਆ ਕਰਨ ਦੇ ਅਪਰਾਧ ਵਿਚ ਅਦਾਲਤ ਤੋਂ ਫਾਂਸੀ ਦੀ ਸਜ਼ਾ ਹੋ ਚੁੱਕੀ ਹੈ। ਸਰਦਾਰ ਰਾਜੋਆਣਾ ਉਨ੍ਹਾਂ ਨੂੰ ਫਾਂਸੀ ਦੀ ਮਿਲੀ ਸਜ਼ਾ ਨੂੰ ਘਟਾ ਕੇ ਉਮਰ ਕੈਦ ਵਿਚ ਬਦਲਣ ਲਈ ਨਾ ਤਾਂ ਅਦਾਲਤ, ਨਾ ਕੇਂਦਰ ਦੀ ਸਰਕਾਰ ਅਤੇ ਨਾ ਭਾਰਤ ਦੇ ਰਾਸ਼ਟਰਪਤੀ ਅੱਗੇ ਹੱਥ ਫੈਲਾਉਣ ਲਈ ਤਿਆਰ ਹਨ। ਉਨ੍ਹਾਂ ਦਾ ਕਹਿਣਾ ਹੈ ਕਿ 1984 ਵਿਚ ਦਿੱਲੀ ਵਿਚ ਨਿਰਦੋਸ਼ ਸਿੱਖਾਂ ਦਾ ਕਤਲੇ-ਆਮ ਹੋਇਆ ਸੀ। ਉਸ ਸਮੇਂ ਕੇਂਦਰ ਦੀ ਸਰਕਾਰ ਨੇ ਨਿਰਦੋਸ਼ ਸਿੱਖਾਂ ਦਾ ਕਤਲੇ-ਆਮ ਕਰਨ ਵਾਲੇ ਅਪਰਾਧੀਆਂ ਨੂੰ ਸਜ਼ਾ ਦਿਵਾਉਣ ਦੀ ਥਾਂ ਉਨ੍ਹਾਂ ਨੂੰ ਬਚਾਉਣ ਦੀ ਪੂਰੀ ਕੋਸ਼ਸ਼ ਕੀਤੀ ਸੀ। ਸਿੱਖ ਮੁੰਡਿਆਂ ਨੇ ਇਹ ਵੇਖਦੇ ਹੋਏ ਕਿ ਉਨ੍ਹਾਂ ਦੇ ਪਾਸ ਸਿੱਖਾਂ ਨਾਲ ਹੋਈ ਬੇਇਨਸਾਫ਼ੀ ਨੂੰ ਦੂਰ ਕਰਨ ਲਈ ਹੋਰ ਕੋਈ ਵਿਕਲਪ ਨਹੀਂ ਰਿਹਾ, ਆਪਣੇ ਹੱਥਾਂ ਵਿਚ ਬੰਦੂਕ ਲੈ ਲਈ। ਇਨ੍ਹਾਂ ਸਿੱਖ ਮੁੰਡਿਆਂ ਨੂੰ ਆਤੰਕਵਾਦੀ ਹੋਣ ਦਾ ਨਾਂ ਦਿੱਤਾ ਗਿਆ ਅਤੇ ਪਕੜ ਕੇ ਇੱਕ ਇੱਕ ਕਰ ਕੇ ਮਾਰ ਦਿੱਤੇ ਗਏ। ਇਸ ਦੇ ਉਲਟ, ਸ੍ਰ. ਪ੍ਰਕਾਸ਼ ਸਿੰਘ ਬਾਦਲ ਨੇ ਪੰਜਾਬ ਵਿਚ ਆਪਣੀ ਸਰਕਾਰ ਬਣਾਏ ਰਖਣ ਲਈ ਕੇਂਦਰ ਸਰਕਾਰ ਨਾਲ ਮਿਲਵਰਤਨ ਕੀਤਾ। ਸਰਦਾਰ ਰਾਜੋਆਣਾ ਦਾ ਕਹਿਣਾ ਹੈ ਕਿ ਇਸ ਲਈ ਅਕਾਲ ਤਖ਼ਤ ਦੇ ਜਥੇਦਾਰ ਸਾਹਿਬ ਲਈ 1984 ਵਿਚ ਨਿਰਦੋਸ਼ ਸਿੱਖਾਂ ਦੇ ਕਤਲੇ-ਆਮ ਦੇ ਮਾਮਲੇ ਵਿਚ ਅਪਰਾਧੀ ਕੇਂਦਰ ਸਰਕਾਰ ਨਾਲ ਮਿਲਵਰਤਨ ਕਰਨ ਵਾਲੇ

---

1. *The Tribune*, Chandigarh, Sunday, November 27, 2011, p.5.

ਸ੍ਰ. ਪ੍ਰਕਾਸ਼ ਸਿੰਘ ਬਾਦਲ ਨੂੰ ਪੰਥ ਰਤਨ ਫ਼ਖ਼ਰੇ ਕੌਮ ਦੀ ਪਦਵੀ ਪ੍ਰਦਾਨ ਕਰਨੀ ਉਚਿਤ ਨਹੀਂ ਸੀ ।[1]

10. ਆਲੋਚਕ ਕਹਿੰਦੇ ਹਨ ਕਿ ਬਾਦਲ ਸਾਹਿਬ ਦੇ ਜੀਵਨ ਦੇ ਆਖ਼ਰੀ ਦਿਨਾਂ ਦਾ ਕੇਵਲ ਇੱਕ ਉਦੇਸ਼ ਹੈ, ਕੇਵਲ ਇਕ ਸੁਪਨਾ ਹੈ ਕਿ ਉਹ ਕਿਸੇ ਨਾ ਕਿਸੇ ਤਰ੍ਹਾਂ ਆਪਣੇ ਇਕੋ ਇੱਕ ਪੁੱਤਰ ਸੁਖਬੀਰ ਨੂੰ ਪੰਜਾਬ ਦਾ ਮੁੱਖ ਮੰਤਰੀ ਬਣਾ ਸਕਣ ਅਤੇ ਇਸ ਦੁਨੀਆਂ ਤੋਂ ਜਾਣ ਤੋਂ ਪਹਿਲਾਂ ਪਹਿਲਾਂ ਇੱਕ ਵਾਰ ਸੁਖਬੀਰ ਪੁੱਤਰ ਨੂੰ ਪੰਜਾਬ ਦੇ ਮੁੱਖ ਮੰਤਰੀ ਦੀ ਕੁਰਸੀ ਤੇ ਬੈਠਿਆਂ ਵੇਖ ਸਕਣ ।

ਬਾਦਲ ਸਾਹਿਬ ਦੇ ਛੋਟੇ ਭਰਾ ਗੁਰਦਾਸ ਬਾਦਲ ਦੇ ਸ਼ਬਦਾਂ ਵਿਚ ਉਨ੍ਹਾਂ ਦੇ ਵੱਡੇ ਭਰਾ ਸ੍ਰ. ਪ੍ਰਕਾਸ਼ ਸਿੰਘ ਬਾਦਲ ਦੀ ਅੱਜ ਦੀ ਸਿਥਿਤੀ ਮਹਾਭਾਰਤ ਦੇ ਧ੍ਰਿਤਰਾਸ਼ਟਰ ਵਰਗੀ ਹੋ ਗਈ ਹੈ । ਸ੍ਰ. ਪ੍ਰਕਾਸ਼ ਸਿੰਘ ਬਾਦਲ ਨੇ ਆਪਣੇ ਪੁੱਤਰ ਸੁਖਬੀਰ ਦੇ ਮੋਹ ਵਿਚ ਬੇਵੱਸ ਹੋ ਕੇ ਆਪਣੀਆਂ ਅੱਖਾਂ ਤੇ ਪੱਟੀ ਬੰਨ੍ਹ ਲਈ ਹੈ । ਇਸ ਲਈ ਹੁਣ ਉਨ੍ਹਾਂ ਦਾ ਵੱਡਾ ਭਰਾ ਸ੍ਰ. ਪ੍ਰਕਾਸ਼ ਸਿੰਘ ਬਾਦਲ ਠੀਕ ਤਰ੍ਹਾਂ ਸੋਚ ਹੀ ਨਹੀਂ ਸਕਦਾ ।[2]

11. ਸ੍ਰ. ਪ੍ਰਕਾਸ਼ ਸਿੰਘ ਬਾਦਲ ਦੇ ਆਲੋਚਕ ਕਹਿੰਦੇ ਹਨ ਕਿ ਗੁਰਦਾਸ ਬਾਦਲ ਸ੍ਰ. ਪ੍ਰਕਾਸ਼ ਸਿੰਘ ਬਾਦਲ ਦੇ ਸਕੇ ਛੋਟੇ ਭਰਾ ਹਨ ਅਤੇ ਮਹੇਸ਼ਇੰਦਰ ਸਿੰਘ ਬਾਦਲ ਸਾਹਿਬ ਦੇ ਚਚੇਰੇ ਭਰਾ

---

1. **Rajoana calls for peace, amity.**

Questions Fakhr-e-Quam title for CM. Says he doesn't need Delhi's mercy :

Appealing for peace and brotherhood, Balwant Singh Rajoana today handed over another letter to his foster sister who met him inside the Central Jail here.

In the letter, Rajoana questioned the decision of honouring Punjab Chief Minister Parkash Singh Badal with the Fakhr-e-Quam title. In a fresh appeal to Punjabis, Rajoana, stressed on the need for peace and communal harmony.

In a separate letter to Additional Jail Superintendent Rajan Kapur, Rajoana appealed for peaceful protests in the state. He refused to accept mercy from Delhi and said that when innocent Sikhs were murdered in Delhi, the youths were left with no option but to resort to taking to the gun. "Later the youths were called terrorists and the ones who compromised with Delhi were titled Fakhr-e-Quam", he wrote in the letter. Maintaining that he needed no mercy, either from the President or the Prime Minister, Rajoana said :"I appeal to the youth not to take to armed rebellion after my death and to remain free from the clutches of politicians".

In a letter to the Patiala Central Jail authorities, Rajoana said : "All organisations should ensure that no community or religion is hurt and all protests are held peacefully".

The Tribune, Chandigarh, Thursday, March, 29,2012, p.5.

2. *The Times of India,* November 4, 2011, p.1.

ਹਨ। ਇਸ ਤਰ੍ਹਾਂ ਨਾਲ ਇਹ ਤਿੰਨ ਬਾਦਲ, ਪਰਿਵਾਰ ਦੇ ਇੱਕ ਹੀ ਵਡੇਰੇ ਦੀ ਸੰਤਾਨ ਹਨ। ਪਰ ਵਕਤ ਦੇ ਨਾਲ ਸਭ ਕੁਝ ਬਦਲ ਗਿਆ ਹੈ। ਸ੍ਰ. ਪ੍ਰਕਾਸ਼ ਸਿੰਘ ਬਾਦਲ ਦੇ ਪਰਿਵਾਰ ਦੇ ਪਾਸ ਫ਼ਾਈਵ ਸਟਾਰ ਹੋਟਲ, ਬਸਾਂ ਅਤੇ ਹੋਰ ਕੀ ਕੁਝ ਨਹੀਂ ਹੈ। ਇਸ ਦੇ ਉਲਟ, ਇਸ ਵਿਚ ਕੋਈ ਵਿਵਾਦ ਨਹੀਂ ਕਿ ਸ੍ਰ. ਪ੍ਰਕਾਸ਼ ਸਿੰਘ ਬਾਦਲ ਦੇ ਪਰਿਵਾਰ ਦੀ ਤੁਲਨਾ ਵਿਚ ਗੁਰਦਾਸ ਬਾਦਲ ਅਤੇ ਮਹੇਸ਼ਇੰਦਰ ਬਾਦਲ ਦੇ ਪਰਿਵਾਰਾਂ ਦੀ ਮਾਲੀ ਹਾਲਤ ਬਹੁਤ ਹੀ ਹੇਠਾਂ ਹੈ। ਇਸ ਦਾ ਕਾਰਣ ਕੀ ਹੈ ? ਆਲੋਚਕਾਂ ਦਾ ਕਹਿਣਾ ਹੈ ਕਿ ਇਹ ਹੈ ਸ੍ਰ. ਪ੍ਰਕਾਸ਼ ਸਿੰਘ ਬਾਦਲ ਸਾਹਿਬ ਦੇ ਪੰਜ ਵਾਰ ਪੰਜਾਬ ਦੇ ਮੁੱਖ ਮੰਤਰੀ ਬਣਨ ਦੀ ਕਰਾਮਾਤ। ਇਹ ਹੈ ਸ੍ਰ. ਪ੍ਰਕਾਸ਼ ਸਿੰਘ ਬਾਦਲ ਸਾਹਿਬ ਦੀ ਰਾਜਨੀਤੀ ਦਾ ਕਮਾਲ, ਚਮਤਕਾਰ।

12. ਸ੍ਰ. ਪ੍ਰਕਾਸ਼ ਸਿੰਘ ਬਾਦਲ ਦੇ ਆਲੋਚਕ ਕਹਿੰਦੇ ਹਨ ਕਿ ਜੇਕਰ ਧਿਆਨ ਨਾਲ ਵੇਖੀਏ, ਤਾਂ ਬਾਦਲ ਸਾਹਿਬ ਦਾ ਸਾਰਾ ਰਾਜਨੀਤਿਕ ਜੀਵਨ ਕੇਵਲ ਤਿੰਨ ਸ਼ਬਦਾਂ ਕੁਰਸੀ, ਪਰਿਵਾਰਵਾਦ ਅਤੇ ਭ੍ਰਿਸ਼ਟਾਚਾਰ ਤਕ ਸੀਮਿਤ ਹੋ ਕੇ ਇਨ੍ਹਾਂ ਤਿੰਨ ਸ਼ਬਦਾਂ ਵਿਚ ਹੀ ਸਿਮਟ ਕੇ ਰਹਿ ਜਾਂਦਾ ਹੈ।

ਸ੍ਰ. ਪ੍ਰਕਾਸ਼ ਸਿੰਘ ਬਾਦਲ ਦੇ ਆਲੋਚਕ ਕਹਿੰਦੇ ਹਨ ਕਿ ਅੱਜ ਸ੍ਰ. ਪ੍ਰਕਾਸ਼ ਸਿੰਘ ਬਾਦਲ ਕਰਕੇ ਹੀ, ਜਿਨ੍ਹਾਂ ਨੂੰ ਉਨ੍ਹਾਂ ਦੇ ਸਮਰਥਕ ਪੰਥ ਦਾ ਨਿਰਵਿਵਾਦ ਸੁਪਰੀਮ ਸਿੱਖ ਨੇਤਾ ਕਹਿੰਦੇ ਹਨ, ਪੰਥ ਰਤਨ ਫ਼ਖ਼ਰੇ ਕੌਮ ਕਹਿੰਦੇ ਹਨ, ਸਿੱਖ ਰਾਜਨੀਤੀ ਦੀ ਸਿਥਿਤੀ ਹੋ ਗਈ ਹੈ - 'ਸਰਮੁ ਧਰਮੁ ਦੁਇ ਛਪਿ ਖਲੋਏ ਕੂੜੁ ਫਿਰੈ ਪਰਧਾਨੁ ਵੇ ਲਾਲੋ ॥' (ਪੰਨਾ ੭੨੨) ਇਸ ਲਈ ਬਾਦਲ ਸਾਹਿਬ ਦੇ ਆਲੋਚਕ ਕਹਿੰਦੇ ਹਨ ਕਿ ਬਾਦਲ ਸਾਹਿਬ ਨੂੰ ਫ਼ਖ਼ਰੇ ਕੌਮ ਕਹਿਣਾ ਠੀਕ ਨਹੀਂ ਹੋਵੇਗਾ। ਫ਼ਿਕਰੇ ਕੌਮ ਕਹਿਣਾ ਠੀਕ ਹੋਵੇਗਾ।

ਸਿੱਟੇ

(i) ਇਸ ਹਕੀਕਤ ਤੋਂ ਕੋਈ ਵੀ ਇਨਕਾਰ ਨਹੀਂ ਕਰ ਸਕਦਾ ਕਿ ਅੱਜ ਦੇ ਸਿੱਖ ਨੇਤਾਵਾਂ ਵਿਚੋਂ ਕੇਵਲ ਸ੍ਰ. ਪ੍ਰਕਾਸ਼ ਸਿੰਘ ਬਾਦਲ ਅਜਿਹੇ ਸਿੱਖ ਨੇਤਾ ਹਨ ਜਿਹੜੇ ਪੰਜਾਬ ਦੇ ਪੰਜ ਵਾਰ ਮੁੱਖ ਮੰਤਰੀ ਬਣ ਚੁੱਕੇ ਹਨ। ਬਾਦਲ ਸਾਹਿਬ ਦੀ ਇਸ ਲੰਮੀ ਸਫਲ ਸਿਆਸਤ ਨੂੰ ਬਾਦਲ ਯੁਗ ਵੀ ਕਿਹਾ ਜਾ ਸਕਦਾ ਹੈ। ਬਾਦਲ ਸਾਹਿਬ ਦਾ ਪੰਜਾਬ ਦਾ ਪੰਜ ਵਾਰ ਮੁੱਖ ਮੰਤਰੀ ਬਣਨਾ ਆਪਣੇ ਆਪ ਵਿਚ ਸਾਰੇ ਦੇਸ਼ ਵਿਚ ਇੱਕ ਰਿਕਾਰਡ ਹੈ। ਇਹ ਸਭ ਕੁਝ ਹਾਸਲ ਕਰਨ ਦੇ ਬਾਅਦ ਵੀ ਸ੍ਰ. ਪ੍ਰਕਾਸ਼ ਸਿੰਘ ਬਾਦਲ ਨੇ ਜ਼ਮੀਨ ਤੋਂ ਪੈਰ ਨਹੀਂ ਛੱਡੇ। ਬਾਦਲ ਸਾਹਿਬ ਕਹਿੰਦੇ ਹਨ ਕਿ ਨਾ ਤਾਂ ਉਨ੍ਹਾਂ ਦੇ ਨਾਂ ਤੇ ਕੋਈ ਫ਼ਿਲਮ ਬਣੇਗੀ, ਨਾ ਕੋਈ ਕਿਤਾਬ ਲਿਖੀ ਜਾਵੇਗੀ। ਇਸ ਤੋਂ ਬਾਦਲ ਸਾਹਿਬ ਦੇ ਸੁਭਾ ਵਿਚ ਹਲੀਮੀ, ਜ਼ਿੰਦਗੀ ਦਾ ਅਨੁਭਵ ਅਤੇ ਅਕਲਮੰਦੀ ਦਾ ਪਤਾ ਲਗਦਾ ਹੈ।

(ii) ਕੀ ਸ੍ਰ. ਪ੍ਰਕਾਸ਼ ਸਿੰਘ ਬਾਦਲ ਨੂੰ ਇਸ ਗੱਲ ਦਾ ਦੋਸ਼ੀ ਠਹਿਰਾਇਆ ਜਾ ਸਕਦਾ ਕਿ ਉਨ੍ਹਾਂ ਨੂੰ ਪੰਜਾਬ ਦੇ ਮੁੱਖ ਮੰਤਰੀ ਦੀ ਕੁਰਸੀ ਦੀ ਹਵਸ ਹੈ ? ਅੱਜ ਭਾਰਤ ਦਾ ਲਗ-ਭਗ ਹਰ ਸਿਆਸਤਦਾਨ, ਕੁਝ ਨੂੰ ਛੱਡ ਕੇ, ਹਰ ਕੀਮਤ ਤੇ ਕੁਰਸੀ ਅਰਥਾਤ ਰਾਜਨੀਤਿਕ ਤਾਕਤ ਹਾਸਲ

ਕਰਨਾ ਚਾਹੁੰਦਾ ਹੈ। ਇਸ ਲਈ ਸ੍ਰ. ਪ੍ਰਕਾਸ਼ ਸਿੰਘ ਬਾਦਲ ਨੂੰ ਇਸ ਗੱਲ ਦਾ ਕਰੈਡਿਟ ਮਿਲਣਾ ਚਾਹੀਦਾ ਹੈ ਕਿ ਉਹ ਪੰਜਾਬ ਦੇ ਪੰਜ ਵਾਰ ਮੁੱਖ ਮੰਤਰੀ ਬਣ ਸਕਣ ਵਿਚ ਸਫਲ ਰਹੇ ਹਨ। ਅਸੀਂ ਇਸ ਦਾ ਫੈਸਲਾ ਸਿੱਖ ਸੰਗਤ ਤੇ ਛਡਦੇ ਹਾਂ।

(iii) ਪਰ ਬਾਦਲ ਸਾਹਿਬ ਦੇ ਆਲੋਚਕਾਂ ਦੁਆਰਾ ਬਾਦਲ ਸਾਹਿਬ ਦੇ ਵਿਰੁੱਧ ਲਾਏ ਗਏ ਇਨ੍ਹਾਂ ਆਰੋਪਾਂ ਵਿਚ ਵਜ਼ਨ ਜਾਪਦਾ ਹੈ ਕਿ ਬਾਦਲ ਸਾਹਿਬ ਅਨੁਚਿਤ ਪਰਿਵਾਰਵਾਦ ਅਤੇ ਭ੍ਰਿਸ਼ਟਾਚਾਰ ਦੇ ਆਰੋਪਾਂ ਦੇ ਮਾਮਲਿਆਂ ਵਿਚ ਸ਼ੱਕ ਦੇ ਘੇਰੇ ਵਿਚੋਂ ਬਾਹਰ ਨਹੀਂ ਨਿਕਲ ਸਕੇ। ਇਸ ਲਈ ਅਕਾਲ ਤਖ਼ਤ ਦੇ ਜਥੇਦਾਰ ਸਾਹਿਬ ਦੁਆਰਾ ਸ੍ਰ. ਪ੍ਰਕਾਸ਼ ਸਿੰਘ ਬਾਦਲ ਨੂੰ ਪੰਥ ਰਤਨ ਫ਼ਖ਼ਰੇ ਕੌਮ ਦੀ ਪਦਵੀ ਪ੍ਰਦਾਨ ਕਰਨ ਤੇ ਹਮੇਸ਼ਾ ਹੀ ਸੁਆਲੀਆ ਨਿਸ਼ਾਨ ਬਣਿਆ ਰਹੇਗਾ। ਪਰ ਬਾਦਲ ਸਾਹਿਬ ਦੇ ਸਮਰਥਕਾਂ ਦਾ ਕਹਿਣਾ ਹੈ ਕਿ ਇਕੱਲੇ ਸ੍ਰ. ਪ੍ਰਕਾਸ਼ ਸਿੰਘ ਬਾਦਲ ਨੂੰ ਪਰਿਵਾਰਵਾਦ ਅਤੇ ਭ੍ਰਿਸ਼ਟਾਚਾਰ ਦੇ ਆਰੋਪਾਂ ਦਾ ਨਿਸ਼ਾਨਾ ਕਿਉਂ ਬਣਾਇਆ ਜਾ ਰਿਹਾ ਹੈ ? ਅੱਜ ਸਾਰੇ ਭਾਰਤ ਵਿਚ ਸਿਆਸਤ ਫ਼ੈਮਲੀ ਬਿਜ਼ਨਿਸ ਬਣ ਚੁੱਕੀ ਹੈ। ਇਸ ਦਾ ਪ੍ਰਭਾਵ ਪੰਜਾਬ ਦੀ ਸਿਆਸਤ ਤੇ ਵੀ ਪੈਣਾ ਸੁਭਾਵਕ ਹੈ। ਇਸ ਦੇ ਉੱਤਰ ਵਿਚ ਆਲੋਚਕ ਕਹਿੰਦੇ ਹਨ ਕਿ ਬਾਦਲ ਅਕਾਲੀ ਦਲ ਵਿਚ ਪਰਿਵਾਰਵਾਦ ਸਾਰੀਆਂ ਸੀਮਾਵਾਂ ਟੱਪ ਗਿਆ ਹੈ। ਇਸ ਲਈ ਇਸ ਨੂੰ ਕਿਸੇ ਵੀ ਹਾਲਤ ਵਿਚ ਉਚਿਤ ਨਹੀਂ ਠਹਿਰਾਇਆ ਜਾ ਸਕਦਾ। ਜਿਥੋਂ ਤਕ ਸਿਆਸਤ ਵਿਚ ਆ ਕੇ ਪੈਸੇ ਇਕੱਠੇ ਕਰਨ ਦਾ ਆਰੋਪ ਹੈ, ਅੱਜ ਸਾਰੇ ਭਾਰਤ ਵਿਚ ਇਲੈਕਸ਼ਨ ਪੈਸੇ ਦੀ ਗੇਮ ਬਣ ਚੁੱਕੀ ਹੈ। ਇਸ ਲਈ ਅੱਜ ਕੋਈ ਵੀ ਅਜਿਹਾ ਵੱਡਾ ਸਿੱਖ ਨੇਤਾ ਨਹੀਂ ਹੈ ਜਿਹੜਾ ਇਲੈਕਸ਼ਨ ਫ਼ੰਡ ਦੇ ਨਾਂ ਤੇ ਜਾਂ ਕਿਸੇ ਹੋਰ ਬਹਾਨੇ ਜਾਂ ਕਿਸੇ ਹੋਰ ਤਰੀਕੇ ਨਾਲ ਪੈਸੇ ਇਕੱਠੇ ਨਾ ਕਰਦਾ ਹੋਵੇ। ਸੱਚ ਇਹ ਹੈ ਕਿ ਅੱਜ ਦੀ ਸਿਆਸਤ ਵਿਚ ਮਾਸਟਰ ਤਾਰਾ ਸਿੰਘ ਅਤੇ ਗਿਆਨੀ ਕਰਤਾਰ ਸਿੰਘ ਜੀ ਵਰਗੇ ਸਿੱਖ ਨੇਤਾ ਲਭਣੇ ਔਖਾ ਹੋ ਗਿਆ ਹੈ। ਜਦੋਂ ਉਨ੍ਹਾਂ ਦੀ ਮੌਤ ਹੋਈ, ਤਾਂ ਉਹ ਆਪਣੇ ਪਿੱਛੇ ਨਾ ਕੋਈ ਬੈਂਕ ਖਾਤਾ, ਨਾ ਕੋਈ ਜਾਇਦਾਦ ਅਤੇ ਨਾ ਕੋਈ ਪੈਸਾ ਛੱਡ ਗਏ ਸੀ।

(iv) ਸਿੱਖ ਧਰਮ ਦੇ ਇਤਿਹਾਸ ਅਨੁਸਾਰ ਸਿੱਖ ਪੰਥ ਵਿਚ ਅਕਾਲ ਤਖ਼ਤ ਦੇ ਜਥੇਦਾਰ ਸਾਹਿਬ ਦੀ ਪਦਵੀ ਸ੍ਰਵਉੱਚ ਹੈ। ਉਨ੍ਹਾਂ ਦੇ ਪਾਸ ਅਕਾਲ ਤਖ਼ਤ ਦੇ ਪੂਰਵ ਜਥੇਦਾਰ ਅਕਾਲੀ ਫੂਲਾ ਸਿੰਘ ਜੀ ਦੀ ਇਤਿਹਾਸਕ ਵਿਰਾਸਤ ਵੀ ਹੈ, ਜਿਨ੍ਹਾਂ ਨੇ ਮਹਾਰਾਜਾ ਰਣਜੀਤ ਸਿੰਘ ਨੂੰ ਮੁਸਲਮਾਨ ਔਰਤ ਮੋਰਾਂ ਨਾਲ ਵਿਆਹ ਕਰਨ ਦੀ ਕੁਰਹਿਤ ਕਰਨ ਤੇ ਤਨਖਾਹ ਲਾਈ ਸੀ। ਪਰ ਫਿਰ ਵੀ ਮਹਾਰਾਜਾ ਰਣਜੀਤ ਸਿੰਘ ਨੇ ਅਕਾਲੀ ਫੂਲਾ ਸਿੰਘ ਨੂੰ ਅਕਾਲ ਤਖ਼ਤ ਦੀ ਜਥੇਦਾਰੀ ਤੋਂ ਹਟਾਉਣ ਦੀ ਗ਼ਲਤੀ ਕਰਨ ਦਾ ਹੌਂਸਲਾ ਨਹੀਂ ਕੀਤਾ ਸੀ। ਪਰ ਬਾਦਲ ਅਕਾਲੀ ਦਲ ਨੇ ਅਕਾਲ ਤਖ਼ਤ ਦੇ ਜਥੇਦਾਰ ਸਾਹਿਬ ਨੂੰ ਸ਼੍ਰੋਮਣੀ ਗੁਰਦੁਆਰਾ ਪ੍ਰਬੰਧਕ ਕਮੇਟੀ ਦਾ ਇੱਕ ਕਰਮਚਾਰੀ ਬਣਾ ਕੇ ਰਖ ਦਿੱਤਾ ਹੈ। ਬਾਦਲ ਅਕਾਲੀ ਦਲ ਲਈ ਕੋਈ ਮੁਸ਼ਕਲ ਪੈਦਾ ਕਰਨ ਵਾਲੇ ਅਕਾਲ ਤਖ਼ਤ ਦੇ ਜਥੇਦਾਰ ਸਾਹਿਬ ਦੀ ਤੁਰੰਤ ਛੁੱਟੀ ਕਰ ਦਿੱਤੀ ਜਾਂਦੀ ਹੈ। ਆਲੋਚਕ ਬਾਦਲ ਅਕਾਲੀ ਦਲ ਦੇ ਵਿਰੁੱਧ ਇਹ ਦੋਸ਼ ਵੀ ਲਾਉਂਦੇ ਹਨ ਕਿ ਬਾਦਲ ਅਕਾਲੀ ਦਲ ਅਕਾਲ ਤਖ਼ਤ ਦੇ

ਜਥੇਦਾਰ ਸਾਹਿਬ ਨੂੰ ਆਪਣੀ ਰਾਜਨੀਤੀ ਲਈ ਵੀ ਵਰਤਣ ਤੋਂ ਨਹੀਂ ਰੁਕਦਾ। ਜਿਵੇਂ ਕਿ, ਸਤੰਬਰ 24, 2015 ਨੂੰ ਬਾਦਲ ਅਕਾਲੀ ਦਲ ਨੇ ਡੇਰਾ ਸੱਚਾ ਸੌਦਾ ਦੇ ਮੁੱਖੀ ਗੁਰਮੀਤ ਰਾਮ ਰਹੀਮ ਸਿੰਘ ਨੂੰ ਮਾਫ਼ ਕਰ ਦੇਣ ਦਾ ਹੁਕਮਨਾਮਾ ਅਕਾਲ ਤਖ਼ਤ ਤੋਂ ਜਾਰੀ ਕਰਵਾ ਦਿੱਤਾ। ਪਰ ਬਾਅਦ ਵਿਚ ਸਿੱਖ ਸੰਗਤ ਦੇ ਵਿਰੋਧ ਨੂੰ ਵੇਖਦੇ ਹੋਏ, ਅਕਾਲ ਤਖ਼ਤ ਦੇ ਜਥੇਦਾਰ ਸਾਹਿਬ ਨੂੰ ਮਾਫ਼ੀ ਦੇ ਹੁਕਮਨਾਮੇ ਨੂੰ ਅਕਤੂਬਰ 16,2015 ਨੂੰ ਕੈਂਸਲ ਕਰਨਾ ਪਿਆ। ਪਰ ਅਕਾਲ ਤਖ਼ਤ ਦੇ ਜਥੇਦਾਰ ਸਾਹਿਬ ਗਿਆਨੀ ਗੁਰਬਚਨ ਸਿੰਘ ਜੀ ਦਾ ਕਹਿਣਾ ਹੈ ਕਿ ਅਕਾਲ ਤਖ਼ਤ ਤੋਂ ਹੁਕਮਨਾਮਾ ਜਾਰੀ ਨਹੀਂ ਕੀਤਾ ਗਿਆ ਸੀ। ਕੇਵਲ ਗੁਰਮਤਾ ਪਾਸ ਕੀਤਾ ਗਿਆ ਸੀ। ਇਸ ਗੱਲ ਤੋਂ ਇਨਕਾਰ ਨਹੀਂ ਕੀਤਾ ਜਾ ਸਕਦਾ ਕਿ ਮਹਾਰਾਜਾ ਰਣਜੀਤ ਸਿੰਘ ਦੇ ਵਕਤ ਵਿਚ ਸ਼੍ਰੋਮਣੀ ਗੁਰਦੁਆਰਾ ਪ੍ਰਬੰਧਕ ਕਮੇਟੀ ਨਹੀਂ ਸੀ। ਅੱਜ ਇਹ ਹੈ। ਅੱਜ ਇਹ ਪੰਜਾਬ ਦੇ ਸਿੱਖਾਂ ਦੀ ਧਾਰਮਿਕ ਪ੍ਰਤਿਨਿਧਤਾ ਕਰਨ ਦਾ ਦਾਅਵਾ ਕਰਦੀ ਹੈ। ਇਹ ਦਾਅਵਾ ਠੀਕ ਵੀ ਹੈ। ਇਸ ਕਰਕੇ ਸਿੱਖ ਧਰਮ ਦੀ ਪ੍ਰਤਿਨਿਧਤਾ ਕਰਨ ਵਾਲੇ ਪਾਵਰ ਦੇ ਦੋ ਸੈਂਟਰ ਬਣ ਗਏ ਹਨ ਅਰਥਾਤ ਸ਼੍ਰੋਮਣੀ ਗੁਰਦੁਆਰਾ ਪ੍ਰਬੰਧਕ ਕਮੇਟੀ ਅਤੇ ਅਕਾਲ ਤਖ਼ਤ ਦੇ ਜਥੇਦਾਰ ਸਾਹਿਬ। ਪਰ ਇਸ ਦੇ ਨਾਲ ਨਾਲ ਇਸ ਗੱਲ ਤੋਂ ਵੀ ਇਨਕਾਰ ਨਹੀਂ ਕੀਤਾ ਜਾ ਸਕਦਾ ਕਿ, ਦੋ ਚਾਰ ਨੂੰ ਛੱਡ ਕੇ, ਬਾਦਲ ਅਕਾਲੀ ਦਲ ਦੇ ਅਕਾਲੀ ਨੇਤਾਵਾਂ ਅਤੇ ਹੋਰ ਪਾਰਟੀਆਂ ਦੇ ਸਿੱਖ ਨੇਤਾਵਾਂ ਦੀ ਰਾਜਨੀਤੀ ਉਨ੍ਹਾਂ ਲਈ ਪੈਸਾ ਇਕੱਠਾ ਕਰਨ ਲਈ ਬਿਜ਼ਨਿਸ ਬਣ ਚੁੱਕੀ ਹੈ। ਅਜਿਹੇ ਸਿੱਖ ਨੇਤਾ ਕਹਿੰਦੇ ਹਨ — ਮੇਰਾ ਪੁੱਤਰ ਵੱਧੇ ਫੁਲੇ, ਮੇਰਾ ਪਰਿਵਾਰ ਵੱਧੇ ਫੁਲੇ ; ਸਿੱਖ ਪੰਥ ਦਾ ਵਾਹਿਗੁਰੂ ਰਾਖਾ। ਜਦ ਤਕ ਅਜਿਹੀ ਸੋਚ ਰਖਣ ਵਾਲੇ ਸਿੱਖ ਨੇਤਾਵਾਂ ਦੀ ਸ਼੍ਰੋਮਣੀ ਗੁਰਦੁਆਰਾ ਪ੍ਰਬੰਧਕ ਕਮੇਟੀ ਤੇ ਕਬਜ਼ਾ ਰਹੇਗਾ, ਸਿੱਖ ਪੰਥ ਦਾ ਕੁਝ ਨਹੀਂ ਬਣਨ ਵਾਲਾ। ਦੁੱਖ ਦੀ ਗੱਲ ਇਹ ਹੈ ਕਿ, ਜਿਵੇਂ ਉਪਰ ਕਿਹਾ ਜਾ ਚੁੱਕਾ ਹੈ, ਬਾਦਲ ਅਕਾਲੀ ਦਲ ਦੇ ਅਕਾਲੀ ਨੇਤਾ ਅਕਾਲ ਤਖ਼ਤ ਦੇ ਜਥੇਦਾਰ ਸਾਹਿਬ ਨੂੰ ਆਪਣੀ ਰਾਜਨੀਤੀ ਲਈ ਵਰਤਣ ਤੋਂ ਵੀ ਨਹੀਂ ਰੁਕਦੇ। **ਇਸ ਲਈ ਲੋੜ ਹੈ ਕਿ ਗੁਰਦੁਆਰਾ ਕਾਨੂੰਨ ਵਿਚ ਸੋਧ ਕਰ ਕੇ ਅਕਾਲ ਤਖ਼ਤ ਦੇ ਜਥੇਦਾਰ ਸਾਹਿਬ ਦੀ ਸਿੱਖ ਧਰਮ ਵਿਚ ਸ੍ਰਵਉੱਚ ਸੁਤੰਤਰ ਪਦਵੀ ਨੂੰ ਮੁੜ ਬਹਾਲ ਕੀਤਾ ਜਾਵੇ, ਤਾਂ ਜੋ ਲੋੜ ਪੈਣ ਤੇ ਅਕਾਲ ਤਖ਼ਤ ਦੇ ਜਥੇਦਾਰ ਸਾਹਿਬ ਸਾਡੇ ਅੱਜ ਦੇ ਸਿੱਖ ਨੇਤਾਵਾਂ ਨੂੰ ਉਨ੍ਹਾਂ ਦੀ ਕੁਰਸੀ ਦੀ ਹਵਸ, ਅਨੁਚਿਤ ਪਰਿਵਾਰਵਾਦ ਅਤੇ ਭ੍ਰਿਸ਼ਟਾਚਾਰ ਲਈ ਉਚਿਤ ਤਨਖਾਹ ਲਾ ਸਕਣ। ਇਸ ਨਾਲ ਸਿੱਖ ਪੰਥ ਦਾ ਗੌਰਵ ਵਧੇਗਾ। ਸਿੱਖ ਪੰਥ ਸ਼ਕਤੀਸ਼ਾਲੀ ਹੋਵੇਗਾ।**

(v) ਸੋਮਵਾਰ, ਦਸੰਬਰ 2, 2011 ਨੂੰ ਅਕਾਲ ਤਖ਼ਤ ਦੇ ਜਥੇਦਾਰ ਸਾਹਿਬ ਗਿਆਨੀ ਗੁਰਬਚਨ ਸਿੰਘ ਜੀ ਨੇ ਸ੍ਰ. ਪ੍ਰਕਾਸ਼ ਸਿੰਘ ਬਾਦਲ ਨੂੰ ਪੰਥ ਰਤਨ ਫ਼ਖ਼ਰੇ ਕੌਮ ਦੀ ਪਦਵੀ ਪ੍ਰਦਾਨ ਕੀਤੀ ਸੀ। ਨਵੰਬਰ 10, 2015 ਨੂੰ ਅੰਮ੍ਰਿਤਸਰ ਤੋਂ ਬਾਹਰ ਚੱਬਾ ਪਿੰਡ ਵਿਚ ਹੋਏ ਸਰਬਤ ਖਾਲਸਾ ਨੇ ਸ੍ਰ. ਪ੍ਰਕਾਸ਼ ਸਿੰਘ ਬਾਦਲ ਤੋਂ ਇਹ ਪਦਵੀ ਵਾਪਸ ਲੈ ਲਏ ਜਾਣ ਦਾ ਮਤਾ ਪਾਸ ਕਰ ਦਿੱਤਾ। ਸਿੱਖ ਧਰਮ ਦੇ ਇਤਿਹਾਸ ਵਿਚ ਇਹ ਕੁਝ ਪਹਿਲੀ ਵਾਰ ਹੋਇਆ ਹੈ। ਪਦਵੀ ਪ੍ਰਦਾਨ ਕਰਨ ਅਤੇ ਪਦਵੀ ਵਾਪਸ ਲੈ ਲਏ ਜਾਣ ਦੇ ਮਤੇ, ਦੋਹਾਂ ਵਿਚੋਂ ਕਿਹੜਾ ਫੈਸਲਾ ਠੀਕ ਹੈ? ਇਹ ਕੁਝ ਅਸੀਂ ਸਿੱਖ ਸੰਗਤ ਤੇ ਛੱਡਦੇ ਹਾਂ।

—

(21) (i) ਅੱਜ ਲੋੜ ਹੈ ਸਿੱਖ ਪੰਥ ਨੂੰ

ਅੱਜ ਲੋੜ ਹੈ ਕਿ ਸ਼ਬਦ ਸਿੱਖ ਦੀ ਪਰਿਭਾਸ਼ਾ ਨਿਸ਼ਚਿਤ ਕਰਦੇ ਹੋਏ ਸ੍ਰੀ ਗੁਰੂ ਗ੍ਰੰਥ ਸਾਹਿਬ ਵਿਚ ਸਿੱਖ ਦੀ ਦਿੱਤੀ ਪਰਿਭਾਸ਼ਾ ਨੂੰ ਅਣਡਿੱਠ ਕਰਨ ਦੀ ਭਾਰੀ ਭੁੱਲ ਨਾ ਕੀਤੀ ਜਾਵੇ । ਨਹੀਂ ਤਾਂ, ਇਸ ਸੰਭਾਵਨਾ ਨੂੰ ਰੱਦ ਨਹੀਂ ਕੀਤਾ ਜਾ ਸਕਦਾ ਕਿ ਆਉਣ ਵਾਲੇ ਸਮੇਂ ਵਿਚ ਸਿੱਖ ਪੰਥ ਨੂੰ ਇਸ ਭਾਰੀ ਭੁੱਲ ਲਈ ਰਾਸ਼ਟਰੀ ਅਤੇ ਅੰਤਰਰਾਸ਼ਟਰੀ ਪੱਧਰ ਤੇ ਭਾਰੀ ਕੀਮਤ ਚਕਾਉਣੀ ਪਵੇ ।

ਅੱਜ ਲੋੜ ਹੈ ਕਿ ਸ੍ਰੀ ਗੁਰੂ ਗ੍ਰੰਥ ਸਾਹਿਬ ਨੂੰ ਕੇਵਲ ਕੇਸਾਧਾਰੀ ਸਿੱਖਾਂ ਦਾ ਗੁਰੂ ਗ੍ਰੰਥ ਸਾਹਿਬ ਬਣਾਉਣ ਅਤੇ ਸੀਮਿਤ ਕਰਨ ਦੀ ਥਾਂ ਇਨ੍ਹਾਂ ਨੂੰ ਸਾਰੇ ਸੰਸਾਰ ਦੇ ਲੋਕਾਂ ਦਾ ਗੁਰੂ ਗ੍ਰੰਥ ਸਾਹਿਬ ਬਣਾਇਆ ਜਾਵੇ ।

ਅੱਜ ਲੋੜ ਹੈ ਸਿੱਖ ਪੰਥ ਨੂੰ ਭਾਈ ਘਨਈਆ ਜੀ ਅਤੇ ਭਗਤ ਪੂਰਨ ਸਿੰਘ ਅੰਮ੍ਰਿਤਸਰ ਪਿੰਗਲਵਾੜੇ ਵਰਗੇ ਗੁਰਸਿੱਖਾਂ ਦੀ ਜਿਹੜੇ ਸਿੱਖ ਧਰਮ ਦੇ ਮਾਨਵਤਾ ਦੇ ਸੰਦੇਸ਼ ਨੂੰ ਸਾਰੇ ਸੰਸਾਰ ਤਕ ਪਹੁੰਚਾ ਸਕਣ ।

ਅੱਜ ਲੋੜ ਹੈ ਸਿੱਖ ਪੰਥ ਨੂੰ ਭਾਈ ਮਤੀ ਦਾਸ ਜੀ, ਭਾਈ ਦਿਆਲ ਦਾਸ ਜੀ, ਭਾਈ ਮਨੀ ਸਿੰਘ ਜੀ ਅਤੇ ਭਾਈ ਤਾਰੂ ਸਿੰਘ ਜੀ ਵਰਗੇ ਗੁਰਸਿੱਖਾਂ ਦੀ ਜਿਹੜੇ ਸਿੱਖ ਪੰਥ ਦੇ ਵਕਾਰ ਲਈ ਆਪਣੀ ਜਾਨ ਕੁਰਬਾਨ ਕਰਨ ਨੂੰ ਹਰ ਵਕਤ ਤਿਆਰ ਹੋਣ ।

ਅੱਜ ਲੋੜ ਹੈ ਕਿ ਅਕਾਲ ਤਖ਼ਤ ਸਾਹਿਬ ਦਾ ਜਥੇਦਾਰ ਅਜਿਹਾ ਗੁਰਸਿੱਖ ਹੋਵੇ ਜਿਹੜਾ ਅਕਾਲੀ ਫੂਲਾ ਸਿੰਘ ਦੀ ਵਿਰਾਸਤ ਨੂੰ ਸੰਭਾਲ ਸਕੇ ਅਤੇ ਵਕਤ ਆਉਣ ਤੇ ਸਿੱਖ ਨੇਤਾਵਾਂ ਨੂੰ, ਜਿਨ੍ਹਾਂ ਵਿਚ ਕੁਰਸੀ, ਪੈਸਾ ਹਥਿਆਉਣ ਅਤੇ ਪਰਿਵਾਰਵਾਦ ਦੀ ਦੁਰਗੰਧ ਆਉਂਦੀ ਹੋਵੇ, ਕਰੜਾ ਦੰਡ ਲਾ ਸਕੇ । (ਵੇਖੋ ਪੁਸਤਕ ਦਾ ਪੰਨਾ *104*)

ਅੱਜ ਲੋੜ ਹੈ ਸਿੱਖ ਪੰਥ ਨੂੰ ਗਿਆਨੀ ਕਰਤਾਰ ਸਿੰਘ ਜੀ ਵਰਗੇ ਸਿੱਖ ਨੇਤਾ ਦੀ, ਜੋ ਫ਼ਕੀਰ ਸੀ, ਦਰਵੇਸ਼ ਸੀ, ਨੀਤੀਵਾਨ ਸੀ ਅਤੇ ਜਿਸ ਦੇ ਜੀਵਨ ਵਿਚ ਕੁਰਸੀ, ਪੈਸੇ ਅਤੇ ਪਰਿਵਾਰਵਾਦ ਦਾ ਲਾਲਚ ਨਹੀਂ ਸੀ ।

ਅੱਜ ਲੋੜ ਹੈ ਸਿੱਖ ਪੰਥ ਨੂੰ ਉੱਚੇ ਦਰਜੇ ਦੇ ਸਿੱਖ ਅਰਥ-ਵਿਗਿਆਨੀਆਂ (economists) ਦੀ, ਜਿਹੜੇ ਆਰਥਿਕ ਪੱਖ ਤੋਂ ਪਛੜੇ ਹੋਏ ਸਿੱਖ ਵਰਗਾਂ ਨੂੰ ਉਪਰ ਚੁਕ ਸਕਣ । ਸੋਨੀਆ ਗਾਂਧੀ ਆਪ ਭਾਰਤ ਦੀ ਪ੍ਰਧਾਨ ਮੰਤਰੀ ਬਣ ਸਕਦੀ ਸੀ । ਪਰ ਫਿਰ ਵੀ ਉਸ ਨੇ ਦੇਸ਼ ਦੇ ਹਿੱਤਾਂ ਅਤੇ ਕੁਝ ਹੋਰ ਗੱਲਾਂ ਨੂੰ ਧਿਆਨ ਵਿਚ ਰਖਦੇ ਹੋਏ ਡਾ. ਮਨਮੋਹਨ ਸਿੰਘ ਨੂੰ ਸ੍ਰਵ-ਉੱਚ ਅਰਥ-ਵਿਗਿਆਨੀ ਹੋਣ ਕਰਕੇ ਭਾਰਤ ਦਾ ਦੋ ਵਾਰ ਪ੍ਰਧਾਨ ਮੰਤਰੀ ਬਣਾ ਦਿੱਤਾ । ਕੀ ਸਾਡੇ ਅੱਜ ਦੇ ਸਿੱਖ ਨੇਤਾ ਕਿਸੇ ਸ੍ਰਵ-ਉੱਚ ਸਿੱਖ ਅਰਥ-ਵਿਗਿਆਨੀ ਨੂੰ ਪੰਜਾਬ ਦਾ ਮੁੱਖ ਮੰਤਰੀ ਬਣਾਉਣ ਦੀ ਗੱਲ ਸੋਚ ਸਕਦੇ ਹਨ ?

ਬਾਦਲ ਅਕਾਲੀ ਦਲ ਵਿਚ ਅੱਜ ਦਿਨ ਤਕ ਕੋਈ ਸ੍ਰਵ-ਉੱਚ ਅਰਥ-ਵਿਗਿਆਨੀ ਨਜ਼ਰ ਨਹੀਂ ਆਇਆ । ਕਿਉਂ ? ਸਿੱਖ ਪੰਥ ਦੇ ਹਿੱਤ ਵਿਚ ਹੈ ਕਿ ਇਹ ਕੁਝ ਨਾ ਹੋਣ ਸੰਬੰਧੀ ਪੂਰੀ ਸਚਾਈ ਸਿੱਖ ਪੰਥ ਦੇ ਸਾਹਮਣੇ ਆਵੇ ।

(ii) ਅੱਜ ਲੋੜ ਹੈ
ਆਲ ਇੰਡੀਆ ਸਿੱਖ ਗੁਰਦੁਆਰਾ ਐਕਟ ਦੀ

ਅੱਜ ਲੋੜ ਹੈ ਇਸ ਤੇ ਵਿਚਾਰ ਕਰਨ ਦੀ ਕਿ ਆਲ ਇੰਡੀਆ ਸਿੱਖ ਗੁਰਦੁਆਰਾ ਐਕਟ ਹੁਣ ਤਕ ਕਿਉਂ ਪਾਸ ਨਹੀਂ ਹੋ ਸਕਿਆ ? ਪਹਿਲੀ ਗੱਲ, ਭਾਰਤੀ ਜਨਤਾ ਪਾਰਟੀ ਦੇ ਪ੍ਰਮੁੱਖ ਨੇਤਾ ਐਲ.ਕੇ.ਅਡਵਾਨੀ ਦੇ ਕਹਿਣ ਅਨੁਸਾਰ ਭਾਰਤੀ ਜਨਤਾ ਪਾਰਟੀ ਆਲ ਇੰਡੀਆ ਸਿੱਖ ਗੁਰਦੁਆਰਾ ਐਕਟ ਦੇ ਸੁਝਾਉ ਦਾ ਵਿਰੋਧ ਕਰਦੀ ਹੈ। (ਵੇਖੋ ਪੁਸਤਕ ਦਾ ਪੰਨਾ 47) ਕਾਰਣ ? ਜਾਪਦਾ ਹੈ ਕਿ ਭਾਰਤੀ ਜਨਤਾ ਪਾਰਟੀ ਨਹੀਂ ਚਾਹੁੰਦੀ ਕਿ ਸਿੱਖਾਂ ਦੀ ਭਾਰਤ ਵਿਚ ਧਾਰਮਿਕ, ਆਰਥਿਕ ਅਤੇ ਰਾਜਨੀਤਿਕ ਸ਼ਕਤੀ ਹੋਰ ਵੱਧ ਜਾਵੇ। ਦੂਜੀ ਗੱਲ, ਬਾਦਲ ਅਕਾਲੀ ਦਲ ਕਾਂਗਰਸ ਨੂੰ ਆਪਣਾ ਦੁਸ਼ਮਣ ਨੰਬਰ ਇੱਕ ਕਰਾਰ ਦਿੰਦਾ ਹੈ। ਇਸ ਲਈ ਕਾਂਗਰਸ ਪਾਰਟੀ ਦਾ ਰਵੱਈਆ ਵੀ ਇਸ ਸੰਬੰਧ ਵਿਚ ਨੈਗੇਟਿਵ ਰਿਹਾ ਹੈ। (ਵੇਖੋ ਪੁਸਤਕ ਦਾ ਪੰਨਾ 47) ਤੀਜੀ ਗੱਲ, ਸ੍ਰ. ਪ੍ਰਕਾਸ਼ ਸਿੰਘ ਬਾਦਲ ਦੇ ਆਲੋਚਕ ਕਹਿੰਦੇ ਹਨ ਕਿ ਬਾਦਲ ਸਾਹਿਬ ਦੀ ਆਪਣੀ ਸਿਆਸਤ ਵੀ ਆਲ ਇੰਡੀਆ ਸਿੱਖ ਗੁਰਦੁਆਰਾ ਐਕਟ ਦੇ ਪਾਸ ਹੋਣ ਵਿਚ ਰੁਕਾਵਟ ਬਣਦੀ ਰਹੀ ਹੈ। ਬਾਦਲ ਸਾਹਿਬ ਦੇ ਆਲੋਚਕ ਬਾਦਲ ਸਾਹਿਬ ਦੇ ਉਲਟ ਇਹ ਦੋਸ਼ ਲਾਉਂਦੇ ਹਨ ਕਿ ਬਾਦਲ ਸਾਹਿਬ ਦੀ ਸਿਆਸਤ ਦਾ ਉਨ੍ਹਾਂ ਦੀ ਸਾਰੀ ਜ਼ਿੰਦਗੀ ਵਿਚ ਕੇਵਲ ਇਕੋ-ਇੱਕ ਉਦੇਸ਼ ਰਿਹਾ ਹੈ — ਪੰਜਾਬ ਦੇ ਮੁੱਖ ਮੰਤਰੀ ਦੀ ਕੁਰਸੀ ਹਾਸਲ ਕਰਨਾ। ਬਾਦਲ ਸਾਹਿਬ ਇਹ ਸੋਚਦੇ ਹਨ ਕਿ ਆਲ ਇੰਡੀਆ ਸਿੱਖ ਗੁਰਦੁਆਰਾ ਐਕਟ ਪਾਸ ਹੋਣ ਨਾਲ ਉਨ੍ਹਾਂ ਨੂੰ ਕੋਈ ਵਿਸ਼ੇਸ਼ ਰਾਜਨੀਤਿਕ ਫ਼ਾਇਦਾ ਨਹੀਂ ਹੋਣ ਵਾਲਾ। ਕਦੋਂ ਇਹ ਐਕਟ ਪਾਸ ਹੋਵੇਗਾ, ਵਾਹਿਗੁਰੂ ਜਾਣੇ। ਫਿਰ ਵੀ ਇਹ ਗੱਲ ਸਿੱਖ ਪੰਥ ਦੇ ਹਿੱਤ ਵਿਚ ਹੈ ਕਿ ਆਲ ਇੰਡੀਆ ਸਿੱਖ ਗੁਰਦੁਆਰਾ ਐਕਟ ਪਾਰਲੀਮੈਂਟ ਤੋਂ ਪਾਸ ਕਰਾਉਣ ਦੀ ਕੋਸ਼ਿਸ਼ ਕੀਤੀ ਜਾਵੇ। ਇਸ ਦੇ ਫਲਸਰੂਪ ਭਾਰਤ ਵਿਚ ਸਿੱਖਾਂ ਦੀ ਧਾਰਮਿਕ, ਆਰਥਿਕ ਅਤੇ ਰਾਜਨੀਤਿਕ ਸ਼ਕਤੀ ਵਿਚ ਵਾਧਾ ਹੋਵੇਗਾ।

(iii) ਅੱਜ ਲੋੜ ਹੈ
ਪਿਛਲੇ ਸਮੇਂ ਵਿਚ ਹੋਈਆਂ ਉਕਾਈਆਂ ਅਤੇ ਗ਼ਲਤੀਆਂ ਤੋਂ ਕੁਝ ਸਿਖਣ ਦੀ

ਅੱਜ ਲੋੜ ਹੈ ਕਿ ਸਾਡੇ ਸਿੱਖ ਨੇਤਾ ਦੂਰਦ੍ਰਿਸ਼ਟੀ ਤੋਂ ਕੰਮ ਲੈਂਦੇ ਹੋਏ ਸਿੱਖ ਇਤਿਹਾਸ ਵਿਚ ਸਮੇਂ ਸਮੇਂ ਤੇ ਹੋਈਆਂ ਉਕਾਈਆਂ ਅਤੇ ਗ਼ਲਤੀਆਂ ਤੋਂ ਕੁਝ ਸਿਖਣ ਦੀ ਕੋਸ਼ਿਸ਼ ਕਰਨ ਤਾਂ ਜੋ ਭਵਿੱਖ ਵਿਚ ਅਜਿਹੀਆਂ ਉਕਾਈਆਂ ਅਤੇ ਗ਼ਲਤੀਆਂ ਫਿਰ ਨਾ ਹੋਣ :-

(ੳ) ਜੇਕਰ ਬੰਦਾ ਬਹਾਦਰ ਸਿੰਘ ਦੀਆਂ ਫ਼ੌਜਾਂ ਸਰਹੰਦ ਅਤੇ ਦਿੱਲੀ ਦੇ ਆਸ ਪਾਸ ਦੀਆਂ ਲੜਾਈਆਂ ਵਿਚ ਜਿੱਤਾਂ ਪ੍ਰਾਪਤ ਕਰਨ ਦੇ ਬਾਅਦ, ਲੁਟ ਮਾਰ ਕਰਨ ਦੀ ਥਾਂ, ਦੂਰਦ੍ਰਿਸ਼ਟੀ ਤੋਂ ਕੰਮ ਲੈਂਦੇ ਹੋਏ ਸਿੱਧੇ ਦਿੱਲੀ ਵੱਲ ਚਲ ਪੈਂਦੀਆਂ, ਤਾਂ ਇਸ ਗੱਲ ਦੀ ਕਾਫ਼ੀ ਸੰਭਾਵਨਾ ਸੀ ਕਿ ਬੰਦਾ ਬਹਾਦਰ ਸਿੰਘ ਦੀਆਂ ਫ਼ੌਜਾਂ ਦੀ ਦਿੱਲੀ ਤੇ ਵੀ ਉਸ ਵਕਤ ਜਿੱਤ ਹੋ ਜਾਂਦੀ ਅਤੇ ਉਸ ਦੇ ਫਲਸਰੂਪ ਸਾਰੇ ਭਾਰਤ ਤੇ ਖਾਲਸਾ ਰਾਜ ਸਥਾਪਿਤ ਹੋ ਗਿਆ ਹੁੰਦਾ। (ਵੇਖੋ ਪੁਸਤਕ ਦਾ ਪੰਨਾ 17)

(ਅ) ਜੇਕਰ ਸ੍ਰ. ਜਸਾ ਸਿੰਘ ਆਹਲੂਵਾਲੀਆ ਅਤੇ ਸ੍ਰ. ਭਘੇਲ ਸਿੰਘ 11 ਮਾਰਚ, 1783 ਨੂੰ ਦਿੱਲੀ ਦੇ ਮੁਗ਼ਲ ਸ਼ਹਿਨਸ਼ਾਹ ਤੇ ਜਿੱਤ ਹਾਸਲ ਕਰਨ ਅਤੇ ਲਾਲ ਕਿਲ੍ਹੇ ਤੇ ਕੇਸਰੀ ਨਿਸ਼ਾਨ ਸਾਹਿਬ ਲਹਿਰਾਉਣ ਦੇ ਵਕਤ ਆਪਣੀ ਫ਼ੌਜੀ ਤਾਕਤ ਦਾ ਪੂਰਾ ਫ਼ਾਇਦਾ ਉਠਾ ਲੈਂਦੇ, ਤਾਂ ਉਸ ਵਕਤ ਸਾਰੇ ਭਾਰਤ ਤੇ ਖਾਲਸਾ ਰਾਜ ਨਿਸ਼ਚੇ ਹੀ ਸਥਾਪਿਤ ਹੋ ਗਿਆ ਹੁੰਦਾ। (ਵੇਖੋ ਪੁਸਤਕ ਦੇ ਪੰਨੇ 18-20)

(ੲ) ਜੇਕਰ ਮਹਾਰਾਜਾ ਰਣਜੀਤ ਸਿੰਘ ਦੂਰਦ੍ਰਿਸ਼ਟੀ ਤੋਂ ਕੰਮ ਲੈਂਦੇ ਹੋਏ ਠੀਕ ਵਕਤ ਤੇ ਰਾਜਾ ਧਿਆਨ ਸਿੰਘ ਡੋਗਰਾ, ਰਾਜਾ ਗੁਲਾਬ ਸਿੰਘ ਡੋਗਰਾ, ਰਾਜਾ ਲਾਲ ਸਿੰਘ ਬ੍ਰਾਹਮਣ ਅਤੇ ਰਾਜਾ ਤੇਜਾ ਸਿੰਘ ਬ੍ਰਾਹਮਣ ਦੀ ਅਸਲੀਅਤ ਨੂੰ ਪਹਿਚਾਣ ਲੈਂਦੇ ਅਤੇ ਉਨ੍ਹਾਂ ਨੂੰ ਖਾਲਸਾ ਹਕੂਮਤ ਅਤੇ ਖਾਲਸਾ ਫ਼ੌਜ ਤੋਂ ਦੂਰ ਰਖਦੇ, ਤਾਂ ਮਹਾਰਾਜਾ ਰਣਜੀਤ ਸਿੰਘ ਦੀ ਮੌਤ ਦੇ ਬਾਅਦ ਇਨ੍ਹਾਂ ਗ਼ਦਾਰਾਂ ਨੂੰ ਨਾ ਗ਼ਦਾਰੀ ਕਰ ਸਕਣ ਦਾ ਮੌਕਾ ਮਿਲ ਸਕਦਾ ਅਤੇ ਨਾ ਹੀ ਮਹਾਰਾਜਾ ਰਣਜੀਤ ਸਿੰਘ ਦਾ ਖਾਲਸਾ ਰਾਜ ਪੰਜਾਬ ਵਿਚੋਂ ਖ਼ਤਮ ਹੁੰਦਾ। (ਵੇਖੋ ਪੁਸਤਕ ਦੇ ਪੰਨੇ 22-23)

(ਸ) ਜੇਕਰ ਇੰਡੀਆ ਵਿਚ ਅੰਗਰੇਜ਼ ਹਕੂਮਤ ਦੇ ਹੁੰਦੇ ਹੋਏ ਉਸ ਵਕਤ ਦੀ ਸਿੱਖ ਲੀਡਰਸ਼ਿਪ ਦੂਰਦ੍ਰਿਸ਼ਟੀ ਤੋਂ ਕੰਮ ਲੈਂਦੇ ਹੋਏ ਪੰਜਾਬ ਵਿਚ ਹਿੰਦੂ-ਸਿੱਖ ਅਤੇ ਮੁਸਲਮਾਨਾਂ ਦੀ ਅਦਲਾ-ਬਦਲੀ, ਜਿਹੜੀ ਕਿ ਪਾਕਿਸਤਾਨ ਬਣਨ ਦੇ ਤੁਰੰਤ ਬਾਅਦ ਹੋਈ ਸੀ, ਪਹਿਲਾਂ ਹੀ ਪ੍ਰੇਰਣਾ ਰਾਹੀਂ ਜਾਂ ਡਰ ਪੈਦਾ ਕਰ ਕੇ ਜਾਂ ਰਾਜਨੀਤੀ ਦੀ ਕੋਈ ਹੋਰ ਖੇਡ ਖੇਡ ਕੇ ਸਿਰੇ ਚੜ੍ਹਾ ਲੈਂਦੀ, ਤਾਂ ਅੱਜ ਦੇ ਪੰਜਾਬ ਵਿਚ ਅੰਗਰੇਜ਼ ਹਕੂਮਤ ਦੇ ਇੰਡੀਆ ਵਿਚ ਹੁੰਦੇ ਹੋਏ ਸਿੱਖਾਂ ਦੀ ਬਹੁ-ਗਿਣਤੀ ਹੋ ਜਾਣ ਦੇ ਫਲਸਰੂਪ ਇਸ ਗੱਲ ਦੀ ਸੰਭਾਵਨਾ ਸੀ ਕਿ ਭਾਰਤ ਅਤੇ ਪਾਕਿਸਤਾਨ ਦੇ ਨਾਲ ਨਾਲ ਤੀਜਾ ਸੁਤੰਤਰ ਰਾਜ ਖਾਲਿਸਤਾਨ ਅੰਗਰੇਜ਼ ਹਕੂਮਤ ਅੱਜ ਦੇ ਪੰਜਾਬ ਵਿਚ ਆਪਣੇ ਆਪ ਹੀ ਇੰਡੀਆ ਵਿਚੋਂ ਜਾਣ ਤੋਂ ਪਹਿਲਾਂ ਬਣਾ ਦਿੰਦੀ।

(ਹ) 1984 ਵਿਚ ਇੰਦਰਾ ਗਾਂਧੀ ਦੀ ਹੱਤਿਆ ਦੇ ਤੁਰੰਤ ਬਾਅਦ ਹੋਏ ਸਿੱਖ ਕਤਲੇ-ਆਮ ਦੇ ਦੌਰਾਨ ਜਿਹੜੇ ਸਿੱਖ ਮਾਰੇ ਗਏ ਸਨ, ਉਨ੍ਹਾਂ ਵਿਚੋਂ ਬਹੁ-ਗਿਣਤੀ ਉਨ੍ਹਾਂ ਸਿੱਖਾਂ ਦੀ

ਸੀ ਜਿਨ੍ਹਾਂ ਦੇ ਘਰ ਵਿਚ ਇੱਕ ਕ੍ਰਿਪਾਨ ਵੀ ਨਹੀਂ ਸੀ ਅਤੇ ਮਾਰੇ ਜਾਣ ਦੇ ਵਕਤ ਉਹ ਪੂਰੀ ਤਰ੍ਹਾਂ ਨਿਹੱਥੇ ਸਨ । ਗੰਭੀਰਤਾ ਨਾਲ ਸੋਚਣ ਵਾਲੀ ਗੱਲ ਹੈ, ਕੀ ਸਾਡੇ ਸਿੱਖ ਨੇਤਾਵਾਂ ਨੇ ਨਿਰਦੋਸ਼ ਅਤੇ ਨਿਹੱਥੇ ਸਿੱਖਾਂ ਦੇ ਹੋਏ ਕਤਲੇ-ਆਮ ਤੋਂ ਕੁਝ ਸਿੱਖਿਆ ਹੈ ਜਾਂ ਨਹੀਂ ? ਕੀ ਸਾਡੇ ਸਿੱਖ ਨੇਤਾਵਾਂ ਨੇ ਹਰ ਗੁਰਦੁਆਰੇ ਵਿਚ ਕ੍ਰਿਪਾਨ ਘਰ ਖੋਲ੍ਹੇ ਹਨ ਅਤੇ ਸਿੱਖਾਂ ਨੂੰ ਕ੍ਰਿਪਾਨ ਚਲਾਉਣ ਦੀ ਮੁਫ਼ਤ ਟ੍ਰੇਨਿੰਗ ਦੇਣ ਅਤੇ ਗਰੀਬ ਸਿੱਖਾਂ ਨੂੰ ਬਿਨਾਂ ਭੇਟਾ ਦੇ ਕ੍ਰਿਪਾਨ ਦੇਣ ਦੀ ਵਿਵਸਥਾ ਕੀਤੀ ਹੈ ਜਾਂ ਨਹੀਂ ? ਜੇਕਰ ਨਹੀਂ, ਤਾਂ ਕੀ ਅੱਜ ਦੇ ਸਿੱਖ ਨੇਤਾਵਾਂ ਦੁਆਰਾ ਇਹ ਕੁਝ ਨਾ ਕਰਨਾ ਕੇਵਲ ਇੱਕ ਗ਼ਲਤੀ ਹੈ ਜਾਂ ਸਿੱਖ ਪੰਥ ਦੇ ਨਾਲ ਗ਼ਦਾਰੀ ? ਗ਼ਲਤੀ ਮਾਫ਼ ਕੀਤੀ ਜਾ ਸਕਦੀ ਹੈ । ਪਰ ਗ਼ਦਾਰੀ ਮਾਫ਼ ਨਹੀਂ ਕੀਤੀ ਜਾ ਸਕਦੀ । ਅਸੀਂ ਇਸ ਪ੍ਰਸ਼ਨ ਤੇ ਫ਼ੈਸਲਾ ਆਮ ਸਿੱਖਾਂ ਤੇ ਛਡਦੇ ਹਾਂ ।

(ਕ) ਸ੍ਰ. ਪ੍ਰਕਾਸ਼ ਸਿੰਘ ਬਾਦਲ 2014 ਵਿਚ ਪਾਰਲੀਮੈਂਟ ਦੀਆਂ ਹੋਈਆਂ ਚੋਣਾਂ ਵਿਚ ਬਾਰ ਬਾਰ ਇਹ ਕਹਿੰਦੇ ਰਹੇ ਸਨ ਕਿ ਉਨ੍ਹਾਂ ਦੇ ਜੀਵਨ ਦਾ ਹੁਣ ਇਕੋ-ਇੱਕ ਉਦੇਸ਼ ਹੈ — ਹਿੰਦੂ ਸਿੱਖ ਏਕਤਾ ਅਤੇ ਨਰਿੰਦਰ ਮੋਦੀ ਨੂੰ ਭਾਰਤ ਦਾ ਪ੍ਰਧਾਨ ਮੰਤਰੀ ਬਣਾਉਣਾ । ਬਾਦਲ ਸਾਹਿਬ ਇਹ ਸਭ ਕੁਝ ਇਸ ਲਈ ਕਹਿੰਦੇ ਰਹੇ ਸਨ ਕਿ ਕੇਂਦਰ ਵਿਚ ਮੋਦੀ ਸਰਕਾਰ ਬਣ ਜਾਣ ਤੇ ਮੋਦੀ ਸਾਹਿਬ ਪੰਜਾਬ ਨੂੰ ਸਪੈਸ਼ਲ ਆਰਥਿਕ ਪੈਕਿਜ ਦੇਣਗੇ ਜਿਸ ਦੇ ਫਲਸਰੂਪ ਪੰਜਾਬ ਦੀਆਂ ਆਰਥਿਕ ਮੁਸ਼ਕਲਾਂ ਖ਼ਤਮ ਹੋ ਜਾਣਗੀਆਂ । ਪਰ 2014 ਵਿਚ ਇਹ ਕੁਝ ਹੋਇਆ ਨਹੀਂ । ਕੀ ਬਾਦਲ ਸਾਹਿਬ ਇਸ ਤੋਂ ਕੁਝ ਸਿਖਣਗੇ ? ਕੀ ਬਾਦਲ ਸਾਹਿਬ ਪੰਜਾਬ ਵਿਚ ਆਪਣੇ ਬਲ-ਬੋਤੇ ਤੇ ਸੱਤਾ ਹਾਸਲ ਕਰਨ ਲਈ ਕੁਝ ਸੋਚਣਗੇ, ਕੁਝ ਕਰਨਗੇ ਜਾਂ ਨਹੀਂ ? ਵਕਤ ਹੀ ਦਸੇਗਾ ।

(ਖ) ਅੱਜ ਲੋੜ ਹੈ ਕਿ ਸ਼੍ਰੋਮਣੀ ਗੁਰਦੁਆਰਾ ਪ੍ਰਬੰਧਕ ਕਮੇਟੀ ਹਰ ਖੇਤਰ ਅਰਥਾਤ ਮੈਡੀਕਲ, ਨਾਨ-ਮੈਡੀਕਲ, ਸਾਹਿਤ, ਰਾਜਨੀਤੀ ਅਤੇ ਖੇਡਾਂ ਆਦਿ ਵਿਚ ਦੇ ਅਜਿਹੇ ਪ੍ਰਸਿੱਧ ਸਿੱਖਾਂ ਨੂੰ ਸਨਮਾਨਿਤ ਕਰੇ ਜਿਨ੍ਹਾਂ ਨੇ ਰਾਸ਼ਟਰੀ/ਅੰਤਰਰਾਸ਼ਟਰੀ ਪੱਧਰ ਤੇ ਸਿੱਖਾਂ ਦੀ ਵੱਖਰੀ ਪਹਿਚਾਣ, ਇਜ਼ਤ ਅਤੇ ਵਕਾਰ ਬਣਾਉਣ ਅਤੇ ਵਧਾਉਣ ਵਿਚ ਸ਼ਲਾਘਾਯੋਗ ਯੋਗਦਾਨ ਪਾਇਆ ਹੋਵੇ, ਜਿਵੇਂ ਕਿ ਡਾ. ਮਨਮੋਹਨ ਸਿੰਘ ਜਿਨ੍ਹਾਂ ਨੇ ਆਪਣੇ ਪ੍ਰਧਾਨ ਮੰਤਰੀ ਦੇ 10 ਸਾਲ ਦੇ ਸਮੇਂ ਵਿਚ ਅੰਤਰਰਾਸ਼ਟਰੀ ਪੱਧਰ ਤੇ ਸਿੱਖਾਂ ਦੀ ਵੱਖਰੀ ਪਹਿਚਾਣ, ਇਜ਼ਤ ਅਤੇ ਵਕਾਰ ਬਣਾਉਣ ਵਿਚ ਅਤਿ ਸ਼ਲਾਘਾਯੋਗ ਯੋਗਦਾਨ ਪਾਇਆ ਹੈ ।

ਅਕਾਲ ਤਖ਼ਤ ਸਾਹਿਬ ਦੇ ਪੂਰਵ ਜਥੇਦਾਰ ਸਾਹਿਬ ਭਾਈ ਰਣਜੀਤ ਸਿੰਘ ਦਾ ਕਹਿਣਾ ਹੈ ਕਿ ਡਾ. ਮਨਮੋਹਨ ਸਿੰਘ ਧਰਮ ਤੋਂ ਸਿੱਖ ਹਨ । ਨੇਕਨੀਅਤ, ਇਮਾਨਦਾਰ ਅਤੇ ਦਿਆਨਤਦਾਰ ਹਨ । ਨੀਤੀਵਾਨ ਹਨ । ਡਾ. ਮਨਮੋਹਨ ਸਿੰਘ ਭਾਰਤ ਦੇ ਦੋ ਵਾਰ ਪ੍ਰਧਾਨ ਮੰਤਰੀ ਬਣੇ ਹਨ । ਭਾਰਤ ਦੇ ਸਿੱਖ ਪ੍ਰਧਾਨ ਮੰਤਰੀ ਵਿਚ ਉਪਰੋਕਤ ਗੁਣਾਂ ਕਰਕੇ ਅੱਜ ਸਾਰੇ ਸੰਸਾਰ ਵਿਚ ਸਿੱਖਾਂ ਦੀ ਵੱਖਰੀ ਪਹਿਚਾਣ ਬਣੀ ਹੈ । ਉਸ ਪਹਿਚਾਣ ਵਿਚ ਵਾਧਾ ਹੋਇਆ ਹੈ । ਜੋ ਕੁਝ ਸ਼੍ਰੋਮਣੀ ਗੁਰਦੁਆਰਾ ਪ੍ਰਬੰਧਕ ਕਮੇਟੀ ਅਤੇ ਸ਼੍ਰੋਮਣੀ ਅਕਾਲੀ ਦਲ ਕਰੋੜਾਂ ਰੁਪਏ ਖ਼ਰਚ ਕੇ ਵੀ ਸਿੱਖਾਂ ਦੀ ਸਾਰੇ ਸੰਸਾਰ

ਵਿਚ ਸਿੱਖ ਪਹਿਚਾਣ ਨਹੀਂ ਬਣਾ ਸਕੇ, ਉਹ ਕੁਝ ਭਾਰਤ ਦੇ ਸਿੱਖ ਪ੍ਰਧਾਨ ਮੰਤਰੀ ਨੇ ਸਿੱਖ ਪਹਿਚਾਣ ਬਣਾ ਕੇ, ਉਸ ਪਹਿਚਾਣ ਦੇ ਸਤਿਕਾਰ ਵਿਚ ਵਾਧਾ ਕਰ ਕੇ, ਕਰ ਵਿਖਾਇਆ ਹੈ ।[1]

(ਗ) ਅਮੀਰ ਅਤੇ ਗਰੀਬ ਸਿੱਖਾਂ ਵਿਚਕਾਰ ਲਗਾਤਾਰ ਵੱਧ ਰਹੀ ਆਰਥਿਕ ਦੂਰੀ ਨੂੰ ਵੇਖਦੇ ਹੋਏ ਅੱਜ ਲੋੜ ਹੈ ਕਿ ਸ਼੍ਰੋਮਣੀ ਗੁਰਦੁਆਰਾ ਪ੍ਰਬੰਧਕ ਕਮੇਟੀ ਅਤੇ ਅਮੀਰ ਸਿੱਖ ਇੱਕ ਅਜਿਹਾ ਫ਼ੰਡ ਬਣਾਉਣ ਜਿਸ ਨਾਲ ਗਰੀਬ ਸਿੱਖਾਂ ਨੂੰ ਆਪਣੇ ਪੈਰਾਂ ਤੇ ਖੜ੍ਹੇ ਹੋ ਸਕਣ ਲਈ ਉਨ੍ਹਾਂ ਨੂੰ ਆਰਥਿਕ ਸਹਾਇਤਾ ਦਿੱਤੀ ਜਾ ਸਕੇ ।

—

1. **Ex-Jathedar lashes out at Badal :**

Talking to The Tribune here today, the former Jathedar said Dr Manmohan Singh had been instrumental in projecting the distinct identity of Sikhs all over the world due to his honesty and statesmanship. "What the SGPC and the SAD could not do for the community after spending crores, Dr Manmohan Singh did within a few years," he said.

Describing Dr Manmohan Singh as "24-carat gold", Bhai Ranjit Singh said the ruling SAD and the SGPC failed to give due honour to such a gentleman PM.

The Tribune, Chandigarh, June 1, 2009, p.4.

(iv) ਅੱਜ ਲੋੜ ਹੈ

2014 ਵਿਚ ਕੇਂਦਰ ਵਿਚ ਸੱਤਾ ਵਿਚ ਆਈ ਮੋਦੀ ਭਾਜਪਾ ਸਰਕਾਰ ਦੀ ਭਾਰਤ ਨੂੰ ਹਿੰਦੂ ਰਾਸ਼ਟਰ ਬਣਾਉਣ ਦੀ ਸੰਪ੍ਰਦਾਇਕ ਰਾਜਨੀਤੀ ਤੇ ਵਿਚਾਰ ਕਰਨ ਦੀ

ਅੱਜ ਲੋੜ ਹੈ ਕਾਂਗਰਸ ਪਾਰਟੀ ਦੀ ਸੈਕੂਲਰ ਰਾਜਨੀਤੀ ਅਤੇ ਅਮਰੀਕਾ, ਕੈਨੇਡਾ, ਇੰਗਲੈਂਡ ਦੇਸ਼ਾਂ ਦੀ ਸੈਕੂਲਰ ਰਾਜਨੀਤੀ ਨਾਲ ਭਾਰਤੀ ਜਨਤਾ ਪਾਰਟੀ ਦੀ 2014 ਵਿਚ ਕੇਂਦਰ ਵਿਚ ਬਣੀ ਮੋਦੀ ਸਰਕਾਰ ਦੀ ਸੰਪ੍ਰਦਾਇਕ ਰਾਜਨੀਤੀ ਦਾ ਤੁਲਨਾਤਮਿਕ ਵਿਚਾਰ ਕੀਤਾ ਜਾਵੇ ਕਿਉਂਕਿ ਇਸ ਦਾ ਪ੍ਰਭਾਵ ਸਿੱਖਾਂ ਅਤੇ ਸਿੱਖ ਧਰਮ ਤੇ ਬਹੁਤ ਜ਼ਿਆਦਾ ਪੈ ਸਕਦਾ ਹੈ।

ਕਾਂਗਰਸ ਪਾਰਟੀ ਇੱਕ ਸੈਕੂਲਰ ਪਾਰਟੀ ਹੈ। ਭਾਰਤੀ ਜਨਤਾ ਪਾਰਟੀ ਵਾਂਗ ਇੱਕ ਹਿੰਦੂ ਜਮਾਤ ਨਹੀਂ। ਇਹ ਗੱਲ ਕਾਂਗਰਸ ਪਾਰਟੀ ਦੀ ਧਰਮ-ਨਿਰਪੇਖਤਾ ਦਰਸਾਉਂਦੀ ਹੈ ਕਿ ਮੈਡਮ ਸੋਨੀਆ ਨੇ ਕੁਝ ਹੋਰ ਗੱਲਾਂ ਦੇ ਨਾਲ ਨਾਲ ਦੇਸ਼ ਦੇ ਹਿੱਤਾਂ ਨੂੰ ਧਿਆਨ ਵਿਚ ਰਖਦੇ ਹੋਏ ਡਾ. ਮਨਮੋਹਨ ਸਿੰਘ ਨੂੰ, ਉਨ੍ਹਾਂ ਦੇ ਧਰਮ ਤੋਂ ਸਿੱਖ ਹੁੰਦੇ ਹੋਏ ਵੀ, ਸੂਵਉੱਚ ਅਰਥ-ਵਿਗਿਆਨੀ ਹੋਣ ਕਰਕੇ ਭਾਰਤ ਦਾ ਦੋ ਵਾਰ ਪ੍ਰਧਾਨ ਮੰਤਰੀ ਬਣਾ ਦਿੱਤਾ।

ਹੁਣ ਅਸੀਂ ਬਾਹਰ ਦੇ ਦੇਸ਼ਾਂ ਅਮਰੀਕਾ, ਕੈਨੇਡਾ ਅਤੇ ਇੰਗਲੈਂਡ ਦੀ ਗੱਲ ਕਰਦੇ ਹਾਂ। ਇਹ ਸੈਕੂਲਰ ਦੇਸ਼ ਹਨ। ਇਸ ਲਈ ਇਨ੍ਹਾਂ ਦੇਸ਼ਾਂ ਦੀ ਰਾਜਨੀਤੀ ਵਿਚ ਭਾਗ ਲੈਣ ਵਾਲਾ ਕੋਈ ਵੀ ਵਿਅਕਤੀ ਉੱਚੀ ਤੋਂ ਉੱਚੀ ਪਦਵੀ ਤੇ ਪਹੁੰਚ ਸਕਦਾ ਹੈ, ਜੇਕਰ ਉਹ ਉਸ ਦੇਸ਼ ਦਾ ਨਾਗਰਿਕ ਹੋਵੇ, ਉਸ ਦੇਸ਼ ਨੂੰ ਪੂਰੇ ਦਿਲੋਂ ਆਪਣਾ ਦੇਸ਼ ਸਮਝਦਾ ਹੋਵੇ ਅਤੇ ਉਸ ਦੇਸ਼ ਦਾ ਵਿਕਾਸ ਕਰ ਸਕਣ ਦੀ ਸੂਵ-ਉੱਚ ਯੋਗਤਾ ਰਖਦਾ ਹੋਵੇ। Barack Obama ਵਿਚ ਉਪਰੋਕਤ ਸਾਰੇ ਗੁਣ ਹੋਣ ਕਰਕੇ ਅਮਰੀਕਾ ਦੇ ਵੋਟਰਾਂ ਨੇ African Obama ਨੂੰ ਆਪਣੇ ਦੇਸ਼ ਦਾ ਪ੍ਰੈਜ਼ੀਡੈਂਟ ਬਣਾ ਦਿੱਤਾ। ਇਹ ਕਰਦੇ ਹੋਏ ਅਮੀਰਕਾ ਦੇ ਵੋਟਰਾਂ ਨੇ ਇਸ ਗੱਲ ਵੱਲ ਧਿਆਨ ਨਹੀਂ ਦਿੱਤਾ ਕਿ Obama ਦੇ ਵੱਡੇ-ਵਡੇਰੇ ਬਾਹਰ ਤੋਂ ਆ ਕੇ ਅਮਰੀਕਾ ਵਿਚ ਵਸ ਗਏ ਸਨ। South Carolina ਦੇ ਵੋਟਰਾਂ ਨੇ Nikki ਨੂੰ South Carolina ਦਾ ਗਵਰਨਰ ਬਣਾ ਦਿੱਤਾ ਕਿਉਂਕਿ Nikki South Carolina ਦਾ ਵਿਕਾਸ ਕਰ ਸਕਣ ਦੇ ਲਈ ਸੂਵ-ਉੱਚ ਯੋਗਤਾ ਰਖਦੀ ਸੀ। ਇਸ ਦੇ ਬਾਅਦ Nikki ਨਵੰਬਰ, 2016 ਵਿਚ U.N. ਵਿਚ ਅਮਰੀਕਾ ਦੀ ambassador ਬਣ ਗਈ। ਕਿਸੇ ਨੇ ਇਸ ਗੱਲ ਵੱਲ ਧਿਆਨ ਨਹੀਂ ਦਿੱਤਾ ਕਿ Nikki ਦਾ ਜਨਮ ਇੱਕ ਜੱਟ ਸਿੱਖ ਪਰਿਵਾਰ ਵਿਚ ਹੋਇਆ ਸੀ ਅਤੇ ਉਸ ਦੇ ਮਾਤਾ-ਪਿਤਾ ਪੰਜਾਬ ਤੋਂ ਜਾ ਕੇ South Carolina ਵਿਚ ਵਸ ਗਏ ਸਨ। ਕੈਨੇਡੀਅਨ ਪ੍ਰਧਾਨ ਮੰਤਰੀ Justin Trudeau ਨੇ 2016 ਵਿਚ ਕਿਹਾ ਸੀ ਕਿ ਉਨ੍ਹਾਂ ਦੇ ਮੰਤਰੀ-ਮੰਡਲ ਵਿਚ ਚਾਰ ਸਿੱਖ ਮੰਤਰੀ ਹਨ। Obama, Nikki ਅਤੇ ਕੈਨੇਡਾ ਦੇ ਕੇਸਾਂ ਤੋਂ ਸੇਧ ਲੈਂਦੇ ਹੋਏ ਇਹ ਗੱਲ ਸਿੱਖ ਪੰਥ ਦੇ ਹਿੱਤ ਵਿਚ ਹੈ ਕਿ **ਸ਼੍ਰੋਮਣੀ ਗੁਰਦੁਆਰਾ ਪ੍ਰਬੰਧਕ ਕਮੇਟੀ**

ਆਪਣੇ ਕਿਸੇ ਫ਼ੰਡ ਵਿਚੋਂ ਅਤੇ ਅਮੀਰ ਸਿੱਖਾਂ ਦੇ ਮਿਲਵਰਤਨ ਨਾਲ ਲਾਇਕ ਸਿੱਖ ਬੱਚਿਆਂ ਨੂੰ ਅੰਤਰਰਾਸ਼ਟਰੀ ਅਰਥ-ਵਿਗਿਆਨ, ਅੰਤਰਰਾਸ਼ਟਰੀ ਰਾਜਨੀਤੀ, ਇੰਜੀਨੀਅਰਿੰਗ, ਡਾਕਟਰੀ ਆਦਿ ਦੀ ਉੱਚੀ ਸਿੱਖਿਆ ਦਿਵਾਉਣ ਅਤੇ ਉਸ ਦੇ ਬਾਅਦ ਇਨ੍ਹਾਂ ਲਾਇਕ ਸਿੱਖ ਬੱਚਿਆਂ ਨੂੰ ਅਮਰੀਕਾ ਅਤੇ ਕੈਨੇਡਾ ਵਰਗੇ ਸੈਕੂਲਰ ਦੇਸ਼ਾਂ ਵਿਚ ਭੇਜਣ ਦੀ ਵਿਵਸਥਾ ਕਰੇ ਜਿਥੇ ਇਨ੍ਹਾਂ ਲਾਇਕ ਸਿੱਖ ਬੱਚਿਆਂ ਦੀ ਉੱਚੀ ਪਦਵੀ ਤੇ ਪਹੁੰਚ ਸਕਣ ਦੀ ਸੰਭਾਵਨਾ ਹੋਵੇ।

ਹੁਣ ਅਸੀਂ ਭਾਰਤੀ ਜਨਤਾ ਪਾਰਟੀ ਦੀ ਗੱਲ ਕਰਦੇ ਹਾਂ। ਅੱਜ ਭਾਰਤ ਵਿਚ ਲੋਕ ਰਾਜ ਹੈ। ਹਿੰਦੂ ਭਾਰਤ ਵਿਚ ਬਹੁ-ਗਿਣਤੀ ਵਿਚ ਹਨ। ਸਾਨੂੰ ਇਹ ਗੱਲ ਪੂਰੀ ਤਰ੍ਹਾਂ ਸਮਝ ਲੈਣੀ ਚਾਹੀਦੀ ਹੈ ਕਿ ਭਾਰਤੀ ਜਨਤਾ ਪਾਰਟੀ ਹਿੰਦੂ ਧਰਮ ਦੇ ਨਾਂ ਤੇ ਕੇਵਲ ਹਿੰਦੂ ਵੋਟਾਂ ਦੇ ਬਲ-ਬੋਤੇ ਤੇ ਭਾਰਤ ਨੂੰ ਹਿੰਦੂ ਰਾਸ਼ਟਰ ਬਣਾਉਣਾ ਚਾਹੁੰਦੀ ਹੈ। ਇਸ ਦੀ ਪੁਸ਼ਟੀ ਵਿਚ ਅਸੀਂ ਏਥੇ ਕੇਵਲ ਇੱਕ ਗੱਲ ਦਾ ਹਵਾਲਾ ਦੇਵਾਂਗੇ। **ਭਾਰਤ ਦੇ ਪ੍ਰਧਾਨ ਮੰਤਰੀ ਨਰਿੰਦਰ ਮੋਦੀ ਨੇ 2014 ਵਿਚ ਲੋਕ ਸਭਾ ਦੀਆਂ ਹੋਈਆਂ ਚੋਣਾਂ ਦੇ ਵਕਤ ਆਪਣੇ ਚੋਣ ਹਲਕੇ ਵਿਚ ਜਾ ਕੇ ਹਿੰਦੂ ਵੋਟਰਾਂ ਨੂੰ ਪ੍ਰਭਾਵਿਤ ਕਰਨ ਲਈ ਕਿਹਾ ਸੀ — ਮਾਂ ਗੰਗਾ ਨੇ ਬੁਲਾਇਆ ਹੈ। ਇਸ ਤਰ੍ਹਾਂ ਨਾਲ ਭਾਰਤ ਦੇ ਪ੍ਰਧਾਨ ਮੰਤਰੀ ਨਰਿੰਦਰ ਮੋਦੀ ਨੇ ਚੋਣ ਦੇ ਵਕਤ ਆਪਣੇ ਚੋਣ ਹਲਕੇ ਦੇ ਹਿੰਦੂ ਵੋਟਰਾਂ ਨੂੰ ਕਿਹਾ ਸੀ ਕਿ ਉਹ ਮਾਂ ਗੰਗਾ ਦੇ ਨਾਂ ਤੇ ਅਰਥਾਤ ਹਿੰਦੂ ਧਰਮ ਦੇ ਨਾਂ ਤੇ ਉਨ੍ਹਾਂ ਦੇ ਪੱਖ ਵਿਚ ਵੋਟ ਪਾ ਦੇਣ।**

ਸਿੱਖਾਂ ਨੂੰ ਭਾਰਤੀ ਜਨਤਾ ਪਾਰਟੀ ਦੀ ਹਿੰਦੂ ਅਰਥਾਤ ਸੰਪ੍ਰਦਾਇਕ ਰਾਜਨੀਤੀ ਦੇ ਪ੍ਰਸੰਗ ਵਿਚ ਇੱਕ ਗੱਲ ਚੰਗੀ ਤਰ੍ਹਾਂ ਸਮਝ ਲੈਣੀ ਚਾਹੀਦੀ ਹੈ ਕਿ ਕੇਂਦਰ ਵਿਚ ਜਦੋਂ ਵੀ ਭਾਰਤੀ ਜਨਤਾ ਪਾਰਟੀ ਦੀ ਸਰਕਾਰ ਬਣੇਗੀ, ਤਾਂ ਭਾਰਤ ਦਾ ਪ੍ਰਧਾਨ ਮੰਤਰੀ ਕੇਵਲ ਉਹ ਵਿਅਕਤੀ ਬਣ ਸਕੇਗਾ ਜਿਹੜਾ ਕਿ ਧਰਮ ਤੋਂ ਹਿੰਦੂ ਹੋਵੇ। ਜੇਕਰ ਅਜਿਹਾ ਧਰਮ ਤੋਂ ਹਿੰਦੂ ਵਿਅਕਤੀ ਆਰ.ਐਸ.ਐਸ. ਦਾ ਮੈਂਬਰ ਹੈ ਜਾਂ ਰਿਹਾ ਹੋਵੇ ਜਾਂ ਪ੍ਰਚਾਰਕ ਹੈ ਜਾਂ ਰਿਹਾ ਹੋਵੇ, ਤਾਂ ਇਸ ਨੂੰ ਅਜਿਹੇ ਵਿਅਕਤੀ ਦੀ ਇੱਕ ਹੋਰ ਵਿਸ਼ੇਸ਼ ਯੋਗਤਾ ਮੰਨਿਆ ਜਾਵੇਗਾ। ਉਪਰੋਕਤ ਤੋਂ ਇਹ ਗੱਲ ਪੂਰੀ ਤਰ੍ਹਾਂ ਨਾਲ ਸਪਸ਼ਟ ਹੋ ਜਾਂਦੀ ਹੈ ਕਿ **ਕੇਂਦਰ ਵਿਚ ਜਦੋਂ ਵੀ ਭਾਰਤੀ ਜਨਤਾ ਪਾਰਟੀ ਦੀ ਸਰਕਾਰ ਬਣੇਗੀ, ਤਾਂ ਧਰਮ ਤੋਂ ਸਿੱਖ ਵਿਅਕਤੀ, ਭਾਵੇਂ ਉਹ ਕਿਤਨੀ ਵੀ ਸ੍ਵ-ਉੱਚ ਯੋਗਤਾ ਰਖਦਾ ਹੋਵੇ, ਭਾਰਤ ਦਾ ਪ੍ਰਧਾਨ ਮੰਤਰੀ ਬਣ ਸਕਣ ਦਾ ਸੁਪਨਾ ਵੀ ਨਹੀਂ ਲੈ ਸਕਦਾ। ਕਾਰਣ ? ਅਜਿਹੇ ਵਿਅਕਤੀ ਦਾ ਧਰਮ ਤੋਂ ਹਿੰਦੂ ਨਾ ਹੋਣਾ, ਧਰਮ ਤੋਂ ਸਿੱਖ ਹੋਣਾ, ਕੇਂਦਰ ਵਿਚ ਭਾਰਤੀ ਜਨਤਾ ਪਾਰਟੀ ਦੀ ਸਰਕਾਰ ਹੁੰਦੇ ਹੋਏ ਭਾਰਤ ਦਾ ਪ੍ਰਧਾਨ ਮੰਤਰੀ ਬਣ ਸਕਣ ਲਈ ਉਸ ਦੀ ਨਿਰਯੋਗਤਾ (disqualification) ਸਮਝੀ ਜਾਵੇਗੀ।** ਇਸ ਲਈ ਸਾਡੇ ਸਿੱਖ

ਨੇਤਾਵਾਂ ਨੂੰ ਗੰਭੀਰਤਾ ਨਾਲ ਸੋਚਣਾ ਹੋਵੇਗਾ ਕਿ ਸਿੱਖਾਂ ਦਾ ਫ਼ਾਇਦਾ ਕਿਸ ਵਿਚ ਹੈ ? ਕੇਂਦਰ ਵਿਚ ਸੈਕੂਲਰ ਪਾਰਟੀ ਦੀ ਹਕੂਮਤ ਹੋਵੇ ਜਾਂ ਸੰਪ੍ਰਦਾਇਕ ਪਾਰਟੀ ਦੀ।

ਭਾਰਤ ਵਿਚ ਲੋਕ ਸਭਾ ਦੀ 2014 ਵਿਚ ਹੋਈਆਂ ਚੋਣਾਂ ਵਿਚ ਭਾਰਤੀ ਜਨਤਾ ਪਾਰਟੀ ਦੀ ਬਹੁਤ ਵੱਡੀ ਹੋਈ ਜਿੱਤ ਦਾ ਇੱਕ ਨਤੀਜਾ ਇਹ ਨਿਕਲਿਆ ਹੈ ਕਿ ਭਾਰਤੀ ਜਨਤਾ ਪਾਰਟੀ ਦਾ ਭਾਰਤ ਨੂੰ ਹਿੰਦੂ ਰਾਸ਼ਟਰ ਬਣਾਉਣ ਦਾ ਸੰਪ੍ਰਦਾਇਕ ਚਿਹਰਾ ਖੁਲ੍ਹ ਕੇ ਸਾਹਮਣੇ ਆ ਰਿਹਾ ਹੈ। ਇਸ ਗੱਲ ਦੀ ਪੁਸ਼ਟੀ ਵਿਚ ਅਸੀਂ ਏਥੇ ਕੁਝ ਘਟਨਾਵਾਂ ਦਾ ਹਵਾਲਾ ਦੇਵਾਂਗੇ। ਪਹਿਲੀ ਘਟਨਾ, ਕੇਂਦਰ ਵਿਚ ਭਾਰਤੀ ਜਨਤਾ ਪਾਰਟੀ ਦੀ ਮੋਦੀ ਸਰਕਾਰ ਦੀ ਇੱਕ ਮੰਤਰੀ ਨਿਰੰਜਨ ਜੋਤੀ ਨੇ ਦਿੱਲੀ ਵਿਚ ਫ਼ਰਵਰੀ, 2015 ਵਿਚ ਹੋਈਆਂ ਚੋਣਾਂ ਦੇ ਸਿਲਸਲੇ ਵਿਚ ਚੋਣਾਂ ਤੋਂ ਪਹਿਲਾਂ ਪਰਚਾਰ ਕਰਦੇ ਹੋਏ 1 ਦਸੰਬਰ, 2014 ਨੂੰ ਇੱਕ ਚੋਣ ਰੈਲੀ ਵਿਚ ਵੋਟਰਾਂ ਨੂੰ ਸੰਬੋਧਿਤ ਕਰਦੇ ਹੋਏ ਕਿਹਾ — **ਆਪ ਕੋ ਤਹਿ ਕਰਨਾ ਹੈ ਕਿ ਦਿੱਲੀ ਮੇ ਸਰਕਾਰ ਰਾਮਜ਼ਾਦੋਂ ਕੀ ਬਣੇਗੀ ਜਾਂ ਹਰਾਮਜ਼ਾਦੋਂ ਕੀ।**[1] ਏਥੇ ਰਾਮਜ਼ਾਦੋਂ ਦੇ ਅਰਥ ਹਨ, ਰਾਮ ਜੀ ਦੀ ਸੰਤਾਨ, ਔਲਾਦ ਅਰਥਾਤ ਧਰਮ ਤੋਂ ਹਿੰਦੂ। ਹਰਾਮਜ਼ਾਦੋਂ ਦੇ ਅਰਥ ਹਨ, ਹਰਾਮ ਦੀ ਸੰਤਾਨ, ਔਲਾਦ ਅਰਥਾਤ ਉਹ ਲੋਕ ਜਿਹੜੇ ਧਰਮ ਤੋਂ ਹਿੰਦੂ ਨਹੀਂ ਹਨ। ਇਸ ਤਰ੍ਹਾਂ ਨਾਲ ਮੁਸਲਮਾਨ ਅਤੇ ਹੋਰ ਧਰਮਾਂ ਦੇ ਲੋਕ ਰਾਮ ਜੀ ਦੀ ਸੰਤਾਨ ਨਾ ਹੋਣ ਕਰਕੇ ਅਰਥਾਤ ਧਰਮ ਤੋਂ ਹਿੰਦੂ ਨਾ ਹੋਣ ਕਰਕੇ ਹਰਾਮ ਦੀ ਸੰਤਾਨ ਹਨ। ਕੇਂਦਰ ਮੰਤਰੀ ਨਰਿੰਜਨ ਜੋਤੀ ਦਾ ਇਨ੍ਹਾਂ ਸ਼ਬਦਾਂ ਰਾਹੀਂ ਇਹ ਕਹਿਣਾ ਸੀ ਕਿ ਦਿੱਲੀ ਵਿਚ ਫ਼ਰਵਰੀ, 2015 ਵਿਚ ਹੋਣ ਵਾਲੀਆਂ ਚੋਣਾਂ ਵਿਚ ਦਿੱਲੀ ਦੇ ਸਾਰੇ ਹਿੰਦੂ ਵੋਟਰ ਭਾਰਤੀ ਜਨਤਾ ਪਾਰਟੀ ਦੀ ਸਰਕਾਰ ਬਣਾਉਣ। ਕੇਂਦਰ ਮੰਤਰੀ Nitin Gadkari ਵੀ ਲਲਕਾਰਾ ਮਾਰ ਕੇ ਕਹਿੰਦੇ ਹਨ ਕਿ **ਕੇਂਦਰ ਵਿਚ ਭਾਜਪਾ ਦੀ ਮੋਦੀ ਸਰਕਾਰ ਰਾਮ ਭਗਤਾਂ ਦੀ ਸਰਕਾਰ ਹੈ।**[2] ਦੂਜੀ ਘਟਨਾ, ਭਾਰਤੀ ਹਿੰਦੂ ਮਹਾਂ ਸਭਾ ਨੇ **ਨਥੂ ਰਾਮ ਗੋਡਸੇ ਨੂੰ, ਜਿਸ ਨੇ 1948 ਵਿਚ ਮਹਾਤਮਾ ਗਾਂਧੀ ਦੀ ਹੱਤਿਆ ਕੀਤੀ ਸੀ, ਸ਼ਹੀਦ ਹੋਣ ਦੀ ਪਦਵੀ ਦਿੱਤੀ ਹੈ ਅਤੇ ਉਸ ਦੀ ਯਾਦ ਨੂੰ ਸਦੀਵੀ ਬਣਾਉਣ ਲਈ ਇੱਕ ਮੰਦਰ ਬਣਾਉਣ ਦੀ ਘੋਸ਼ਣਾ ਵੀ ਕੀਤੀ ਹੈ।**[3] ਤੀਜੀ ਘਟਨਾ, ਭਾਰਤੀ ਜਨਤਾ ਪਾਰਟੀ ਦੇ ਮੈਂਬਰ ਪਾਰਲੀਮੈਂਟ ਸਾਕਸੀ ਮਹਾਰਾਜ ਕਹਿੰਦੇ ਹਨ ਕਿ ਹਿੰਦੂ ਪਹਿਲਾਂ ਕਹਿੰਦੇ ਹੁੰਦੇ ਸੀ — ਹਮ ਦੋ, ਹਮਾਰਾ ਏਕ। ਉਦੋਂ ਹਿੰਦੂ ਔਰਤ ਦੇ ਜੀਵਨ ਦਾ ਉਦੇਸ਼ ਸੀ — ਹਮਾਰਾ ਏਕ ਅਰਥਾਤ ਕੇਵਲ ਇੱਕ ਬੱਚਾ ਪੈਦਾ ਕਰਨਾ। ਇਸ ਤੋਂ ਵੱਧ ਨਹੀਂ। ਇਸ ਦੇ ਉਲਟ, ਮੁਸਲਮਾਨ ਔਰਤ ਤੇ ਕੋਈ ਰੋਕ ਨਹੀਂ। ਮੁਸਲਮਾਨ ਔਰਤ ਜਿਤਨੇ ਵੀ ਚਾਹੇ, ਉਸ ਨੂੰ ਉਤਨੇ ਹੀ ਬੱਚੇ ਪੈਦਾ ਕਰਨ ਦੀ ਖੁਲ੍ਹ ਹੈ। ਸਾਕਸ਼ੀ ਮਹਾਰਾਜ ਕਹਿੰਦੇ ਹਨ ਕਿ

1. *The Times of India,* Chandigarh, December 3, 2014, p.1.
2. *The Times of India,* Chandigarh, January 22, 2015, p.9.
3. *The Times of India,* Chandigarh, December 24, 2014, p.9.

ਅਜਿਹੀ ਸਿਥਿਤੀ ਵਿਚ ਹਿੰਦੂ ਸਮਾਜ ਨੂੰ ਵੀ ਆਪਣੀ ਸੋਚ ਬਦਲਣੀ ਹੋਵੇਗੀ। **ਸਾਕਸ਼ੀ ਮਹਾਰਾਜ ਜੀ ਲਲਕਾਰਾ ਮਾਰਦੇ ਹਨ ਕਿ ਹੁਣ ਹਿੰਦੂ ਔਰਤ ਵੀ ਚਾਰ ਬੱਚੇ ਪੈਦਾ ਕਰੇ।** ਹਿੰਦੂ ਔਰਤ ਇਨ੍ਹਾਂ ਚਾਰ ਬੱਚਿਆਂ ਵਿਚੋਂ ਇੱਕ ਬੱਚਾ ਸੰਤ ਸਮਾਜ ਨੂੰ ਦੇ ਦੇਵੇ, ਇੱਕ ਬੱਚਾ ਅਰ.ਐਸ.ਐਸ. ਨੂੰ ਦੇ ਦੇਵੇ, ਇੱਕ ਬੱਚਾ ਦੇਸ਼ ਦੇ ਬਾਰਡਰ ਤੇ ਭੇਜ ਦੇਵੇ ਜਿਥੇ ਪਾਕਿਸਤਾਨ ਸ਼ਰਾਰਤ ਕਰਨ ਤੋਂ ਬਾਜ਼ ਨਹੀਂ ਆਉਂਦਾ, ਅਤੇ ਆਖ਼ਰੀ ਇੱਕ ਬੱਚਾ ਹਿੰਦੂ ਔਰਤ ਆਪਣੇ ਪਾਸ ਰਖ ਲਵੇ।[1]

ਜਾਪਦਾ ਹੈ ਕਿ ਭਾਰਤੀ ਜਨਤਾ ਪਾਰਟੀ ਭਾਰਤ ਨੂੰ ਹਿੰਦੂ ਰਾਸ਼ਟਰ ਬਣਾਉਣ ਦਾ ਕਾਰਜ ਜਲਦੀ ਤੋਂ ਜਲਦੀ ਪੂਰਾ ਕਰਨਾ ਚਾਹੁੰਦੀ ਹੈ। ਇਸ ਦੀ ਪੁਸ਼ਟੀ ਵਿਚ ਕੁਝ ਗੱਲਾਂ ਹੇਠਾਂ ਦਿੰਦੇ ਹਾਂ :-

ਹੁਣ ਅਸੀਂ ਆਰ.ਐਸ.ਐਸ. ਅਤੇ ਬਜਰੰਗ ਦਲ ਦੁਆਰਾ 'ਪੁਰਖੋਂ ਕੇ ਘਰ ਵਾਪਸੀ' ਦੇ ਨਾਂ ਤੇ ਸ਼ੁਰੂ ਕੀਤੇ ਅਖੌਤੀ ਧਰਮ ਕਾਰਜ ਦੀ ਗੱਲ ਕਰਦੇ ਹਾਂ। ਇਸ ਅਖੌਤੀ ਧਰਮ ਕਾਰਜ ਅਨੁਸਾਰ ਮੁਸਲਮਾਨਾਂ ਅਤੇ ਹੋਰ ਧਰਮਾਂ ਦੇ ਅਜਿਹੇ ਲੋਕਾਂ ਨੂੰ ਹਿੰਦੂ ਧਰਮ ਵਿਚ ਵਾਪਸ ਲਿਆਉਣਾ ਹੈ ਜਿਹੜੇ ਕਿਸੇ ਵਕਤ ਹਿੰਦੂ ਧਰਮ ਛੱਡ ਕੇ ਮੁਸਲਮਾਨ ਧਰਮ ਜਾਂ ਕਿਸੇ ਹੋਰ ਧਰਮ ਵਿਚ ਚਲੇ ਗਏ ਸਨ। ਬਜਰੰਗ ਦਲ ਦੇ ਕਹਿਣ ਅਨੁਸਾਰ ਆਗਰਾ ਵਿਚ ਸੋਮਵਾਰ, 8 ਦਸੰਬਰ, 2014 ਨੂੰ ਉਨ੍ਹਾਂ ਦੀ ਪ੍ਰੇਰਨਾ ਤੇ 57 ਮੁਸਲਮਾਨ ਪਰਿਵਾਰ ਆਪਣਾ ਮੁਸਲਮਾਨ ਧਰਮ ਛੱਡ ਕੇ ਆਪਣੇ ਪਹਿਲੇ ਹਿੰਦੂ ਧਰਮ ਵਿਚ ਵਾਪਸ ਆ ਗਏ ਹਨ।[2] ਇਹ ਅਖੌਤੀ ਧਰਮ ਸ਼ੁਧੀ ਕਾਰਜ 2014 ਵਿਚ ਕੇਂਦਰ ਵਿਚ ਭਾਰਤੀ ਜਨਤਾ ਪਾਰਟੀ ਦੀ ਮੋਦੀ ਸਰਕਾਰ ਬਣ ਜਾਣ ਦੇ ਬਾਅਦ ਸ਼ੁਰੂ ਹੋਇਆ ਹੈ। ਇਹ ਕਾਰਜ ਕੁਝ ਜ਼ਬਰਦਸਤੀ ਅਤੇ ਕੁਝ ਲਾਲਚ ਦੇ ਕੇ ਕੀਤਾ ਜਾ ਰਿਹਾ ਹੈ। ਪ੍ਰਧਾਨ ਮੰਤਰੀ ਮੋਦੀ ਸਾਹਿਬ ਦਾ ਕਹਿਣਾ ਹੈ— Don't reward Muslims, Don't shun, 'purify'.[3] ਇਸ ਲਈ ਲੋੜ ਹੈ ਕਿ ਇਸ ਤੇ ਗੰਭੀਰਤਾ ਨਾਲ ਵਿਚਾਰ ਕੀਤਾ ਜਾਵੇ।

ਕਿਸੇ ਨਾਲ ਜ਼ਬਰਦਸਤੀ ਕਰ ਕੇ ਉਸ ਨੂੰ ਮਜਬੂਰ ਕਰਨਾ ਕਿ ਉਹ ਜ਼ਬਰਦਸਤੀ ਕਰਨ ਵਾਲੇ ਦੇ ਧਰਮ ਵਿਚ ਸ਼ਾਮਲ ਹੋ ਜਾਵੇ, ਇਹ ਆਤੰਕਵਾਦ ਹੈ। ਅਜਿਹੀ ਜ਼ਬਰਦਸਤੀ ਕਰਨ ਵਾਲਾ ਵਿਅਕਤੀ/ਸੰਗਠਨ ਆਤੰਕਵਾਦੀ ਵਿਅਕਤੀ/ਆਤੰਕਵਾਦੀ ਸੰਗਠਨ ਕਹੇ ਜਾਣਗੇ। ਆਤੰਕਵਾਦ ਅਤੇ ਆਤੰਕਵਾਦੀ ਦੇ ਉਪਰੋਕਤ ਅਰਥਾਂ ਨੂੰ ਵੇਖਦੇ ਹੋਏ ਮੁਸਲਮਾਨਾਂ ਨੂੰ ਆਪਣੇ ਪਹਿਲੇ ਹਿੰਦੂ ਧਰਮ ਵਿਚ ਜ਼ਬਰਦਸਤੀ ਵਾਪਸ ਲਿਆਉਣ ਵਾਲੇ ਸੰਗਠਨ/ਵਿਅਕਤੀ ਆਤੰਕਵਾਦੀ ਕਹੇ ਜਾਣਗੇ। ਪਰ ਭਾਰਤੀ ਜਨਤਾ ਪਾਰਟੀ ਅਤੇ ਆਰ.ਐਸ.ਐਸ. ਅਜਿਹੀ ਜ਼ਬਰਦਸਤੀ ਕਰਨ ਵਾਲੇ ਹਿੰਦੂ ਸੰਗਠਨਾਂ/ਵਿਅਕਤੀਆਂ ਨੂੰ ਰਾਸ਼ਟਰਵਾਦੀ ਸੰਗਠਨ/ਰਾਸ਼ਟਰਵਾਦੀ ਵਿਅਕਤੀ

1. *The Times of India,* Chandigarh, January 13, 2015, p.7.
2. *The Tribune,* Chandigarh, December 13, 2014, p.10.
3. *The Tribune*, Chandigarh, September 26, 2016, p.1.

ਕਹਿੰਦੇ ਹਨ, ਜਦ ਕਿ ਭਾਰਤੀ ਜਨਤਾ ਪਾਰਟੀ ਅਤੇ ਆਰ.ਐਸ.ਐਸ. ਪਾਕਿਸਤਾਨੀ ਆਤੰਕਵਾਦ ਅਤੇ ਆਤੰਕਵਾਦੀਆਂ ਨੂੰ ਬੁਰਾ ਕਹਿੰਦੇ ਹਨ।

ਸਿੱਖ ਧਰਮ ਉਪਰੋਕਤ ਜ਼ਬਰਦਸਤੀ ਕੀਤੇ ਜਾ ਰਹੇ ਅਖੌਤੀ ਧਰਮ ਕਾਰਜ ਦਾ ਸਮਰਥਨ ਨਹੀਂ ਕਰਦਾ। ਸਿੱਖ ਧਰਮ ਦਾ ਇਤਿਹਾਸ ਇਸ ਗੱਲ ਦਾ ਗਵਾਹ ਹੈ ਕਿ ਜਦੋਂ **ਔਰੰਗਜ਼ੇਬ ਦੀ ਮੁਸਲਮਾਨ ਹਕੂਮਤ ਵਿਚ ਹਿੰਦੂਆਂ ਨੂੰ ਜ਼ਬਰਦਸਤੀ ਮੁਸਲਮਾਨ ਬਣਾਇਆ ਜਾ ਰਿਹਾ ਸੀ, ਤਾਂ ਇਸ ਜ਼ੁਲਮ ਨੂੰ ਚਣੌਤੀ ਦਿੰਦੇ ਹੋਏ ਗੁਰੂ ਤੇਗ ਬਹਾਦਰ ਸਾਹਿਬ ਨੂੰ ਸ਼ਹੀਦੀ ਦੇਣੀ ਪਈ ਸੀ।** ਅੱਜ ਭਾਰਤ ਵਿਚ ਲੋਕ ਰਾਜ ਹੈ। ਭਾਰਤ ਵਿਚ ਹਿੰਦੂ ਬਹੁ-ਗਿਣਤੀ ਵਿਚ ਹੋਣ ਕਰਕੇ ਸਭ ਤੋਂ ਵੱਧ ਸ਼ਕਤੀਸ਼ਾਲੀ ਬਣ ਗਏ ਹਨ। ਇਸ ਸਿਥਿਤੀ ਦਾ ਫ਼ਾਇਦਾ ਉਠਾਉਂਦੇ ਹੋਏ ਬਜਰੰਗ ਦਲ ਅਤੇ ਹੋਰ ਆਕਰਮਣਸ਼ੀਲ ਹਿੰਦੂ ਸੰਗਠਨ ਅਤੇ ਉਨ੍ਹਾਂ ਨਾਲ ਜੁੜੇ ਵਿਅਕਤੀ ਮੁਸਲਮਾਨਾਂ ਅਤੇ ਹੋਰ ਧਰਮਾਂ ਦੇ ਲੋਕਾਂ ਨੂੰ ਕੁਝ ਜ਼ਬਰਦਸਤੀ ਅਤੇ ਕੁਝ ਲਾਲਚ ਦੇ ਕੇ ਹਿੰਦੂ ਧਰਮ ਵਿਚ ਵਾਪਸ ਲਿਆ ਰਹੇ ਹਨ। ਔਰੰਗਜ਼ੇਬ ਦੀ ਮੁਸਲਮਾਨ ਹਕੂਮਤ ਦੇ ਵਕਤ ਜ਼ਾਲਮ ਮੁਸਲਮਾਨ ਸੀ। ਅੱਜ ਭਾਰਤ ਵਿਚ ਲੋਕ ਰਾਜ ਦੇ ਵਕਤ ਵਿਚ ਜ਼ਾਲਮ ਉਪਰੋਕਤ ਆਕਰਮਣਸ਼ੀਲ ਹਿੰਦੂ ਹੈ। **ਸੱਚ ਇਹ ਹੈ ਕਿ ਜ਼ਾਲਮ ਦਾ ਚਿਹਰਾ ਬਦਲ ਗਿਆ ਹੈ। ਪਰ ਜ਼ੁਲਮ ਦੀ ਤਸਵੀਰ ਨਹੀਂ ਬਦਲੀ।**

ਅੱਜ ਭਾਰਤ ਦਾ ਧਰਮ-ਨਿਰਪੇਖ (secular) **ਸਰੂਪ ਖ਼ਤਰੇ ਵਿਚ ਪੈ ਗਿਆ ਜਾਪਦਾ ਹੈ।** ਅਮਰੀਕਾ ਦੇ ਪ੍ਰੈਜ਼ੀਡੈਂਟ Obama 26 ਜਨਵਰੀ, 2015 ਨੂੰ ਭਾਰਤ ਦੇ ਗਣਤੰਤਰ ਦਿਵਸ ਤੇ ਭਾਰਤ ਦੇ ਮੁੱਖ ਮਹਿਮਾਨ ਸਨ। ਭਾਰਤ ਤੋਂ ਅਮਰੀਕਾ ਵਾਪਸ ਜਾਣ ਦੇ ਵਕਤ ਅਤੇ ਉਸ ਦੇ ਬਾਅਦ ਫਿਰ Obama ਨੇ ਭਾਰਤ ਵਿਚ ਪਿਛਲੇ ਕੁਝ ਸਾਲਾਂ ਵਿਚ ਧਰਮ ਦੇ ਨਾਂ ਤੇ ਅਸਹਿਣਸ਼ੀਲਤਾ (intolerance) ਦੀਆਂ ਹੋਈਆਂ ਘਟਨਾਵਾਂ ਤੇ ਆਪਣੀ ਚਿੰਤਾ ਪ੍ਰਗਟ ਕਰਦੇ ਹੋਏ ਕਿਹਾ ਕਿ ਇਹ ਘਟਨਾਵਾਂ ਮਹਾਤਮਾ ਗਾਂਧੀ ਨੂੰ ਮਾਨਸਿਕ ਸਦਮਾ ਪਹੁੰਚਾਂਦੀਆਂ ਜੇਕਰ ਉਹ ਅੱਜ ਜੀਊਂਦੇ ਹੁੰਦੇ। ਇਸ ਤੇ ਇਸ ਪ੍ਰਤਿ ਭਾਰਤ ਦੇ ਆਕਰਮਣਸ਼ੀਲ ਹਿੰਦੂ ਸੰਗਠਨਾਂ ਦਾ ਪ੍ਰਤਿਕਰਮ Obama ਦੇ ਉਲਟ ਰਿਹਾ ਹੈ। ਭਾਰਤੀ ਜਨਤਾ ਪਾਰਟੀ ਦੀ ਮੋਦੀ ਸਰਕਾਰ ਦੇ ਦੋ ਮੰਤਰੀਆਂ, ਵਿੱਤ ਮੰਤਰੀ ਅਰੁਣ ਜੇਤਲੀ ਅਤੇ ਗ੍ਰਹਿ ਮੰਤਰੀ ਰਾਜਨਾਥ ਸਿੰਘ ਨੇ ਸਫ਼ਾਈ ਦਿੰਦੇ ਹੋਏ ਕਿਹਾ ਹੈ ਕਿ ਅਸਹਿਣਸ਼ੀਲਤਾ ਦੀਆਂ ਕੁਝ ਘਟਨਾਵਾਂ ਭਾਰਤ ਦੇ ਸਹਿਣਸ਼ੀਲਤਾ ਦੇ ਇਤਿਹਾਸ ਨੂੰ ਨਹੀਂ ਬਦਲ ਸਕਦੀਆਂ।[1] ਪਰ ਕਾਂਗਰਸ ਪਾਰਟੀ ਦਾ ਕਹਿਣਾ ਹੈ ਕਿ ਭਾਰਤ ਵਿਚ 2014 ਵਿਚ ਭਾਰਤੀ ਜਨਤਾ ਪਾਰਟੀ ਦੀ ਮੋਦੀ ਸਰਕਾਰ ਬਣਨ ਦੇ ਬਾਅਦ ਵੱਧ ਰਹੀ ਅਸਹਿਣਸ਼ੀਲਤਾ ਹੁਣ ਅੰਤਰਰਾਸ਼ਟਰੀ ਜਗਤ ਦੀ ਚਿੰਤਾ ਦਾ ਇੱਕ ਮੁੱਦਾ ਬਣ ਗਿਆ ਹੈ। ਜੇਕਰ ਆਕਰਮਣਸ਼ੀਲ ਹਿੰਦੂ ਸੰਗਠਨਾਂ ਦੁਆਰਾ ਫੈਲਾਈ ਜਾ ਰਹੀ ਅਸਹਿਣਸ਼ੀਲਤਾ ਹੋਰ ਵਧਦੀ ਗਈ, ਤਾਂ ਲਗਦਾ ਹੈ ਕਿ ਭਾਰਤ ਦੇ

1. *The Times of India,* Chandigarh, February 7, 2015, pp. 1 & 8.

ਲੋਕ ਧਰਮ ਦੇ ਨਾਂ ਤੇ ਲਗ-ਭਗ ਪੂਰੀ ਤਰ੍ਹਾਂ ਵੱਖ ਵੱਖ ਕੈਂਪਾਂ ਵਿਚ ਵੰਡੇ ਜਾਣਗੇ। **ਇਸ ਨਾਲ ਭਾਰਤ ਦਾ ਵਿਕਾਸ ਹੋਣ ਦੀ ਥਾਂ ਭਾਰਤ ਦੀ ਬਰਬਾਦੀ ਹੋਵੇਗੀ। ਇਸ ਬਰਬਾਦੀ ਦਾ ਪ੍ਰਭਾਵ ਸਿੱਖਾਂ ਤੇ ਵੀ ਪੈਣਾ ਲਾਜ਼ਮੀ ਹੈ।**

ਕੇਂਦਰ ਦੀ ਭਾਰਤੀ ਜਨਤਾ ਪਾਰਟੀ ਦੀ ਮੋਦੀ ਸਰਕਾਰ ਦੁਆਰਾ 2015 ਵਿਚ ਸਰਕਾਰੀ ਵਿਗਿਆਪਨਾਂ ਵਿਚ ਸੰਵਿਧਾਨ ਦੀ ਉਦੇਸ਼ਕਾ (Preamble) ਨੂੰ ਦਿੰਦੇ ਹੋਏ ਉਦੇਸ਼ਕਾ ਵਿਚ ਸ਼ਾਮਲ ਸ਼ਬਦ ਧਰਮ-ਨਿਰਪੇਖ (secular) ਕੁਝ ਵਾਰ ਲਗਾਤਾਰ ਨਹੀਂ ਦਿੱਤਾ ਗਿਆ। ਇਸ ਦਾ ਦੂਜੀ ਪਾਰਟੀਆਂ ਨੇ ਵਿਰੋਧ ਕੀਤਾ ਹੈ। ਦੂਜੀ ਪਾਰਟੀਆਂ ਦਾ ਕਹਿਣਾ ਹੈ ਕਿ ਭਾਰਤ ਵਿਚ ਵੱਖ ਵੱਖ ਧਰਮਾਂ ਅਤੇ ਜਾਤੀਆਂ ਦੇ ਲੋਕ ਰਹਿੰਦੇ ਹਨ। ਇਸ ਲਈ ਦੇਸ਼ ਨੂੰ ਚਲਦੇ ਰਖਣ ਲਈ ਦੇਸ਼ ਦਾ ਧਰਮ-ਨਿਰਪੇਖ ਰਾਸ਼ਟਰ ਹੋਣਾ ਲਾਜ਼ਮੀ ਹੈ।[1]

ਆਰ.ਐਸ.ਐਸ. ਦੇ ਮੁੱਖੀ ਮੋਹਨ ਭਾਗਵਤ ਵੀ ਕਹਿੰਦੇ ਹਨ ਕਿ ਭਾਰਤ ਹਿੰਦੂ ਰਾਸ਼ਟਰ ਹੈ। ਇਸ ਲਈ ਭਾਰਤ ਵਿਚ ਪੈਦਾ ਹੋਣ ਵਾਲਾ ਹਰ ਬੱਚਾ ਅਤੇ ਭਾਰਤ ਦਾ ਹਰ ਪੱਕਾ ਵਸਨੀਕ ਹਿੰਦੂ ਹੈ।[2]

ਗੁਜਰਾਤ ਦੀ ਭਾਜਪਾ ਸਰਕਾਰ 2014-15 ਵਿਚ ਉਥੋਂ ਦੇ ਸਿੱਖ ਕਿਸਾਨਾਂ ਨੂੰ ਉਨ੍ਹਾਂ ਦੀਆਂ ਜ਼ਮੀਨਾਂ ਤੋਂ ਉਜਾੜ ਕੇ ਉਨ੍ਹਾਂ ਨੂੰ ਗੁਜਰਾਤ ਛੱਡਣ ਲਈ ਮਜਬੂਰ ਕਰ ਰਹੀ ਸੀ। ਅਜਿਹੀ ਸਿਥਿਤੀ ਵਿਚ ਗੁਜਰਾਤ ਦੇ ਸਿੱਖ ਕਿਸਾਨ ਗੁਜਰਾਤ ਦੀ ਭਾਜਪਾ ਸਰਕਾਰ ਦੀ ਸੰਪ੍ਰਦਾਇਕ ਰਾਜਨੀਤੀ ਕਰਕੇ ਆਪਣੇ ਹੀ ਦੇਸ਼ ਵਿਚ ਰਹਿੰਦੇ ਹੋਏ ਬਿਗਾਨਗੀ ਦਾ, ਬਿਗਾਨੇ ਹੋ ਜਾਣ ਦਾ ਅਹਿਸਾਸ ਕਰ ਰਹੇ ਸਨ। ਇਹ ਸਭ ਕੁਝ ਗੁਜਰਾਤ ਦੀ ਭਾਜਪਾ ਸਰਕਾਰ ਉਥੋਂ ਦੇ ਸਿੱਖ ਕਿਸਾਨਾਂ ਨਾਲ ਉਦੋਂ ਕਰ ਰਹੀ ਸੀ ਜਦੋਂ ਕਿ ਭਾਰਤ ਦੇ ਸੰਵਿਧਾਨ ਅਨੁਸਾਰ ਭਾਰਤ ਧਰਮ-ਨਿਰਪੇਖ ਰਾਸ਼ਟਰ ਹੈ। ਸੁਪਰੀਮ ਕੋਰਟ ਨੇ ਕਿਹਾ ਹੈ ਕਿ ਭਾਰਤ ਵਿਚ ਅੱਜ ਦੀ ਸਿਥਿਤੀ ਵਿਚ ਇਹ ਕਹਿਣਾ ਮੁਸ਼ਕਲ ਹੈ ਕਿ ਭਾਰਤ ਕਦ ਤਕ ਧਰਮ-ਨਿਰਪੇਖ ਰਾਸ਼ਟਰ ਰਹੇਗਾ।[3] ਇਸ ਲਈ ਗੰਭੀਰਤਾ ਨਾਲ ਸੋਚਣ ਦੀ ਗੱਲ ਹੈ ਕਿ ਜੇਕਰ ਕੇਂਦਰ ਵਿਚ ਭਾਰਤੀ ਜਨਤਾ ਪਾਰਟੀ ਦੀ ਸਰਕਾਰ ਦੇ ਹੁੰਦੇ ਹੋਏ ਭਾਰਤ ਕਿਸੇ ਵਕਤ ਹਿੰਦੂ ਰਾਸ਼ਟਰ ਬਣ ਜਾਂਦਾ ਹੈ, ਤਾਂ ਅਜਿਹੇ ਹਿੰਦੂ ਰਾਸ਼ਟਰ ਵਿਚ ਸਿੱਖਾਂ ਦੀ ਕੀ ਸਿਥਿਤੀ ਹੋਵੇਗੀ ? ਕੀ ਆਰ.ਐਸ.ਐਸ. ਅਤੇ ਬਜਰੰਗ ਦਲ ਵਰਗੇ ਆਕਰਮਣਸ਼ੀਲ ਸੰਗਠਨ ਇਹ ਕਹਿਣਗੇ ਕਿ ਸਿੱਖ ਆਪਣਾ ਸਿੱਖ ਧਰਮ ਛੱਡ ਕੇ ਆਪਣੇ ਪਹਿਲੇ ਹਿੰਦੂ ਧਰਮ ਵਿਚ ਵਾਪਸ ਆ ਜਾਣ ? ਕੀ ਇਹ ਕੁਝ ਸਿੱਖਾਂ ਦੀ ਵੱਖਰੀ ਹਸਤੀ ਲਈ ਚਣੌਤੀ, ਖ਼ਤਰਾ ਨਹੀਂ ਹੋਵੇਗਾ ?

ਅਕਾਲ ਤਖ਼ਤ ਦੇ ਜਥੇਦਾਰ ਸਾਹਿਬ ਨੇ 2004 ਵਿਚ ਸੰਦੇਸ਼, ਜਿਸ ਨੂੰ ਇਕ ਤਰ੍ਹਾਂ ਨਾਲ ਹੁਕਮਨਾਮਾ ਵੀ ਕਿਹਾ ਜਾ ਸਕਦਾ ਹੈ, ਜਾਰੀ ਕਰ ਕੇ ਸਿੱਖਾਂ ਨੂੰ ਕਿਹਾ ਕਿ ਉਹ ਆਰ.ਐਸ.ਐਸ. ਦੇ ਸਿੱਖਾਂ ਦੀ ਵੱਖਰੀ ਹਸਤੀ ਵਿਰੋਧੀ ਲੁਕਵੇਂ ਏਜੰਡੇ ਨਾਲ ਜੁੜੀਆਂ

1. *The Times of India,* Chandigarh, January 31, 2015, p. 3.
2. *The Tribune,* Chandigarh, February 9, 2017, p.1.
3. Wonder how long India will stay secular ? Supreme Court. *The Times of India,* Chandigarh, February 10, 2015, p. 1.

ਸ਼ਕੀ ਗਤੀਵਿਧੀਆਂ ਤੋਂ ਚੌਕਸ ਰਹਿਣ ਅਤੇ ਅਜਿਹੀਆਂ ਗਤੀਵਿਧੀਆਂ ਦਾ ਬਾਈਕਾਟ ਕਰਨ। ਆਰ.ਐਸ.ਐਸ. ਦਾ ਲੁਕਵਾਂ ਏਜੰਡਾ ਇਹ ਹੈ — ਸਿੱਖਾਂ ਨੂੰ ਹਿੰਦੂ ਧਰਮ ਦੇ ਨੇੜੇ ਲਿਆਂਦਾ ਜਾਵੇ, ਏਥੋਂ ਤਕ ਕਿ ਸਿੱਖ ਆਪਣੀ ਵੱਖਰੀ ਹਸਤੀ ਭੁਲ ਜਾਣ ਅਤੇ ਅੰਤ ਵਿਚ ਸਿੱਖ ਆਪਣੇ ਆਪ ਨੂੰ ਹਿੰਦੂ ਧਰਮ ਦੀ ਇਕ ਸ਼ਾਖ ਸਮਝਣ ਅਤੇ ਮੰਨਣ ਲਗ ਜਾਣ। ਆਰ.ਐਸ.ਐਸ. ਆਪਣਾ ਇਹ ਲੁਕਵਾਂ ਏਜੰਡਾ ਆਪਣੀ ਬਣਾਈ ਰਾਸ਼ਟਰੀ ਸਿੱਖ ਸੰਗਤ ਰਾਹੀਂ ਸਿੱਖ ਗੁਰੂਆਂ ਦੇ ਗੁਰਪੁਰਬ ਮਨਾ ਕੇ ਅਤੇ ਹੋਰ ਅਜਿਹੀਆਂ ਗਤੀਵਿਧੀਆਂ ਰਾਹੀਂ ਪੂਰਾ ਕਰਨਾ ਅਤੇ ਹਾਸਲ ਕਰਨਾ ਚਾਹੁੰਦਾ ਹੈ। ਜਾਪਦਾ ਹੈ ਕਿ ਆਰ.ਐਸ.ਐਸ. ਨੂੰ ਇਹ ਪਤਾ ਨਹੀਂ ਕਿ ਸਿੱਖ ਧਰਮ ਵਿਚ ਕੇਵਲ ਗੁਰੂ ਦੀ ਸਿੱਖ ਸੰਗਤ ਦਾ ਵਜੂਦ ਹੈ, ਰਾਸ਼ਟਰੀ ਸਿੱਖ ਸੰਗਤ ਦਾ ਬਿਲਕੁਲ ਹੀ ਨਹੀਂ। ਇਹ ਸਭ ਕੁਝ ਵੇਖਦੇ ਹੋਏ ਆਰ.ਐਸ.ਐਸ. ਦੀ ਸਿੱਖ ਧਰਮ ਵਿਚ ਘੁਸਪੈਠ ਅਤੇ ਦਖ਼ਲਅੰਦਾਜ਼ੀ ਸਿੱਖ ਧਰਮ ਲਈ ਇਕ ਖ਼ਤਰਾ ਬਣ ਚੁੱਕੀ ਹੈ। ਕੀ ਸਾਡੇ ਪੰਥ ਰਤਨ ਅਕਾਲੀ ਨੇਤਾ ਅਤੇ ਹੋਰ ਅਕਾਲੀ ਨੇਤਾ ਆਰ.ਐਸ.ਐਸ. ਦੇ ਇਸ ਖ਼ਤਰੇ ਤੋਂ ਸਿੱਖਾਂ ਦੀ ਵੱਖਰੀ ਹਸਤੀ ਨੂੰ ਬਚਾਉਣ ਲਈ ਕੁਝ ਕਰਨਗੇ? ਆਉਣ ਵਾਲਾ ਵਕਤ ਹੀ ਦਸੇਗਾ।

ਫ਼ਰਵਰੀ-ਮਾਰਚ, 2017 ਵਿਚ ਉੱਤਰ ਪ੍ਰਦੇਸ਼ ਦੀ ਵਿਧਾਨ ਸਭਾ ਦੀਆਂ ਹੋਈਆਂ ਚੋਣਾਂ ਵਿਚ ਭਾਜਪਾ ਨੇ ਵਿਧਾਨ ਸਭਾ ਦੀਆਂ 403 ਸੀਟਾਂ ਵਿਚੋਂ ਕਿਸੇ ਇਕ ਸੀਟ ਤੇ ਵੀ ਕਿਸੇ ਵੀ ਮੁਸਲਮਾਨ ਨੂੰ ਭਾਜਪਾ ਦਾ ਟਿਕਟ ਨਹੀਂ ਦਿੱਤਾ, ਇਹ ਕਹਿ ਕੇ ਕਿ ਕਿਸੇ ਮੁਸਲਮਾਨ ਦੀ ਭਾਜਪਾ ਦੇ ਟਿਕਟ ਤੇ ਜਿਤਣ ਦੀ ਕੋਈ ਸੰਭਾਵਨਾ ਨਹੀਂ ਸੀ। ਉੱਤਰ ਪ੍ਰਦੇਸ਼ ਦੇ ਮੁਸਲਮਾਨ ਵੋਟਰਾਂ ਨੂੰ, ਉਨ੍ਹਾਂ ਦੇ ਵੱਡੀ ਗਿਣਤੀ ਵਿਚ ਹੋਣ ਤੇ ਵੀ, ਭਾਜਪਾ ਨੇ ਵੋਟ ਪਾਉਣ ਦੀ ਅਪੀਲ ਨਹੀਂ ਕੀਤੀ, ਇਹ ਕਹਿ ਕੇ ਕਿ ਕੋਈ ਵੀ ਮੁਸਲਮਾਨ ਵੋਟਰ ਭਾਜਪਾ ਨੂੰ ਵੋਟ ਪਾ ਨਹੀਂ ਸਕਦਾ। ਉੱਤਰ ਪਰਦੇਸ਼ ਵਿਚ 403 ਸੀਟਾਂ ਵਿਚੋਂ 325 ਸੀਟਾਂ ਕੇਵਲ ਹਿੰਦੂ ਵੋਟਰਾਂ ਦੀ ਮਦਦ ਨਾਲ ਜਿਤਣ ਦੇ ਬਾਅਦ ਮੋਦੀ ਸਾਹਿਬ ਨੇ ਖੁਲ੍ਹੇ-ਆਮ ਇਹ ਪ੍ਰਭਾਵ ਦੇਣਾ ਅਤੇ ਕਹਿਣਾ ਸ਼ੁਰੂ ਕਰ ਦਿੱਤਾ ਹੈ ਕਿ ਉਹ ਕੇਵਲ ਹਿੰਦੂ ਵੋਟਾਂ ਦੇ ਬਲ-ਬੋਤੇ ਤੇ ਹੀ ਭਾਰਤ ਨੂੰ ਹਿੰਦੂ ਰਾਸ਼ਟਰ ਬਣਾਉਣ ਦਾ ਆਪਣਾ ਸੁਪਨਾ ਪੂਰਾ ਕਰ ਸਕਦੇ ਹਨ ਅਤੇ ਪੂਰਾ ਕਰ ਲੈਣਗੇ।

2019 ਵਿਚ ਲੋਕ ਸਭਾ ਦੀ ਹੋਈਆਂ ਚੋਣਾਂ ਵਿਚ ਲੋਕ ਸਭਾ ਦੀਆਂ ਕੁੱਲ ਸੀਟਾਂ 542 ਸਨ। ਭਾਰਤੀ ਜਨਤਾ ਪਾਰਟੀ ਨੂੰ 302 ਸੀਟਾਂ ਤੇ ਜਿੱਤ ਮਿਲੀ ਹੈ। ਕਾਂਗਰਸ ਪਾਰਟੀ ਨੂੰ 52 ਸੀਟਾਂ ਤੇ ਜਿੱਤ ਮਿਲੀ ਹੈ। ਇਹ ਨਤੀਜੇ ਦਸਦੇ ਹਨ ਕਿ ਅੱਜ ਲੋਕ ਸਭਾ ਵਿਚ ਭਾਰਤੀ ਜਨਤਾ ਪਾਰਟੀ ਸਭ ਤੋਂ ਵੱਡੀ ਪਾਰਟੀ ਬਣ ਚੁੱਕੀ ਹੈ ਅਤੇ ਆਪਣੇ ਬਲ-ਬੋਤੇ ਤੇ ਕੇਂਦਰ ਵਿਚ ਆਪਣੀ ਹਕੂਮਤ ਚਲਾ ਸਕਣ ਦੀ ਯੋਗਤਾ ਰਖਦੀ ਹੈ। ਭਾਰਤੀ ਜਨਤਾ ਪਾਰਟੀ ਦੀ ਇਤਨੀ ਵੱਡੀ ਜਿੱਤ ਕੇਵਲ ਹਿੰਦੂਵਾਦ ਦੇ ਮੁੱਦੇ ਤੇ ਅਰਥਾਤ, ਜੈ ਸੀਆ ਰਾਮ, ਜੈ ਰਾਮ ਜੀ ਕੀ, ਦੇ ਨਾਂ ਤੇ ਹੋਈ ਹੈ। ਲਗਦਾ ਹੈ ਕਿ ਭਾਰਤ ਵਿਚ ਧਰਮ-ਨਿਰਪੇਖਤਾ (secularism) ਖ਼ਤਮ ਹੋ ਰਹੀ ਹੈ। ਕੀ ਭਾਰਤ ਅਮਲ ਵਿਚ ਹਿੰਦੂ ਰਾਸ਼ਟਰ ਬਣ ਚੁੱਕਾ ਹੈ ਜਾਂ ਜਲਦੀ ਜਲਦੀ ਹਿੰਦੂ ਰਾਸ਼ਟਰ ਬਣਦਾ ਜਾ ਰਿਹਾ ਹੈ? ਅਜਿਹੀ ਸਿਥਿਤੀ ਵਿਚ ਸਿੱਖਾਂ ਨੂੰ ਸੈਕੂਲਰ ਪਾਰਟੀਆਂ ਦਾ ਸਾਥ ਦੇਣਾ ਹੋਵੇਗਾ।

—

(v) ਅੱਜ ਲੋੜ ਹੈ

2014 ਵਿਚ ਕੇਂਦਰ ਵਿਚ ਸੱਤਾ ਵਿਚ ਆਈ ਮੋਦੀ ਭਾਜਪਾ ਸਰਕਾਰ ਤੋਂ 1984 ਦੇ ਸਿੱਖ ਪੀੜਤਾਂ ਨੂੰ ਇਨਸਾਫ਼ ਨਾ ਮਿਲਣ ਦੇ ਮੁੱਦੇ ਤੇ ਵਿਚਾਰ ਕਰਨ ਦੀ

ਸੱਚ[1] ਇਹ ਹੈ ਕਿ ਕੇਂਦਰ ਵਿਚ 2014 ਵਿਚ ਸੱਤਾ ਵਿਚ ਆਈ ਭਾਰਤੀ ਜਨਤਾ ਪਾਰਟੀ ਦੀ ਮੋਦੀ ਸਰਕਾਰ ਵੀ ਪੂਰਵ ਕਾਂਗਰਸ ਦੀ ਰਾਜੀਵ ਸਰਕਾਰ ਵਾਂਗ ਇੰਦਰਾ ਗਾਂਧੀ ਦੀ ਹੱਤਿਆ ਦੇ ਬਾਅਦ ਦਿੱਲੀ ਅਤੇ ਭਾਰਤ ਦੀਆਂ ਹੋਰ ਥਾਵਾਂ ਤੇ 1984 ਵਿਚ ਹੋਏ ਸਿੱਖ ਵਿਰੋਧੀ ਦੰਗਿਆਂ ਵਿਚ ਨਿਹੱਥੇ ਅਤੇ ਨਿਰਦੋਸ਼ ਸਿੱਖਾਂ ਦੇ ਕਤਲੇ-ਆਮ ਦੇ ਮੁੱਖ ਅਪਰਾਧੀਆਂ, ਜਿਨ੍ਹਾਂ ਵਿਚ ਜਗਦੀਸ਼ ਟਾਈਟਲਰ ਅਤੇ ਸਜਨ ਕੁਮਾਰ ਸ਼ਾਮਲ ਹਨ, ਨੂੰ ਸਜ਼ਾ ਦਿਵਾਉਣ ਦੀ ਥਾਂ ਉਨ੍ਹਾਂ ਨੂੰ ਬਚਾਉਣ ਤੇ ਆਪਣਾ ਪੂਰਾ ਜ਼ੋਰ

---

1. **Centre shielding 1984 rioters : Phoolka**
Questions Govt's Sincerity in Exposing Those With Role in Riots : After the hanging of Yakub Memon, questions about perpetrators of other massacres have also started rising. On Thursday, Supreme Court advocate H S Phoolka said that Yakub was executed for killing of 257 innocent citizens, but on the other hand the NDA government at the Centre continued to shield persons like Jagdish Tytler and Sajjan Kumar, whose role in the mass murder of over 3,000 Sikhs in Delhi was well known.

Phoolka asked Prime Minister Narendra Modi and Punjab chief minister Parkash Singh Badal if those 3,000 killed in Delhi were also citizens of India or not. "While in opposition, you used to raise this issue to get political benefit and attain power. After forming the government why have you started shielding them ? Even more blatantly than by the Congress government," he said.

Meanwhile, the Delhi Sikh Gurdwara Management Commitee (DSGMC) also questioned why the government was not showing similar 'sincerity' in expediting the issue of bringing perpetrators of 1984 anti-Sikh riots to justice.

In an open letter addressed to common law-abiding citizens of India, DSGMC president Manjit Singh GK said, "Yakub Memon is finally hanged, but what about the perpetrators of 1984 Sikhs' genocide. Leave alone putting them behind bars, they have instead been provided with plush and influential posts, given high security cover and are still dictating terms as if mocking the Sikhs' bloodshed."

Contd.

ਲਾ ਰਹੀ ਹੈ। ਮਾਰੇ ਗਏ ਨਿਹੱਥੇ ਅਤੇ ਨਿਰਦੋਸ਼ ਸਿੱਖ ਕਦੇ ਵਾਪਸ ਨਹੀਂ ਆਉਣਗੇ। ਉਨ੍ਹਾਂ ਦੇ ਪਿੱਛੇ ਰਹਿ ਗਏ ਰਿਸ਼ਤੇਦਾਰ, ਜਿਨ੍ਹਾਂ ਵਿਚ ਉਨ੍ਹਾਂ ਦੀਆਂ ਵਿਧਵਾ ਹੋ ਗਈਆਂ ਪਤਨੀਆਂ ਅਤੇ ਮਾਵਾਂ ਸ਼ਾਮਲ ਹਨ, ਇਸ ਦੁੱਖ ਨੂੰ ਕਿਵੇਂ ਭੁੱਲ ਸਕਦੇ ਹਨ ? ਕੇਂਦਰ ਵਿਚ ਭਾਵੇਂ ਕਾਂਗਰਸ ਸਰਕਾਰ ਹੋਵੇ ਜਾਂ ਭਾਜਪਾ ਸਰਕਾਰ ਹੋਵੇ, ਤੋਂ ਇਨਸਾਫ਼ ਮਿਲਣ ਦੀ ਉਮੀਦ ਖ਼ਤਮ ਹੋ ਗਈ ਲਗਦੀ ਹੈ। ਮਾਰੇ ਗਏ ਸਿੱਖਾਂ ਦੀਆਂ ਵਿਧਵਾ ਹੋ ਗਈਆਂ ਪਤਨੀਆਂ ਅਤੇ ਮਾਵਾਂ ਵਿਚੋਂ ਕਈ ਤਾਂ ਇਨਸਾਫ਼ ਦੀ ਉਡੀਕ ਕਰਦੇ ਕਰਦੇ ਮਰ ਚੁੱਕੀਆਂ ਹਨ। ਬਾਕੀ ਦੀਆਂ ਵੀ ਕੁਝ ਸਮੇਂ ਬਾਅਦ ਮਰ ਜਾਣਗੀਆਂ। ਇਸ ਲਈ ਇਨ੍ਹਾਂ ਜ਼ਖ਼ਮਾਂ ਦੀਆਂ ਪੀੜਾਂ ਸਿੱਖ ਧਰਮ ਦੇ ਇਤਿਹਾਸ ਦਾ ਇੱਕ ਅਮਿਟ ਹਿੱਸਾ ਬਣ ਗਈਆਂ ਹਨ।

ਹੁਣ ਅਸੀਂ ਬਾਦਲ ਅਕਾਲੀ ਦਲ ਦੀ ਗੱਲ ਕਰਦੇ ਹਾਂ। ਸਾਡੇ ਆਪਣੇ ਅਕਾਲੀ ਨੇਤਾ ਵੀ ਇਨ੍ਹਾਂ ਨਿਹੱਥੇ ਅਤੇ ਨਿਰਦੋਸ਼ ਸਿੱਖਾਂ ਦੇ ਨਾਂ ਤੇ ਸਿੱਖ ਵੋਟਾਂ ਹਾਸਲ ਕਰਨ ਲਈ ਚੋਣਾਂ ਦੇ ਵਕਤ ਰਾਜਨੀਤੀ ਕਰਦੇ ਰਹੇ ਹਨ। ਪਰ ਚੋਣਾਂ ਖ਼ਤਮ ਹੋ ਜਾਣ ਦੇ ਬਾਅਦ ਬਾਦਲ ਅਕਾਲੀ ਦਲ *1984* ਦੇ ਸਿੱਖ ਪੀੜਤਾਂ ਦਾ ਨਾਂ ਲੈਣਾ ਵੀ ਭੁਲ ਜਾਂਦਾ ਰਿਹਾ ਹੈ। ਫਿਰ ਵੀ ਅਸੀਂ ਇਸ ਗੱਲ ਤੋਂ ਇਨਕਾਰ ਨਹੀਂ ਕਰ ਸਕਦੇ ਕਿ ਬਾਦਲ ਅਕਾਲੀ ਦਲ ਨੇ ਇਨ੍ਹਾਂ ਸਿੱਖ ਪੀੜਤਾਂ ਦੀ ਕੁਝ ਆਰਥਿਕ ਸਹਾਇਤਾ ਆਦਿ ਕੀਤੀ ਹੋਵੇ। ਜੇਕਰ ਇਹ ਸੱਚ ਹੈ ਤਾਂ ਇਸ ਦਾ ਕਰੈਡਿਟ ਬਾਦਲ ਅਕਾਲੀ ਦਲ ਨੂੰ ਮਿਲਣਾ ਚਾਹੀਦਾ ਹੈ। ਬਾਦਲ ਅਕਾਲੀ ਦਲ ਨੂੰ ਇਹ ਗੱਲ ਚੰਗੀ ਅਤੇ ਪੂਰੀ ਤਰ੍ਹਾਂ ਸਮਝ ਲੈਣੀ ਚਾਹੀਦੀ ਹੈ ਕਿ ਉਸ ਨੂੰ ਇਹ ਅਧਿਕਾਰ ਨਹੀਂ ਹੈ ਕਿ ਉਹ ਦਿੱਲੀ ਦੇ ਸਿੱਖ ਵੋਟਰਾਂ ਨੂੰ ਕਿਸੇ ਵੀ ਰਾਜਨੀਤਿਕ ਪਾਰਟੀ ਦੀ ਝੋਲੀ ਵਿਚ ਪਾ ਕੇ ਉਸ ਦੀ ਕੀਮਤ ਪੰਜਾਬ ਵਿਚ ਵਸੂਲ ਕਰੇ। ਇਹ ਹੋ ਸਕਦਾ ਹੈ ਕਿ ਕਿਸੇ ਵਕਤ ਦਿੱਲੀ ਦੇ ਸਿੱਖਾਂ ਦੇ ਹਿੱਤ ਬਾਦਲ ਅਕਾਲੀ ਦਲ ਤੋਂ ਵੱਖਰੇ ਹੋਣ। ਇਸ ਲਈ ਇਹ

He said that an endless fight, both on roads and in court rooms, in past 31 years had brought no reprieve to the suffering Sikh community, especially to the victims' relatives.GK said, "Now it is up to comon law-abiding citizens of India to decide on the judicial and political system that influences the judiciary and raise a voice to change it." said GK.
DSGMC secretary general Manjinder Singh Sirsa said that the Supreme Court had taken suo moto notice of Godhra incident in which around 1,100 people were killed and constituted a special investigation team, but in case of Sikhs' massacre, though an SIT had been constituted, there was no information on the where-abouts of its officials. "why this disparity ? Why justice is not being given to the victims of 1984 genocide? Why the killers of Sikhs are roaming free and away from the clutches of law," questioned Sirsa.

ਅਧਿਕਾਰ ਦਿੱਲੀ ਦੇ ਸਿੱਖਾਂ ਦਾ ਆਪਣਾ ਹੈ ਕਿ ਉਹ ਆਪਣੇ ਹਿੱਤਾਂ ਨੂੰ ਵੇਖਦੇ ਹੋਏ ਫੈਸਲਾ ਕਰਨ ਕਿ ਕਿਸ ਪਾਰਟੀ ਨਾਲ ਗਠਜੋੜ ਕਰਨ ।

——

The Times of India, Chandigarh, July 31, 2015, p.3
Akalis put Modi Govt. on mat over 1984 massacre :
SAD leader Manjit Singh says that CBI under Modi Govt. still favouring perpetrators of 1984 massacre.
The Times of Inida, Chandigarh, Novermber 2, p.2

(vi) ਅੱਜ ਲੋੜ ਹੈ

The Sikh Gurdwaras (Amendment) Act, 2016[1] ਤੇ ਵਿਚਾਰ ਕਰਨ ਦੀ

1. ਸਿੱਖ ਗੁਰਦੁਆਰਾ (ਸੋਧ) ਐਕਟ, 2016 ਪਾਰਲੀਮੈਂਟ ਦੇ ਦੋਹਾਂ ਸਦਨਾਂ ਦੁਆਰਾ ਪਾਸ ਕਰ ਦਿੱਤੇ ਜਾਣ ਅਤੇ ਰਾਸ਼ਟਰਪਤੀ ਦੀ ਪ੍ਰਵਾਨਗੀ ਮਿਲ ਜਾਣ ਤੇ ਪਿਛਲੀ ਮਿਤੀ ਅਕਤੂਬਰ 8, 2003, ਤੋਂ ਲਾਗੂ ਹੋ ਗਿਆ ਹੈ। ਇਸ ਐਕਟ ਦਾ ਪਿਛੋਕੜ ਹੇਠ ਲਿਖੇ ਅਨੁਸਾਰ ਹੈ :-

ਮਾਰਚ 30, 2002 : ਸ਼੍ਰੋਮਣੀ ਗੁਰਦੁਆਰਾ ਪ੍ਰਬੰਧਕ ਕਮੇਟੀ ਨੇ ਮਤਾ ਪਾਸ ਕੀਤਾ ਕਿ ਨਾਨ-ਕੇਸਾਧਾਰੀ ਸਿੱਖਾਂ ਅਰਥਾਤ ਸਹਿਜਧਾਰੀ ਸਿੱਖਾਂ ਨੂੰ ਸ਼੍ਰੋਮਣੀ ਗੁਰਦੁਆਰਾ ਪ੍ਰਬੰਧਕ ਕਮੇਟੀ ਦੀ ਚੋਣ ਵਿਚ ਵੋਟ ਕਰ ਸਕਣ ਦੇ ਅਧਿਕਾਰ ਤੋਂ ਵੰਚਿਤ ਕੀਤਾ ਜਾਵੇ।

ਅਕਤੂਬਰ 8, 2003 : ਕੇਂਦਰ ਦੀ ਸਰਕਾਰ ਨੇ ਨੋਟੀਫ਼ੀਕੇਸ਼ਨ ਜਾਰੀ ਕਰ ਦਿੱਤਾ ਕਿ ਨਾਨ-ਕੇਸਾਧਾਰੀ ਸਿੱਖਾਂ ਅਰਥਾਤ ਸਹਿਜਧਾਰੀ ਸਿੱਖਾਂ ਨੂੰ ਸ਼੍ਰੋਮਣੀ ਗੁਰਦੁਆਰਾ ਪ੍ਰਬੰਧਕ ਕਮੇਟੀ ਦੀ ਚੋਣ ਵਿਚ ਵੋਟ ਕਰ ਸਕਣ ਦਾ ਅਧਿਕਾਰ ਨਹੀਂ ਹੋਵੇਗਾ।

ਸਤੰਬਰ 16, 2011 : ਸਹਿਜਧਾਰੀ ਸਿੱਖ ਫ਼ੈਡਰੇਸ਼ਨ ਨੇ ਸੁਪਰੀਮ ਕੋਰਟ ਵਿਚ ਸ਼੍ਰੋਮਣੀ ਗੁਰਦੁਆਰਾ

1. The Sikh Gurdwaras (Amendment) Act, 2016

No. 21 Of 2016

[5th May, 2016]

An Act further to amend the Sikh Gurdwaras Act, 1925.

Be it enacted by Parliament in the Sixty-seventh Year of the Republic of India as follow :-

1.(1) This Act may be called the Sikh Gurdwaras (Amendment) Act, 2016.

(2) It shall be deemed to have come into force from 8th October, 2003.

2. In the Sikh Gurdwaras Act, 1925 (hereinafter referred to as the principal Act), in section 49, for the proviso, the following proviso shall be substituted, namely :-

"Provided that no person shall be registered as an elector who—

(a) trims or shaves his beard or *keshas*;

(b) smokes ; and

(c) takes alcoholic drinks.".

3. In section 92 of the principal Act, for the proviso, the following proviso shall be substituted, namely :—

"Provided that no person shall be registered as an elector who—

(a) trims or shaves his beard or *keshas;*

(b) smokes; and

(c) takes alcoholic drinks.".

ਪ੍ਰਬੰਧਕ ਕਮੇਟੀ ਦੀ ਹੋਣ ਵਾਲੀ ਚੋਣ ਨੂੰ ਰੋਕਣ ਲਈ ਸਟੇਇ ਆਰਡਰ ਜਾਰੀ ਕਰਨ ਲਈ ਕੇਸ ਕੀਤਾ। ਸੁਪਰੀਮ ਕੋਰਟ ਨੇ ਸਟੇਇ ਆਰਡਰ ਜਾਰੀ ਕਰਨ ਤੋਂ ਨਾਂਹ ਕਰ ਦਿੱਤੀ। ਪਰ ਕਿਹਾ ਕਿ ਸ਼੍ਰੋਮਣੀ ਗੁਰਦੁਆਰਾ ਪ੍ਰਬੰਧਕ ਕਮੇਟੀ ਦੀ ਚੋਣ ਦੇ ਨਤੀਜੇ ਸਹਿਜਧਾਰੀ ਸਿੱਖ ਫ਼ੈਡਰੇਸ਼ਨ ਦੀ ਪੰਜਾਬ ਹਰਿਆਣਾ ਹਾਈ ਕੋਰਟ ਵਿਚ ਚਲ ਰਹੀ ਰਿਟ ਵਿਚ ਕੀਤੇ ਜਾਣ ਵਾਲੇ ਫ਼ੈਸਲੇ ਦੇ ਅਧੀਨ (ਤਾਬੇ) ਹੋਣਗੇ।

ਸਤੰਬਰ 19, 2011 : ਸ਼੍ਰੋਮਣੀ ਗੁਰਦੁਆਰਾ ਪ੍ਰਬੰਧਕ ਕਮੇਟੀ ਦੀ ਚੋਣ ਹੋ ਗਈ।

ਦਸੰਬਰ 5, 2011 : ਚੁਣੀ ਗਈ ਨਵੀਂ ਸ਼੍ਰੋਮਣੀ ਗੁਰਦੁਆਰਾ ਪ੍ਰਬੰਧਕ ਕਮੇਟੀ ਦਾ ਗਠਨ ਹੋ ਗਿਆ।

ਦਸੰਬਰ 20, 2011 : ਪੰਜਾਬ ਹਰਿਆਣਾ ਹਾਈ ਕੋਰਟ ਨੇ ਕੇਂਦਰ ਸਰਕਾਰ ਦੁਆਰਾ ਜਾਰੀ ਕੀਤਾ ਗਿਆ ਨੋਟੀਫ਼ੀਕੇਸ਼ਨ ਗ਼ੈਰ-ਕਾਨੂੰਨੀ ਠਹਿਰਾਉਂਦੇ ਹੋਏ ਕਿਹਾ ਕਿ ਨਾਨ-ਕੇਸਾਧਾਰੀ ਸਿੱਖਾਂ ਅਰਥਾਤ ਸਹਿਜਧਾਰੀ ਸਿੱਖਾਂ ਨੂੰ ਸ਼੍ਰੋਮਣੀ ਗੁਰਦੁਆਰਾ ਪ੍ਰਬੰਧਕ ਕਮੇਟੀ ਦੀ ਚੋਣ ਵਿਚ ਪਹਿਲਾਂ ਵਾਂਗ ਵੋਟ ਕਰਨ ਦਾ ਕਾਨੂੰਨੀ ਅਧਿਕਾਰ ਹੈ।

ਫ਼ਰਵਰੀ 10, 2012 : ਪੰਜਾਬ ਹਰਿਆਣਾ ਹਾਈ ਕੋਰਟ ਦੇ ਫ਼ੈਸਲੇ ਦੇ ਉਲਟ ਸ਼੍ਰੋਮਣੀ ਗੁਰਦੁਆਰਾ ਪ੍ਰਬੰਧਕ ਕਮੇਟੀ ਨੇ ਸੁਪਰੀਮ ਕੋਰਟ ਵਿਚ ਰਿਟ ਦਾਇਰ ਕੀਤੀ।

ਸਤੰਬਰ 15, 2016 : ਸਿੱਖ ਗੁਰਦੁਆਰਾ (Amendment) Act, 2016 ਦੇ ਪਾਸ ਹੋ ਜਾਣ ਤੇ ਅਤੇ ਮਈ 5, 2016 ਨੂੰ ਪਿਛੇ ਦੀ ਮਿਤੀ ਅਕਤੂਬਰ 8, 2003 ਤੋਂ ਲਾਗੂ ਹੋ ਜਾਣ ਤੇ ਸੁਪਰੀਮ ਕੋਰਟ ਨੇ ਸ਼੍ਰੋਮਣੀ ਗੁਰਦੁਆਰਾ ਪ੍ਰਬੰਧਕ ਕਮੇਟੀ ਦਾ ਕੇਸ ਬੇਲੋੜਾ ਹੋ ਜਾਣ ਕਰਕੇ ਖ਼ਤਮ ਕਰ ਦਿੱਤਾ।

2. ਹੁਣ ਅਸੀਂ ਇਸ ਗੱਲ ਤੇ ਵਿਚਾਰ ਕਰਦੇ ਹਾਂ ਕਿ ਸਿੱਖ ਗੁਰਦੁਆਰਾ (Amendment) ਐਕਟ, 2016 ਦੇ ਸਮਰਥਕ ਇਸ ਐਕਟ ਦੇ ਪੱਖ ਵਿਚ ਕੀ ਕਹਿੰਦੇ ਹਨ :-

(i) ਸ੍ਰ. ਪ੍ਰਕਾਸ਼ ਸਿੰਘ ਬਾਦਲ ਕਹਿੰਦੇ ਹਨ ਕਿ ਸਿੱਖਾਂ ਲਈ ਖੁਸ਼ੀ ਮਨਾਉਣ ਦਾ ਇਹ ਇੱਕ ਇਤਿਹਾਸਿਕ ਮੌਕਾ ਹੈ ਕਿਉਂਕਿ ਹੁਣ ਇਸ ਐਕਟ ਅਨੁਸਾਰ ਕੇਵਲ ਕੇਸਾਧਾਰੀ ਸਿੱਖ ਹੀ ਸ਼੍ਰੋਮਣੀ ਗੁਰਦੁਆਰਾ ਪ੍ਰਬੰਧਕ ਕਮੇਟੀ ਦੀ ਚੋਣ ਵਿਚ ਵੋਟਿੰਗ ਕਰ ਸਕਣਗੇ। ਨਾਨ-ਕੇਸਾਧਾਰੀ ਸਿੱਖ ਵੋਟਿੰਗ ਨਹੀਂ ਕਰ ਸਕਣਗੇ।

(ii) ਹਰਸਿਮਰਤ ਕੌਰ ਦਾ ਕਹਿਣਾ ਹੈ ਕਿ ਇਹ ਸਿੱਖਾਂ ਦਾ ਆਪਣਾ ਅੰਦਰ ਦਾ ਮਾਮਲਾ ਹੈ ਕਿ ਸ਼੍ਰੋਮਣੀ ਗੁਰਦੁਆਰਾ ਪ੍ਰਬੰਧਕ ਕਮੇਟੀ ਦੀ ਚੋਣ ਵਿਚ ਵੋਟਿੰਗ ਕਰਨ ਦਾ ਅਧਿਕਾਰ ਕਿਸ ਨੂੰ ਹੋਣਾ ਚਾਹੀਦਾ ਹੈ। ਇਸ ਲਈ ਨਾਨ-ਸਿੱਖਾਂ ਨੂੰ ਸਿੱਖਾਂ ਦੇ ਇਸ ਮਾਮਲੇ ਵਿਚ ਦਖ਼ਲ ਦੇਣ ਦੀ ਲੋੜ ਨਹੀਂ। ਨਾ ਹੀ ਬਾਹਰ ਵਾਲਿਆਂ ਨੂੰ ਇਸ ਮਾਮਲੇ ਤੇ ਰਾਜਨੀਤੀ ਕਰਨੀ ਚਾਹੀਦੀ ਹੈ।

(iii) ਸਹਿਜਧਾਰੀ ਸਿੱਖਾਂ ਦੇ ਨਾਂ ਤੇ ਹੋਰ ਧਰਮਾਂ ਦੇ ਲੋਕਾਂ ਨੂੰ ਇਸ ਗੱਲ ਦੀ ਇਜਾਜ਼ਤ ਨਹੀਂ ਦਿੱਤੀ ਜਾ ਸਕਦੀ ਕਿ ਉਹ ਸਿੱਖ ਗੁਰਦੁਆਰਿਆਂ ਦੇ ਪ੍ਰਬੰਧ ਵਿਚ ਦਖ਼ਲ ਦੇਣ।

(iv) ਕੁਝ ਸਿਖ ਵਿਦਵਾਨਾਂ ਦਾ ਵਿਚਾਰ ਹੈ ਕਿ ਅੱਜ ਗੁਰੂਆਂ ਦੇ ਸਮੇਂ ਦੇ ਸਹਿਜਧਾਰੀ ਸਿੱਖ ਨਹੀਂ ਰਹੇ। ਅੱਜ ਮਾਮਲਾ ਇੱਕ ਪਾਸੇ ਦਾ ਹੋ ਗਿਆ ਹੈ। ਵਿਚ ਵਿਚਾਲੇ ਦੀ ਗੱਲ ਨਹੀਂ

ਰਹੀ। ਅੱਜ ਦੀ ਸਿਥਿਤੀ ਵਿਚ ਕੋਈ ਵਿਅਕਤੀ ਜਾਂ ਤਾਂ ਸਿੱਖ ਹੈ, ਜਾਂ ਨਹੀਂ। ਇਸ ਲਈ ਗੱਲ ਪੂਰੀ ਤਰ੍ਹਾਂ ਸਾਫ਼ ਹੋ ਜਾਂਦੀ ਹੈ। ਕੇਸਾਧਾਰੀ, ਸਿੱਖ ਹੈ। ਨਾਨ-ਕੇਸਾਧਾਰੀ, ਸਿੱਖ ਨਹੀਂ ਹੈ।

(v) ਜੇਕਰ ਨਾਨ-ਕੇਸਾਧਾਰੀ ਸਿੱਖ ਅਰਥਾਤ ਸਹਿਜਧਾਰੀ ਸਿੱਖ ਸ਼੍ਰੋਮਣੀ ਗੁਰਦੁਆਰਾ ਪ੍ਰਬੰਧਕ ਕਮੇਟੀ ਦੀ ਚੋਣ ਵਿਚ ਸੱਚੇ ਦਿਲੋਂ ਵੋਟਿੰਗ ਕਰਨ ਦਾ ਅਧਿਕਾਰ ਲੈਣਾ ਚਾਹੁੰਦੇ ਹਨ, ਤਾਂ ਉਹ ਕੇਸਾਧਾਰੀ ਸਰੂਪ ਵਿਚ ਆ ਕੇ ਵੋਟਿੰਗ ਕਰ ਸਕਦੇ ਹਨ। ਪਰ ਸੱਚ ਇਹ ਹੈ ਕਿ ਅੱਜ ਦੇ ਸਹਿਜਧਾਰੀ ਸਿੱਖ ਸਿੱਖੀ ਸਰੂਪ ਵਿਚ ਆਉਣ ਨੂੰ ਤਿਆਰ ਨਹੀਂ ਹਨ।

3. ਹੁਣ ਅਸੀਂ ਇਸ ਗੱਲ ਤੇ ਵਿਚਾਰ ਕਰਦੇ ਹਾਂ ਕਿ ਸਿੱਖ ਗੁਰਦੁਆਰਾ (Amendment) ਐਕਟ, 2016 ਦੇ ਆਲੋਚਕ ਇਸ ਐਕਟ ਦੇ ਵਿਰੋਧ ਵਿਚ ਕੀ ਕਹਿੰਦੇ ਹਨ :-

(i) ਸਿੱਖ ਗੁਰਦੁਆਰਾ ਐਕਟ ਪਹਿਲੀ ਵਾਰ 1925 ਵਿਚ ਬਣਿਆ। ਇਸ ਨੂੰ ਬਣੇ ਹੋਏ 2016 ਵਿਚ 91 ਸਾਲ ਹੋ ਗਏ। ਇਤਨੇ ਲੰਮੇ ਸਮੇਂ ਲਈ ਸਫ਼ਲਤਾ ਨਾਲ ਚਲ ਰਿਹਾ ਸਿੱਖ ਗੁਰਦੁਆਰਾ ਐਕਟ, 1925 ਆਪਣੇ ਆਪ ਵਿਚ ਇੱਕ ਸਬੂਤ ਹੈ ਕਿ ਇਸ ਐਕਟ ਵਿਚ 2016 ਦੇ ਐਕਟ ਰਾਹੀਂ ਕੋਈ ਸੋਧ ਕਰਨ ਦੀ ਲੋੜ ਨਹੀਂ ਸੀ।

(ii) ਸਿੱਖ ਗੁਰਦੁਆਰਾ (Amendment) ਐਕਟ, 2016 ਪਿਛਲੀ ਮਿਤੀ ਅਕਤੂਬਰ 8, 2003 ਤੋਂ ਲਾਗੂ ਹੋਵੇਗਾ। ਆਲੋਚਕਾਂ ਦਾ ਕਹਿਣਾ ਹੈ ਕਿ ਇਸ ਦੇ ਪਿਛੇ ਵੀ ਸ੍ਰ. ਪ੍ਰਕਾਸ਼ ਸਿੰਘ ਬਾਦਲ ਦੀ ਰਾਜਨੀਤੀ ਕੰਮ ਕਰ ਰਹੀ ਹੈ। ਇਹ ਉਹ ਮਿਤੀ ਹੈ ਜਿਸ ਮਿਤੀ ਨੂੰ ਕੇਂਦਰ ਨੇ ਨੋਟੀਫ਼ੀਕੇਸ਼ਨ ਜਾਰੀ ਕਰ ਕੇ ਕਿਹਾ ਸੀ ਕਿ ਨਾਨ-ਕੇਸਾਧਾਰੀ ਸਿੱਖਾਂ ਨੂੰ ਗੁਰਦੁਆਰਾ ਪ੍ਰਬੰਧਕ ਕਮੇਟੀ ਦੀ ਚੋਣ ਵਿਚ ਵੋਟਿੰਗ ਕਰਨ ਦਾ ਅਧਿਕਾਰ ਨਹੀਂ ਹੋਵੇਗਾ। ਐਕਟ 2016 ਨੂੰ ਪਿੱਛੇ ਦੀ ਮਿਤੀ ਅਕਤੂਬਰ 8, 2003 ਤੋਂ ਲਾਗੂ ਕਰਨ ਦਾ ਉਦੇਸ਼ ਇਹ ਹੈ ਕਿ ਉਕਤ ਨੋਟੀਫ਼ੀਕੇਸ਼ਨ ਮਿਤੀ ਅਕਤੂਬਰ 8, 2003, ਜਿਸ ਨੂੰ ਪੰਜਾਬ ਹਰਿਆਣਾ ਹਾਈ ਕੋਰਟ ਗ਼ੈਰ-ਕਾਨੂੰਨੀ ਠਹਿਰਾ ਚੁੱਕੀ ਹੈ, ਦੇ ਅਧੀਨ ਕੀਤੇ ਜਾ ਚੁੱਕੇ ਕੰਮਾਂ ਨੂੰ ਕਾਨੂੰਨੀ ਤੌਰ ਤੇ ਜਾਇਜ਼ ਠਹਿਰਾਇਆ ਜਾ ਸਕੇ।

(iii) ਸ੍ਰ. ਰਵਨੀਤ ਸਿੰਘ ਬਿਟੂ ਕਾਂਗਰਸ ਐਮ.ਪੀ. ਕਹਿੰਦੇ ਹਨ ਕਿ ਸਿੱਖ ਗੁਰਦੁਆਰਾ (Amendment) ਐਕਟ, 2016 ਦਾ ਨਾਂ ਬਦਲ ਕੇ ਬਾਦਲ ਗੁਰਦੁਆਰਾ ਐਕਟ ਰਖਣਾ ਉਚਿਤ ਹੋਵੇਗਾ। ਕਾਰਣ ? ਕਿਉਂਕਿ ਇਸ ਐਕਟ ਨੂੰ ਬਾਦਲ ਅਕਾਲੀ ਦਲ ਦੀ ਕੁਰਸੀ ਦੀ ਸਿਆਸੀ ਰਾਜਨੀਤੀ ਨੇ ਜਨਮ ਦਿੱਤਾ ਹੈ।

ਆਲੋਚਕ ਕਹਿੰਦੇ ਹਨ ਕਿ ਇਸ ਐਕਟ ਦੇ ਪਾਸ ਹੋ ਜਾਣ ਦੇ ਫਲਸਰੂਪ ਲਗਭਗ 70 ਲੱਖ ਨਾਨ-ਕੇਸਾਧਾਰੀ ਸਿੱਖ ਅਰਥਾਤ ਸਹਿਜਧਾਰੀ ਸਿੱਖ ਸ਼੍ਰੋਮਣੀ ਗੁਰਦੁਆਰਾ ਪ੍ਰਬੰਧਕ ਕਮੇਟੀ ਦੀ ਚੋਣ ਵਿਚ ਵੋਟ ਕਰ ਸਕਣ ਦੇ ਅਧਿਕਾਰ ਤੋਂ ਵੰਚਿਤ ਹੋ ਜਾਣਗੇ। ਅਜਿਹੀ ਸਿਥਿਤੀ ਵਿਚ ਬਾਦਲ ਅਕਾਲੀ ਦਲ ਲਈ ਸ਼੍ਰੋਮਣੀ ਗੁਰਦੁਆਰਾ ਪ੍ਰਬੰਧਕ ਕੇਮਟੀ ਤੇ ਆਪਣਾ ਕਬਜ਼ਾ ਚਲਦਾ ਰਖਣਾ ਸੌਖਾ ਹੋ ਜਾਵੇਗਾ। ਇਸ ਦੇ ਨਾਲ, ਬਾਦਲ ਅਕਾਲੀ ਦਲ ਗੁਰਦੁਆਰਾ ਫ਼ੰਡ ਦੇ ਇੱਕ ਵੱਡੇ ਹਿੱਸੇ ਨੂੰ ਪਹਿਲਾਂ ਵਾਂਗ ਪੰਜਾਬ ਅਤੇ ਪੰਜਾਬ ਤੋਂ ਬਾਹਰ ਹੋਰ ਰਾਜਾਂ ਵਿਚ ਰਾਜਸੀ ਸੱਤਾ ਹਾਸਲ ਕਰਨ ਲਈ ਵਰਤਦਾ ਰਹੇਗਾ।

ਉਪਰੋਕਤ ਨੂੰ ਵੇਖਦੇ ਹੋਏ ਸ੍ਰ. ਪ੍ਰਕਾਸ਼ ਸਿੰਘ ਬਾਦਲ ਦੇ ਆਲੋਚਕ ਉਨ੍ਹਾਂ ਦੇ ਵਿਰੁੱਧ ਹੇਠ ਲਿਖੇ ਦੋਸ਼ ਲਾਉਂਦੇ ਹਨ :—

ਪਹਿਲਾ ਦੋਸ਼, ਹੋਰ ਧਰਮਾਂ ਦੇ ਆਗੂ ਆਪਣੇ ਆਪਣੇ ਧਰਮ ਦੇ ਅਨੁਆਈਆਂ ਦੀ ਗਿਣਤੀ ਵਿਚ ਵਾਧਾ ਕਰਨ ਦੀ ਕੋਸ਼ਿਸ਼ ਕਰਦੇ ਹਨ। ਪਰ ਸ੍ਰ. ਪ੍ਰਕਾਸ਼ ਸਿੰਘ ਬਾਦਲ ਨੇ ਲੱਖਾਂ ਦੀ ਗਿਣਤੀ ਵਿਚ ਨਾਨ-ਕੇਸਾਧਾਰੀ ਅਰਥਾਤ ਸਹਿਜਧਾਰੀ ਸਿੱਖਾਂ ਨੂੰ ਸਿੱਖੀ ਤੋਂ ਖ਼ਾਰਜ ਕਰ ਕੇ ਸਿੱਖ ਪੰਥ ਦੇ ਟੁਕੜੇ ਟੁਕੜੇ ਕਰ ਦਿੱਤੇ ਹਨ। ਸ੍ਰ. ਪ੍ਰਕਾਸ਼ ਸਿੰਘ ਬਾਦਲ ਪੂਰੀ ਤਰ੍ਹਾਂ ਜਾਣਦੇ ਹਨ ਕਿ ਪੰਜਾਬ ਬਾਰਡਰ ਸਟੇਟ ਹੋਣ ਕਰਕੇ ਕਾਂਗਰਸ ਅਤੇ ਭਾਜਪਾ ਦੋਹਾਂ ਵਿਚੋਂ ਕੋਈ ਪਾਰਟੀ ਵੀ ਨਹੀਂ ਚਾਹੁੰਦੀ ਕਿ ਸਿੱਖਾਂ ਦੀ ਪੰਜਾਬ ਵਿਚ ਤਾਕਤ ਵੱਧੇ। ਜੋ ਕੰਮ ਕਾਂਗਰਸ ਅਤੇ ਭਾਜਪਾ ਨਹੀਂ ਕਰ ਸਕੇ, ਉਹ ਕੰਮ ਬਾਦਲ ਸਾਹਿਬ ਨੇ ਸਹਿਜਧਾਰੀ ਸਿੱਖਾਂ ਨੂੰ ਸਿੱਖੀ ਤੋਂ ਖ਼ਾਰਜ ਕਰ ਕੇ, ਪੰਜਾਬ ਵਿਚ ਸਿੱਖਾਂ ਦੀ ਆਬਾਦੀ ਨੂੰ ਹੋਰ ਘੱਟਾ ਕੇ ਅਤੇ ਪੰਜਾਬ ਵਿਚ ਸਿੱਖਾਂ ਦੀ ਤਾਕਤ ਨੂੰ ਕਮਜ਼ੋਰ ਕਰ ਕੇ ਕਰ ਵਿਖਾਇਆ ਹੈ।

ਦੂਜਾ ਦੋਸ਼, ਸਿੱਖੀ ਗੁਰੂਆਂ ਦੀ ਬਖ਼ਸ਼ਿਸ਼ ਹੈ। ਬਾਦਲ ਸਾਹਿਬ ਦੀ ਦਿੱਤੀ ਸਿੱਖੀ ਨਹੀਂ, ਜਿਸ ਨੂੰ ਵਾਪਸ ਲੈਣ ਦਾ ਉਹ ਫ਼ਤਵਾ ਦੇ ਰਹੇ ਹਨ।

ਤੀਜਾ ਦੋਸ਼, ਗੁਰੂਆਂ ਦੇ ਵਕਤ ਵਿਚ ਰਾਜਨੀਤੀ ਕੇਵਲ ਕੁਰਬਾਨੀ ਦੀ ਰਾਜਨੀਤੀ ਸੀ। ਗੁਰੂਆਂ ਦੇ ਬਾਅਦ ਵੀ ਕਾਫ਼ੀ ਸਮੇਂ ਤਕ ਸਰਬ-ਸੰਮਤੀ ਨਾਲ ਚੁਣਿਆ ਗਿਆ ਜਥੇਦਾਰ ਪੰਥ ਲਈ ਆਪਣੀ ਜਾਨ ਵੀ ਕੁਰਬਾਨ ਕਰ ਦੇਣਾ ਆਪਣਾ ਸੁਭਾਗ ਸਮਝਦਾ ਸੀ। ਪਰ ਬਾਦਲ ਸਾਹਿਬ ਦੀ ਰਾਜਨੀਤੀ ਇਸ ਸਭ ਕੁਝ ਕੇ ਉਲਟ ਹੈ। ਉਨ੍ਹਾਂ ਦੀ ਰਾਜਨੀਤੀ ਵਿਚ ਸ਼ਾਮਲ ਹੈ — ਸਭ ਤੋਂ ਪਹਿਲਾਂ ਸ਼੍ਰੋਮਣੀ ਗੁਰਦੁਆਰਾ ਪ੍ਰਬੰਧਕ ਕਮੇਟੀ ਤੇ ਕਬਜ਼ਾ ਕਰਨਾ। ਇਸ ਦੇ ਬਾਅਦ ਇਸ ਦਾ ਫ਼ਾਇਦਾ ਉਠਾ ਕੇ ਸਿੱਖ ਧਰਮ ਦੇ ਨਾਂ ਤੇ ਸਿੱਖ ਵੋਟਾਂ ਹਾਸਲ ਕਰ ਕੇ ਅਤੇ ਇਸ ਦੇ ਨਾਲ ਨਾਲ ਅਕਾਲੀ ਭਾਜਪਾ ਗੱਠਜੋੜ ਦੇ ਨਾਂ ਤੇ ਭਾਜਪਾ ਦੀਆਂ ਹਿੰਦੂ ਵੋਟਾਂ ਦੀ ਮਦਦ ਨਾਲ ਪੰਜਾਬ ਦੀ ਮੁੱਖ ਮੰਤਰੀ ਦੀ ਕੁਰਸੀ ਹਾਸਲ ਕਰਨਾ। ਆਲੋਚਕ ਦੋਸ਼ ਲਾਉਂਦੇ ਹਨ ਕਿ ਸ੍ਰ. ਪ੍ਰਕਾਸ਼ ਸਿੰਘ ਬਾਦਲ ਦੀ ਸ਼੍ਰੋਮਣੀ ਗੁਰਦੁਆਰਾ ਪ੍ਰਬੰਧਕ ਕਮੇਟੀ ਤੇ ਆਪਣਾ ਕਬਜ਼ਾ ਬਣਾਏ ਰਖਣ ਦੀ ਰਾਜਨੀਤੀ ਨੇ ਸਿੱਖ ਗੁਰਦੁਆਰਾ (Amendment) ਐਕਟ, 2016 ਨੂੰ ਜਨਮ ਦਿੱਤਾ ਹੈ।

ਚੌਥਾ ਦੋਸ਼, ਸ੍ਰੀ ਗੁਰੂ ਗ੍ਰੰਥ ਸਾਹਿਬ ਵਿਚ ਕਬੀਰ ਸਾਹਿਬ ਅਤੇ ਫਰੀਦ ਜੀ ਦੀ ਬਾਣੀ ਦਰਜ ਹੈ। ਇਹ ਦੋਵੇਂ ਧਰਮ ਤੋਂ ਸਿੱਖ ਨਹੀਂ ਹਨ। ਕਈ ਭਗਤ, ਜਿਨ੍ਹਾਂ ਦੀ ਬਾਣੀ ਸ੍ਰੀ ਗੁਰੂ ਗ੍ਰੰਥ ਸਾਹਿਬ ਵਿਚ ਦਰਜ ਹੈ, ਕੇਸਾਧਾਰੀ ਨਹੀਂ ਹਨ। ਪਰ ਬਾਦਲ ਸਾਹਿਬ ਨੇ ਸਿੱਖ ਗੁਰਦੁਆਰਾ (Amendment) ਐਕਟ, 2016 ਪਾਸ ਕਰਾਉਂਦੇ ਹੋਏ ਇਨ੍ਹਾਂ ਗੱਲਾਂ ਵੱਲ ਧਿਆਨ ਦੇਣ ਦੀ ਲੋੜ ਨਹੀਂ ਸਮਝੀ।

ਪੰਜਵਾਂ ਦੋਸ਼, ਸ੍ਰੀ ਗੁਰੂ ਗ੍ਰੰਥ ਸਾਹਿਬ ਵਿਚ ਦਰਜ ਗੁਰਬਾਣੀ ਵਿਚ ਸ਼ਬਦ ਸਿੱਖ ਅਤਿ ਵਿਸ਼ਾਲ ਅਰਥਾਂ ਵਿਚ ਵਰਤਿਆ ਗਿਆ ਹੈ। ਇਸ ਅਨੁਸਾਰ ਕਿਸੇ ਵੀ ਧਰਮ ਦਾ ਕੋਈ ਵੀ ਵਿਅਕਤੀ, ਜਿਹੜਾ ਰਬ ਦਾ ਚੰਗਾ ਬੰਦਾ ਹੈ, ਵਾਹਿਗੁਰੂ ਦਾ ਸਿੱਖ ਕਿਹਾ ਜਾ ਸਕੇਗਾ। ਪਰ ਸ੍ਰ. ਪ੍ਰਕਾਸ਼ ਸਿੰਘ ਬਾਦਲ ਨੇ ਸਿੱਖ ਗੁਰਦੁਆਰਾ (Amendment) ਐਕਟ, 2016 ਪਾਸ ਕਰਵਾ ਕੇ

ਗੁਰਬਾਣੀ ਵਿਚ ਸ਼ਬਦ ਸਿੱਖ ਦੀ ਦਿੱਤੀ ਪਰਿਭਾਸ਼ਾ ਨੂੰ ਖ਼ਤਮ ਕਰਨ ਦੀ ਕੋਸ਼ਿਸ਼ ਕੀਤੀ ਹੈ ।

ਛੇਵਾਂ ਦੋਸ਼, ਅਸੀਂ ਹਰ ਵਕਤ ਅਤੇ ਹਰ ਥਾਂ ਤੇ ਕਹਿੰਦੇ ਹਾਂ ਕਿ ਸਿੱਖ ਧਰਮ ਮਾਨਵਤਾ ਦਾ ਧਰਮ ਹੈ । ਗੁਰਬਾਣੀ ਵਿਚ ਕਿਹਾ ਗਿਆ ਹੈ —

ਬੁਰਾ ਭਲਾ ਕਹੁ ਕਿਸ ਨੋ ਕਹੀਐ
ਸਗਲੇ ਜੀਅ ਤੁਮਾਰੇ (ਆਸਾ, ਮ.੫, ਪੰਨਾ ੩੮੩)

ਕੀ ਇਹ ਸੱਚ ਨਹੀਂ ਕਿ ਸ੍ਰ. ਪ੍ਰਕਾਸ਼ ਸਿੰਘ ਬਾਦਲ ਨੇ ਸਿੱਖ ਗੁਰਦੁਆਰਾ (Amendment) ਐਕਟ, 2016 ਪਾਸ ਕਰਵਾ ਕੇ ਸਿੱਖ ਧਰਮ ਦੇ ਮਾਨਵਤਾ ਦੇ ਸਰੂਪ ਨੂੰ ਖ਼ਤਮ ਕਰਨ ਦੀ ਕੋਸ਼ਿਸ਼ ਕੀਤੀ ਹੈ ?

ਸਤਵਾਂ ਦੋਸ਼, ਸ੍ਰ. ਪ੍ਰਕਾਸ਼ ਸਿੰਘ ਬਾਦਲ ਨੇ ਸਿੱਖ ਗੁਰਦੁਆਰਾ (Amendment) ਐਕਟ, 2016 ਪਾਸ ਕਰਵਾ ਕੇ ਸ਼ਬਦ ਸਿੱਖ ਦੀ ਪਰਿਭਾਸ਼ਾ ਕੇਵਲ ਸਿੱਖ ਦੇ ਬਾਹਰਲੇ ਕੇਸਾਧਾਰੀ ਸਰੂਪ ਤਕ ਸੀਮਿਤ ਕਰ ਦਿੱਤੀ ਹੈ । ਸ੍ਰੀ ਗੁਰੂ ਗ੍ਰੰਥ ਸਾਹਿਬ ਵਿਚ ਦਰਜ ਗੁਰਬਾਣੀ ਅਨੁਸਾਰ ਸਿੱਖੀ ਦੀ ਅਸਲੀ ਪਰਖ ਅਰਥਾਤ ਮਾਪ-ਦੰਡ ਗੁਰਬਾਣੀ ਅਨੁਸਾਰ ਉਸ ਦੀ ਜੀਵਨ ਦੀ ਰਹਿਣੀ ਬਹਿਣੀ ਹੈ । ਗੁਰਬਾਣੀ ਅਨੁਸਾਰ ਗੁਰਸਿੱਖ ਧਰਮ ਦੀ ਕਿਰਤ ਕਰ ਕੇ ਆਪਣਾ ਨਿਰਬਾਹ ਕਰੇ । ਆਪ ਖਾਵੇ । ਆਪਣੀ ਧਰਮ ਦੀ ਕਮਾਈ ਵਿਚੋਂ ਕੁਝ ਹੋਰਾਂ ਨੂੰ ਵੀ ਦੇਵੇ । ਕਿਸੇ ਹਾਲਤ ਵਿਚ ਵੀ ਇਹ ਕਮਾਈ ਭ੍ਰਿਸ਼ਟਾਚਾਰ (ਪਾਪਾਂ) ਦੀ ਕਮਾਈ ਨਾ ਹੋਵੇ । ਇਸ ਲਈ ਲੋੜ ਹੈ, ਇਸ ਵਿਸ਼ੇ ਤੇ ਨਿਰਪਖ ਰੀਸਰਚ ਕਰਾਉਣ ਦੀ ਕਿ ਸਾਡੇ ਅੱਜ ਦੇ ਸਿੱਖ ਨੇਤਾਵਾਂ ਵਿਚੋਂ ਕਿਤਨੇ ਧਰਮੀ ਹਨ ਜਾਂ ਅਧਰਮੀ ? ਕਿਤਨੇ ਹਨ ਜਿਨ੍ਹਾਂ ਦੀ ਕਮਾਈ ਰੋਟੀ ਵਿਚੋਂ ਭਾਈ ਲਾਲੋ ਦੀ ਰੋਟੀ ਵਿਚੋਂ ਟਪਕਦੇ ਦੁੱਧ ਵਾਂਗ ਦੁੱਧ ਟਪਕੇਗਾ ? ਕਿਤਨੇ ਹਨ ਜਿਨ੍ਹਾਂ ਦੀ ਕਮਾਈ ਰੋਟੀ ਵਿਚੋਂ ਮਲਕ ਭਾਗੋ ਦੇ ਯਗ ਦੀ ਰੋਟੀ ਵਿਚੋਂ ਟਪਕਦੇ ਖ਼ੂਨ ਵਾਂਗ ਖ਼ੂਨ ਟਪਕੇਗਾ ? ਡਰ ਲਗਦਾ ਹੈ ਇਹ ਸੋਚਦੇ ਹੋਏ ਅਤੇ ਡਰ ਲਗਦਾ ਹੈ ਇਹ ਕਹਿੰਦੇ ਹੋਏ ਕਿ ਸਾਡੇ ਅੱਜ ਦੇ ਸਿੱਖ ਨੇਤਾਵਾਂ ਵਿਚੋਂ ਦੋ ਚਾਰ ਨੂੰ ਛੱਡ ਕੇ, ਕੋਈ ਵੀ ਭਾਈ ਲਾਲੋ ਨਹੀਂ । ਲਗਭਗ ਸਾਰੇ ਹੀ ਮਲਕ ਭਾਗੋ ਹਨ । ਕੀ ਬਣੇਗਾ ਸਿੱਖ ਗੁਰਦੁਆਰਿਆਂ ਦੀ ਸੰਭਾਲ ਦਾ ? ਕੀ ਬਣੇਗਾ ਭਾਈ ਲਾਲੋ ਜੀ ਵਰਗੇ ਗਰੀਬ ਸਿੱਖਾਂ ਦਾ ? ਕੀ ਬਣੇਗਾ ਸਿੱਖ ਪੱਥ ਦਾ ? ਇਨ੍ਹਾਂ ਸਭ ਦਾ ਵਾਹਿਗੁਰੂ ਰਾਖਾ ।

ਸਿੱਟਾ

ਸਿੱਖ ਧਰਮ ਦੇ ਇਤਿਹਾਸ ਅਨੁਸਾਰ ਸਹਿਜਧਾਰੀ ਸਿੱਖ ਧਰਮ ਤੋਂ ਸਿੱਖ ਹਨ । ਪਰ ਸ੍ਰ. ਪ੍ਰਕਾਸ਼ ਸਿੰਘ ਬਾਦਲ ਆਪਣੇ ਰਾਜਨੀਤਿਕ ਫ਼ਾਇਦੇ ਲਈ ਸਿੱਖ ਧਰਮ ਦੇ ਦਰਵਾਜ਼ੇ ਸਹਿਜਧਾਰੀ ਸਿੱਖਾਂ ਤੇ ਬੰਦ ਕਰਨ ਦੀ ਕੋਸ਼ਿਸ਼ ਕਰ ਰਹੇ ਹਨ । ਕੀ ਬਣੇਗਾ ਸਿੱਖ ਧਰਮ ਦਾ ?

—

(22) ਜਗਦੀਸ਼ ਕੌਰ ਸੱਚੀ ਅਤੇ ਅਸਲੀ ਫ਼ਖ਼ਰੇ ਕੌਮ ਹੈ

ਦਿੱਲੀ ਹਾਈ ਕੋਰਟ ਨੇ PW1 ਜਗਦੀਸ਼ ਕੌਰ ਚਸ਼ਮ-ਦੀਦ ਗਵਾਹ (eye witness) ਦੇ ਬਿਆਨ ਨੂੰ ਸੱਚਾ ਮੰਨਦੇ ਹੋਏ ਆਪਣੇ ਫ਼ੈਸਲੇ ਮਿਤੀ 17-12-2018 ਰਾਹੀਂ 1984 ਵਿਚ ਦਿੱਲੀ ਵਿਚ ਹੋਏ ਸਿੱਖ ਕਤਲੇ-ਆਮ ਦੇ ਇੱਕ ਮੁੱਖ ਅਪਰਾਧੀ ਕਾਂਗਰਸੀ ਨੇਤਾ ਸੱਜਨ ਕੁਮਾਰ ਨੂੰ ਉਮਰ ਕੈਦ ਦੀ ਸਜ਼ਾ ਦਿੱਤੀ ਹੈ। ਉਕਤ ਫ਼ੈਸਲੇ ਵਿਚ ਕਿਹਾ ਗਿਆ ਹੈ ਕਿ ਜਗਦੀਸ਼ ਕੌਰ ਦਾ ਪਤੀ, ਇਕ ਪੁੱਤਰ ਅਤੇ ਤਿੰਨ cousins ਅਰਥਾਤ, ਇਕ ਘਰ ਦੇ ਪੰਜ ਬੰਦੇ ਇਸ ਹੋਏ ਸਿੱਖ ਕਤਲੇ-ਆਮ ਵਿਚ ਮਾਰੇ ਗਏ ਸਨ।

ਇਹ ਠੀਕ ਹੈ ਕਿ ਅਕਾਲ ਤਖ਼ਤ ਸਾਹਿਬ ਦੇ ਜਥੇਦਾਰ ਸਾਹਿਬ ਨੇ ਗੁਰੂ ਗੋਬਿੰਦ ਸਿੰਘ ਦੀ ਇਸ ਬਹਾਦਰ ਬੇਟੀ ਨੂੰ ਫ਼ਖ਼ਰੇ ਕੌਮ ਦੀ ਪਦਵੀ ਨਹੀਂ ਬਖ਼ਸ਼ੀ। ਪਰ ਸਤਿਕਾਰ ਵਜੋਂ ਅੱਜ ਹਰ ਸਿੱਖ ਦਾ ਸਿਰ ਜਗਦੀਸ਼ ਕੌਰ ਦੇ ਸਾਹਮਣੇ ਝੁਕ ਜਾਂਦਾ ਹੈ ਅਤੇ ਹਰ ਸਿੱਖ ਦੇ ਦਿਲ ਤੋਂ ਇਹ ਆਵਾਜ਼ ਉਠਦੀ ਹੈ ਅਤੇ ਉਠਦੀ ਰਹੇਗੀ ਕਿ ਇਹ ਹੈ ਗੁਰੂ ਗੋਬਿੰਦ ਸਿੰਘ ਦੀ ਬਹਾਦਰ ਬੇਟੀ ਜਗਦੀਸ਼ ਕੌਰ, ਸੱਚੀ ਅਤੇ ਅਸਲੀ ਫ਼ਖ਼ਰੇ ਕੌਮ।

(23) ਦਿੱਲੀ ਹਾਈ ਕੋਰਟ ਦਾ ਮਿਤੀ 17-12-2018 ਦਾ ਫ਼ੈਸਲਾ — ਦਿੱਲੀ ਅਤੇ ਭਾਰਤ ਦੇ ਹੋਰ ਸ਼ਹਿਰਾਂ ਵਿਚ 1984 ਵਿਚ ਹੋਏ ਸਿੱਖ ਕਤਲੇ-ਆਮ ਲਈ ਉਸ ਵਕਤ ਦੀ ਕੇਂਦਰ ਦੀ ਰਾਜੀਵ ਕਾਂਗਰਸ ਹਕੂਮਤ ਦੀ ਦਿੱਲੀ ਪੁਲਸ ਅਤੇ ਕਾਂਗਰਸ ਨੇਤਾ (political actors) ਕਸੂਰਵਾਰ ਹਨ

ਦਿੱਲੀ ਹਾਈ ਕੋਰਟ ਨੇ ਆਪਣੇ ਫ਼ੈਸਲੇ ਮਿਤੀ 17-12-2018 ਵਿਚ 1984 ਵਿਚ ਹੋਏ ਸਿੱਖ ਕਤਲੇ-ਆਮ ਦੇ ਇਕ ਮੁੱਖ ਅਪਰਾਧੀ ਸੱਜਨ ਕੁਮਾਰ ਨੂੰ ਉਮਰ ਕੈਦ ਦੀ ਸਜ਼ਾ ਦਿੰਦੇ ਹੋਏ ਫ਼ੈਸਲੇ ਦੇ ਪੈਰਾ 368 ਵਿਚ Summary of conclusions ਦੇ Sub-Paras (i), (ii), (iii), (xi) ਅਤੇ (xii) ਵਿਚ ਕਿਹਾ ਹੈ —

Summary of conclusions

368. The summary of conclusions arrived at by the Court is as under :

(i) There was an abject failure by the police to investigate the violence which broke out in the aftermath of the assassination of the then Prime Minister Smt. Indira Gandhi is apparent from the several circumstances highlighted hereinabove. (Para 136)

(ii) There was an utter failure to register separate FIRs with respect to the five deaths that form the subject matter of the present appeals. The failure to record any incident whatsoever in the DDR and the lack of mention of PW-1's statement therein, amongst other circumstances, established the apathy of the Delhi Police and their active connivance in the brutal murders being perpetrated. (Paras 146 and 149)

(iii) What happened in the aftermath of the assassination of the then Prime Minister was carnage of unbelievable proportions in which over 2,700 Sikhs were murdered in Delhi alone. The law and order machinery clearly broke down and it was literally a "free for all" situation which persisted. The aftershocks of those atrocities are still being felt. (Para 152)

(xi) The mass killings of Sikhs between 1st and 4th November 1984 in Delhi and the rest of the country, engineered by political actors with the assistance of the law enforcement agencies, answer the description of "crimes against humanity". Cases like the present are to be viewed in the larger context of mass crimes that require a different approach and much can be learnt from similar experiences elsewhere. (Paras 367.1 and 367.10)

(xii) Common to the instances of mass crimes are the targeting of minorities and the attacks spearheaded by the dominant political actors facilitated by the law enforcement agencies. The criminals responsible for the mass crimes have enjoyed political patronage and managed to evade prosecution and punishment. Bringing such criminals to justice poses a serious challenge to our legal system. Decades pass by before they can be made answerable. This calls for strengthening the legal system. Neither "crimes against humanity" nor "genocide" is part of our domestic law of crime. This loophole needs to be addressed urgently. (Para 367.6)

ਦਿੱਲੀ ਹਾਈ ਕੋਰਟ ਦੀ Summary of conclusions ਦੇ ਉਪਰੋਕਤ Para 368 ਦੇ Sub-Paras (i), (ii), (iii), (xi) ਅਤੇ (xii) ਨੂੰ ਪੜ੍ਹਣ ਦੇ ਬਾਅਦ ਵੀ ਜੇਕਰ ਕੋਈ ਸਿੱਖ ਲੀਡਰ ਕਹਿੰਦਾ ਹੈ ਕਿ 1984 ਵਿਚ ਉਸ ਵਕਤ ਦੀ ਕੇਂਦਰ ਵਿਚ ਰਾਜੀਵ ਕਾਂਗਰਸ ਹਕੂਮਤ ਅਤੇ ਕਾਂਗਰਸ ਪਾਰਟੀ ਦਿੱਲੀ ਵਿਚ ਅਤੇ ਭਾਰਤ ਦੀਆਂ ਹੋਰ ਥਾਵਾਂ ਵਿਚ ਹੋਏ ਸਿੱਖ ਕਤਲੇ-ਆਮ ਲਈ ਕਸੂਰਵਾਰ ਨਹੀਂ ਹਨ, ਤਾਂ ਕੀ ਅਜਿਹੇ ਸਿੱਖ ਲੀਡਰ ਨੂੰ, ਭਾਵੇਂ ਉਹ ਕੋਈ ਵੀ ਹੋਵੇ, ਕਿਤਨਾ ਵੀ ਵੱਡਾ ਹੋਵੇ ਅਤੇ ਕਿਸੇ ਪਾਰਟੀ ਵਿਚ ਹੋਵੇ, ਮਾਫ਼ ਕੀਤਾ ਜਾ ਸਕੇਗਾ ? ਅਸੀਂ ਇਸ ਦਾ ਫ਼ੈਸਲਾ ਸਿੱਖ ਸੰਗਤ ਤੇ ਛਡਦੇ ਹਾਂ ।

(24) ਮਾਸਟਰ ਤਾਰਾ ਸਿੰਘ ਦੇ ਵਕਤ ਦੀ ਅਕਾਲੀ ਲੀਡਰਸ਼ਿਪ

ਸ਼੍ਰੋਮਣੀ ਗੁਰਦੁਆਰਾ ਪ੍ਰਬੰਧਕ ਕਮੇਟੀ ਦੀ ਚੋਣ ਰਾਹੀਂ ਸਥਾਪਣਾ 15 ਨਵੰਬਰ, 1920 ਨੂੰ ਗੁਰਦੁਆਰਿਆਂ ਦੀ ਸੰਭਾਲ ਕਰਨ ਦੇ ਉਦੇਸ਼ ਨਾਲ ਹੋ ਗਈ ਸੀ। ਇੱਕ ਮਹੀਨੇ ਦੇ ਬਾਅਦ 14 ਦਸੰਬਰ, 1920 ਨੂੰ ਸ਼੍ਰੋਮਣੀ ਅਕਾਲੀ ਦਲ ਦੀ ਸਥਾਪਣਾ ਰਾਜਨੀਤੀ ਵਿਚ ਭਾਗ ਲੈਣ ਦੇ ਉਦੇਸ਼ ਨਾਲ ਹੋ ਗਈ ਸੀ। ਉਸ ਵਕਤ ਦੇ ਪ੍ਰਮੁੱਖ ਅਕਾਲੀ ਲੀਡਰ ਮਾਸਟਰ ਤਾਰਾ ਸਿੰਘ ਜੀ ਸਨ। ਮਾਸਟਰ ਤਾਰਾ ਸਿੰਘ 1930-1961 ਦੇ ਸਮੇਂ ਵਿਚ ਸ਼੍ਰੋਮਣੀ ਗੁਰਦੁਆਰਾ ਪ੍ਰਬੰਧਕ ਕਮੇਟੀ ਦੇ ਸੱਤ ਵਾਰ (terms) ਪ੍ਰਧਾਨ ਬਣੇ। ਉਨ੍ਹਾਂ ਦੀ ਪ੍ਰਧਾਨਗੀ ਦਾ ਕੁੱਲ ਸਮਾਂ ਲਗਭਗ 17 ਸਾਲ ਬਣਦਾ ਹੈ। ਉਨ੍ਹਾਂ ਦੀ ਮੌਤ 22 ਨਵੰਬਰ, 1967 (ਉਮਰ 82 ਸਾਲ) ਨੂੰ ਹੋ ਗਈ ਸੀ। ਉਹ ਮਰਨ ਦੇ ਵਕਤ ਆਪਣੇ ਪਿਛੇ ਕੋਈ ਬੈਂਕ ਬੈਲਿੰਸ ਜਾਂ ਜਾਇਦਾਦ ਨਹੀਂ ਛੱਡ ਗਏ ਸੀ। ਉਨ੍ਹਾਂ ਦਾ ਆਪਣਾ ਜੀਵਨ ਇੱਕ ਸੱਚੇ-ਸੁੱਚੇ, ਨੇਕ-ਨੀਅਤ, ਇਮਾਨਦਾਰ ਅਤੇ ਦਿਆਨਤਦਾਰ ਸਿੱਖ ਲੀਡਰ ਦਾ ਸੀ। ਮਾਸਟਰ ਤਾਰਾ ਸਿੰਘ ਦੇ ਵਕਤ ਦਾ ਅਕਾਲੀ ਲੀਡਰਸ਼ਿਪ ਦਾ ਸਮਾਂ ਸੁਨਹਿਰੀ ਸਮਾਂ (golden period) ਕਿਹਾ ਜਾ ਸਕਦਾ ਹੈ। ਮਾਸਟਰ ਤਾਰਾ ਸਿੰਘ ਜੀ ਨੂੰ ਅਕਾਲ ਤਖ਼ਤ ਦੇ ਜਥੇਦਾਰ ਸਾਹਿਬ ਦੁਆਰਾ ਪੰਥ ਰਤਨ ਫ਼ਖ਼ਰੇ ਕੌਮ ਦੀ ਪਦਵੀ ਪ੍ਰਦਾਨ ਨਹੀਂ ਕੀਤੀ ਗਈ। ਪਰ ਫਿਰ ਵੀ ਸਿੱਖ ਉਨ੍ਹਾਂ ਨੂੰ ਸਤਿਕਾਰ ਵਜੋਂ ਪੰਥ ਰਤਨ ਫ਼ਖ਼ਰੇ ਕੌਮ ਕਹਿੰਦੇ ਹਨ ਅਤੇ ਕਹਿ ਕੇ ਯਾਦ ਕਰ ਲੈਂਦੇ ਹਨ।

ਉਹ ਆਪਣੇ ਪਿਛੇ ਇੱਕ ਬੇਟੀ ਰਾਜਿੰਦਰ ਕੌਰ ਛੱਡ ਗਏ ਸੀ, ਜੋ ਜਰਨਲਸਟ ਸੀ ਅਤੇ ਸਿੱਖ ਰਾਜਨੀਤੀ ਵਿਚ ਭਾਗ ਲੈਂਦੀ ਰਹੀ ਸੀ। ਫ਼ਰਵਰੀ, 1989 ਵਿਚ ਆਤੰਕਵਾਦੀਆਂ ਨੇ ਬਠਿੰਡੇ ਵਿਚ ਉਨ੍ਹਾਂ ਨੂੰ ਗੋਲੀ ਮਾਰ ਕੇ ਖ਼ਤਮ ਕਰ ਦਿੱਤਾ ਸੀ।

ਮਾਸਟਰ ਤਾਰਾ ਸਿੰਘ ਦੇ ਵਕਤ ਦੀ ਅਕਾਲੀ ਲੀਡਰਸ਼ਿਪ ਦੇ ਬਾਅਦ ਬਣੀ ਬਾਦਲ ਅਕਾਲੀ ਲੀਡਰਸ਼ਿਪ

ਬਾਦਲ ਅਕਾਲੀ ਦਲ ਵਿਚ ਸ੍ਰ. ਪ੍ਰਕਾਸ਼ ਸਿੰਘ ਬਾਦਲ ਅਤੇ ਉਨ੍ਹਾਂ ਦੇ ਪੁੱਤਰ ਸ੍ਰ. ਸੁਖਬੀਰ ਸਿੰਘ ਬਾਦਲ ਪ੍ਰਮੁੱਖ ਅਕਾਲੀ ਲੀਡਰ ਬਣੇ। ਜਦੋਂ ਵੀ ਪੰਜਾਬ ਵਿਚ ਬਾਦਲ ਅਕਾਲੀ ਦਲ ਦੀ ਸਰਕਾਰ ਬਣੀ ਹੈ, ਬਾਦਲ ਅਕਾਲੀ ਦਲ ਦੀ ਰਾਜਨੀਤੀ ਕੁਰਸੀ ਦੀ ਅਤੇ ਪਰਿਵਾਰਵਾਦ ਦੀ ਰਾਜਨੀਤੀ ਰਹੀ ਹੈ। ਪਰ ਫਿਰ ਵੀ ਬਾਦਲ ਅਕਾਲੀ ਦਲ ਨੇ ਪੰਜਾਬ ਵਿਚ ਆਪਣੀ ਸਰਕਾਰ ਦੇ ਸਮੇਂ ਵਿਚ ਸਿੱਖ ਇਤਿਹਾਸ ਨਾਲ ਜੁੜੇ ਮੈਮੋਰੀਅਲ ਬਣਵਾ ਕੇ ਸ਼ਲਾਘਾਯੋਗ ਕੰਮ ਕੀਤਾ ਹੈ। ਅਕਾਲ ਤਖ਼ਤ ਦੇ ਜਥੇਦਾਰ ਸਾਹਿਬ ਦੁਆਰਾ ਮਿਤੀ ਦਸੰਬਰ 5, 2011 ਨੂੰ ਸ੍ਰ. ਪ੍ਰਕਾਸ਼ ਸਿੰਘ ਬਾਦਲ ਨੂੰ ਪੰਥ ਰਤਨ ਫ਼ਖ਼ਰੇ ਕੌਮ ਦੀ ਪਦਵੀ ਪ੍ਰਦਾਨ ਕੀਤੀ ਗਈ। ਸ਼੍ਰੋਮਣੀ ਗੁਰਦੁਆਰਾ ਪ੍ਰਬੰਧਕ ਕਮੇਟੀ ਅਤੇ ਸ਼੍ਰੋਮਣੀ ਅਕਾਲੀ ਦਲ ਸਿੱਖ ਸੰਸਥਾਵਾਂ ਹਨ। ਇਸ ਲਈ ਅਸੀਂ ਵਿਸ਼ਵਾਸ ਨਾਲ ਕਹਿ ਸਕਦੇ ਹਾਂ ਕਿ ਪੰਜਾਬ ਵਿਚ ਜਦ ਵੀ ਬਾਦਲ ਅਕਾਲੀ ਦਲ ਦੀ ਸਰਕਾਰ ਬਣੇਗੀ, ਬਾਦਲ

ਅਕਾਲੀ ਦਲ ਸਿੱਖ ਪੰਥ ਅਤੇ ਸਿੱਖਾਂ ਦੇ ਹਿੱਤਾਂ ਅਤੇ ਫ਼ਾਇਦੇ ਲਈ ਕੰਮ ਕਰੇਗਾ ।

ਜੇਕਰ ਕਿਸੇ ਵਕਤ ਬਾਦਲ ਅਕਾਲੀ ਲੀਡਰਸ਼ਿਪ ਦੀ ਥਾਂ ਕੋਈ ਨਵੀਂ ਅਕਾਲੀ ਲੀਡਰਸ਼ਿਪ ਵੀ ਆ ਜਾਵੇ, ਤਾਂ ਵੀ ਸ਼੍ਰੋਮਣੀ ਗੁਰਦੁਆਰਾ ਪ੍ਰਬੰਧਕ ਕਮੇਟੀ ਅਤੇ ਸ਼੍ਰੋਮਣੀ ਅਕਾਲੀ ਦਲ ਦਾ ਸਿੱਖ ਸੰਸਥਾਵਾਂ ਹੋਣ ਕਰਕੇ ਚਲਦੇ ਰਹਿਣਾ ਸਿੱਖ ਪੰਥ ਅਤੇ ਸਿੱਖਾਂ ਦੇ ਹਿੱਤਾਂ ਦੀ ਰਾਖੀ ਕਰਨ ਲਈ ਲਾਜ਼ਮੀ ਹੈ । ਕਾਰਣ ? ਪੰਜਾਬ ਵਿਚ ਹੋਰ ਕੋਈ ਵੀ ਪਾਰਟੀ ਜਾਂ ਸੰਸਥਾ ਸਿੱਖ ਪੰਥ ਅਤੇ ਸਿੱਖਾਂ ਦੇ ਹਿੱਤਾਂ ਦੀ ਰਾਖੀ ਕਰਨ ਦਾ ਦਾਅਵਾ ਨਹੀਂ ਕਰ ਸਕਦੀ । ਕਾਂਗਰਸ ਪਾਰਟੀ ਜਾਂ ਕੋਈ ਹੋਰ ਪਾਰਟੀ ਨਾਨ-ਸਿੱਖ ਸੰਸਥਾਵਾਂ ਹਨ ।

—

ਗੁਰੂ ਨਾਨਕ ਦੇਵ ਜੀ ਦਾ ਸਿੱਖ ਧਰਮ

ਸਿੱਖ ਧਰਮ ਇਨਸਾਨੀਅਤ ਦਾ ਧਰਮ ਹੈ

ਸ੍ਰੀ ਗੁਰੂ ਨਾਨਕ ਦੇਵ ਜੀ ਦਾ ਸਿੱਖ ਧਰਮ ਇਨਸਾਨੀਅਤ ਦਾ ਧਰਮ ਹੈ । ਇਸ ਲਈ ਗੁਰੂ ਨਾਨਕ ਦੇਵ ਜੀ ਦੇ ਸਿੱਖ ਦੇ ਅਰਥ ਹਨ - ਇਨਸਾਨ, ਇੱਕ ਅੱਛਾ ਇਨਸਾਨ । ਜਦੋਂ ਕੋਈ ਬੱਚਾ ਜਨਮ ਲੈਂਦਾ ਹੈ, ਤਾਂ ਉਹ ਕੇਵਲ ਇੱਕ ਇਨਸਾਨ ਦਾ ਬੱਚਾ ਹੁੰਦਾ ਹੈ, ਕੇਵਲ ਇੱਕ ਇਨਸਾਨ ਹੁੰਦਾ ਹੈ । ਨਾ ਉਹ ਹਿੰਦੂ ਹੁੰਦਾ ਹੈ, ਨਾ ਮੁਸਲਮਾਨ ਹੁੰਦਾ ਹੈ । ਪਰ ਹਿੰਦੂ ਪਰਿਵਾਰ ਜਾਂ ਮੁਸਲਮਾਨ ਪਰਿਵਾਰ ਵਿਚ ਜਨਮ ਲੈਣ ਵਾਲਾ ਬੱਚਾ, ਜਿਹੜਾ ਕਿ ਜਨਮ ਲੈਣ ਦੇ ਵਕਤ ਕੇਵਲ ਇੱਕ ਇਨਸਾਨ ਸੀ, ਵੱਡਾ ਹੋ ਕੇ ਆਪਣੇ ਆਪ ਨੂੰ ਇੱਕ ਇਨਸਾਨ ਹੋਣ ਦੀ ਥਾਂ ਕ੍ਰਮਵਾਰ ਇੱਕ ਹਿੰਦੂ ਜਾਂ ਇੱਕ ਮੁਸਲਮਾਨ ਕਹਿਣ ਅਤੇ ਸਮਝਣ ਲਗ ਜਾਂਦਾ ਹੈ । ਇਸ ਦੇ ਉਲਟ, ਗੁਰੂ ਨਾਨਕ ਦੇਵ ਜੀ ਦਾ ਸਿੱਖ ਜਨਮ ਲੈਣ ਦੇ ਵਕਤ ਕੇਵਲ ਇੱਕ ਇਨਸਾਨ ਹੁੰਦਾ ਹੈ, ਉਹ ਸਾਰੀ ਉਮਰ ਕੇਵਲ ਇੱਕ ਇਨਸਾਨ ਰਹਿੰਦਾ ਹੈ ਅਤੇ ਮਰਨ ਦੇ ਵਕਤ ਵੀ ਉਹ ਕੇਵਲ ਇੱਕ ਅੱਛੇ ਇਨਸਾਨ ਦੀ ਮੌਤ ਮਰਦਾ ਹੈ ।

ਬੁਰਾ ਭਲਾ ਕਹੁ ਕਿਸ ਨੋ ਕਹੀਐ
ਸਗਲੇ ਜੀਅ ਤੁਮਾਰੇ ॥ (ਆਸਾ ਮ. ੫, ਪੰ. ੩੮੩)

ਏਕ ਨਿਰੰਕਾਰ ਲੇ ਰਿਦੈ ਨਮਸਕਾਰਉ ॥ ੩ ॥
ਨਾ ਹਮ ਹਿੰਦੂ ਨ ਮੁਸਲਮਾਨ (ਭੈਰਉ ਮ.੫, ਪੰ. ੧੧੩੬)

'WHAT is Sikhism ?' I asked a Sikh gentleman many years ago. 'How would you define it?' 'Sikhism', he replied, 'can be defined as the fatherhood of God and the brotherhood of man.' (W.H. Mcleod, *Who is a Sikh?*, 1989, p.1)

ਭਗਤ ਕਬੀਰ ਜੀ ਕਹਿੰਦੇ ਹਨ ਕਿ ਖਾਲਕ ਅਰਥਾਤ ਪਰਮਾਤਮਾ ਨੂੰ ਉਸ ਦੀ ਖਲਕਤ ਅਰਥਾਤ ਆਮ ਲੋਕਾਂ ਵਿਚ ਲਭਿਆ, ਵੇਖਿਆ ਅਤੇ ਮਿਲਿਆ ਜਾ ਸਕਦਾ ਹੈ —

ਅਵਲਿ ਅਲਹ ਨੂਰੁ ਉਪਾਇਆ
ਕੁਦਰਤਿ ਕੇ ਸਭ ਬੰਦੇ ॥
ਏਕ ਨੂਰ ਤੇ ਸਭੁ ਜਗੁ ਉਪਜਿਆ
ਕਉਨ ਭਲੇ ਕੋ ਮੰਦੇ ॥ ੧ ॥
ਲੋਗਾ ਭਰਮਿ ਨ ਭੂਲਹੁ ਭਾਈ ॥
ਖਾਲਿਕੁ ਖਲਕ ਖਲਕ ਮਹਿ ਖਾਲਿਕੁ
ਪੂਰਿ ਰਹਿਓ ਸ੍ਰਬ ਠਾਂਈ ॥ ੧ ॥ ਰਹਾਉ ॥ (ਪ੍ਰਭਾਤੀ, ਕਬੀਰ, ਪੰ. ੧੩੪੯)

ਉਪਰੋਕਤ ਵਿਚਾਰ ਦੀ ਰੋਸ਼ਨੀ ਵਿਚ ਉਹ ਮਨੁੱਖ ਵਾਹਿਗੁਰੂ ਅਰਥਾਤ ਪਰਮਾਤਮਾ ਦਾ ਸਿੱਖ ਹੈ ਜਿਹੜਾ ਪਰਮਾਤਮਾ ਨੂੰ ਉਸ ਦੇ ਬਣਾਏ ਹੋਏ ਜੀਵਾਂ ਵਿਚ ਵੇਖਦਾ ਅਤੇ ਲਭਦਾ ਹੈ ਅਤੇ ਕਿਸੇ ਵੀ ਜੀਵ ਨੂੰ ਬੁਰਾ ਨਹੀਂ ਕਹਿੰਦਾ।

ਸ੍ਰੀ ਗੁਰੂ ਗ੍ਰੰਥ ਸਾਹਿਬ ਵਿਚ ਮੁਸਲਮਾਨ ਫ਼ਕੀਰਾਂ ਅਤੇ ਹਿੰਦੂ ਭਗਤਾਂ ਦੀ ਬਾਣੀ ਵੀ ਸ਼ਾਮਲ ਹੈ। ਇਹ (universalism) ਸਰਵਵਿਆਪਕਤਾ ਹੈ। ਇਸ ਕਰਕੇ ਹੋਰ ਧਰਮਾਂ ਦੇ ਲੋਕ ਵੀ ਗੁਰੂ ਨਾਨਕ ਦੇਵ ਜੀ ਦੇ ਧਰਮ ਦਾ ਸਤਿਕਾਰ ਕਰ ਸਕਦੇ ਹਨ ਅਤੇ ਸਿੱਖ ਧਰਮ ਦੇ ਨੇੜੇ ਆ ਸਕਦੇ ਹਨ।

ਮਰਦਾਨਾ ਧਰਮ ਤੋਂ ਮੁਸਲਮਾਨ ਸੀ। ਜਾਤ ਤੋਂ ਮਿਰਾਸੀ ਸੀ। ਉਹ ਗੁਰੂ ਨਾਨਕ ਦੇਵ ਜੀ ਦਾ ਹਮ-ਸਫ਼ਰ ਰਿਹਾ। ਜਦੋਂ ਵੀ ਗੁਰੂ ਨਾਨਕ ਦੇਵ ਜੀ ਵਾਹਿਗੁਰੂ ਦਾ ਕੀਰਤਨ ਕਰਦੇ ਸਨ, ਤਾਂ ਮਰਦਾਨਾ ਆਪਣਾ ਰਬਾਬ ਵਜਾ ਕੇ ਉਸ ਰੱਬੀ ਕੀਰਤਨ ਵਿਚ ਸ਼ਾਮਲ ਹੋ ਜਾਂਦਾ ਸੀ।

ਗੁਰੂ ਨਾਨਕ ਦੇਵ ਜੀ ਦੇ ਜੀਵਨ ਦੇ ਸਮੇਂ ਹਿੰਦੂ ਉਨ੍ਹਾਂ ਨੂੰ ਆਪਣਾ ਗੁਰੂ ਅਤੇ ਮੁਸਲਮਾਨ ਉਨ੍ਹਾਂ ਨੂੰ ਆਪਣਾ ਪੀਰ ਕਹਿਣ ਲਗ ਪਏ ਸੀ।

ਮਸਜਦ ਵਿਚ ਹਿੰਦੂ ਨਹੀਂ ਜਾ ਸਕਦੇ। ਮੰਦਰ ਵਿਚ ਮੁਸਲਮਾਨ ਨਹੀਂ ਜਾ ਸਕਦੇ। ਪਰ ਗੁਰੂ ਨਾਨਕ ਦੇਵ ਜੀ ਦੇ ਗੁਰਦੁਆਰਾ ਸਾਹਿਬ ਦੇ ਦਰਵਾਜ਼ੇ ਸਾਰੇ ਲੋਕਾਂ ਲਈ, ਧਰਮ ਅਤੇ ਜਾਤ ਦੇ ਭੇਦ-ਭਾਵ ਤੋਂ ਬਿਨਾਂ, ਖੁਲ੍ਹੇ ਹਨ। ਕੋਈ ਵੀ ਵਿਅਕਤੀ ਗੁਰਦੁਆਰਾ ਸਾਹਿਬ ਦੇ ਅੰਦਰ ਜਾ ਕੇ ਸ੍ਰੀ ਗੁਰੂ ਗ੍ਰੰਥ ਸਾਹਿਬ ਦੇ ਅਗੇ ਮੱਥਾ ਟੇਕ ਕੇ ਅਤੇ ਹੱਥ ਜੋੜ ਕੇ ਸਰਬਤ ਦੇ ਭਲੇ ਲਈ ਜਾਂ ਆਪਣੇ ਭਲੇ ਲਈ ਅਰਦਾਸ ਕਰ ਸਕਦਾ ਹੈ। ਗੁਰਦੁਆਰਾ ਸਾਹਿਬ ਦੇ ਲੰਗਰ ਦੀ ਪੰਗਤ ਵਿਚ ਬੈਠ ਕੇ ਕੋਈ ਵੀ ਵਿਅਕਤੀ, ਧਰਮ ਅਤੇ ਜਾਤ ਦੇ ਭੇਦ-ਭਾਵ ਤੋਂ ਬਿਨਾਂ, ਲੰਗਰ ਛੱਕ ਸਕਦਾ ਹੈ।

ਇਹ ਹੈ ਗੁਰੂ ਨਾਨਕ ਦੇਵ ਜੀ ਦਾ ਸਿੱਖ ਧਰਮ। ਸਿੱਖ ਸਿਰ ਉੱਚਾ ਕਰ ਕੇ ਅਤੇ ਫ਼ਖ਼ਰ ਨਾਲ ਕਹਿ ਸਕਦੇ ਹਨ ਕਿ ਸਿੱਖ ਧਰਮ ਇਨਸਾਨੀਅਤ ਦਾ ਧਰਮ ਹੈ ਅਤੇ ਸਿੱਖ ਧਰਮ ਵਿਚ ਸਰਵਵਿਆਪਕਤਾ (universalism) ਹੈ।

ਵਾਹਿਗੁਰੂ ਜੀ ਕਾ ਖਾਲਸਾ, ਵਾਹਿਗੁਰੂ ਜੀ ਕੀ ਫ਼ਤਹਿ,
ਫ਼ਤਹਿ, ਫ਼ਤਿਹ, ਫ਼ਤਿਹ, ਫ਼ਤਿਹ।

—

Printed in the USA
CPSIA information can be obtained
at www.ICGtesting.com
LVHW021215151023
760910LV00068B/1684